डिस्क्लोजर

लेखक
मायकेल क्रायटन

अनुवाद
माधव कर्वे

D9900022

मेहता पब्लिशिंग हाऊस

Email : production@mehtapublishinghouse.com
Website : www.mehtapublishinghouse.com

- *या पुस्तकातील लेखकाची मते, घटना, वर्णने ही त्या लेखकाची असून त्याच्याशी प्रकाशक सहमत असतीलच असे नाही.*

DISCLOSURE by MICHAEL CRICHTON

© 1993, by Michael Crichton

Translated into Marathi Language by Madhav Karve
TBC
डिस्क्लोजर / अनुवादित कादंबरी
अनुवाद : माधव कर्वे
Email : author@mehtapublishinghouse.com

मराठी अनुवादाचे व प्रकाशनाचे हक्क मेहता पब्लिशिंग हाऊस, पुणे.

प्रकाशक : सुनील अनिल मेहता, मेहता पब्लिशिंग हाऊस,
१९४१, सदाशिव पेठ, माडीवाले कॉलनी, पुणे - ४११०३०.

मुखपृष्ठ : चंद्रमोहन कुलकर्णी
प्रकाशनकाल : ऑगस्ट, १९९८ / पुनर्मुद्रण : ऑगस्ट, २०१९

P Book ISBN 9788171617715

मनोगत

'ज्युरासिक पार्क' या जगप्रसिद्ध कादंबरीचे कर्ते मायकेल क्रायटन यांची 'डिस्क्लोजर' ही अगदी अलीकडची कादंबरी आहे. अमेरिकन बेस्टसेलर्स लेखकांमध्ये मायकेल क्रायटन यांचं स्थान बरंच वरचं आहे. वाचकप्रिय असूनही लेखनात ठरावीक क्लृप्त्यांचा वापर न करता, विषय आणि आशय या दोन्ही दृष्टींनी वैविध्यपूर्ण आणि सखोल परिमाण असलेले कादंबरी-लेखन करणारे कादंबरीकार म्हणून मायकेल क्रायटन सुपरिचित आहेत.

पदव्युत्तर वैद्यकीय शिक्षण घेतलेल्या क्रायटन यांचा जन्म १९४२ चा शिकागोमधला. पण या उत्तम शैक्षणिक पार्श्वभूमीचा उपयोग त्यांनी लेखनासाठीच जास्त केलेला दिसतो. आजपर्यंत 'ज्युरासिक पार्क' शिवाय स्फिअर, काँगो, दि अँड्रोमेडा स्ट्रेन, द टर्मिनल मॅन, द ग्रेट ट्रेन रॉबरी, रायझिंग सन आणि इटर्स ऑफ द डेड या कादंबऱ्या त्यांनी लिहिल्या आहेत. या कादंबऱ्यांप्रमाणेच फाइव्ह पेशंट्स, जेस्पर जोन्स, इलेक्ट्रॉनिक लाईफ आणि ट्रॅव्हल्स ही अन्य स्वरूपाची लेखनसंपत्तीही त्यांच्या नावावर जमा आहे. विशेष म्हणजे, क्रायटन चित्रपटक्षेत्रातही यशस्वी ठरले आहेत. त्यांनी 'वेस्टवर्ल्ड', 'कोमा' आणि स्वतःच्याच 'द ग्रेट ट्रेन रॉबरी' या कादंबरीवरून बेतलेल्या चित्रपटांचं दिग्दर्शनही केलं आहे.

क्रायटन यांच्या कादंबऱ्यांमध्ये त्यांची 'ज्युरासिक पार्क' ही कादंबरी अधिक गाजली कारण त्या कादंबरीची आधारभूत कल्पनाच अतिशय थरारक होती. पृथ्वीतलावरून पूर्णतः नामशेष झालेले महाकाय प्राणी डायनोसोर पुन्हा भूतलावर अवतरले, तर? या एका प्रश्नातून 'ज्युरासिक पार्क' उभं राहत जातं. हॅमंड नामक एका धनिक

माणसाला अन्य प्राणिसंग्रहालयांप्रमाणे या डायनोसोरचं संग्रहालय उभारावंसं वाटतं आणि त्यातून 'ज्युरासिक पार्क'चं कथानक आकाराला येतं.

मात्र क्रायटन या कादंबरीतून केवळ एक थरारक कल्पना खेळवून थांबत नाहीत. या अचाट कल्पनेच्या खेळामागचं मुख्य सूत्र ते वाचकाच्या मनावर बिंबवण्यात यशस्वी होतात. हे सूत्र म्हणजे निसर्गचक्र मागे फिरवता येत नाही. कितीही वैज्ञानिक भराऱ्या मारल्या तरी माणसाला निसर्गचक्राच्या गतीवर नियंत्रण ठेवणं अशक्य आहे.

'ज्युरासिक पार्क' प्रमाणेच क्रिश्टन यांच्या इतर कादंबऱ्यांमध्येही, वैज्ञानिक पार्श्वभूमीवरच्या कल्पनेच्या खेळातून एक वास्तव असं सूत्र मांडणं हे वैशिष्ट्य ठळकपणे दिसून येतं. काहीसं आश्चर्य म्हणजे, त्यांच्या प्रस्तुत 'डिस्क्लोजर' या कादंबरीची पार्श्वभूमी अधिक वास्तव आहे. ही कादंबरी कॉम्प्यूटर तयार करणाऱ्या एका कंपनीत आकारास येते. पण असं अत्याधुनिक वातावरण असलं, तरी 'डिस्क्लोजर'चा रोख मात्र माणसाच्या मूलभूत प्रवृत्ती उकलून दाखवण्यावर असलेला दिसतो.

'डिजिकॉम' या कॉम्प्यूटर कंपनीतील टॉम सँडर्स या एका अधिकाऱ्याचा मेरेडिथ जॉन्सनच्या त्याच्याहूनही वरिष्ठ असलेल्या स्त्री-अधिकाऱ्याकडून झालेला लैंगिक छळ ही 'डिस्क्लोजर'ची मध्यवर्ती घटना आहे. पण या एका प्रक्षोभक अशा लैंगिक घटनेतून आधुनिक काळातले बदलते स्त्री-पुरुष संबंध आणि त्यांतले संभाव्य धोके, औद्योगिक क्षेत्रातल्या स्पर्धा आणि ताण-तणाव, सगळीच सारख्याच भ्रष्ट पद्धतीनं वापरता येणारी सत्ता आणि तिच्या मोहानं माणसात होणारे बदल, अशा अनेक गोष्टी उलगडतात. या सगळ्या गोष्टी मुख्यतः माणसांचे स्वभाव, वृत्ती, प्रवृत्ती यांच्याशी संबंधित आहेत. त्यातही विशेष म्हणजे, प्रगतीच्या गप्पा मारणाऱ्या

या माणसांच्या मूलभूत प्रवृत्तीचं हे नाट्य एका अत्याधुनिक कॉम्प्यूटर कंपनीतच घडताना दाखवून क्रायटन यांनी ते अधिक उठावदार केलं आहे. या दोहोंतला विरोधाभास कादंबरीला एक वेगळं परिमाण देऊन जातो.

या गोष्टी दाखवत असतानाच एका स्त्री-अधिकाऱ्याकडून एका पुरुष अधिकाऱ्याचा झालेला लैंगिक छळ या मध्यवर्ती घटनेवरचा ताबा क्रायटन सुटू देत नाहीत. त्यातून निव्वळ स्त्री-पुरुष संबंधांबाबतचे अनेक पैलू दाखवण्यात क्रायटन यशस्वी झालेले आहेत. क्रायटन यांनीच म्हटल्याप्रमाणे पुरुषानं स्त्रीचं शोषण करणं, तिच्यावर बलात्कार करणं वा तसा प्रयत्न करणं, हे अनैतिक असलं, तरी अनैसर्गिक नाही. अशी घटना घडली. तरी ती तथाकथित पुरुषश्रेष्ठत्वाच्या चौकटीतून पाहिली जाते. त्यातून हाती येणारे ठोकताळे हे सांकेतिक, परिचित असतात. पण हीच घटना उलट बाजूनं घडली, म्हणजे स्त्रीकडून पुरुषांचा लैंगिक छळ झाला, तर रूढ संकेतांना धक्का बसतो. काही नवीन बाजू उजेडात येतात. या नव्या पैलूंवर प्रकाश टाकण्यासाठीच 'स्त्रीकडून पुरुषाचा झालेला लैंगिक छळ' ही घटना क्रायटन यांनी केंद्रभागी ठेवलेली आहे.

विशेष म्हणजे ही लैंगिक घटना क्रायटन यांनी कादंबरीत फार विचारपूर्वक आणि संयतपणे हाताळली आहे. ही घटना कथानकाच्या ओघात स्वाभाविकपणे घडून जाते. त्यानंतर कादंबरीभर या घटनेचं मानसशास्त्रीय, कायदेशीर आणि अन्य विविध अंगांनी विश्लेषण होत राहतं. ही घटना वाचकाला चाळवण्यापेक्षा विचारप्रवृत्त करते. स्त्री-पुरुष संबंधांमधले वेगवेगळे स्तर या विश्लेषणातून उलगडत जातात. त्यामुळे ही घटना थिल्लर न राहता कादंबरी पुढे सरकत जाते, तशी गंभीर स्वरूप धारण करत जाते आणि या घटनेत दडलेले अनेक धोकादायक पैलू समोर आणते.

कोणत्याही चांगल्या कलाकृतीचं एक मुख्य लक्षण म्हणजे, अशी कलाकृती

तिच्यात जे मांडलेले असतं, त्याच्यापलीकडे जाऊन काही, तरी दाखवते. हे 'काहीतरी' म्हणजे दुसरं-तिसरं काही नसून साक्षात जीवनदर्शनच असते. तिच्यात जीवनक्रमासंबंधी काही भाष्य करण्याचा प्रयत्न केलेला असतो. काही दृष्टिकोन मांडलेले असतात. जगरहाटी समजून घेऊन तिच्यासंबंधीची काही सूत्रं हाती लागतात का, ते पाहण्याचा प्रयत्न केलेला असतो. 'डिस्क्लोजर' मध्ये ही लक्षणं ठळकपणे दिसतात. कादंबरीच्या मध्यवर्ती लैंगिक छळाच्या घटनेनंतर नायक केवळ या घटनेच्या परिणामांमध्ये गुंतून राहत नाही. या घटनेनंतर कंपनीतलं त्याचं स्थान धोक्यात आल्यानं तो त्याच्या अस्तित्वाचाच लढा होतो. अस्तित्वाच्या अनिश्चिततेची जाणीव त्याचा संघर्ष तीव्र करते. नायकाच्या या अस्तित्वाच्या लढ्याला औद्योगिक पार्श्वभूमी असल्याने हा संघर्ष सध्याच्या औद्योगिक वातावरणाशी सुसंगत आणि म्हणूनच वास्तव वाढतो.

क्रायटन यांची ही कादंबरी– 'डिस्क्लोजर' अधिक वास्तव वाटते, याचं कारण म्हणजे, या कादंबरीतून प्रत्यक्ष वा अप्रत्यक्षपणे अमेरिकन समाजाचं प्रत्ययकारी चित्रण झालं आहे. सध्याच्या अमेरिकन समाजातल्या अनेक प्रकारच्या सामाजिक समस्या कथानकाच्या ओघातून जातात. कायदेशीर हक्कांविषयीची अतिरेकी जाणीव आणि अन्याय-अत्याचाराच्या अवाजवी कल्पना यांच्या कात्रीत सापडून परस्परांविषयीचा विश्वास गमावून बसण्याचा उंबरठ्यावर असलेल्या एका समाजाचं चित्रण या कादंबरीतून पाहायला मिळतं. अशा वातावरणातून येणाऱ्या असुरक्षिततेनं ग्रासलेल्या समाजाचा वेधच एक प्रकारे या कादंबरीनं घेतलेला आहे.

शैलीच्या दृष्टीनंही क्रायटन यांची ही कादंबरी वैशिष्ट्यपूर्ण अशी आहे. ते स्वतः चित्रपट माध्यमाशी चांगलेच परिचित असल्याने त्यांच्या लेखनशैलीवर पटकथा-लेखनाच्या तंत्राचा प्रभाव दिसून येतो. वर्णनांवर फार भर न देता मोजक्याच शब्दांत

चित्रण करण्यावर क्रायटन यांचा भर दिसतो. एखाद्या चित्रपटाच्या पटकथेप्रमाणे कथानकाचा एक निश्चित असा वेग त्यात सांभाळलेला दिसतो. व्यक्तिचित्रणात त्या त्या व्यक्तीचा भूतकाळ-वर्तमानकाळ आणि भविष्यकाळ त्यांच्या मानसिकतेसह येतो, 'डिस्क्लोजर' मध्येही क्रायटन यांनी कॉम्प्यूटर क्षेत्रातील नाना तपशील रंजकपणे कथानकाच्या ओघात गुंफले आहेत. त्यातही विशेष म्हणजे, 'आभासात्मक वास्तवा'चा अत्याधुनिक कल्पनेची जोड देऊन कथानकाला वेगळीच उंची दिली आहे. माणसाचं वर्तन हे अतर्क्य असतं आणि कधी कधी या अतर्क्यतेमुळे वास्तव आणि आभासाच्या सीमारेषाही एकमेकांत मिसळून जातात. त्यामुळेच कादंबरीतील मुख्य घटना आणि ही कॉम्प्युटरच्या क्षेत्रातली 'आभासात्मक वास्तवा'ची कल्पना एकमेकाशी समांतर जात एक वेगळाच परिणाम साधतात.

या कारणांमुळेच एका प्रक्षोभक विषयाची कलात्मक संयमानं हाताळणी करणारी कादंबरी म्हणून 'डिस्क्लोजर' लक्षणीय ठरते. अशी या कादंबरीचा हा प्रस्तुत अनुवाद वाचकांना आवडेल, अशी आशा आहे. कादंबरीतल्या कॉम्प्यूटरविषयक शब्दांचा परिचय करून देण्याच्या कामी श्री. मंदार रहाळकर यांनी उत्साहानं मदत केली. तसंच या कादंबरीचा अनुवाद करण्याची संधीही श्री. सुनील मेहता यांनी मोठ्या विश्वासानं मला दिली. अनुवाद पूर्ण झाल्यावर त्यावरचं संस्करण 'मेहता पब्लिशिंग हाऊस'चे श्री. अनिल किणीकर यांनी अतिशय बारकाईनं करून काही मोलाच्या सूचना केल्या. या सगळ्यांचे आभार मानावेत, तितके थोडेच!

– माधव कर्वे

पात्र परिचय/व्यक्तिरेखा परिचय

टॉम सँडर्स	– 'डिजिकॉम' कॉम्प्यूटर कंपनीतील एक अधिकारी.
सुसान सँडर्स	– टॉम सँडर्सची पत्नी
एलायझा	– टॉम सँडर्सची मुलगी
मॅट	– टॉम सँडर्सचा मुलगा
आर्थर कान	– 'डिजिकॉम' कॉम्प्यूटर कंपनीच्या मलेशियातील कौलालंपूर येथील कारखान्यातील एक अधिकारी.
सिंडी वुल्फ	– टॉमची सहायक
बेनेडिक्ट	– टॉमचा एक वकील मित्र
मोहम्मद जाफर	– 'डिजिकॉम'च्या कौलालंपूर येथील कारखान्यातला फोरमन
मार्क ल्युईन	– टॉमचा सहकारी अधिकारी.
स्टेफनी कॅपलान	– 'डिजिकॉम'ची चीफ फायनान्शियल ऑफिसर आणि टॉमची सहकारी.
एडी लार्सन	– 'डिजिकॉम'च्या ऑस्टीन येथील कारखान्यातील प्रॉडक्शन सुपरवायझर
फिलीप ब्लॅकबर्न	– 'डिजिकॉम'चा प्रमुख कायदेशीर सल्लागार
बॉब गार्विन	– 'डिजिकॉम'चा मालक
मेरेडिथ जॉन्सन	– टॉमची पूर्वाश्रमीची प्रेयसी.
डॉन चेरी	– 'डिजिकॉम'च्या प्रोग्रॅमिंग विभागाचा प्रमुख आणि टॉमचा एक सहकारी.

मेरी ॲन हंटर	–	टॉमची स्त्री सहकारी आणि 'डाटा कॉम्यूनिकेशन्स' विभागणी प्रमुख.
एड निकोल्स	–	कॅनिले-व्हाईट कंपनीचा चीफ फायनान्शियल ऑफिसर
जॉन कॉनले	–	कॉनले-व्हाईट कंपनीचा व्हाईस प्रेसिडेंट
प्रो. डॉर्फमन	–	'डिजिकॉम'चा सल्लागार
बेट्सी रॉस	–	मेरेडिथ जॉन्सनची सहायक
लुईस फर्नांदिझ	–	टॉमची वकील
ॲलन	–	लुईसचा सहायक
कोनी वॉल्श	–	एक पत्रकार.
बेन हेलर	–	'डिजिकॉम'चा वकील
बार्बरा मर्फी	–	जज्
जॉन लेविन	–	'डिजिकॉम'ला हार्ड ड्राईव्ह पुरवणाऱ्या कंपनीतील एक अधिकारी.

एखाद्या मालकाची नोकरी देण्याची पुढील पद्धत बेकायदेशीर ठरेल :

१) कोणत्याही व्यक्तीचा वंश, वर्ण, धर्म, लिंग वा मूळ राष्ट्रीयत्व या कारणांमुळे तिच्या नोकरीसंबंधीच्या अटी, भरपाई वा हक्क यांसंबंधी तिच्याविरुद्ध भेदभाव करणं वा तिला सेवेत घ्यायला वा सेवामुक्त करायला नकार देणं वा त्याकडे दुर्लक्ष करणं

किंवा

२) कोणत्याही व्यक्तीचा वंश, वर्ण, धर्म, लिंग वा मूळ राष्ट्रीयत्व या कारणांमुळे तिच्या कर्मचारी या दर्जावर विपरीत परिणाम होईल वा कोणत्याही व्यक्तीच्या नोकरीच्या संधी हिरावून घेतल्या जातील वा तशी शक्यता निर्माण होईल. अशा कोणत्याही पद्धतीनं आपले कर्मचारी वा नोकरीसाठी अर्ज करणाऱ्यांवर मर्यादा घालणं, त्यांना अलग करणं वा त्यांचं वर्गीकरण करणं
अमेरिकन राज्यघटना नागरी हक्क कायदा कलम सात १९६४
सत्तासामर्थ्य स्त्री वा पुरुषही नसते

किंवा

सत्तासामर्थ्याला लिंग नसते.

— कॅथरीन ग्रॅहॅम

सोमवार

प्रेषक : डीसी। एम्
आर्थर कान
ट्विंकल/कौलालंपूर/मलेशिया
प्रति-डीसी/एस
टॉम सँडर्स
सिॲटल (निवासस्थान)

टॉम,

विलिनीकरण विचारात घेता, हा संदेश तुला ऑफिसमध्ये न पाठवता घरी मिळालेला बरा असे मला वाटले.
उत्पादन वाढवण्याचे सर्वतोपरी प्रयत्न करूनही ट्विंकलचे उत्पादन २९ टक्केच आहे. उत्पादनाच्या ठिकाणीच ड्राईव्हज्‌ची तपासणी केली असता फाईल उघडण्याची सरासरी वेळ १२०-१४० सेकंद एवढी येत आहे. उत्पादनाचे निकष ठरल्याप्रमाणे आम्ही स्थिर का ठेवू शकत नाही आहोत ते स्पष्ट झालेले नाही. तसेच विद्युतदाबात फरक पडून पडदा लुकलुकतो. बहुधा हे हिंज् डिझाईनमुळे घडत असावे. गेल्या आठवड्यात सिॲटलचे हिंज् बसवूनही हे होत आहे. अजून हा प्रश्न सुटलाय असे मला वाटत नाही.
विलिनीकरण कुठवर आलंय? आपल्याला पैसा आणि प्रसिद्धी मिळणार आहे का?
तुझ्या प्रमोशनबद्दल आधीच अभिनंदन करून ठेवतो.

आर्थर

१५ जून, सोमवार रोजी टॉम सँडर्सचा कामावर उशिरा जाण्याचा इरादा अजिबात नव्हता. 'बेनब्रिज आयलंड'वरच्या आपल्या घरी, सकाळी साडेसात वाजता तो शॉवरखाली उभा राहिला. 'कॉनले-व्हाईट'च्या वकिलांबरोबरची मिटिंग सुरू होण्याआधी राहिलेले मुद्दे स्टेफनी कॅपलानबरोबर डोळ्याखालून घालण्याकरिता वेळेवर पोचण्याच्या दृष्टीने साडेसातची फेरीबोट पकडून साडेआठला कामावर पोचायचे तर दहा मिनिटांत दाढी, कपडे करून घराबाहेर पडायला लागेल, हे तो ओळखून होता. कालचा दिवसभर कामावर धावपळ होतीच आणि त्यात नुकत्याच त्याला मलेशियाहून आलेल्या फॅक्समुळे परिस्थिती आणखीनच बिघडली होती.

सीॲटलमधल्या 'डिजिटल कम्युनिकेशनस् टेक्नॉलॉजी'मध्ये सँडर्स विभागीय व्यवस्थापक होता. न्यूयॉर्कमधला, देशभर जाळं असलेला 'कॉनले-व्हाईट' हा प्रकाशन-व्यवसायातला उद्योगसमूह आता 'डिजिकॉम' आपल्याकडे घेणार असल्याने गेला आठवडाभर ऑफिसमध्ये एकच गडबड उडालेली होती. ह्या विलिनीकरणामुळे, एकविसाव्या शतकात प्रकाशन- व्यवसायाच्या दृष्टीने महत्त्वाचे ठरेल असे तंत्रज्ञान 'कॉनले'ला मिळणार होते.

परंतु मलेशियाहून आलेली बातमी चांगली नव्हती आणि ती घरीच पाठविण्यात आर्थरने शहाणपणा दाखवला होता. कॉनले-व्हाईटच्या लोकांना सगळे समजावून द्यायच्या समस्येला त्याला तोंड द्यावे लागणार होते. कारण ते...

"टॉम? तू कुठं आहेस? टॉम?"

त्याची बायको सुसान त्याला बेडरूममधून हाक मारत होती. त्याने शॉवरमधून डोके बाहेर काढले.

"मी शॉवर घेतोय."

ती काहीतरी म्हणाली, पण त्याला ते ऐकू गेले नाही. टॉवेल घेण्यासाठी तो बाजूला झाला. "काय?"

"म्हटलं, मुलांना खाणं देतोयस का?"

सुसान ही त्याची बायको. ती एक निष्णात वकील होती. शहरातल्या व्यापारी भागात असलेल्या एका फर्ममध्ये आठवड्यातून चार दिवस ती काम करायची. मुलांबरोबर अधिक वेळ घालवता यावा म्हणून सोमवारी ती सुट्टी घ्यायची. पण घरातली कामे करण्यात ती तेवढी चांगली नव्हती. याचाच परिणाम म्हणजे सोमवारी सकाळी बऱ्याचदा परिस्थिती अडचणीची व्हायची.

"टॉम? मुलांचं खाणं करशील का?"

"मला जमणार नाही, सू," तो तिला ओरडूनच म्हणाला.

बेसिनवरच्या घड्याळात सात चौतीस वाजले होते.

"मला आधीच उशीर झालाय." दाढी करण्यासाठी त्याने बेसिनमधला नळ

सोडला आणि गालांवर साबण लावला.

दिसायला तो देखणा होता. एखाद्या मर्दानी खेळाडूची सहजता त्याच्या एकूण व्यक्तिमत्त्वात होती. शनिवारी कंपनीतल्या मित्रांबरोबर टच् फुटबॉल खेळताना अंगाला बसलेल्या माराच्या जागी त्याने स्पर्श केला. मार्क लेविनने त्याला खाली पाडले होते. लेविन चपळ पण बेढब होता. टच् फुटबॉल खेळण्याच्या मानाने सँडर्सचेही आता वय झाले होते. तसा अजूनही तो बांधेसूद होता. (विद्यापीठात असताना असलेल्या वजनापेक्षा पाच पौंड कमीच.) ओल्या केसांमधून त्याने हात फिरविला, तेव्हा त्याला करडी झाक दिसली. त्याला वाटले, वयोमान ओळखून टेनिसकडे वळायची वेळ आलीय...

सुसान खोलीत आली. ती अजून बाथरोबमध्येच होती. सकाळी झोपेतून उठल्याउठल्या ती नेहमीच सुंदर दिसायची. कोणत्याही प्रसाधनाची गरज लागू नये असे तिचे तजेलदार सौंदर्य होते. ''मुलांना खायला द्यायला तुला खरंच जमणार नाही का?'' तिने पुन्हा विचारले.

''चांगलंच लागलेलं दिसतंय की,'' तिने त्याचे गोड चुंबन घेतले आणि त्याच्यासाठी नुकत्याच तयार केलेल्या कॉफीचा मग काउंटरवर ठेवला. ''मला सव्वाआठ वाजता मॅथ्यूला घेऊन डॉक्टरकडं जायचंय आणि दोघांनीही अजून काहीसुद्धा खाल्लेलं नाहीय. माझे कपडे व्हायचे आहेत. प्लीज, मुलांना देतोयस का खायला? प्लीज!'' चिडवल्यासारखे तिने त्याचे केस विस्कटले आणि तिचा बाथरोब सुटून आला. तो तसाच उघडा राहू देत तिने स्मित केले. ''मी तुला एक...''

''सू, मला शक्य नाही'' इच्छा नसतानाच त्याने तिच्या कपाळावर ओठ टेकवले. ''मला मिटिंग आहे. उशीर करून चालणार नाही.''

तिने एक सुस्कारा टाकला. ''ठीक आहे.'' ओठ बाहेर काढत ती निघून गेली.

सँडर्सने दाढी करायला सुरुवात केली.

क्षणभरातच बायकोचे बोलणे त्याला ऐकू आले, ''ओके! मुलांनो, चला, निघू या आता. एलायझा, तू बूट घाल बघू.'' लगेचच चार वर्षांच्या एलायझाच्या केविलवाण्या रडण्याचा आवाज! तिला बूट घालायला आवडायचं नाही. दाढी जवळजवळ संपत आलेली असतानाच त्याला ऐकू आले. ''एलायझा, बूट लगेच चढव आणि मॅटला घेऊन ताबडतोब खाली जा.'' एलायझाचे उत्तर अस्पष्ट होते. मग सुसानचा आवाज ''एलायझा ॲन, मी तुझ्याशी बोलत्येय.'' आणि पाठोपाठ सुसानचे हॉलमधील कपड्यांच्या कपाटाचे खण धडाधड उघडण्याचे-बंद करण्याचे आवाज...

कसलाही ताण वाटला की, अस्वस्थ होणारी एलायझा बाथरूममध्ये आली. तिचा चेहरा रडवेला झाला होता. डोळ्यांत पाणी आले होते. ''डॅडी,'' तिचे हुंदके.

दुसऱ्या हाताने दाढी चालू ठेवत तिला जवळ घेण्यासाठी त्याने एक हात खाली घेतला.

"मदत करण्याएवढी ती आता मोठी झालीय," सुसान हॉलबाहेरूनच ओरडली.

"मॉमी..." सँडर्सचा पाय पकडत एलायझा मोठ्याने रडू लागली.

"एलायझा, तू पुरे करशील का आता?"

त्यावर एलायझा आणखीनच मोठ्याने रडू लागली. सुसानने हॉलबाहेर पाय आपटला. मुलीचे रडणे सँडर्सला आवडत नसे. "ठीक आहे सू. मी खायला देईन त्यांना." बेसिनमधला नळ बंद करून त्यानं एलायझाला उचललं.

"चलो, लायझे," तो म्हणाला. त्याने तिचे डोळे पुसले. "तुमचं खाणं उरकू या आता."

तो बाहेर हॉलकडे गेला. सुसानचा ताण आता सैल झाल्यासारखा दिसू लागला. "मला फक्त दहा मिनिटं लागतील, बस्स" ती म्हणाली, "कॉन्स्यूला पुन्हा आलेली नाहीय. तिचं काय चाललंय काही कळेनासंच झालंय."

सँडर्सने तिला काही उत्तर दिले नाही. नऊ महिन्यांचा मॅट हॉलबाहेरच्या जागेत मध्येच हातातला खुळखुळा आपटत रडत बसला होता. सँडर्सने त्याला दुसऱ्या हाताने कडेवर घेतले.

"चला, मुलांनो," तो म्हणाला, "खाणं करून घेऊ."

मॅटला तो उचलायला गेला तेव्हा त्याचा गुंडाळलेला टॉवेल सुटला. त्याने तो पटकन धरला. एलायझा खोऽखो हसू लागली. "मला डॅडींची गंमत दिऽसली. दिसलीऽ." तिने 'त्या' दिशेने पाय झोकावत नेला.

"डॅडींना 'तिथं' मारत नाहीत," सँडर्स म्हणाला. कसाबसा त्याने टॉवेल पुन्हा गुंडाळून घेतला आणि तो खाली निघाला.

पाठोपाठ सुसान ओरडली, "मॅटच्या खाण्यात व्हिटॅमिन्स लागतात विसरू नकोस. एक ड्रॉपरभर. आणि त्याला तांदळाचं काही देऊ नकोस. तो थुंकून टाकतो. त्याला आता गव्हाचे पदार्थ आवडतात." दार धाडकन लावून घेत ती बाथरूममध्ये गेली.

एलायझाने त्याच्याकडे गंभीर नजरेने पाहिले. "डॅडी, आज भांडणाचा दिवस आहे का?"

"हं. तसंच वाटतंय." जिन्यावरून जाताना त्याच्या मनात विचार आला- आज फेरीबोट चुकणार आणि दिवसाच्या पहिल्याच मिटिंगला उशीर होणार. फार उशीर नाही, काही मिनिटांचाच. पण मिटिंग सुरू होण्याआधी ठरल्याप्रमाणे स्टेफनी कॅपलानबरोबर चर्चा करता येणार नव्हती. कदाचित फेरीबोटीवरूनही तिला फोन लावता येईल. आणि नंतर...

"डॅडी, मला तुमच्यासारखी गंमत आहे?"

"नाही, लायझे."

"का नाही, डॅड?"

"ते तसं असतं म्हणून, पोरी."

"मुलांना गंमत असते आणि मुलींना नसते." ती गंभीरपणे म्हणाली.

"बरोबर."

"पण का, डॅड?"

"त्यामुळेच." त्याने एलायझाला उचलून किचन टेबलपाशी खुर्चीत ठेवले. कोपऱ्यातली उंच खुर्ची ओढून तिच्यात मॅटला बसवले. "लायझे, तुला ब्रेकफास्टला काय हवंय? राइस क्रिस्मीज् का चेक्स?"

"चेक्स."

मॅटने त्याच्या उंच खुर्चीवर चमचा आपटायला सुरुवात केली. सँडर्सने कपाटातून चेक्स आणि एक बाऊल काढला. मग मॅटसाठी छोटा बाऊल आणि त्याचे खाणे. दूध काढण्यासाठी तो फ्रीज उघडत असताना एलायझा पाहत होती.

"डॅड."

"काय?"

"मला मॉमी मजेत राह्यला हवीय."

"मलासुद्धा."

त्याने मॅटसमोर त्याचे खाणे ठेवले. मग टेबलावर एलायझासमोर बाऊल ठेवला आणि त्याच्यात चेक्स घालून तिच्याकडे पाहिले. "बास?"

"होऽ"

मग तिला दूध ओतून दिले.

"नाही, डॅड." ती मोठ्याने रडू लागली. तिच्या डोळ्यांत पाणी आले. "मला दूध ओतायचं होतं."

"सॉरी, लायझे..."

"त्यातलं दूध बाहेर काढा... बाहेर काढा." ती किंचाळत होती– उसळून, उद्रेक व्हावा तशी.

"सॉरी लायझे, पण हे..."

"मला दूध ओतायचं होतं." तिनं आपली खुर्ची फरशीवर ढकलून दिली. ती खाली फतकल मारून पाय आपटत बसली. "बाहेर काढा, दूध त्यातनं ओतून द्या."

एलायझा अशा प्रकारे बऱ्याचदा वागायची. ही केवळ एक अवस्था असते हे आता त्याचे ठाम मत झाले होते. असे प्रसंग खंबीरपणे हाताळावेत असा सल्ला पालकांना दिला जात होता.

"सॉरी," सँडर्स म्हणाला, "लायझे, तुला ते खावंच लागेल." तो मॅटजवळ टेबलापाशी त्याला भरवायला बसला. मॅटने बशीत हात घातला आणि तो हात तसाच डोळ्यापाशी नेऊन बरबटला. आता तोही रडू लागला.

सँडर्सने मॅटचा चेहरा पुसण्यासाठी एक टॉवेल घेतला. स्वयंपाकघरातल्या घड्याळात आठला पाच मिनिटे कमी असल्याचे त्याच्या लक्षात आले. त्याला वाटले, ऑफिसला फोन करून आज उशिरा येणार असल्याची कल्पना दिली तर बरे होईल. पण आधी एलायझाला शांत करावे लागणार होते. ती अजूनही खाली बसून लाथा झाडत, किंचाळत होती.

"ठीक आहे, एलायझा. शांत हो. शांत रहा." त्यानं आणखी एक बाऊल काढून त्यात चेक्स घातले आणि तिला दुधाचा पॅक ओतण्यासाठी दिला. "घे."

आता हातांची घडी घालून ओठ दुमडीत ती म्हणाली, "मला नको जाऽ."

"एलायझा, लगेच दूध ओतायचं."

आता एलायझा तिच्या खुर्चीत चढून बसली. "ओके, डॅड."

खाली बसून सँडर्सने मॅटचा चेहरा पुसला आणि त्याला भरवू लागला. रडणे लगेच थांबवून मॅट भराभर खाऊ लागला. बिचाऱ्याला भूक लागली होती. एलायझा खुर्चीत उभी राहिली आणि तिने दुधाचा पॅक उचलला तशी दुधाचे थेंब टेबलभर पसरले. "ऊह, ओह."

"असू दे." एका हाताने मॅटला भरवतानाच दुसऱ्या हातात टॉवेल घेऊन त्याने टेबल पुसले.

एलायझा खाण्याचे खोके अगदी बाऊलपाशी जवळ घेऊन त्या खोक्यामागे असलेल्या गूफीच्या चित्राकडे एकटक पाहत खाऊ लागली. तिच्या शेजारीच मॅटही शांतपणे खात होता. क्षणभर स्वयंपाकघरात सारे शांत होते.

सँडर्सने खांद्यावरून नजर टाकली. घड्याळात जवळजवळ आठ वाजले होते. ऑफिसमध्ये फोन करायला हवा.

दाट करड्या रंगाचा स्वेटर आणि जीन्स अशा पोशाखात सुसान आत आली. तिचा चेहरा निवळलेला. "सॉरी, मला जमलं नाही." ती म्हणाली. "माझं काम केल्याबद्दल थँक्स." तिने त्याच्या गालांवर ओठ टेकले.

"मॉम, आता तू खूष आहेस ना?"

"हो, बरं," सुसानने मुलीकडे बघत स्मित केले. मग टॉमकडे वळून ती म्हणाली, "आता मी बघते. तुला उशीर होऊन चालणार नाही. आजचा दिवस फारच महत्त्वाचा आहे, नाही? तुझं प्रमोशन जाहीर करणार म्हटल्यावर?"

"तसं वाटतंय खरं."

"तुला कळल्यावर लगेच मला फोन कर."

"करीन." सँडर्स उठला. कमरेभोवतीचा टॉवेल त्याने नीट केला आणि तो कपडे घालण्यासाठी वर जायला निघाला. आठ वीसच्या फेरीबोटीआधी गावात नेहमीच गर्दी असायची. ती गाठायची म्हणजे त्याला आता घाई करावी लागणार होती.

■

त्याने आपली गाडी नेहमीच्या जागी पार्क केली आणि फेरीबोटीकडे जाणाऱ्या आच्छादित मार्गाने तो झपाट्याने निघाला. बोटीने किनारा सोडण्याआधी जेमतेम काही क्षणच तो बोटीवर पोचला. इंजिनची थरथर पायांना जाणवत असतानाच तो दारातून मुख्य डेकवर गेला.

"हाय, टॉम."

त्याने मागे वळून नजर टाकली, त्याच्यामागून डेव्ह बेनेडिक्ट येत होता. उच्च तंत्रज्ञानाने समृद्ध असलेल्या बऱ्याचशा कंपन्यांची कायदेविषयक कामे हाताळणाऱ्या एका फर्ममध्ये तो वकील होता. "सात पन्नासची चुकली, अं?" बेनिडिक्ट म्हणाला.

"हं. सकाळ गडबडीत गेली."

"माझंही तेच झालं. मला ऑफिसमध्ये तासाभरापूर्वीच पोचायला हवं होतं. पण आता शाळेला सुट्टी असल्यामुळे शिबिर सुरू होईपर्यंत मुलांना कसं आटोक्यात ठेवायचं हे काही जेनीला उलगडत नाहीये."

"हं."

"घरात नुसता गोंधळ चाललाय," डोके हलवत बेनेडिक्ट म्हणाला.

क्षणभर शांतता. त्याची आणि बेनेडिक्टची, दोघांचीही सकाळ सारखीच गेल्याचे सँडर्सच्या लक्षात आले. पण दोघेही त्यावर आणखी काही बोलले नाहीत. बायका आपल्या मैत्रिणींशी संसारातल्या अगदी नाजूक गोष्टींवरही खल करतात, तर पुरुष मात्र एकमेकांच्यात अशा बाबींवर मौन का बाळगतात, ह्याचे सँडर्सला बऱ्याचदा नवल वाटायचे.

"ते जाऊ दे," बेनेडिक्ट म्हणाला, "सुसान कशी आहे?"

"ती छानच आहे. ग्रेट."

बेनेडिक्ट हसला. "मग तू लंगडतोयस का?"

"शनिवारी कंपनीतल्या लोकांबरोबरचा टच् फुटबॉल भोवतोय. जरा अतिच झालं."

"पोरांबरोबर खेळलं की असं होतं." बेनेडिक्ट म्हणाला.

अगदी तरुण मुलांना नोकऱ्या देण्याबद्दल 'डिजिकॉम' कंपनी प्रसिद्ध होती.

“पण मी गोल केला हां,” सँडर्स म्हणाला.

“काय सांगतोस?”

“तर! एकदम जोसात.”

मुख्य डेकवरच्या ‘स्वयंसेवी’ उपाहारगृहापाशी कॉफीसाठी लागलेल्या रांगेत ते उभे राहिले. “खरं तर आज तू अगदी लवकर आणि उत्साहात जाशील असं मला वाटत होतं.” बेनेडिक्ट म्हणाला. “ ‘डिजिकॉम’मध्ये आजचा दिवस महत्त्वाचा आहे ना?”

सँडर्सने कॉफी घेऊन किंचित ढवळली.

“का बरं?”

“आज विलिनीकरणाची घोषणा होणार आहे ना?”

“कसलं आणि कोणाकोणाचं विलिनीकरण?” सँडर्स शांतपणे म्हणाला. विलिनीकरणाबाबत गुप्तता बाळगण्यात येत होती. ‘डिजिकॉम’मधल्या मूठभर अधिकाऱ्यांनाच त्याची कल्पना होती. त्याने बेनेडिक्टकडे एक निर्विकार दृष्टीक्षेप टाकला.

“व्वा!” बेनेडिक्ट म्हणाला. “मी तर ऐकलं, ते बरंचसं होत आलंय. काही नव्या प्रमोशन्सबरोबरच बॉब गार्विन आज व्यवस्थापनाच्या नव्या जुळवाजुळवीबद्दलही सांगणार आहे म्हणे!”

बेनेडिक्टने कॉफीचा घुटका घेतला. “गार्विन खुर्ची सोडतोय म्हणे. बरोबर ना?”

सँडर्सने खांदे उडवले. “बघू,” बेनेडिक्ट अर्थातच त्याच्याकडून काढून घ्यायला बघत होता, पण सुसान बेनेडिक्टच्या फर्ममधल्या बऱ्याच वकिलांबरोबर काम करायची, त्यामुळे सँडर्स बेनेडिक्टला अगदीच धुडकावूही शकत नव्हता. प्रत्येकाचीच बायको नोकरी करत असलेल्या ह्या काळात व्यावसायिक संबंधांमध्ये जे नवे गुंते निर्माण होतात, त्यांतलाच हा एक होता.

दोघेही बाहेर डेकवर जाऊन कठड्यापाशी उभे राहिले. ब्रेनब्रिज आयलंडवरची घरे मागे पडत चालली होती.

मग ब्रेनब्रिजही मागे गेले. त्यांची नजर पाण्यावर खिळलेली. पाण्याला करड्या रंगाची छटा आलेली. सकाळच्या सूर्यप्रकाशात कॉफीच्या वाफा मिसळत असलेल्या. “मग?,” बेनेडिक्ट म्हणाला, “गार्विन राजीनामा देईल असं तुला वाटत नाही तर?”

“कोणास ठाऊक,” सँडर्स म्हणाला, “बॉबनं शून्यातून ही कंपनी उभारली ती पंधरा वर्षांपूर्वी. त्यानं सुरुवात केली तेव्हा कोरियाहून स्वस्तातली मॉडेम्स (Modems) आणून तो इथं विकायचा. मॉडेम हा प्रकार काय आहे, हे कोणाला माहितीही नव्हतं

अशा काळात. आता कंपनीच्या तीन इमारती मुख्य शहरात आहेत.कॅलिफोर्निया, टेक्सास, आयर्लंड आणि मलेशियातही मोठा पसारा आहे. आता तो एखाद्या लहान नाण्याएवढी फॅक्स मॉडेम्स तयार करतो. फॅक्स आणि इ-मेलचं मार्केटिंग करतो. सीडी-रॉम्सचं उत्पादनही त्यानं आता सुरू केलंय. एवढंच नव्हे, तर त्यानं विकसित केलेल्या अल्गॉरिदम्सचे हक्क त्याच्याकडे असल्याने पुढच्या शतकात शैक्षणिक बाजारपेठेतला तो एक आघाडीचा उत्पादक होईल. चिल्लर मॉडेम्स खपवणारा बॉब आता फार मागे राहिलाय, हे सगळं तो सोडून देईल का ह्याची शंकाच आहे.''

''पण विलिनीकरणाच्या अटींनुसार बॉबचा राजीनामा आवश्यक आहे ना?''

सँडर्सचं स्मित. ''डेव्ह, तुला जर विलिनीकरणाबद्दल एवढी माहिती असेल तर तूच मला सांगशील तर बरं. कारण मला त्याबद्दल काहीही कळलेलं नाहीये.'' खरी गोष्ट अशी होती की, होऊ घातलेल्या विलिनीकरणाच्या अटी सँडर्सला अजिबात माहिती नव्हत्या. इलेक्ट्रॉनिक डाटाबेस आणि सीडी-रॉम विकसित करणे हे त्याचे काम होते. कंपनीच्या भविष्याच्या दृष्टीने हे विभाग महत्त्वाचे असले तरी (खरं तर मुख्यतः ह्या गोष्टीसाठीच कॉनले-व्हाईट उद्योगसमूह 'डिजिकॉम' कंपनी विकत घेत होती) सँडर्सचे विभाग तांत्रिक होते आणि सँडर्स मुख्यतः एक तांत्रिक व्यवस्थापक होता. अगदी उच्च पातळीवरचे निर्णय त्याला कळवले जात नव्हते.

सँडर्सच्या दृष्टीने ही गोष्ट विचित्रच होती. सुरुवातीच्या वर्षांमध्ये, कॅलिफोर्नियात त्याची नेमणूक झाली होती तेव्हा व्यवस्थापनाकडून घेतल्या जाणाऱ्या निर्णयांशी त्याचा निकटचा संबंध असायचा. पण आठ वर्षांपूर्वी सीॲटलमध्ये आल्यापासून कंपनीतल्या सत्ताकेंद्रापासून त्याला अधिकच दूर ठेवण्यात आलं होतं.

बेनेडिक्टने कॉफीचा घुटका घेतला. ''हं, मी तर ऐकतोय, बॉब निश्चितपणे राजीनामा देतोय आणि एका बाईला तो व्हाईस प्रेसिडेंटचं प्रमोशन देणार आहे.''

''हे तुला कोणी सांगितलं?'' सँडर्सनं विचारलं.

''तशी एक बाई तर त्यानं नेमलेली आहेच सीएफ्ओ (चीफ फायनान्शियल ऑफिसर) म्हणून. बरोबर?''

''अगदी बरोबर! त्याला आता बराच काळ उलटलाय.'' स्टेफनी कॅपलान 'डिजिकॉम' ची 'चीफ फायनान्शियल ऑफिसर' (सीएफ्ओ) होती. पण ती कधी कंपनीची सूत्रं हातात घेईल ही गोष्ट अशक्यच वाटायची. शांत आणि भावुक असलेली स्टेफनी सक्षम असली तरी कंपनीतल्या बऱ्याच जणांना ती आवडायची नाही. विशेषतः बॉब गार्विनला तिच्याबद्दल फारस ममत्व नव्हतं.

''पण माझ्या कानावर अफवा आलीय ती अशी की, येत्या पाच वर्षांत कंपनीची सर्वेसर्वा होईल अशा एका बाईचं नाव तो जाहीर करणार आहे.''

''ह्या अफवेत नाव कळलं की नाही तिचं?''

बेनेडिक्टनं डोक हलवलं. "मला वाटलं, तुला माहिती असेल. म्हणजे, तू त्या कंपनीतच आहेस म्हणून म्हणतो."

■

डेकवरच्या सूर्यप्रकाशात त्याने त्याचा सेल्युलर फोन बाहेर काढला आणि कंपनीत त्याची असिस्टंट सिंडी वुल्फ हिला फोन केला. आपण नऊच्या आत येत असल्याचे त्याने तिला सांगितले. मग सिंडी शब्द न् शब्द जपून वापरत असल्यासारखी म्हणाली,

"आजची सकाळ फार गडबडीची आहे. गार्विनसाहेब नुकतेच येऊन गेले. तुलाच बघत होते."

सँडर्सच्या कपाळावर आठ्यांचे जाळे. "मला?"

"हो," आणखी एक विराम. "अं, तू अजून न आल्याचं पाहून त्यांना आश्चर्य वाटल्यासारखं दिसलं."

"त्यांना काय हवं होतं काही सांगितलं त्यांनी?"

"नाही, पण ह्या मजल्यावरच्या बऱ्याच ऑफिसांमध्ये ते पाठोपाठ जातायत. बऱ्याच लोकांशी बोलतायत. टॉम, काहीतरी गडबड आहे."

"काय?"

"मला कोणीच काही सांगत नाहीये," ती म्हणाली.

मग सिंडीने त्याला, स्टेफनीचा आणि कौलांलपूरहून आर्थर कानचा फोन आल्याचे सांगितले.

"थँक्स, सिंडी" म्हणून त्याने फोन बंद करण्यासाठी 'एंड' बटन दाबले.

त्याच्या शेजारी उभा असलेला बेनेडिक्ट फोनकडे निर्देश करून म्हणाला, "हे फोन म्हणजे एक आश्चर्य आहे. दिवसेंदिवस लहानलहानच होत चालले आहेत, नाही? तुम्ही असे फोन बनवता?"

सँडर्सनं मान हलवली. "ह्याच्याशिवाय माझं चालणारच नाही. विशेषतः ह्या अलीकडच्या दिवसांत तर फारच. सगळे नंबर लक्षात कोण ठेवणार? टेलिफोनपेक्षाही हा प्रकार भारी आहे. हे माझं टेलिफोनचं पुस्तक आहे. पहा." तो बेनेडिक्टला त्या फोनच्या वैशिष्ट्याचं प्रात्यक्षिक दाखवू लागला. 'ह्याच्या स्मरणकुपीत दोनशे नंबर साठवता येतात. नावातली पहिली तीन अक्षरं भरून हे नंबर साठवून ठेवता येतात.' मलेशियातल्या आर्थर कानचा आंतरराष्ट्रीय नंबर मिळविण्यासाठी सँडर्सनं 'के-ए-एच्' ही अक्षर दाबली. मग 'सेंड' बटन दाबल्याबरोबर बऱ्याच इलेक्ट्रॉनिक आवाजांची एक दीर्घमालिकाच ऐकू आली. देश आणि विभागासाठी असलेल्या सांकेतिक संख्या धरून एकूण तेरा आवाज!

“बापरे,” बेनेडिक्ट म्हणाला, “कुठे फोन करतोयस्, मंगळावर?”

“जवळजवळ. मलेशियात. आमचा एक कारखाना आहे तिथं.”

‘डिजिकॉम’चे मलेशियातले काम सुरू होऊन एक वर्षच उलटले होते. तिथे कंपनीच्या नव्या सीडी-रॉम प्लेयर्सचे उत्पादन होत होते. हे प्लेयर्स बरेचसे श्राव्य (Audio) सीडी प्लेयर्ससारखेच होते. मात्र ते कॉम्प्युटर्ससाठी बनवले जात होते. लौकरच सर्व प्रकारची माहिती सांख्यिक स्वरूपात आणि त्यातलीही बरीचशी माहिती ह्या ‘कॉम्पॅक्ट डिस्क्स्’ मध्ये (सीडी) साठवली जाऊ लागेल, असं कॉम्प्युटर क्षेत्रात बहुशः मानलं जात होतं. कॉम्प्युटर प्रोग्रॅम्स, डाटाबेसेस, अगदी पुस्तकं आणि मासिकंसुद्धा– सगळंच ह्या ‘डिस्क’ वर येणार होतं.

मात्र हे प्रत्यक्षात आले नव्हते, ते सीडी-रॉम नको इतके मंदगतीचे असल्यामुळे. ड्राईव्हज् गरगरत असताना आणि क्लिक् क्लिक् आवाज होत असताना कॉम्प्युटरवर काम करणाऱ्यांना रिकाम्या पडद्यांसमोर थांबून राहावे लागायचे- आणि कॉम्प्युटरवर काम करणाऱ्यांना हे थांबणेच आवडत नव्हते. ज्या कॉम्प्युटर उद्योगात दर अठरा महिन्यांनी कॉम्प्युटरसंबंधीचे वेग दुपटीने वाढत होते, तिथे सीडी-रॉम्सची गेल्या पाच वर्षांतली सुधारणा फारच कमी होती. ‘डिजिकॉम’ मधल्या स्पीडस्टार तंत्रज्ञानाच्या परिभाषेत ह्या समस्येचे नामकरण झाले होते ‘ट्विंकल्’, ह्या नावाच्या नवीन ड्राईव्हज्च्या ‘ट्विंकल’ ह्या सांकेतिक नावावरून. ट्विंकल् ड्राईव्हज् जगातल्या कुठल्याही ड्राईव्हज्पेक्षा दुपटीने वेगवान होते. छोट्या पडद्यासह स्वतंत्र बहुआयामी प्लेयर असलेला ड्राईव्ह अशा प्रकारे ‘ट्विंकल्’ची एकत्रित विक्रीची योजना होती. ते हातातूनही घेऊन जाता येणार होते आणि बस वा आगगाडीतही वापरता येणार होते. त्यामुळे हे उत्पादन क्रांतिकारक ठरणार होते. पण आता मलेशियातल्या कारखान्यात नवीन वेगवान ड्राईव्हच्या उत्पादनात अडचण येत होती.

बेनेडिक्टने कॉफीचा घुटका घेतला. “इंजिनियर नसलेला असा तू एकटाच विभागीय व्यवस्थापक आहेस, हे खरंय?”

सँडर्सचं स्मित. “बरोबर. मी मुळातच मार्केटिंगमधून आलोय.”

“हे काहीसं विसंगत वाटतं, नाही का?” बेनेडिक्टने विचारले.

“नाही खरं तर. मार्केटिंगमध्ये असताना नवीन उत्पादनाची कोणती वैशिष्ट्ये असतील, ते समजून घेण्यात आम्ही बराच वेळ घालवायचो. आमच्यापैकी बऱ्याच जणांना इंजिनियर मंडळींशी बोलता येत नसे. मी बोलायचो, का कोणास ठाऊक! तांत्रिक पार्श्वभूमी नसली तरी मला त्यांच्याशी बोलता यायचं. इंजिनियर लोक मला घोळात घेणार नाहीत इतपत माहिती असायची मला. त्यामुळे लौकरच इंजिनियर लोकांशी चर्चा करण्याचं काम माझ्याकडे आलं. मग आठ वर्षांपूर्वी मला एक विभाग सांभाळता येईल का म्हणून गार्विननं विचारलं. आज मी जिथं आहे, तो असा आहे.’

कौलालंपूरचा फोन लागला. सँडर्सनं घड्याळाकडे नजर टाकली. कौलालंपूरमध्ये जवळजवळ मध्यरात्र व्हायला आलेली. आर्थर कान अजून जागा असेल अशी त्याला आशा वाटत होती. क्षणभरातच पलीकडून 'क्लिक्' झालं आणि एक खोल, थरथरता आवाज आला- "उह, हॅलो."

"आर्थर, टॉम बोलतोय."

पलीकडून आर्थर विचित्रपणे खाकरला. "ओह, टॉम. छान!' पुन्हा एकदा खाकरणं. "माझा फॅक्स मिळाला?"

"हो, मला मिळाला."

"मग तुला माहितीच आहे. काय चाललंय, कळत नाहीये," आर्थर म्हणाला. "मी सगळा दिवस कारखान्यात होतो. जाफर नसल्यामुळे मला जावंच लागलं."

मोहम्मद जाफर हा मलेशियाच्या कारखान्यात फोरमन होता. अतिशय कार्यक्षम असा तरुण. "जाफर गेला? का?"

पलीकडे खरखर. "त्याला बाधा झाली."

"माझ्या लक्षात नाही आलं."

"जाफरवर त्याच्या एका लांबच्या नातेवाइकानं जादूटोणा केला. त्यामुळे तो गेला."

"काय?"

"हं, तुझा विश्वास बसत असेल तर. तो म्हणतो, जोहोरमधल्या त्याच्या नात्यातल्या बहिणीनं त्याच्यावर मूठ मारण्यासाठी एका चेटक्याची मदत घेतली. ती मूठ उलटवण्यासाठी त्यानं ओरँग-असली चेटक्यांकडे धाव घेतली. कौलालंपूरपासून तीन तासांच्या अंतरावर जंगलात कौला टिंजिट इथं आदिवासी एक हॉस्पिटल चालवतात. हे हॉस्पिटल फार प्रसिद्ध आहे. बरेच राजकारणी आजारी पडले की तिथं जातात. जाफरही तिथं उपचारासाठी गेला."

"त्याला किती दिवस लागतील?"

"सांगता येत नाही. बाकीचे कामगार म्हणतायत, एक आठवडा तरी लागण्याची शक्यता आहे."

"आणि लाईनमध्ये काय दोष आहे, आर्थर?"

"मला माहिती नाही," आर्थर म्हणाला, "लाईनमध्ये काही दोष असेल का नाही, ते मला निश्चित सांगता येणार नाही. पण जी युनिटस् तयार होतायत, ती फार हळू काम करतायत. आयपी तपासणीसाठी आम्ही युनिटस् नेतो तेव्हा सीक टाइम सातत्यानं शंभर मिलीसेकंद स्पेक्सपेक्षा जास्त येतो. ते एवढे मंद का आहेत किंवा सीक टाइममध्ये फरक का पडतोय ते ठाऊक नाही. पण इथल्या इंजिनियर मंडळींच्या मते स्प्लीट ऑप्टीक्स आणि सीडी-ड्रायव्हर सॉफ्टवेअर बसवणारी

कंट्रोलर चिप नीट जुळण्यात अडचण येत आहे.''

''कंट्रोलर चिप्स खराब आहेत असं वाटतं तुला?'' कंट्रोल चिप्स सिंगापूरमध्ये तयार व्हायच्या आणि सरहद्द पार करून त्या ट्रकमधून मलेशियातल्या कारखान्यात आणल्या जायच्या.

''कोणास ठाऊक! एक तर त्या खराब तरी असतील किंवा ड्रायव्हर कोडमध्ये 'बग' तरी असेल.''

''पडदा लुकलुकत होता, त्याचं काय?''

आर्थर तिकडून खोकला. ''टॉम, मला वाटतं ही आराखड्यातली समस्या आहे. आपण त्याप्रमाणे युनिटस् बांधू शकत नाही. पडद्याकडे विद्युत्प्रवाह नेणारे हिंज कनेक्टर्स एका प्लॅस्टिकच्या चौकटीत बसवले आहेत. स्क्रीन कसाही हलवला तरी विद्युत्प्रवाह त्यात राहिला पाहिजे. पण विद्युत्प्रवाह खंडित होतो. हिंज् हलवले की स्क्रीनची उघडझाप होते.''

हे ऐकत असताना सँडर्सच्या कपाळावर आठ्यांचं जाळं. ''आर्थर, हा आराखडा खरं म्हणजे प्रमाणित आहे. जगातल्या कुठल्याही कॉम्प्युटरच्या हिंजचा आराखडा तोच आहे. गेली दहा वर्षं.''

''मला माहिती आहे,'' आर्थर म्हणाला. ''पण आपली युनिटस् काम करत नाहीयेत. त्यामुळे मी चक्रावलोय.''

''तू काही युनिटस् मला पाठवलीस तर बरं होईल.''

''मी आधीच पाठवली आहेत. आज रात्रीपर्यंत तुला मिळतील किंवा उशिरात उशिरा म्हणजे उद्या.''

''ओके'' सँडर्स म्हणाला. क्षणभर तो थांबला.

''आर्थर, तुझा पक्का अंदाज काय आहे?''

''उत्पादनाबद्दल? तूर्त तरी ते ठरवल्याप्रमाणे आपण करू शकत नाही आणि जे युनिट तयार करतोय ते प्रमाणित वेळेपेक्षा तीस ते पन्नास टक्क्यांनी मंदपणे काम करतंय ही बातमी काही चांगली नाही. टॉम, हा काही खपाऊ सीडी प्लेयर नाहीये. तोशिबा आणि सोनीच्या बाजारपेठेत आधीच असलेल्या उत्पादनांपेक्षा आपलं उत्पादन थोडं जास्त चांगलं असेल इतकंच. पण ते त्यांची उत्पादनं खूपच स्वस्तात करतायत. एकूण आपल्यापुढच्या समस्या गंभीर आहेत.''

''त्या दूर करायला किती वेळ लागेल? एक आठवडा? महिना?''

''पुन्हा आराखडा करायचा नसेल तर एक महिना. पण आराखडा नव्यानं करायचा असेल तर चार महिने धरून चल. चिपची समस्या असेल तर मात्र एक वर्ष.''

सँडर्सनं उसासा टाकला, ''धन्य!''

''परिस्थिती आहे ही अशी आहे. युनिटस् नीट चालत नाहीयेत, आणि का, ते आम्हाला माहिती नाहीये.''

सँडर्सने विचारले, ''तू आणखी कोणाला सांगितलयंस?''

''कोणालाच नाही. हे सगळं फक्त तुलाच सांगतोय, दोस्ता.''

''धन्यवाद.''

आर्थर खोकला, ''विलिनीकरण होऊन जाईपर्यंत तू ही माहिती दाबून ठेवणारेस की काय?''

''कोणास ठाउक! ते जमेल असं वाटत नाही.''

''हं, मी माझ्याकडून शांत राहीन, एवढं तुला खात्रीपूर्वक सांगू शकतो. कोणी विचारलंच तर मला काही माहिती नसेल. कारण मला काही माहितीच नाहीये!''

''ओके, थँक्स आर्थर. मी नंतर बोलेन तुझ्याशी.''

सँडर्सने फोन ठेवून दिला. कॉनले- व्हाईटबरोबर होऊ घातलेल्या विलिनीकरणाच्या दृष्टीनं ट्विंकल ही एक मोठी समस्या होती.ती कशी हाताळायची ते सँडर्सला निश्चितपणे माहिती नव्हतं. पण लौकरच ही समस्या हातावेगळी करावी लागणार होती; तोच फेरीबोटीची शिट्टी वाजली आणि समोर त्याला दिसल्या कोलमन डॉकच्या काळवंडलेल्या इमारती आणि सिॲटल शहरातल्या गगनचुंबी इमारती.

■

सीॲटल शहरामधल्या व्यापारी भागातल्या ऐतिहासिक पायोनियर चौकाभोवती असलेल्या तीन वेगवेगळ्या इमारतींमध्ये 'डिजिकॉम' कंपनी पसरलेली होती. पायोनियर चौकाचा आकार खरं तर एखाद्या त्रिकोणासारखा होता आणि त्याच्या मध्यभागी एक छोटी बाग होती. बागेत मुख्यतः, वरच्या बाजूस प्राचीन म्हणता येतील अशी घड्याळं बसवलेल्या घडीव लोखंडाच्या कमानी वेलींनी आच्छादलेला एक फिरण्यासाठी केलेला भाग होता. पायोनियर चौकाभोवती ह्या शतकाच्या सुरुवातीस उभारलेल्या लहानखुऱ्या लाल इमारती होत्या. कोरीव नक्षीकाम आणि बांधकामाच्या तारखा दर्शनी बाजूस असलेल्या या इमारतींमध्ये आता नवनवीन शैली रूळवणारे वास्तुविशारद, ग्राफिक डिझाइन करणाऱ्या फर्मस् आणि ॲल्डस, ॲडव्हान्स होलो-ग्राफिक्स आणि डिजिकॉमसारख्या, उच्च तंत्रज्ञानात गुंतलेल्या कंपन्यांचे मोहोळ होते. चौकाच्या दक्षिणेस असलेल्या 'हॅझार्ड बिल्डिंग'मध्ये 'डिजिकॉम' होती. कंपनी वाढत गेली तशी ती पलीकडच्याच 'वेस्टर्न बिल्डिंग'मध्ये तीन मजल्यांमध्ये विस्तारली. आणि नंतर जेम्स स्ट्रीटवरच्या 'गोरहॅम टॉवर' बिल्डिंगमध्येही. पण डिजिकॉममधल्या अधिकाऱ्यांची कार्यालये मात्र अजूनही 'हॅझार्ड बिल्डिंग'मधल्या वरच्या तीन मजल्यांवरच होती. इथून वरच्या बाजूने चौक दिसायचा. सँडर्सचे

ऑफिस चौथ्या मजल्यावर होते. पुढे आठवड्याभरानंतर ते पाचव्या मजल्यावर जाईल असे त्याला वाटत होते.

सकाळी नऊ वाजता तो चौथ्या मजल्यावर आला आणि लगेचच काहीतरी गडबड असल्याचे त्याला जाणवले. बाहेरच्या पॅसेजमध्ये गजबज होती, वातावरण एखाद्या ताणानं भारलेलं असावं तसं. लेझर प्रिंटर्स-भोवती काही कर्मचारी घोळके करून उभे होते, तर काहीजण कॉफी मशीनपाशी कुजबुजत होते. तो जवळून गेला तेव्हा ते तोंडं दुसरीकडे तरी फिरवायचे किंवा एकदम गप्प व्हायचे.

त्याला ते खटकलं.

पण तो एका विभागाचा प्रमुख असल्यानं त्याच्या एखाद्या सहकाऱ्याला, हा प्रकार काय चालला आहे ते विचारू शकत नव्हता. ह्या महत्त्वाच्या दिवशी नेमके आपण उशिरा आलो म्हणून मनातून रागाने धुमसत, स्वतःला शिव्या घालत सँडर्स तसाच पुढे जात राहिला.

'कॉन्फरन्स रूम'च्या काचेच्या भिंतीमधून त्याला दिसलं, मार्क ल्युईन कॉनले-व्हाईटच्या काही लोकांना माहिती देत होता. तेहतीस वर्षांचा ल्युईन 'प्रॉडक्ट डिझाईन' विभागाचा प्रमुख होता. ते दृश्य मोठं विलक्षण होतं. काळा, अरमॅनी टी शर्ट आणि काळी जिन्स घातलेला तरुण, देखणा आणि रुबाबदार ल्युईन येरझारे घालत, निळ्या सुटातल्या कॉनले-व्हाईटच्या कर्मचाऱ्यांना उत्साहानं काहीतरी सांगत होता. टेबलावर पडलेल्या उत्पादनांच्या प्रतिकृतींसमोर अवघडून बसलेले हे कर्मचारी टिपणं घेत होते.

सँडर्सला पाहिल्यावर ल्युईननं त्याला हात केला आणि कॉन्फरन्स रूमच्या दारापाशी येऊन दारातूनच बाहेर डोकावला.

"हाय, टॉम," ल्युईन म्हणाला.

"हाय मार्क. हे बघ..."

"मला तुला फक्त एकच सांगायचंय," ल्युईन सँडर्सला थांबवत म्हणाला, "गार्विन, फिल, हे विलिनीकरण, सगळं खड्ड्यात जाऊ दे. डोकेदुखी नस्ती, मी तुझ्या बाजूनं आहे."

"मार्क, ऐक तर, तू..."

"मी इथं जरा गुंतलोय" आत खोलीत बसलेल्या कॉनलेच्या लोकांच्या दिशेने ल्युईनने मानेने इशारा केला. "पण मला काय वाटतंय ते तुला सांगायचं होतं, ते जे काय करतायत, ते बरोबर नाहीये. आपण नंतर बोलू, ठीक आहे? तयार रहा!" आणि तो पुन्हा कॉन्फरन्स रूममध्ये गेला.

"ते जे काय करतायत, ते बरोबर नाहीये!"

ल्युईनच्या ह्या म्हणण्याच्या अर्थाबद्दल फारशी शंका वाटण्यासारखे काही

नव्हते. सँडर्सला प्रमोशन मिळणार नव्हते. त्याला किंचित घाम आला आणि कॉरिडॉरमधून जाताना एकाएकी चक्कर आल्यासारखे वाटू लागले. क्षणभरच तो भिंतीचा आधार घेत भिंतीला टेकला. हाताने त्याने कपाळ पुसले आणि डोळे फडफडवले. त्याने खोल श्वास घेतला. डोके शांत व्हावे म्हणून हलवले आणि पुन्हा तो जात राहिला.

त्याला अपेक्षित असलेल्या प्रमोशनऐवजी कंपनीतल्या पदांची पुनर्रचना होणार होती हे उघड होते आणि त्याचा संबंध विलीनीकरणाशी होता, हेही उघड होते.

नऊ महिन्यांपूर्वीच 'टेक्निकल डिव्हिजनची' अशी पुनर्रचना झाली होती. त्यात सगळ्या पदांच्या नेमक्या जागांमध्ये बदल झाले होते. त्यामुळे सीॲटलमधला प्रत्येकजण अस्वस्थ झाला होता. लेझर प्रिंटरच्या कागदासाठी किंवा कॉम्प्युटरचा मॉनिटर बदलायचा असेल तर त्यासाठीचे मागणीपत्र कोणाकडे द्यायचे या साध्या बाबतीतही कर्मचाऱ्यांचा गोंधळ व्हायचा. बरेच महिने असे गोंधळात गेल्यावर गेल्या काही आठवड्यांतच 'टेक्निकल डिव्हिजनचे' लोक निदान वरवर तरी दैनंदिन कामकाज व्यवस्थित होईल इतपत स्थिरावले होते. आता... पुन्हा पुनर्रचना? ह्याची संगती लागत नव्हती.

तरीसुद्धा गेल्याच वर्षीच्या पुनर्रचनेनुसार सँडर्सची नेमणूक 'टेक्निकल डिव्हिजन' चा प्रमुख म्हणून झाली होती. त्या पुनर्रचनेनुसार 'ॲडव्हान्स्ड प्रॉडक्टस् ग्रुप'ची ज्या चार उपविभागांमध्ये रचना करण्यात आली होती, ते विभाग होते– प्रॉडक्ट डिझाइन, प्रोग्रॅमिंग, डाटा टेलिकम्युनिकेशन्स आणि उत्पादन. हे सर्व उपविभाग 'डिव्हिजन जनरल मॅनेजरच्या' नियंत्रणाखाली होते, पण ह्या पदावर अजून कोणाची नियुक्ती झाली नव्हती. अलीकडच्या महिन्यांमध्ये टॉम सँडर्सकडे अनौपचारिकपणे ह्या पदाची सूत्रे आली होती. ह्याचे मुख्य कारण म्हणजे 'उत्पादन' विभागाचा प्रमुख ह्या नात्याने इतर विभागांच्या कामकाजामध्ये समन्वय साधण्याच्या कामाशी त्याचाच संबंध जास्त होता.

पण आता, आणखी एकदा होणाऱ्या पुनर्रचनेनुसार... काय घडेल हे कोणाला माहिती होते? कदाचित फक्त इतर देशांमध्ये असलेल्या डिजिकॉम कंपनीच्या उत्पादन केंद्रांचे व्यवस्थापन बघण्याचे कामही त्याला करावे लागणार होते. त्याहीपेक्षा वाईट म्हणजे गेले काही आठवडे सतत अशा अफवा उठत होत्या की, उत्पादनाची सगळी सूत्रे सीॲटलकडून क्युपर्टिनोमधल्या कंपनीच्या मुख्यालयाकडे जाणार आहेत. ह्या अफवांमध्ये तेवढा दम नसल्याने सँडर्सने तिकडे काही लक्ष दिले नव्हते.

पण आता ह्या अफवा खऱ्या असण्याच्या शक्यतेवर विचार करणे त्याला भाग पडले होते. कारण त्या जर खऱ्या असत्या तर सँडर्सला पदावनतीपेक्षाही

आणखी धोक्याला तोंड द्यावे लागणार होते. त्याला नोकरीवरून डच्चू मिळण्याचीही शक्यता होती.

छे; चक्क नोकरी जाणार?

आधी सकाळी फेरीबोटीवर डेव्ह बेनेडिक्टनं जे त्याला सांगितले होते, त्यातल्या काही गोष्टी त्याला आठवू लागल्या. बेनेडिक्टला अफवांचा वास बरोबर लागायचा आणि त्याला बरेच काही माहिती असल्यासारखे दिसत होते. कदाचित तो सांगत होता, त्यापेक्षाही जास्त!

''इंजिनियर नसलेला असा तूच एकटा डिव्हिजन मॅनेजर आहेस का?''

आणि मग, सूचकपणे;

''हे बरंचसं विचित्र वाटतं, नाही?''

तो चौथ्या मजल्यावरच्या त्याच्या ऑफिसमध्ये आला. तिथे कंपनीची चीफ फायनान्शियल ऑफिसर स्टेफनी काप्लान त्याची वाट बघत असेल असे त्याला वाटले होते. आज कंपनीत काय चाललेय ते स्टेफनीने त्याला सांगितले असते, पण त्यांचे ऑफिस रिकामे होते. तो फायलींच्या कपाटापाशी कामात असलेल्या त्याच्या असिस्टंट सिंडी वूल्फकडे वळला. त्याने तिला स्टेफनीबद्दल विचारले. त्यावर कंपनीत कसलीतरी पुनर्रचना झाल्याने जे बदल झाले त्यामुळे त्याची साडेनऊची मिटिंग रद्द झाली असल्याचे तिने सांगितले, स्टेफनी त्यामुळेच आली नव्हती.

त्याच्या नजरेला नजर देण्याचे तिने टाळले. मग ती टेबलावरच्या टेलिफोनवरचे निरोप नोंदवायच्या वहीत डोकावली : ''त्यांनी आज साडेबारा वाजता मुख्य कॉन्फरन्स रूममध्ये सगळ्या विभागप्रमुखांचं खाजगी भोजन ठरवलंय, आणि फिल ब्लॅकबर्न तुझ्याशी बोलायला येतोय. कुठल्याही क्षणी तो इथं येईल. आणखी काय आहे पाहू बरं! डीएच्एल् आज दुपारी कौलालंपूरला ड्राईव्हज् पोचवणार आहे. गॅरी बोसॅकला साडेदहा वाजता तुला भेटायचंय.'' त्या वहीवरून तिने आपले बोट आणखी खाली फिरवले. 'डॉन चेरीनं दोनदा 'कॉरिडॉर'संबंधी फोन केला आणि ऑस्टीनमधून एडीनं आत्ताच अर्जंट कॉल केला होता.''

''त्याला पुन्हा फोन लाव'' एडी लार्सन ऑस्टीनमधल्या कारखान्यात प्रॉडक्शन सुपरवायझर होता. ऑस्टीनमध्ये सेल्युलर फोन तयार व्हायचे. सिंडीने फोन लावला; क्षणभरातच टेक्सास ढंग असलेला ओळखीचा आवाज त्याच्या कानी पडला :

''तुला प्रमोशन मिळणार आहे ना?''

''मला काही कळलेलं नाहीये, एडी.''

''ऑस्टीनमधला कारखाना ते बंद करणार आहेत, हे तरी खरं आहे का?'

ते ऐकून सँडर्स इतका चक्रावला की खो खो हसतच सुटला, ''काय?''

''खरंच टॉमी, इथं ज्याच्या-त्याच्या तोंडी हाच विषय आहे. कॉनले-व्हाईट

कंपनी विकत घेणार आणि आमची छुट्टी होणार.''

''हट्,'' सँडर्स म्हणाला, ''कोणी काही विकत घेत नाहीये आणि कोणी काही विकतही नाहीये. ऑस्टीनचा कारखाना चांगला दर्जेदार आहे आणि तो फायद्यातही आहे.'

तो स्तब्ध. ''पण तुला काही ह्याबाबत कळलं तर तू मला सांगशील ना, टॉम?''

''हो, सांगेन,'' सँडर्स म्हणाला, ''पण ही केवळ एक अफवा आहे. तेव्हा ती विसरून जा. बरं, कारखान्यात काय गडबड आहे?''

''नेहमीचंच. पुरुष कामगारांच्या लॉकर रूममधल्या भिंतींवर लावलेली बायकांची चित्रं काढून टाकावीत अशी इथल्या बायकांची मागणी आहे. त्यांच्या मते हे अपमानकारक आहे. मला विचारशील तर हा सगळा बकवास आहे,'' लार्सन म्हणाला, ''कारण बायका पुरुषांच्या लॉकर रूममध्ये कधी जातच नाहीत.''

''मग त्यांना त्या चित्रांबद्दल कळलं कसं?''

''रात्री सफाई करणाऱ्या कर्मचाऱ्यांमध्ये बायकाही आहेत. त्यामुळे आता कारखान्यात काम करणाऱ्या बायकांनी ती भिंतीवर चिकटवलेली चित्रं काढावीत, अशी मागणी केलीय.''

सँडर्सचा सुस्कारा. ''लैंगिक प्रश्नाबाबत आपण काहीच भूमिका घेत नाही अशा तक्रारी आपल्याला नको आहेत. चित्रं काढून घे.''

''बायकांच्या लॉकर रूममध्ये चित्रं असली तरी?''

''मी सांगतोय तसं कर, एडी.''

''मला विचारशील तर हे स्त्रीवादी भंकसपणाला शरण जाण्यासारखं आहे.''

तेवढ्यात दारावर टकटक झाली. सँडर्सने वर पाहिले तर कंपनीचा वकील फील ब्लॅकबर्न तिथं उभा होता.

''एडी, सॉरी. मला थांबावं लागेल. काही बदल झाला तर मला फोन कर.''

सँडर्सने फोन ठेवला आणि फील ब्लॅकबर्न खोलीत आला. सँडर्सचं पहिलं मत असं झालं की ब्लॅकबर्न फारच मोकळेपणानं हसतोय आणि तो खूपच आनंदात असल्यासारखा वागतोय.

हे लक्षण चांगलं नव्हतं.

■

'डिजिकॉम'चा प्रमुख कायदा सल्लागार फिलीप ब्लॅकबर्न हा सेहेचाळीस वर्षांचा आणि किडकिडीत अंगकाठीचा होता. त्यानं गडद हिरवा 'ह्यूगो बॉस' सूट परिधान केलेला होता. सँडर्सप्रमाणेच ब्लॅकबर्न 'डिजिकॉम'मध्ये गेल्या दहा वर्षांहूनही

जास्त काळ होता. म्हणजेच तो 'जुन्या मंडळींपैकी'– सुरुवातीपासून आत शिरलेल्यांपैकी– होता. सँडर्स त्याला पहिल्यांदा भेटला तेव्हा ब्लॅकबर्न एक उद्धट, दाढीवाला असा मानवी हक्कांसंबंधात काम करणारा वकील होता. बर्कलेहून आलेला. ब्लॅकबर्नने, तो (एकेकाळी) ध्येयनिष्ठेने पाठपुरावा करत असलेल्या नफेखोरीला विरोध करण्याचे काम केव्हाच सोडून दिले होते. त्याउलट तो विविधता आणि समान संधी ह्यांसारख्या नव्या 'कॉर्पोरेट' गोष्टींवर काळजीपूर्वक भर देत होता. कपड्यांच्या अत्याधुनिक फॅशन्स आणि टापटीप ह्यांबद्दल ब्लॅकबर्नला वाटणाऱ्या अतिप्रेमामुळे कंपनीतल्या काही मंडळींमध्ये 'पी.सी. फिल' हा एक थट्टेचा विषय झाला होता.

ब्लॅकबर्न सदैव स्वतःच्या शरीरावरून हात फिरवत असायचा. कधी केसांना, चेहऱ्याला स्पर्श कर, कधी स्वतःलाच कुरवाळल्यासारखे सुटावरच्या सुरकुत्या नीट करण्यासाठी सुटावरून हात फिरव असे त्याचे चाललेले असायचे. ह्यात भर म्हणून नाकाला हात लावणे, घासणे किंवा नाक कोरण्याच्या त्याच्या सवयीमुळे तो बराचसा विनोदाचा विषय झाला होता.

लोक त्याला ओळखायचे, ते म्हणजे स्वतःची अशी कसलीही निश्चित मते नसलेला एक भाडोत्री आणि म्हणूनच गार्विनचा 'मारेकरी' म्हणून काम करायला अगदी परिपूर्ण असा माणूस.

गार्विनला कंपनीत नको असलेली माणसे कंपनीतून काढून टाकण्याचे काम ही आपली नैतिक जबाबदारी असल्याच्या भावनेने करत असल्याचा फिलीपबद्दल कंपनीत संशय होता.

सुरुवातीच्या वर्षात सँडर्स आणि ब्लकबर्न जवळचे मित्र होते. ते केवळ कंपनीबरोबरच 'वाढले' होते असे नाही, तर वैयक्तिकरीत्यासुद्धा त्यांची आयुष्ये परस्परांत गुंतलेली होती. १९८२ मध्ये जेव्हा ब्लॅकबर्नला घटस्फोटाच्या कडवट घटनेला तोंड द्यावे लागले होते तेव्हा तो सनीवेलमधल्या सँडर्सच्या तेव्हाच्या ब्रह्मचाऱ्याच्या अपार्टमेंटमध्येच काही काळ राहिला होता. काही वर्षांनंतर, सीॲटलमधली एक वकील सुसान हँडलर हिच्याशी सँडर्सचे लग्न झाले तेव्हा त्याच्या लग्नात नवरदेवाचा 'पाठीराखा' ब्लॅकबर्न होता.

पण १९८९ मध्ये ब्लॅकबर्नने पुनर्विवाह केला तेव्हा सँडर्सला लग्नाचे आमंत्रण नव्हते. कारण तोपर्यंत त्यांचे संबंध ताणले गेले होते. कंपनीतल्या काहींच्या दृष्टीने हे अटळ होते. ब्लॅकबर्न क्युपर्टिनोमधल्या (कंपनीच्या) अंतर्गत सत्तेच्या वर्तुळाचा एक भाग होता. सँडर्स सीॲटलमध्ये असल्याने त्याचा ह्या वर्तुळाशी काही संबंध राहिला नव्हता. त्यात भर म्हणून, आयर्लंड आणि मलेशियात कंपनीची उत्पादनकेंद्रे सुरू करण्याबाबत दोघांच्यातही तीव्र मतभेद होते. सँडर्सच्या मते परदेशात उत्पादन सुरू करण्यातल्या अटळ वास्तविक गोष्टी ब्लॅकबर्नने नजरेआड केल्या होत्या.

कौलालंपूरच्या कारखान्यातल्या कामगारांमध्ये निम्म्या स्त्रिया असाव्यात आणि त्यांना पुरुषांच्यातच मिसळून काम करू द्यावे ही ब्लॅकबर्नची मागणी 'नमुनेदार' म्हणावी अशी होती. मलाय व्यवस्थापकांना, स्त्रियांना कारखान्यातल्या काही विशिष्ट विभागांमध्येच काम करण्याची परवानगी देऊन पुरुषांपासून अलग करायचे होते. ब्लॅकबर्नने ह्या गोष्टीला तीव्र आक्षेप घेतला. सँडर्स त्याला सांगत राहिला, "हा मुस्लीम देश आहे, फिल."

"मला त्याच्याशी काही घेणं नाही," फिल म्हणाला, " 'डिजिकॉम' समानतेच्या बाजूनं आहे."

"फिल, हा देश त्यांचा आहे. ते मुस्लीम आहेत."

"म्हणून काय झालं? हा कारखाना आपला आहे."

त्यांच्यात मतभेद होतच राहिले. मलेशियातले स्थानिक चिनी अगदी लायक असूनही त्यांना सुपरवायझर म्हणून घ्यायला मलेशियन सरकारचा विरोध होता. मलाय लोकांनाच सुपरवायझरच्या कामाचे प्रशिक्षण देण्याचे मलेशियन सरकारचे धोरण होते. निर्लज्जपणे भेदभावाचा पुरस्कार करणारे हे धोरण सँडर्सला पटत नव्हते. कारण त्याला कारखान्यासाठी मिळतील तेवढे चांगले सुपरवायझर हवे होते. अमेरिकेत ब्लॅकबर्न भेदभावांच्या विरोधात स्पष्टपणे बोलायचा, पण मलेशियात मात्र त्याने 'डिजिकॉम'ने खरा बहुसांस्कृतिक दृष्टिकोण स्वीकारला पाहिजे असे म्हणत, मलाय सरकारच्या सापत्नभावाच्या धोरणापुढे लगेच मान तुकवली. शेवटच्या मिनिटाला सेलँगोर आणि पहांगच्या सुलतानांच्या मागण्या मान्य करण्यासाठी सँडर्सला कौलालंपूरचे विमान पकडावे लागले होते. ब्लॅकबर्नने तेव्हा, सँडर्सने 'जहालमतवाद्यांची खुषमस्करी' केल्याचा डांगोरा पिटला.

सँडर्सच्या मलेशियातल्या नव्या कारखान्याची उभारणी हाताळण्याभोवतीच्या अनेक वादविषयांपैकी हा केवळ एक विषय होता.

आता दाखविण्यापुरतीच मैत्री राहिलेल्या भूतपूर्व मित्रांप्रमाणे सँडर्स आणि ब्लॅकबर्नने एकमेकांना अभिवादन केले. ब्लॅकबर्नने ऑफिसमध्ये पाऊल टाकले तसे सँडर्सने त्याच्याशी हस्तांदोलन केले. "काय चाललंय, फिल?"

"महत्त्वाचा दिवस" सँडर्सच्या टेबलासमोरच्या खुर्चीत बसत ब्लॅकबर्न म्हणाला. "बरेचसे आश्चर्याचे धक्के. तू काय ऐकलंयस, मला कल्पना नाही."

"मी ऐकलंय, गार्विननं पुनर्रचना करण्याचा निर्णय घेतलाय."

"हो, त्यानं घेतलेयत बरेच निर्णय."

क्षणभर स्तब्धता पसरली. ब्लॅकबर्न खुर्चीत चुळबुळ करू लागला. त्याने आपल्या हातांकडे पाहिले. "बॉबला स्वतःला ह्या सगळ्याबद्दल तुला सांगायचं होतं, हे मला माहिती आहे. ह्या डिव्हिजनमधल्या प्रत्येकाशी बोलता यावं म्हणून

तो सकाळी लवकर आला.''

''मी इथं नव्हतो.''

''हं. तू आज उशीर केलास म्हणून आम्हाला जरा आश्चर्यच वाटलं.''

सँडर्स ह्यावर काही बोलला नाही. तो ब्लॅकबर्नकडे पाहत राहिला, थांबून.

''ते जाऊ दे, टॉम,'' ब्लॅकबर्न म्हणाला, ''मुख्य गोष्ट म्हणजे एकूण विलिनीकरणाचा भाग म्हणून डिव्हिजनच्या प्रमुखपदासाठी 'अॅडव्हान्स्ड प्रॉडक्टस ग्रुप'च्या बाहेरची व्यक्ती बघण्याचा निर्णय बॉबनं घेतलाय.''

शेवटी आता प्रकरण मुद्द्यावर आले होते, अगदी उघड असे. सँडर्सने एक दीर्घ श्वास घेतला, छातीत ताण जाणवला. त्याचे सगळे शरीर ताठरले होते. पण त्याने ते दिसू न देण्याचा प्रयत्न केला.

''हा काहीसा धक्का आहे याची मला कल्पना आहे,'' ब्लॅकबर्न म्हणाला.

''हं...'' सँडर्सने खांदे उडवले. ''मी अफवा ऐकल्यायत.'' तो बोलला तरीसुद्धा त्याचे मन पुढे चालले होते. आता हे स्पष्ट झाले होते की त्याला प्रमोशन मिळणार नव्हते. पगारवाढ होणार होती, पण काही करण्याची नवीन संधी त्याला मिळणार नव्हती.

''हं, तर'' ब्लॅकबर्न घसा साफ करत म्हणाला, ''मेरेडिथ जॉन्सन डिव्हिजनची प्रमुख होणार आहे, असं बॉबनं ठरवलंय.''

सँडर्सच्या कपाळावर आठ्यांचे जाळे.

''मेरेडिथ जॉन्सन?''

''बरोबर. ती क्युपर्टिनोमधल्या ऑफिसमध्ये आहे. मला वाटतं, तू ओळखतोस तिला.''

''हो, मी ओळखतो, पण...'' सँडर्सने डोके हलवले. काही संगती लागत नव्हती. ''मेरेडिथला 'सेल्स'ची पार्श्वभूमी आहे. ती 'सेल्स'मधली आहे.''

''मूळची, बरोबर. पण तुला तर माहितीच आहे, गेली दोन वर्षं मेरेडिथ 'ऑपरेशन्स'मध्ये आहे.''

''तरीसुद्धा फिल, 'अॅड्व्हान्स प्रॉडक्टस् ग्रुप' हा एक तांत्रिक विभाग आहे.''

''तुला काही तांत्रिक पार्श्वभूमी नाही. पण तुझं काम चांगलंच आहे.''

''पण मी मार्केटिंगमध्ये असल्यापासून ह्या क्षेत्रात गुंतलेलो आहे. असं बघ, एपीजी हा मूलतः प्रोग्रॅमिंग करणारे लोक आणि हार्डवेअरचं उत्पादन करणाऱ्या कारखान्यांचा विभाग आहे. ती तो कशी चालवू शकेल?''

''तिनं तो प्रत्यक्षपणे चालवावा असं बॉबला अपेक्षित नाहीये. एपीजी विभागातले व्यवस्थापक तिला जबाबदार असतील. आणि ती त्यांच्यावर देखरेख ठेवेल. 'अॅडव्हान्स ऑपरेशन्स आणि प्लॅनिंग' ची 'व्हाईस प्रेसिडेंट' हे मेरेडिथचं अधिकृत पद असेल. नव्या रचनेप्रमाणे त्यात सगळा एपीजी, मार्केटिंग आणि टेलिकॉम

विभागही असतील.''

''बाप रे,'' सँडर्स खुर्चीत मागे टेकून बसत म्हणाला. ''म्हणजे बहुतेक सगळंच त्यात आहे.''

ब्लॅकबर्नने हळूहळू मान हलवली.

सँडर्स त्यावर विचार करत थांबला. ''एकूण असं दिसतंय,'' तो शेवटी एकदाचे म्हणून मोकळा झाला, ''की, मेरेडिथ जॉन्सन ही कंपनी चालवणार आहे.''

''मी एवढं टोकाला जाणार नाही,'' ब्लॅकबर्न म्हणाला, ''ह्या नव्या रचनेत विक्री, अर्थ किंवा वितरण ह्यावर तिचं प्रत्यक्ष नियंत्रण नसेल. पण मला वाटतं, पुढच्या दोन वर्षांत केव्हातरी, बॉब चीफ एक्झिक्युटिव्ह ऑफिसर म्हणून निवृत्त होईल तेव्हा आपल्या उत्तराधिकारी पदाच्या मार्गावर त्यानं तिला आणलेलं आहे, ह्यात शंका नाही.'' ब्लॅकबर्न त्याच्या खुर्चीत हलला. ''पण तो भविष्यकाळ आहे. तूर्त...''

''एक मिनिट. तिच्या हाताखाली चार एपीजी डिव्हिजनचे व्यवस्थापक असतील का?'' सँडर्सने विचारले.

''हो, असतील.''

''आणि हे व्यवस्थापक कोण असणार आहेत? त्या बाबतीत काही निर्णय झालाय?''

''हं...'' फिल खाकरला. त्याने आपले हात छातीवरून फिरवले आणि छातीवरच्या खिशातून रुमाल ओढला. ''अर्थातच ह्या व्यवस्थापकांची नावं ठरवण्याचा प्रत्यक्ष निर्णय मेरेडिथचा असेल.''

''म्हणजे मला नोकरीवरून एखादेवेळी डच्चूही मिळेल.''

''छे: टॉम'' ब्लॅकबर्न म्हणाला, ''तसलं काहीही होणार नाही. बॉबला डिव्हिजनमधला प्रत्येकजण राहायला हवाय. तुझ्यासकट. तुला गमावणं तर त्याला अजिबातच आवडणार नाही.''

''पण मी नोकरीवर राहायचं का नाही, हे मेरेडिथ ठरवणार आहे.''

''तांत्रिकदृष्ट्या.'' ब्लॅकबर्न हात पसरत म्हणाला, ''तसं असणारच. पण मला वाटतं, हे बरंचसं रीतीला धरूनच आहे.''

सँडर्सने ह्या गोष्टीकडे त्या दृष्टीने पाहिलेच नाही. एपीजीचा कारभार चालवण्यासाठी मेरेडिथ जॉन्सनची नियुक्ती करतानाच सगळ्या व्यवस्थापकांची नेमणूकही गार्विन सहज करू शकला असता. 'सेल्स'मधल्या कुठल्यातरी बाईकडे कंपनीची सूत्रे सोपवण्याचा निर्णय गार्विनने घेतला असला तरी ती निश्चितपणे त्याची निवड होती. पण ज्या प्रमुख व्यवस्थापकांनी त्याची आणि कंपनीची इतक्या चांगल्या प्रकारे सेवा केली होती, ते त्यांच्याच पदावर राहतील ह्याची खात्री गार्विन करून घेऊ शकत होता.

“बाप रे,” सँडर्स म्हणाला, “मी ह्या कंपनीत बारा वर्षं आहे.”

“आणि आणखीही बरीच वर्षं तू आमच्याबरोबरच राहावंस अशी मला अपेक्षा आहे” ब्लॅकबर्न हळुवार आवाजात म्हणाला. “हे बघ, सगळेजण आपापल्या पदावर असणं हे प्रत्येकाच्याच हिताचं आहे. कारण मी म्हटलं तसं ती प्रत्यक्षपणे त्यांच्यावर नियंत्रण ठेवू शकत नाही.”

“उह!”

ब्लॅकबर्नने कोटाच्या बाहीची टोकं झटकली आणि हात केसांमधून फिरवला. “हे बघ, टॉम. हे पद तुला मिळालं नाही म्हणून तुझा अपेक्षाभंग झालाय, हे मला माहिताय. पण म्हणून विभागप्रमुखांची मेरेडिथनं नियुक्ती करण्याला जास्त महत्त्व देण्याचं कारण नाही. खरं सांगायचं तर, ती कोणतेही बदल करणार नाहीये. तुझी जागा सुरक्षित आहे.” क्षणभर तो थांबला. “मेरेडिथ कशी आहे ते तुला माहिताय, टॉम.”

“माहिती असायचं,” सँडर्स मान हलवत म्हणाला, “हं, मी काही काळ तिच्याबरोबर राहिलो. पण अलीकडे बऱ्याच वर्षांत मी तिला पाहिलेलं नाहीये.”

ब्लॅकबर्न चकित झालेला दिसला. “तुम्ही दोघांनी संपर्क ठेवला नाही?”

“नाही. खरं तर, नाहीच. मेरेडिथ कंपनीत आली त्या वेळी मी इथं सीॲटलमध्ये होतो आणि ती क्युपर्टिनोमध्ये होती. तिथल्या एका भेटीत तिच्याशी ओझरती भेट झाली. मी तिला ‘हॅलो’ म्हटलं, एवढंच.”

“तर मग तिला तू तिच्या पूर्वीच्या दिवसांवरूनच ओळखतोस तर.” ब्लॅकबर्न जणू ह्या सगळ्याला अचानक अर्थ असल्याचं वाटू लागल्यासारखा म्हणाला, “गेल्या सहा-सात वर्षांच्या आधीपासून.”

“त्यापेक्षाही जास्त,” सँडर्स म्हणाला, “मी गेली आठ वर्षं सीॲटलमध्ये आहे. तेव्हा...” सँडर्स भूतकाळात शिरला. “मी तिच्याबरोबर फिरत होतो तेव्हा ती माऊंटन व्ह्यूमधल्या नॉव्हेल कंपनीत काम करायची. छोट्या उद्योगांना स्थानिक (कॉम्प्युटर) नेटवर्कसाठी इदर्नेट कार्डस् विकायची. केव्हा बरं?” मेरेडिथ जॉन्सनबरोबरचे त्याचे संबंध ठळकपणे त्याच्या लक्षात असले तरी हे सगळे नेमके केव्हा घडले होते, ह्याबाबत त्याच्या मनात गोंधळ होता. एखादा वाढदिवस, एखादे प्रमोशन, एखादी जागा बदलणे ह्यासारखी काहीतरी ठळक दिवस असलेली संस्मरणीय घटना आठवण्याचा त्याने प्रयत्न केला. शेवटी त्याला आठवले, तो तिच्याबरोबर निवडणुकीचे बातमीपत्र टीव्हीवर पाहत असलेला... ती बीअर पीत असलेली... त्यांच्यातील संबंधांच्या अगदी सुरुवातीच्या काळात... “बाप रे फिल, त्याला आता जवळजवळ दहा वर्षं तरी झाली असतील.”

“दहा वर्षं? एवढी?” ब्लॅकबर्न म्हणाला.

मेरेडिथ जॉन्सन सँडर्सला पहिल्यांदा भेटली तेव्हा ती सॅन जोसमध्ये 'सेल्स'चं काम करणाऱ्या हजारो देखण्या मुलींपैकी एक होती. ह्या मुली विशीतल्या, कॉलेजमधून नुकत्याच बाहेर पडलेल्या असायच्या. ह्या 'विक्रेत्या' कॉम्प्युटरवर उत्पादनाचं प्रात्यक्षिक करून दाखवण्याच्या कामानं सुरुवात करायच्या. हे प्रात्यक्षिक चालू असताना एखादा वरिष्ठ तिच्याशेजारी उभा राहायचा आणि ग्राहकाशी सगळं संभाषणही तोच करायचा. शेवटी, ह्या बायकांपैकी बऱ्याचजणी स्वतः 'सेल्स'चं काम सांभाळण्याइतपत शिकायच्या. सँडर्सची मेरेडिथशी पहिल्यांदा ओळख झाली तेव्हा 'टोकन रिंग्ज' आणि '१० बेस टी हब्ज'बद्दल तोंडावर फेकता येईल एवढी कॉम्प्युटरची परिभाषा तिने आत्मसात केली होती. खरे तर तिला कसलेही सखोल ज्ञान नव्हते. पण तिला त्याची गरजही नव्हती. ती सुंदर, उन्मादक आणि चलाख होती. तिच्यापाशी असलेले विलक्षण प्रसंगावधान तिला अडचणीच्या प्रसंगातून निभावून न्यायचे. त्या काळात सँडर्सला तिचे कौतुक वाटायचे. पण एखाद्या महत्त्वाच्या हुद्द्यावर काम करण्याची क्षमता तिच्यात असेल असे त्याला कधीच वाटले नव्हते.

ब्लॅकबर्नने खांदे उडवले. ''गेल्या दहा वर्षांत बरंच काही घडलंय, टॉम,'' तो म्हणाला, ''मेरेडिथ काही फक्त 'सेल्स'मधली एक अधिकारी नाहीये. ती नंतर कॉलेजमध्ये गेली, एमबीए झाली. सीमॅन्टेक, कॉन्राड अशा कंपन्यांमध्ये तिनं काम केलं आणि मग ती आपल्याकडे आली. गेली दोन वर्षं ती गार्विनच्या अगदी जवळ राहून काम करत आहे. एक प्रकारे त्याची मानसकन्याच! तिच्या काही प्रकारच्या कामगिऱ्यांवर तो खूष आहे.''

सँडर्सने डोके हलवले. ''आणि आता ती माझी बॉस...''

''तुला ते अडचणीचं वाटतंय का?''

''नाही. हे जरा विनोदीच वाटतंय. एक भूतपूर्व मैत्रीण माझी बॉस म्हणून.''

''फासे उलटेही पडतात,'' ब्लॅकबर्न म्हणाला. तो किंचितसं हसत होता. पण सँडर्सला तो आपल्याला बारकाईने निरखतोय असे वाटले. ''टॉम, तू ह्या बाबतीत थोडा अस्वस्थ आहेस असं वाटतंय.''

''सवय करून घेताना जरा अस्वस्थता जाणवतेच.''

''काही अडचण आहे का? एका बाईच्या हाताखाली काम करायचं म्हणून?''

''अजिबात नाही. एलीन 'एचआरआय'ची प्रमुख होती तेव्हा मी तिच्याबरोबर काम केलं आणि आमचं छान जमलं होतं. प्रश्न तो नाहीये. मेरेडिथ जॉन्सन माझी बॉस आहे ह्याचा विचार करणंसुद्धा विचित्र वाटतं.''

''ती एक प्रभावी व्यक्तिमत्त्वाची कुशल व्यवस्थापक आहे,'' फिल म्हणाला. आपला टाय सरळ करत तो उभा राहिला. ''मला वाटतं, तिच्याशी पुन्हा ओळख

करून घेण्याची वेळ आली की तू खूपच प्रभावित होशील. तिला एक संधी दे, टॉम.''

''अर्थातच,'' सँडर्स म्हणाला.

''मला खात्री वाटते, सगळं सुरळीत होईल. आणि तुझं लक्ष भविष्यावर ठेव. शेवटी वर्षभरात तू बक्कळ पैसा मिळवणारायस.''

''म्हणजे अजूनही 'एपीजी' डिव्हिजनच्या भाग्योदयाची योजना विचाराधीन आहे तर!''

''हो तर. अगदी पूर्णपणे.''

विलिनीकरणाच्या योजनेचा हा बहुचर्चित भाग होता. कॉनले-व्हाईट कंपनी 'डिजिकॉम' विकत घेतल्यावर 'डिजिकॉम'ची 'अॅडव्हान्स्ड प्रॉडक्टस डिव्हिजन' स्वतंत्र कंपनी म्हणून तिचे शेअर्स विक्रीला काढणार होती. थोडक्यात, ही डिव्हिजन म्हणजे एक 'पब्लिक' कंपनी होणार होती. ह्याचाच अर्थ असा की 'डिव्हिजन'मधल्या प्रत्येकाला भरघोस फायदा होणार होता. कारण शेअर्सची सार्वजनिकरीत्या विक्री होण्याआधी डिव्हिजनमधल्या प्रत्येकाला हे शेअर्स स्वस्तात घेण्याची संधी मिळणार होती.

''आता आम्ही त्या योजनेच्या शेवटच्या टप्प्यावर काम करतोय,'' ब्लॅकबर्न म्हणाला. ''पण माझ्या अंदाजानं तुझ्यासारख्या डिव्हिजन मॅनेजर्सना वीस हजार शेअर्स मिळून सुरुवात होईल. आणि त्याचबरोबर पंचवीस सेंटस्‌ला एक शेअर ह्या भावानं हक्काचे पन्नास हजार शेअर्स, शिवाय पुढची पाच वर्षं दर वर्षाला आणखी पन्नास हजार शेअर्स खरेदी करण्याचा हक्क!''

''आणि मेरेडिथकडे डिव्हिजनची सूत्रं जाऊनही ही योजना पुढे येईल?''

''माझ्यावर विश्वास ठेव. आणखी दीड वर्षात ही योजना प्रत्यक्षात येईल. विलिनीकरणाचा हा एक औपचारिक भाग आहे.''

''ती तिचा विचार बदलण्याचा निर्णय घेण्याची काहीही शक्यता नाहीये?''

''अजिबात नाही, टॉम.'' ब्लॅकबर्न हसला. ''एक थोडीशी गुप्त गोष्ट तुला सांगतो. मुळात, ह्या योजनेची कल्पना मेरेडिथचीच होती.''

■

सँडर्सच्या ऑफिसमधून ब्लॅकबर्न बाहेर पडला आणि हॉलमधून खालच्या एका ऑफिसात गेला. तिथून त्यानं गार्विनला फोन लावला. त्याला पलीकडून ओळखीचा धारदार, खेकशा आवाज आला, ''गार्विन बोलतोय.''

''मी टॉम सँडर्सशी बोललोय,'' ब्लॅकबर्न.

''मग?'' गार्विन.

''माझ्या मते, त्यानं व्यवस्थित समजून घेतलं. अर्थात तो निराश झाला. पण

मला वाटतं, अशी ‘अफवा’ आधीच त्याच्या कानावर आली होती. तरीही त्यानं एकूण सगळं शांतपणे ऐकून घेतलं.’’ ब्लॅकबर्न.

गार्विन म्हणाला, ‘‘आणि नवी रचना? त्यावर त्याची प्रतिक्रिया कशी होती?’’

‘‘तो काळजीत पडलाय,’’ ब्लॅकबर्न म्हणाला, ‘‘त्यानं त्याची टोचणी बोलून दाखवली.’’

‘‘कोणती?’’ गार्विन.

‘‘डिव्हिजन चालवायला लागणारं विशेष तांत्रिक ज्ञान तिला आहे, असं सँडर्सला वाटत नाही.’’ ब्लॅकबर्न.

गार्विन धुमसल्यासारखा म्हणाला, ‘‘तांत्रिक ज्ञान? माझ्या दृष्टीनं तो सर्वांत शेवटचा मुद्दा आहे. तांत्रिक ज्ञानाचा इथं सवालच नाही.’’

‘‘अर्थातच नाही. पण मला व्यक्तिगत पातळीवरच थोडी अस्वस्थता असल्यासारखं वाटलं. त्यांच्यात पूर्वी संबंध होते.’’ ब्लॅकबर्न.

‘‘हो,’’ गार्विन म्हणाला, ‘‘मला माहिती आहे ते. त्यांची बोलाचाली झालीय?’’

‘‘कित्येक वर्षांत झाली नाही म्हणतो,’’ ब्लॅकबर्न.

‘‘काही शत्रुत्व? वैर?’’ गार्विन.

‘‘तसं काही वाटलं नाही.’’

‘‘मग त्याला एवढा घोर कशाचा लागलाय?’’

‘‘मला वाटतं तो ह्या कल्पनेची सवय करून घेतोय.’’

‘‘होईल सरळ.’’

‘‘मलाही तसंच वाटतं.’’

‘‘आणखी काही कानावर आलं तर मला सांग,’’ गार्विन म्हणाला आणि त्यानं फोन ठेवला.

ऑफिसमध्ये ब्लॅकबर्न एकटाच होता. त्याच्या कपाळावर आठ्या. सँडर्सबरोबर झालेल्या फोनपूर्वीच्या संभाषणाने तो किंचितसा अस्वस्थ झालेला. हे संभाषण व्यवस्थित झाल्यासारखे वाटले होते आणि तरीही... त्याला खात्री वाटू लागली होती की ह्या पुनर्रचनेला सँडर्स इतक्या सरळपणे सामोरा जाणार नाही. कारण सीॲटल डिव्हिजनमध्ये सँडर्स चांगलाच लोकप्रिय होता. आणि म्हणूनच काहीतरी समस्या उभी करणे त्याला सहज शक्य होते. सँडर्स फार स्वतंत्र वृत्तीचा होता. एखाद्या विभागाचा एक भाग म्हणून काम करणाऱ्यातला तो नव्हता आणि कंपनीला तर आता एखाद्या विभागाचा एक भाग होऊन काम करणारे लोक हवे होते. ब्लॅकबर्नने ह्या अंगाने जसा जास्त विचार केला, तसे सँडर्स अडचणीचा होणार हे त्याचे मत अधिक पक्के झाले.

■

टॉम सँडर्स स्वतःच्या टेबलाकडे टक लावून विचारात हरवून बसला होता. 'सिलिकॉन व्हॅली'मधल्या एका तरुण, देखण्या विक्रेत्या स्त्रीची आठवण, कंपनीचे विभाग चालवणाऱ्या एका वरिष्ठ अधिकाऱ्याच्या तिच्या आताच्या नव्या प्रतिमेशी तो जुळवू पाहत होता... वरिष्ठ अधिकारी... एक डिव्हिजन 'पब्लिक' करण्यासाठी आवश्यक असलेलं गुंतागुंतीचं मूलभूत काम हातावेगळं करणारी... पण भूतकाळातल्या अभावित प्रतिमांमुळे त्याची विचारमालिका खंडित होत राहिली... ब्रा न घालता त्याचा शर्ट अंगावर चढवून स्मितहास्य करणारी मेरेडिथ... बैठकीच्या खोलीतल्या निळ्या कोचावरचा पॉपकॉर्नचा बाऊल... आवाज बंद करून फक्त चित्र चालू ठेवलेला टीव्ही...

आणि कुठल्याशा कारणानं तरळणाऱ्या प्रतिमा... रंगीत काचेवरचं जांभळं आयरिसचं फूल... उत्तर कॅलिफोर्नियातल्या हिप्पींच्या जमान्यातल्या भूतकाळात जमा झाल्यामुळे तेज लोपलेल्या प्रतिमांपैकी एक... सँडर्स ही प्रतिमा कुठली होती ते जाणून होता... पूर्वी सनीव्हेलमध्ये तो जिथं राहायचा त्या अपार्टमेंटच्या पुढच्या दारावरच्या काचेवर ते फूल होतं. मेरेडिथशी त्याचे संबंध होते, त्या दिवसांत. आताच त्यावर आपण का विचार करतोय हे त्याच्या लक्षात येत नव्हतं आणि तो...

"टॉम?"

त्यानं वर पाहिलं. चिंताग्रस्त दिसणारी सिंडी दारात उभी होती.

तिनं त्याला काही खायला, कॉफी वगैरे हवंय का विचारलं आणि डॉन चेरीनं 'कॉरिडॉर' बघायला बोलवण्यासाठी फोन केल्याचं सांगितलं. सँडर्सनं आपण त्याला लगेचच भेटत असल्याचं तिला सांगितलं. त्यानं 'खायला काही नको' म्हटल्यावर सिंडी निघून गेली.

कॉम्प्युटरच्या मॉनिटरकडे पाहण्यासाठी सँडर्स वळला आणि पाहिलं तर त्याच्या इ-मेलसाठी असलेलं चित्र लुकलुकत होतं. पण तो पुन्हा मेरेडिथ जॉन्सनच्या विचारात हरवत चालला होता.

सँडर्स सहा-एक महिने तिच्याबरोबर थोडंफार राहिला होता. काही काळ त्यांचे हे संबंध बरेच भावुक असे होते. नंतर त्या दिवसांच्या आगळ्या वेगळ्या, महत्त्वाच्या अशा प्रतिमा त्याला जाणवत राहिल्या. तरीसुद्धा साधारणपणे त्या काळातल्या त्याच्या स्मृती धूसर असल्याचं त्याच्या लक्षात आलं. आणि त्याचं त्याला आश्चर्य वाटलं. खरंच तो सहा महिने मेरेडिथबरोबर राहिला होता? पहिल्यांदा ते नेमके कधी भेटले होते आणि केव्हा वेगळे झाले होते? मनातला आठवणींचा कालक्रम निश्चित करणे आपल्याला एवढे जड जावे, याचे सँडर्सला आश्चर्य वाटले. त्या कालक्रमात स्पष्टता यावी म्हणून त्याने त्याच्या आयुष्याचे तेव्हाचे इतर पैलू मनाशीच चाचपून पाहिले. त्या काळात डिजिकॉममध्ये तो कोणत्या पदावर होता? तो अजून 'मार्केटिंग'मध्येच

काम करत होता, का त्याआधीच त्याची बदली 'टेक्निकल डिव्हिजन्स'मध्ये झाली होती? आता, त्याला नेमकं सांगता येणार नव्हतं. या गोष्टींचा शोध त्याला फायलींमध्येच घ्यावा लागणार होता.

तो ब्लॅकबर्नबद्दल विचार करू लागला. सँडर्स मेरेडिथमध्ये गुंतलेला होता, त्या सुमारास ब्लॅकबर्न आपल्या बायकोपासून विभक्त झाला होता आणि सँडर्सबरोबर राहू लागला होता. का हे नंतर मेरेडिथबरोबर बिनसल्यावर घडलं होतं? कदाचित सँडर्स मेरेडिथपासून दुरावत असण्याच्या सुमारासच फिलनं आपला मुक्काम सँडर्सच्या अपार्टमेंटमध्ये हलवला असावा. सँडर्सचा गोंधळ होत होता. यावर विचार केला तसं त्याला कळून चुकलं की त्या काळातल्या कुठल्याच घटनेबद्दल त्याची निश्चिती होत नव्हती. या घटना दहा वर्षांपूर्वी दुसऱ्या एका शहरात, त्याच्या आयुष्यातल्या एका वेगळ्याच काळात घडल्या होत्या आणि त्याच्या स्मृती विस्कळीत झाल्या होत्या. पुन्हा आपला किती गोंधळ उडालाय याचं त्याला आश्चर्य वाटलं होतं.

त्यानं इंटरकॉम दाबला. 'सिंडी? मला एक प्रश्न विचारायचाय तुला!'

"जरूर, टॉम."

"हा जूनचा तिसरा आठवडा आहे. दहा वर्षांपूर्वी जूनच्या तिसऱ्या आठवड्यात तू काय करत होतीस?"

ती क्षणभरही थांबली नाही. "अगदी सोपं आहे. कॉलेजमधून पदवीधर होऊन बाहेर पडत होते."

अर्थात ते खरंच असणार होतं. "ठीक आहे." तो म्हणाला, "मग नऊ वर्षांपूर्वी जूनमध्ये?"

"नऊ वर्षांपूर्वी?" तिचा आवाज एकदम विचारात पडल्यासारखा, ठामपणा कमी झाल्यासारखा, वाटला. "बापरे, बघू हं, जून... नऊ वर्षांपूर्वी?... जून... हं... मला वाटतं, मी माझ्या मित्राबरोबर युरोपमध्ये होते."

"तुझा आताचा मित्र तर नाही?"

"नाही... हा मित्र म्हणजे वल्ली होता."

सँडर्सनं विचारलं, "ती वल्ली किती काळ टिकली?"

"आम्ही तिथं महिनाभर होतो."

"मी तुमच्या मैत्रीबद्दल विचारतोय."

"त्याच्याबरोबर? अं... बघू बरं... आम्ही वेगळे झालो. तेव्हा... डिसेंबरच असणार... मला वाटतं डिसेंबर होता किंवा जानेवारी असेल, ख्रिसमसच्या सुट्ट्यानंतर... का?"

"मी एका गोष्टीवर जरा विचार करू बघतोय," सँडर्स म्हणाला. भूतकाळाची सांधेजोड करण्याचा प्रयत्न करताना तिच्या आवाजातला अनिश्चिततेचा सूर ऐकल्यावर

त्याला मोकळं वाटू लागलं होतं. “बरं, ते जाऊ दे, आपल्याकडे ऑफिसची रेकॉर्डस् केव्हापासूनची आहेत? पत्रव्यवहार आणि टेलिफोनच्या नोंदवह्या?”

“मला तपासून पाहावं लागेल. तीन-एक वर्षांपूर्वीपासूनची असल्याचं मला माहिताय.”

“आणि त्याआधीच्या रेकॉर्डस्‌चं काय?”

“त्याआधीच्या? किती आधी?”

“दहा वर्षांपूर्वीच्या.”

“बापरे म्हणजे तू क्यूपर्टिनोमध्ये होतास तेव्हाची असणार. ते सगळं सामान खालच्या गुदामात ठेवलंय का? ते ठेवलंय का फेकून दिलं?”

“मला माहिती नाही.”

“मी बघू का शोध घेऊन?”

“आत्ता नको.” तो म्हणाला, आणि त्यानं फोन बंद केला. क्युपर्टिनोमध्ये आत्ताच तिनं काही चौकशा केलेलं त्याला नको होतं. अगदी आत्ता तर नाहीच.

सँडर्सनं बोटाच्या टोकांनी आपले डोळे चोळले. त्याचे विचार काळाच्या सीमारेषा ओलांडून मागे वाहत चाललेले... पुन्हा त्याला दिसले रंगीत काचेवरचे फूल, खूप मोठे भडक, साचेबद्ध. फुलाच्या त्या वैशिष्ट्यहीन साचेबद्धतेनं सँडर्सला नेहमीच अवघडल्यासारखे वाटत आले होते. त्या काळात तो मेरॅनो ड्राइव्हबवरच्या इमारतींमधल्या एका अपार्टमेंटमध्ये राहिला होता. गारठून टाकणाऱ्या एका छोट्या तलावाभोवती दाटीवाटीनं उभ्या राहिलेल्या इमारती. त्याच्या बिल्डिंगमधले सगळेच एखाद्या मोठ्या कंपनीत कामाला होते. तलावावर कधीच कोणी फिरकले नाही. सँडर्सही तिथे फारसा नसायचाच. त्याच दिवसांत तो गार्विनबरोबर महिन्यातून दोनदा कोरियाचे विमान पकडून जायचा. त्यांच्यापैकी सगळे साध्या वर्गातून प्रवास करायचे त्या दिवसांत. विमानातला ‘बिझनेस क्लास’ तेव्हा परवडत नव्हता.

... आणि तो लांबवरच्या विमानप्रवासानं दमूनभागून घरी कसा परतायचा, ते त्याला आठवलं. त्याच्या अपार्टमेंटमध्ये परतल्यावर त्याला पहिली गोष्ट दिसायची ती म्हणजे दारावरच्या रंगीत काचेवरचे ते भोंगळ फूल!

... आणि त्या काळात पांढरी स्टॉकिंग्ज, मोज्यांवरचा पांढरा पट्टा, कपड्यांवर पांढरी फुलं, अशा सगळ्या ‘पांढऱ्या’चं मेरेडिथला कौतुक होतं...

“टॉम?” त्याने वर पाहिले. सिंडी दारात उभी होती. साडेदहाला गॅरी बोसॅक भेटायला येणार असल्याने सँडर्स आताच डॉन चेरीला भेटून आला तर बरे होईल अशी आठवणवजा सूचना तिनं सँडर्सला केली.

तो घाईघाईने जिना उतरून तिसऱ्या मजल्यावर आला तशी तिथल्या गडबडीने त्याला मोकळे वाटले. सिंडीने त्याला ऑफिसबाहेर काढले, ते बरेच होते. चेरीच्या

सहकाऱ्यांनी 'कॉरिडॉर'संबंधी काय काम केलंय, ते बघण्याची त्यालाही उत्सुकता होतीच.

"कॉरिडॉर म्हणजे ज्याला 'डिजिकॉम'मध्ये सगळेजण 'व्हाए' म्हणायचे तो! 'व्हाए' हा शब्द म्हणजे 'व्हर्च्युअल इन्फॉर्मेशन एनव्हायरनमेंट' (VIE) (आभासात्मक माहिती परिसर) या शब्दसमूहाचा संक्षेप होता. 'डिजिकॉम'च्या 'ट्विंकल' या कॉम्प्युटरच्या उत्पादनाचे काम पाहणाऱ्या विभागाचाच VIE हा एक सहविभाग होता. 'डिजिकॉम'च्या संकल्पित योजनेप्रमाणे संगणकीय माहितीच्या उगवत्या भविष्याच्या दृष्टीनं 'व्हाए' हा दुसरा महत्त्वाचा घटक होता. पुढच्या काळात माहिती तबकड्यांवर नोंदवली जाणार होती, किंवा मोठ्या 'डाटाबेसेस'वरून (कोणत्याही प्रकारची कितीही माहिती कायमची साठवली जाते, ती एक संगणकीय पद्धत) ही माहिती फोनप्रमाणे नंबर फिरवला की फोनवरून संगणकावर काम करणाऱ्या व्यक्तीद्वारे देता येणार होती. सध्या संगणकावर काम करणाऱ्यांना ही माहिती टेलिव्हिजन वा संगणकाच्या सपाट पडद्यावर दिसत होती. गेली तीस वर्षे माहिती हाताळण्याची ती एक पारंपरिक पद्धत होती. पण लवकरच माहिती देण्याच्या नव्या पद्धती अस्तित्वात येणार होत्या. त्यांतली सर्वांत प्रगत, आधुनिक आणि आव्हानात्मक पद्धत होती, ती म्हणजे 'व्हाए.' त्या पद्धतीत संगणकावर काम करणारे संगणकनिर्मित त्रिमिती परिसर पाहण्यासाठी विशेष प्रकारचे चष्मे वापरायचे. या चष्म्यांमुळे त्यांना अक्षरशः एका वेगळ्या विश्वात वावरत असल्यासारखं वाटायचं. हे 'व्हाए' विकसित करण्याच्या शर्यतीत डझनावारी उच्च तंत्रज्ञान जवळ असलेल्या कंपन्या उतरल्या होत्या. हे एक खळबळजनक पण फार अवघड असं तंत्रज्ञान होतं. 'डिजिकॉम'मध्ये 'व्हाए' प्रकल्प हा गार्विनच्या लाडक्या प्रकल्पांपैकी एक होता. त्यात त्यानं बराच पैसा ओतला होता. त्यासाठी त्यानं गेली दोन वर्षं डॉन चेरीच्या विभागातले 'प्रोग्रॅमर्स' अहोरात्र कामाला लावले होते.

पण अजूनपर्यंत तरी हा प्रकल्प एकूणच त्रासदायकच ठरला होता.

■

दारावरच्या पाटीवर लिहिलं होतं. 'व्हाए' आणि त्याखाली लिहिलं होतं, 'जेव्हा वास्तव पुरेसं नसतं.' सँडर्सनं दारावरच्या फटीत त्याचं कार्ड सरकवलं आणि दार उघडलं. पलीकडच्या मुख्य साधनकक्षातून येत असलेले अर्धा डझन तरी ओरडण्याचे आवाज ऐकत एका लहान खोलीतून तो पुढे गेला. त्या लहान खोलीतसुद्धा त्याला हवेत, चटकन शिसारी आणणारा एक दर्प जाणवला.

मुख्य कक्षात प्रवेश केल्यावर समोरच निव्वळ गोंधळासारखं एक दृश्य आलं. खिडक्या सताड उघड्या पडलेल्या होत्या. सगळीकडे स्वच्छता करण्यासाठी

वापरल्या जाणाऱ्या द्रवाचा तुरट वास पसरला होता. बहुतेक प्रोग्रॅमर्स खाली बसून सुट्या केलेल्या साधनसामग्रीशी काहीतरी खटपट करत होते. बहुरंगी वायरींच्या गुंतलेल्या पसाऱ्यात 'व्हाए'चे भाग तुकड्या तुकड्यात विखुरलेले होते. अगदी काळी, वर्तुळाकार 'वॉकर पॅड्स'ही (Walker pads) काढून घेण्यात आली होती. त्यांची रबरी बेअरिंग्ज एकेक करून स्वच्छ केली जात होती. आणखीही बऱ्याच वायरी छतापासून, सुट्या करून ठेवलेल्या 'लेसर स्कॅनर्स'पर्यंत लोंबकळत होत्या. स्कॅनर्सचे 'सर्किट बोर्डस्' बाहेर काढले होते. सर्वजण एकाच वेळी बोलत असल्यासारखे वाटत होते. आणि खोलीच्या मध्यभागी, फिकट निळ्या टी शर्टमधला, नवतरुण बुद्धासारखा दिसणारा डॉन चेरी विराजमान होता. बावीशीचा डॉन 'प्रोग्रॅमिंग' विभागाचा प्रमुख होता. डॉन चेरीला पर्याय नसल्याचं मत सर्वमान्य होतं. उद्धटपणाबद्दलही त्याची ख्याती होती.

सँडर्सला पाहिल्यावर तो ओरडला, ''बाहेर! बाहेर! साली मॅनेजमेंट! बाहेर!''

''का?'' सँडर्स म्हणाला, ''मला वाटलं, तुला भेटायचं होतं मला.''

''फार उशीर झालाय! तुला संधी दिली होती,'' चेरी म्हणाला, ''पण आता नाही.''

क्षणभर सँडर्सला वाटले, चेरी त्याला न मिळालेल्या प्रमोशनबद्दल बोलतोय. चेरी 'डिजिकॉम'मधल्या विभाग प्रमुखांपैकी 'राजकारणा'त रस नसलेल्यांमध्ये प्रमुख होता. आपल्या घामाघूम झालेल्या प्रोग्रॅमर्सना ओलांडून सँडर्सकडे येताना तो आनंदाने हसत होता. 'सॉरी टॉम. तू उशिरा आलास. आम्ही आता जुळवाजुळव करतोय.''

''जुळवाजुळव? इथं तर काहीच दिसत नाहीये. आणि तो भयंकर वास कशाचा येतोय?''

''मला कल्पना आहे.'' चेरीने हात वरच्या दिशेने दाखवून सांगितले. ''मी ह्या पोरांना रोज इथली जागा स्वच्छ धुवायला सांगतो, पण मी तरी काय करणार? ते प्रोग्रॅमर्स आहेत. सांगितलेलं ऐकतीलच असं नाही.''

''सिंडी म्हणाली, तू मला बऱ्याचदा फोन केलास.''

''मी केले,'' चेरी म्हणाला, ''आम्ही कॉरिडॉर उभारून चालू केला होता आणि तू तो पाहावास अशी माझी इच्छा होती. पण तू पाहिलं नाहीस तेही बरंच झालं असं म्हणावं लागेल.''

सँडर्सने त्याच्याभोवती पसरलेल्या गुंतागुंतीच्या तांत्रिक साधनसामग्रीकडे पाहिले. ''तू कॉरिडॉर उभारला होतास?''

''ते तेव्हा. आता आहे हे असं आहे. आता आम्ही जुळवाजुळव करतोय.'' चेरीने खाली बसून 'वॉकिंग पॅड'वर काम करणाऱ्या प्रोग्रॅमर्सना मानेनंच इशारा केला.

"काल अगदी मध्यरात्री आम्ही मुख्य लूपमधली समस्या सोडवली. रिफ्रेश रेट दुप्पट झाला. सिस्टीम आता झकास चाललीय. आता सिस्टीमचा प्रतिसाद वाढवण्यासाठी आम्हाला 'वॉकर पॅड' आणि सर्व्हो व्यवस्थितपणे लावावे लागतील. ही एक यांत्रिक समस्या आहे." तो ह्या अडचणींना सामान्य लेखत असल्यासारखे म्हणाला, "पण कसंही असलं तरी आम्ही हे प्रश्न काळजीपूर्वक सोडवू."

कुठलेही यांत्रिक प्रश्न सोडवायचे म्हटले की प्रोग्रॅमर्सची चिडचीड व्हायची. त्यांचा वावर बहुतांशी कॉम्प्युटर परिभाषेच्या एका अमूर्त जगातच असल्याने प्रत्यक्ष यंत्र हाताळणे हे काम त्यांना कमीपणाचे वाटायचे.

सँडर्स म्हणाला, "नेमकी समस्या कोणती आहे?"

"हे बघ," चेरी म्हणाला, "ही आमची ताजी कामगिरी. कॉरिडॉर वापरणारा डोक्यावर हे शिरस्त्राण चढवतो," जाड चंदेरी गॉगल्ससारख्या दिसणाऱ्या वस्तूकडे निर्देश करत तो म्हणाला, "आणि 'वॉकर पॅड' वर उभा राहतो."

'वॉकर पॅड' ही चेरीने सुरू केलेल्या नवीन गोष्टींपैकी एक होती. हा 'वॉकर पॅड' म्हणजे सर्कसपटू वापरतात तसे पण लहान आकाराचे, स्प्रिंग असलेल्या चौकटीवर बसवलेले, दणकट कॅनव्हासचे कापड होते. त्याचा पृष्ठभाग एकमेकालगत चिकटून बसवलेल्या रबरी गोळ्यांनी तयार केलेला होता. हे 'पॅड' अनेक दिशांना जाऊ शकणाऱ्या, पायाने चालवायच्या एखाद्या रहाटगाड्यासारखे काम करायचे. त्या गोळ्यांवरून चालणारा चालताना कुठल्याही दिशेला फिरू शकायचा. "एकदा 'वॉकर पॅड'वर आलं की," चेरी म्हणाला, "डाटाबेसचा नंबर फिरवायचा. मग तिथला कॉम्प्युटर..." चेरीने एका कोपऱ्यातला कॉम्प्युटरच्या खोक्यांचा ढीग बोटाने दाखवला. "डाटाबेसमधून येणारी माहिती घेतो आणि त्या माहितीशी संबंधित आभासात्मक वातावरणनिर्मिती करतो, हे 'आभासात्मक वातावरण' हेडसेटमध्ये चित्ररूपानं दिसू लागतं. 'वॉकर पॅड'वरून चालणारा चालत असताना चित्र बदलतं. त्यामुळे सगळ्या बाजूंनी वेगवेगळी माहिती भरलेले कप्पे असलेल्या एका मार्गावरून आपण चालतोय असं वाटतं. 'वॉकर पॅड' वापरणारा कुठंही थांबून हाताने हव्या असलेल्या माहितीचा कप्पा उघडू शकतो आणि माहिती बोटानं चाळू शकतो. पूर्णपणे वास्तव अशी प्रतिसृष्टी."

"किती जण ह्या मार्गावरून जाऊ शकतात?"

"सध्या तरी एका वेळेला पाच जण."

"आणि कॉरिडॉर दिसतो कशासारखा?" सँडर्सने विचारले. "वायरींच्या चौकटीसारखा?" कॉरिडॉरच्या ह्याआधीच्या रचनांमध्ये काळ्या-पांढऱ्या वायरींची चौकट वापरलेली होती. जितक्या कमी वायरी तितकं लवकर कॉम्प्युटरला चित्र तयार करणं शक्य व्हायचं.

"वायरची चौकट?" चेरी तो प्रश्न उडवून लावल्यासारखा म्हणाला, "बाप रे! तो प्रकार आम्ही दोन आठवड्यांपूर्वीच मोडीत काढला. आता आमच्या डोळ्यासमोर आहेत, ते आराखड्यांसह चोवीस रंगांच्या प्रतिमांमध्ये येणारे त्रिमिती पृष्ठभाग. आता बहुभुजाकृती न येता खऱ्या वक्ररेषा असलेल्या प्रतिमेचे पृष्ठभाग आम्ही विचारात घेतोय. अगदी खरं दिसतं."

"आणि लेसर स्कॅनर्स कशासाठी आहेत? मला वाटलं, तू इन्फ्रारेड वापरले होतेस." सँडर्स म्हणाला. ह्याआधी हेडसेटवर इन्फ्रारेड सेन्सॉर्स बसवले होते. त्यामुळे 'वॉकर पॅड'वर असणारा कुठे पाहतोय ते शोधून हेडसेटमध्ये दाखवली जाणारी प्रतिमा त्या दिशेशी सुसंगत ठेवणं संगणक यंत्रणेला शक्य व्हायचं.

"इन्फ्रारेड अजूनही आहेत," चेरी म्हणाला. "स्कॅनर्स शारीर प्रतिकृतींसाठी वापरले आहेत."

"शारीर प्रतिकृती?"

"हो. आता तुम्ही आणखी कोणाबरोबर जात असाल तर वळून त्याच्याकडं बघता येईल. कारण स्कॅनर्स आवश्यक वेळेत त्रिमिती आराखडा ग्रहण करतायत. साहजिकच शरीर आणि हावभावही त्यात येतात आणि आभासात्मक माहिती वातावरणनिर्मिती कक्षात तुमच्याशेजारी उभ्या असलेल्या व्यक्तीचा प्रत्यक्ष चेहराही त्या प्रतिमेत दिसतो. अर्थात, त्या व्यक्तीचे डोळे, डोक्यावर चढवलेल्या हेडसेटनं झाकलेले असल्यामुळं तुम्हाला दिसू शकत नाहीत. पण कॉम्प्युटर यंत्रणेच्या मेमरीमध्ये साठवलेल्या आराखड्यातून चेहरा मात्र चित्रित होतो. एकूण प्रकार पक्का साधलाय, की नाही?"

"म्हणजे आपल्याबरोबर 'वॉकर पॅड'वर असणाऱ्या इतरांचे चेहरेही दिसू शकतात?"

"बरोबर. चेहरे दिसतात आणि चेहऱ्यांवरचे भावही! आणि एवढंच नाही, तर त्या बाकीच्यांनी हेडसेट चढवलं नसेल तरीसुद्धा ते तुम्हाला दिसू शकतात. कॉम्प्युटरमधल्या प्रोग्रॅममुळे इतर व्यक्तींची ओळख पटते. त्यांच्या वैयक्तिक कॉम्प्युटर फाईलमधून फोटो बाहेर काढले जातात आणि ते प्रत्यक्ष शारीर प्रतिमेवर चिकटवले जातात. हा प्रकार थोडा ओबडधोबड दिसतो. पण तितका वाईट नाही. आणि एवढ्यावरच हे थांबत नाही. आम्ही आभासात्मक सहाय्यही विकसित केलंय."

"आभासात्मक सहाय्य?"

"अगदी! ह्या मार्गावर काम करणाऱ्यांनाही नेहमी काही ना काही मदत लागतेच. अशी मदत करण्यासाठी आम्ही एक देवदूतासारखी प्रतिमा तयार केलीय. हा देवदूत-एंजल- तुमच्या शेजारून तरंगत राहतो आणि तुमच्या प्रश्नांना उत्तरं

देतो.'' चेरी हसत होता. ''आम्ही त्याऐवजी एक नीलपरी तयार करण्यावर विचार केला. पण आम्हाला कोणाला दुखवायचं नव्हतं.''

सँडर्स विचारमग्न होऊन त्या खोलीकडे बघत राहिला. चेरी त्याला त्याच्या यशस्वी कामगिऱ्यांबद्दल सांगत होता. पण तिथे त्यापेक्षा काहीतरी वेगळे चाललेले होते. कुणीतरी पाठीमागे लागल्यासारखे बळेच तिथल्या लोकांचे काम करणे,वातावरणातला ताण नजरेआड होणे अशक्यच होते.

''ए डॉन,'' तिथल्यापैकी एक प्रोग्रॅमर ओरडला, ''झेड काउंट किती असायला पाहिजे?''

''पाचच्या वर.'' चेरी म्हणाला.

''माझा चार-तीन येतोय.''

''चार-तीन चालणार नाही. पाचच्या वर घे, नाहीतर तुझी छुट्टी.'' तो सँडर्सकडे वळला. ''पोरांना उत्तेजन द्यावं लागतं.''

सँडर्सने चेरीकडे पाहिले. ''ठीक आहे,'' तो निर्वाणीचे म्हणाला, ''आता खरी समस्या कुठली आहे?''

चेरीने खांदे उडवले, ''कुठलीच नाही. मी तुला सांगितलं– जुळवाजुळव चाललीय.''

''डॉन.''

चेरीने उसासा टाकला. ''हं, आम्ही रिफ्रेश रेट वाढवला तेव्हा बिल्डर मोड्यूलकडे म्हणजे ही प्रत्यक्ष वातावरण निर्मिती करणाऱ्या कॉम्प्युटरमधल्या भागाकडे आमचं दुर्लक्ष झालं. कॉम्प्युटर हे वातावरण प्रत्यक्ष वेळेत उभं करतो. सेन्सॉर्सचा रिफ्रेश रेट वाढला की इतर वातावरणनिर्मितीचाही वेग वाढला पाहिजे. नाहीतर 'वॉकर पॅड'वर उभं राहिल्यावर हा वातावरणनिर्मिती कक्ष आपल्या मागं राहतोय असं वाटतं. पिऊन झिंगल्यासारखं वाटतं. डोकं हलवलं की पाठोपाठ वातावरणनिर्मिती कक्ष हलू लागतो.''

''आणि?''

''त्यामुळं 'वॉकर पॅड'वरच्या माणसाला हे काम सोडून द्यावंसं वाटतं.''

सँडर्सचा सुस्कारा, ''छान!''

''वॉकर पॅड आम्हाला बाजूला काढून टाकावं लागलं. कारण ते खराब झालं होतं.''

''फारच छान!''

''त्यात विशेष काय आहे? फारसं काही नाही. ते स्वच्छ करता येतं.''

''उद्या कॉनले-व्हाईटच्या लोकांना ह्याचं प्रात्यक्षिक दाखवायचंय, हे तुला माहितीच आहे.''

"काहीच अडचण नाही, आम्ही जय्यत तयारीत राहू."

"डॉन, त्यांच्या वरिष्ठ अधिकाऱ्यांनी 'वॉकर पॅड' वरून पळ काढला तर ते मला परवडणार नाही."

"माझ्यावर विश्वास ठेव" चेरी म्हणाला, "आम्ही तयारीत राहू. त्यांना आवडेल हा प्रकार. कंपनीपुढे काहीही अडचणी असल्या तरी 'कॉरिडॉर'शी त्यांचा काही संबंध नाही."

"पक्कं?"

"एकदम पक्कं!" चेरी म्हणाला.

■

दहा-वीसच्या सुमारास सँडर्स त्याच्या ऑफिसात परतला आणि टेबलापाशी बसला नाही तोच गॅरी बोसॅक आत आला. उंचच्या उंच बोसॅक विशीतला होता. 'टर्मिनेटर'चा टी शर्ट, जीन्स आणि धावण्यासाठी असलेले बूट असा त्याचा पेहराव होता. त्याच्या हातात वकील वापरतात तशी एक मोठी घडीची ब्रीफकेस होती.

"तू अगदी पांढरा पडल्यासारखा दिसतोयस" बोसॅक म्हणाला. "पण आज बिल्डिंगमधले सगळेचजण तसे दिसतायत. भयंकरच ताण आहे इथं, तुला कल्पना आहे?"

"मलाही जाणवलाय."

"हं, मला वाटलंच. सुरुवात करायला हरकत नाही ना?"

"जरूर."

"सिंडी, सँडर्ससाहेब आता थोडा वेळ कोणाला भेटणार नाहीत."

बोसॅकने ऑफिसचे दार बंद करून घेतले आणि कुलुपबंद केले. आनंदाने शीळ घालत त्याने सँडर्सच्या टेबलावर आणि कोपऱ्यात कोचाशेजारी असलेले असे दोन फोन काढून ठेवले. तिथून तो खिडकीपाशी गेला आणि पडदे लावून घेतले. कोपऱ्यात एक छोटा टी.व्ही. होता तो त्याने चालू केला. त्याने ब्रीफकेसचे खटके दाबून ती उघडली आणि आतून एक छोटी प्लॅस्टिकची पेटी काढली. पेटीवर एका बाजूला असलेले बटन दाबल्यावर पेटी लुकलुकू लागली आणि त्यातून खालच्या पट्टीत गोंगाट व्हावा तसा आवाज येऊ लागला. बोसॅकने हे यंत्र सँडर्सच्या टेबलावर मध्यभागी ठेवले. त्याला जे सांगायचे असे, ते बरेचसे लोकांच्या बेकायदेशीर वागणुकीबद्दल असल्याने हे यंत्र योग्य ठिकाणी ठेवल्याशिवाय बोसॅक कधी माहिती द्यायचा नाही.

"तुला एक चांगली बातमी द्यायचीय," बोसॅक म्हणाला. "तू सांगितलेला माणूस स्वच्छ आहे." त्याने एक फाईल बाहेर काढून उघडली आणि कागद त्याला

द्यायला सुरुवात केली. "पीटर जॉन नेली, वय तेवीस, गेले सोळा महिने 'डिजिकॉम'मध्ये आहे. आता 'एपीजी'मध्ये प्रोग्रॅमर म्हणून काम करतोय. ठीक आहे, त्याचे बाकी तपशील. त्याच्या शाळा-कॉलेजच्या कागदपत्रांच्या नकला... ह्याआधी तो ज्या कंपनीत होता, त्या 'डाटा जनरल'मधल्या नोकरीची फाईल. सगळं व्यवस्थित आहे."

त्यानंतर बोसॅक पीटर नेलीबद्दलची सगळी माहिती सांगत राहिला. नेलीने केलेले वा त्याला आलेले फोन, त्याची क्रेडीट कार्डस्, बँक अकाऊंट, इ.इ.

"छान!" सँडर्स म्हणाला. त्याने पुढ्यातल्या कागदांकडे पाहिले आणि थांबून विचारले, "गॅरी, ह्या माहितीपैकी काही माहिती आमच्या कंपनीतली आहे."

"हो, त्याचं काय?"

"ती तू मिळवलीस कशी?"

बोसॅक हसला. "बापरे, तू विचारू नयेस आणि मी सांगू नये, हेच बरं!"

"तू 'डाटा जनरल' कंपनीची फाईल कशी मिळवलीस?"

बोसॅकने नकारार्थी डोके हलवले. "तू ह्या कामासाठीच मला पैसे देतोस ना?"

"देतोय त्याच्यासाठीच, पण..."

"हे बघ. तुला एका कर्मचाऱ्याची माहिती हवी होती, ती तुला मिळाली. त्या पोरात संशयास्पद काही नाही. तो फक्त तुझ्यासाठी काम करतोय. तुला त्याच्याबद्दल आणखी काही माहिती हवीय?"

"नाही," सँडर्सने डोके हलवत म्हटले.

"छान! आता मला थोडी झोप काढली पाहिजे." बोसॅकने सगळ्या फायली गोळा केल्या आणि त्या परत त्याच्या फोल्डरमध्ये ठेवल्या. "बरं ते असू दे, तुला माझ्या बॉसकडून फोन येईल."

"हं."

"मी तुझ्यावर भरवसा ठेवू ना?"

"जरूर, गॅरी."

"मी त्याला सांगितलंय की तुला फक्त सल्ला द्यायचं काम करतोय– दूरसंचार यंत्रणेच्या सुरक्षिततेबद्दल."

"तू तेच तर करतोयस."

बोसॅकने त्या लुकलुकत्या पेटीचे बटण बंद केले, ती पेटी ब्रीफकेसमध्ये ठेवली आणि टेलिफोनही पुन्हा जोडले. "तुझं काम करण्यात नेहमीच आनंद वाटतो. कामाचं बिल तुझ्याकडं द्यायचं का सिंडीकडं?"

"ते मी माझ्याकडं ठेवतो. भेटू या, गॅरी."

"केव्हाही. आणखी काही लागलं तर मी कुठं असतो तुला माहितीच आहे."

सँडर्सने बिल पाहिले-ते बोसॅकच्या ऑफिसच्या नावाने दिलेले होते. सर्वसाधारणपणे

अशा प्रकारची कर्मचाऱ्यांची पार्श्वभूमी शोधण्यासाठी मोठ्या कंपन्या निवृत्त पोलीस अधिकारी किंवा खाजगी अन्वेषक नेमत असले तरी क्वचित प्रसंगी गॅरी बोसॅकसारख्या भाडोत्री माणसाचीही मदत घेतली जायची. संशयित कर्मचाऱ्यांची माहिती मिळवण्यासाठी 'इलेक्ट्रॉनिक डाटा बँक्स' (मेमरीत साठवलेली माहिती) पर्यंत त्याच्यासारखी माणसे शिरकाव करून घेत. बोसॅकची मदत घेण्याचा फायदा म्हणजे बोसॅक झटपट काम हातावेगळं करायचा आणि बऱ्याचदा कामाचा अहवाल काही तासांत किंवा रातोरात द्यायचा. बोसॅकच्या काम करण्याच्या पद्धती अर्थातच बेकायदेशीर होत्या. केवळ हे काम करून घेण्यासाठी बोसॅकला दिमतीला घेतानाच सँडर्सने स्वतः निदान अर्धा डझन तरी कायद्यांचे उल्लंघन केले होते. पण कर्मचाऱ्यांची अशी पार्श्वभूमी तपासून पाहणे ही मोठ्या कंपन्यांनी एक नित्याची बाब म्हणून स्वीकारलेली होती. अशा कंपन्यांचे एखादे कागदपत्र किंवा उत्पादन विकसित करण्याचा आराखडासुद्धा त्यांच्याशी स्पर्धा करणाऱ्या कंपन्यांच्या दृष्टीने लाखो डॉलर्सच्या मोलाचा असण्याची शक्यता होती.

पीट नेलीच्या बाबतीत असा तपास विशेष करून महत्त्वाचा होता. सीडी-रॉम लेसर डिस्कवर दृश्य प्रतिमा प्रस्थापित करणे वा काढण्यासाठी एक नवे तंत्र नेली विकसित करत होता. नव्या ट्विंकल तंत्रज्ञानाच्या दृष्टीने त्याच्या कामाला महत्त्व होते. डिस्कमधून येणाऱ्या वेगवान संगणकीय प्रतिमांमुळे तोपर्यंतच्या मंदगती तंत्रज्ञानात आमूलाग्र बदल होणार होता आणि त्यामुळे शिक्षणक्षेत्रात क्रांती घडून येणार होती. पण 'ट्विंकल'च्या नव्या तंत्राची सांकेतिक परिभाषा त्यांच्या स्पर्धकांच्या हातात पडली असती तर 'डिजिकॉम'ला ह्या तंत्राचा मिळणारा फायदा खूपच कमी झाला असता आणि ह्याचाच अर्थ...

इंटरकॉम वाजला. ''टॉम,'' सिंडी म्हणाली, ''अकरा वाजलेयत. 'एपीजी'च्या मिटिंगची वेळ झालीय. जाताजाता तुला मिटिंगमध्ये ज्यावर बोलायचंय ते मुद्दे हवेयत?''

''आज नको,'' तो म्हणाला. ''आम्ही कशावर बोलणार आहोत, त्याचा अंदाज आहे मला.''

तिसऱ्या मजल्यावरच्या कॉन्फरन्स रूममध्ये 'अॅडव्हान्स प्रॉडक्टस ग्रुप'ची मिटिंग आधीच सुरू झाली होती. ह्या साप्ताहिक मिटिंगमध्ये विभागप्रमुख समस्यांवर चर्चा करायचे आणि प्रत्येकाला अद्ययावत् तपशील द्यायचे. सर्वसाधारणपणे ह्या बैठकींचे संचालन सँडर्सकडे असायचे. टेबलाभोवती काळ्या आर्मेनी परिधान केलेले प्रोग्रॅमिंग विभागप्रमुख डॉन चेरी, 'प्रॉडक्ट डिझाइन'चा मनस्वी वृत्तीचा प्रमुख मार्क ल्युइन आणि 'डाटा टेलिकम्युनिकेशन्स' विभागाची प्रमुख मेरी अॅन हंटर बसलेले

होते. हंटर लहान चणीची आणि भावुक स्वभावाची होती.

ल्युईन त्याच्या नेहमीच्या वादळी संतापाच्या लहरीत होता. ''आपल्या विभागातल्या प्रत्येकाच्या दृष्टीने हे अपमानास्पद आहे. तिला हे पद का मिळालं ह्याची मला काही कल्पनाच नाही. एवढ्या मोठ्या पदासाठी निवड होण्याएवढी तिची पात्रता काय आहे, हेही मला माहिती नाही.''

सँडर्स खोलीत आला तसा ल्युईन बोलायचा थांबला. मग एक अवघडलेला क्षण. सगळेजण गप्प. त्याच्याकडे बघून मग नजर दुसरीकडे वळवत असलेले.

''मला वाटलंच होतं,'' सँडर्स स्मित करत म्हणाला, ''तुम्ही ह्याबद्दलच बोलत असणार.''

खोलीत तशीच शांतता राहिली.

''अरे, तुम्हाला झालंय काय,'' तो खुर्चीत बसत म्हणाला, ''आपण कोणाच्या अंत्यसंस्कारासाठी जमलेले आहोत काय?''

मार्क ल्युईननं घसा साफ केला. ''टॉम, मला वाईट वाटलं. ही शुद्ध नियमांची पायमल्ली आहे.''

मेरी ॲन हंटर म्हणाली, ''सगळ्यांना माहिताय, तिच्याऐवजी तू असायला हवा होतास.''

''हो,'' चेरी हसत म्हणाला, ''तुला काढण्यासाठी आम्ही शर्थ करतोय. पण ते कधी प्रत्यक्षात येईल असं आम्हाला कधी वाटलं नाही.''

''तुमच्या भावना मी समजू शकतो,'' सँडर्स म्हणाला, ''पण ही गार्विनची कंपनी आहे आणि तिचं तो त्याला काय हवं ते करू शकतो. त्याचे आडाखे बहुतेक वेळा बरोबर ठरले आहेत. आणि मी एक सुजाण माणूस आहे. मला कधीच कोणी कशाचं आश्वासन दिलं नव्हतं.''

ल्युईन म्हणाला, ''खरंच तुला ह्याचा काही त्रास झाला नाही?''

''विश्वास ठेव माझ्यावर. मी ठीक आहे.''

''तू गार्विनशी बोललास?''

''मी फिलबरोबर बोललो.''

ल्युईन डोके हलवत म्हणाला, ''तो ढोंगी आणि हलकट माणूस!''

''ऐक,'' चेरीने विचारले, ''फिल शेअर योजनेबद्दल काय म्हणाला?''

''हो,'' सँडर्स म्हणाला, ''ती योजना अजूनही घडण्यातली आहे. विलिनीकरणानंतर अठरा महिन्यांनी ते 'आयपीओ'ची रचना करून आपली डिव्हिजन 'पब्लिक' करणार आहेत.''

टेबलाभोवतीच्या मंडळींनी हलकेच खांदे उडवले. त्यांना एकदम मोकळे वाटलेय हे सँडर्सने टिपले. डिव्हिजन 'पब्लिक' झाल्यावर ह्या खोलीत बसलेल्या

सगळ्यांनाच मोठा आर्थिक लाभ होणार होता.

"आणि फिल जॉन्सनबद्दल काय म्हणाला?"

"फारसं नाही. एवढंच की, तांत्रिक विभागांच्या प्रमुखपदी तिची निवड गार्विननं केलीय."

त्याच क्षणी 'डिजिकॉम'ची चीफ फायनान्शियल ऑफिसर स्टेफनी कॅपलान खोलीत आली. उंच स्टेफनीचे केस अकालीच करडे झाले होते. तिची वागणूक लक्षणीयरीत्या शांत होती. 'स्टेल्थ बाँबर' विमानावरून तिला 'स्टेफनी स्टेल्थ' किंवा 'स्टेल्थ बाँबर' म्हणायचे. ह्याच्यामागचा संदर्भ असा होता की तिला फायदेशीर न वाटणारे प्रकल्प शांतपणे मोडीत काढायची तिला सवयच होती. स्टेफनीची नियुक्ती क्युपर्टिनोमध्ये झालेली असली तरी साधारणपणे महिन्यातून एकदा ती सीॲटलमधल्या विभागीय बैठकींना उपस्थित राहायची. अलीकडे, ती वरचेवर इकडे येत असे.

ल्युईन म्हणाला, "स्टेफनी, आम्ही टॉमला जरा खुलवण्याचा प्रयत्न करतोय."

स्टेफनी खुर्चीत बसली आणि तिनं सँडर्सकडे पाहून सहानुभूतीदर्शक स्मित केले.

ल्युईन म्हणाला, "मेरेडिथ जॉन्सनची नेमणूक होत असल्याची तुला कल्पना होती?"

"नाही," स्टेफनी म्हणाली. "सगळ्यांनाच ह्याचं आश्चर्य वाटतंय. आणि सगळ्यांनाच ह्याचा आनंद झालाय असंही नाही." मग, खूपच बोलून झाल्यासारखे तिने ब्रीफकेस उघडली आणि आपण काढलेल्या टिपणांमध्ये ती गुंग झाली. नेहमीप्रमाणेच ती पार्श्वभूमीचा एक भाग होऊन गेली आणि बाकीच्यांनीही लगेचच तिच्याकडे दुर्लक्ष केले.

"हं," चेरी म्हणाला, "मी तर ऐकतोय, गार्विनला तिच्याबद्दल विशेष काहीतरी वाटतं. जॉन्सन फक्त गेली चार वर्षं कंपनीत आहे आणि ती काही अगदी खास, असामान्य वगैरे नाहीये. पण गार्विनने तिला जवळ केलं. दोन वर्षांपूर्वी त्यानं तिला भराभर वर आणायला सुरुवात केली. काही तरी कारणामुळे मेरेडिथ जॉन्सन त्याला विशेष कर्तृत्व अंगात असलेली अशी कुणीतरी वाटते."

ल्युईन म्हणाला, "गार्विन तिच्याबरोबर झोपतो की काय?"

"नाही, त्याला ती फक्त आवडते."

"एक मिनिट," मेरी ॲन हंटर ताठ बसत म्हणाली, "हे चाललंय काय? गार्विननं ही डिव्हिजन चालवण्यासाठी मायक्रोसॉफ्टमधून कोणीतरी माणूस आणला, तेव्हा कोणी तो कोणाबरोबर झोपतोय असं म्हटलं नाही."

चेरी हसला, "ते तो कोण होता, त्याच्यावर अवलंबून असेल."

"मी गंभीरपणे बोलतेय. एखाद्या बाईला प्रमोशन मिळाल्यावर ती कोणाबरोबर झोपत असणारच असं कसं बोललं जातं?"

ल्युईन म्हणाला, "हे बघ, त्यांनी एलेन हॉवर्डला मायक्रोसॉफ्टमधून आणलं तर आपलं हे संभाषण होणारच नाही. कारण एलेन अतिशय कर्तबगार असल्याचं आपल्या सगळ्यांना माहिती आहे. आपल्याला ते आवडलं नाही, तरी आपण ते मान्य करू. पण मेरेडिथ जॉन्सनबद्दल कुणाला काही माहितीसुद्धा नाही."

"खरं तर," सँडर्स म्हणाला, "मी ओळखतो तिला."

खोलीत शांतता पसरली.

"पूर्वी आमची मैत्री होती."

चेरी हसला. "म्हणजे ती ज्याच्याबरोबर झोपतीय तो 'तू' आहेस तर!"

सँडर्सने डोके नकारार्थी हलवले, "बरीच वर्षं झाली त्याला."

हंटरने विचारले, "कशी आहे ती?"

"हो," चेरी कामुकपणे म्हणाला, "कशी आहे रे ती?"

"डॉन, जरा सांभाळून बोल."

"नाराज होऊ नकोस, मेरी ॲन."

"माझी तिच्याशी ओळख होती तेव्हा ती नॉव्हेलमध्ये काम करायची," सँडर्स म्हणाला, "ती पस्तिशीची आहे. देखणी आणि महत्त्वाकांक्षी."

"देखणी आणि महत्त्वाकांक्षी," ल्युईन म्हणाला, "फारच छान. पण जगात अशी देखणी आणि महत्त्वाकांक्षी माणसं बरीच असतात. प्रश्न असा आहे की ती एखादा तांत्रिक विभाग चालवू शकेल का? का आपल्या डोक्यावर त्या बोंबल्या फ्रिलिंगसारखं कुणीतरी बसवलंय?"

दोन वर्षांपूर्वी गार्विनने हॉवर्ड फ्रीलिंग नामक एका सेल्स मॅनेजरला 'डिव्हिजन'चा प्रमुख म्हणून नेमले होते. नवी उत्पादने संभाव्य बाजारपेठेशी अधिक मिळतीजुळती राहतील अशा पद्धतीने विकसित करण्यासाठी उत्पादन प्रक्रियेच्या सुरुवातीलाच उत्पादन विकासात ग्राहकाला सहभागी करून घेण्याची कल्पना फ्रिलिंगच्या नेमणुकीमागे होती.

पण फ्रीलिंग तांत्रिक बाबींबाबत पूर्णपणे अनभिज्ञ होता. एखादी समस्या उभी राहिली की तो आरडाओरडा करत सुटायचा. प्रोग्रॅमर्स त्याच्यावर नाखूष असायचे. निऑन रंगात कॉम्प्युटर तयार करण्याच्या त्याच्या कल्पनेला उत्पादनाचा आराखडा करणाऱ्यांनी विरोध केला. आयर्लंड आणि टेक्सासमधल्या कारखान्यातल्या उत्पादनात येणाऱ्या अडचणीही सुटल्या नाहीत. शेवटी कॉर्कमधलं उत्पादन अकरा दिवस थंडावले तेव्हा फ्रीलिंग विमान पकडून तिकडे गेला आणि त्याने तिथेही आरडाओरडा केला. सगळे आयरिश मॅनेजर कंपनी सोडून गेले तेव्हा मात्र गार्विनने फ्रीलिंगची हकालपट्टी केली.

''मग, आपल्या डोक्यावर तसंच कुणी आलंय का? आणखी एखादा बोंबल्या?''

स्टेफनी कॅपलानने घसा मोकळा केला. ''मला वाटतं, गार्विनला चांगला धडा मिळालाय. पुन्हा तो तशीच चूक करणार नाही.''

''म्हणजे तुला मेरेडिथ जॉन्सन लायक आहे असं वाटतं?''

''मी तसं म्हणू शकले नाही,'' कॅपलान उत्तरली– अतिशय सावधगिरीने बोलल्यासारखे.

''ह्याला काही प्रतिक्रिया म्हणता येणार नाही,'' ल्युईन म्हणाला.

''पण मला वाटतं, ती फ्रीलिंगपेक्षा चांगली असेल.''

ल्युईन फिस्कारला. ''म्हणजे लायकी नसतानाही ती बाजी मारणार म्हणायची.''

''नाही,'' स्टेफनी म्हणाली, ''ती फ्रीलिंगपेक्षा चांगली असेल.''

चेरी म्हणाला, ''निदान दिसायला, म्हणजे मी ऐकतोय त्यावरून तसं वाटतं.''

''तू पक्का लिंगवादी आहेस.'' मेरी ॲन हंटर म्हणाली.

''म्हणजे, ती चांगली दिसते एवढंही मी म्हणू नये?'' चेरी.

''आपण तिच्या लायकीबद्दल बोलतोय, दिसण्याबद्दल नाही.''

''एक मिनिट,'' चेरी म्हणाला, ''ह्या मिटिंगला येताना एस्प्रेसो बारपाशी बायका होत्या आणि त्यांचं बोलणं काय चाललं होतं? रिचर्ड गेल चांगला का मेल गिब्सन? सगळं बोलणं हे असलंच. मला कळत नाही. त्या का...?''

''आपण मूळ मुद्द्यापासून भरकटत चाललोय,'' सँडर्स म्हणाला.

''तुम्ही पुरुष मंडळी काहीही म्हणा, वस्तुस्थिती ही आहे की, कंपनीत पुरुषांचं वर्चस्व आहे. स्टेफनी सोडली तर उच्च अधिकारी पदावर बायका जवळजवळ नाहीच आहेत. मला वाटतं, बॉबने ह्या डिव्हिजनच्या प्रमुखपदावर एका बाईला नेमलं ही चांगली गोष्ट आहे आणि माझ्या मते तरी आपण तिला पाठिंबा द्यायला हवा.'' तिने सँडर्सकडे पाहिले. ''आम्हा सगळ्यांना तू आवडतोस टॉम, पण मला काय म्हणायचंय ते तुला माहिताय.''

''हो, तू आम्हा सगळ्यांना आवडतोस'' चेरी म्हणाला, ''किंवा आवडत होतास... आताची ही आपली नवी देखणी बॉस येईपर्यंत.''

ल्युईन म्हणाला, ''मी जॉन्सनच्या पाठीशी राहीन. तिच्यात खरंच काही दम असेल तर.''

''तुम्हाला जमायचं नाही ते,'' हंटर म्हणाली, ''तुम्ही तिला खाली ओढाल. तिला कटवण्यासाठी तुम्ही निमित्तच शोधाल.''

''एक मिनिट....''

''नाही, ही सगळी वादावादी नेमकी चाललीय कशावरून? आता एका बाईच्या हाताखाली तुम्हाला काम करावं लागणार म्हणून तुम्हा सगळ्यांना धक्का

बसलाय. ह्या वस्तुस्थितीवरून.''

"मेरी ॲन..."

"मला नेमकं हेच म्हणायचंय."

ल्युईन म्हणाला, "मला वाटतं, टॉमला हे पद न मिळाल्यानं टॉमची तरी तशी अवस्था झालीय."

"मला तसं काही वाटत नाही," सँडर्स म्हणाला.

"मला मात्र धक्का बसलाय," चेरी म्हणाला, "कारण मेरेडिथ टॉमची मैत्रीण असल्यामुळं तो आता नव्या बॉसच्या आतल्या गोटातला झालाय."

"शक्य आहे," सँडर्सच्या कपाळावर आठ्यांचे जाळे.

ल्युईन म्हणाला, "उलट तिला तुझा तिरस्कारही वाटत असेल. माझ्या सगळ्या मैत्रिणी माझा तिरस्कार करतात."

"माझ्या माहितीप्रमाणं त्याला काही ठोस कारणं आहेत." चेरी हसत हसत म्हणाला.

सँडर्स म्हणाला, "मला वाटतं, आपण मिटिंगच्या मुद्द्यांकडे वळावं, नाही का?"

"कोणता मुद्दा?"

"ट्विंकल."

टेबलाभोवतीच्या मंडळींनी नापसंतीदर्शक उसासे टाकले. "झालं पुन्हा सुरू."

"ट्विंकलची ऐशी तैशी."

"त्याची कितपत वाईट आहे अवस्था?"

"त्यांना अजून 'सीक टाइम' कमी करणं जमू शकत नाहीये आणि 'हिंज'ची समस्याही सोडवणं शक्य होत नाहीये. उत्पादन वेग एकोणतीस टक्केच आहे."

ल्युईन म्हणाला, "काही कॉम्प्युटर त्यांनी आपल्याला पाठवले तर बरं होईल."

"ते आज आपल्याला मिळतील."

"ठीक आहे. तोपर्यंत हा मुद्दा विचाराधीन ठेवायचा का?"

"माझी काही हरकत नाही." सँडर्सने टेबलाभोवती नजर टाकली. "आणखी कोणाला काही अडचण आहे? मेरी ॲन?"

"नाही, आमचं व्यवस्थित चाललंय. दोन महिन्यांत कार्ड फोन्सचा मूळ नमुना आमच्या चाचणी केंद्रातून बाहेर येईल अशी अजूनही आम्हाला अपेक्षा आहे."

सेल्युलर टेलिफोनच्या नवा अवतारातले फोन एखाद्या क्रेडिट कार्डपेक्षा फार मोठे नव्हते. वापरताना त्याची घडी उलगडावी लागत असे.

"त्याचं वजन किती आहे?"

"सध्या त्याचं वजन चार औंस आहे, म्हणजे तसं फार चांगलं नाही. पण ठीक

आहे. प्रश्न आहे तो ऊर्जेचा. बोलण्याचा एकूण वेळ धरला तर त्याच्या बॅटऱ्या फक्त एकशे ऐंशी मिनिटं चालतात. आणि नंबर फिरवताना बटणांचं पॅड घट्ट होतं. पण ती समस्या मार्कच्या अखत्यारीतली आहे. उत्पादनाचं म्हणशील तर आम्ही वेळेप्रमाणं चाललोय.''

''छान,'' सँडर्स डॉन चेरीकडे वळला. ''आणि 'कॉरिडॉर'चं कसं चाललंय?''

चेरी प्रफुल्लित मुद्रेनं खुर्चीत ताठ बसला. त्यानं पोटावर हातांची घडी केली. ''मला कळवताना आनंद होतो की'', तो म्हणाला, ''अर्ध्या तासापूर्वीचा विचार केला तर कॉरिडॉर भन्नाट चाललाय.''

''खरंच?''

''ही तर अफलातून बातमी आहे.''

''कॉरिडॉरमधून आता कोणी पळ काढत नाही ना तो चालू केल्यावर?''

''नाही. आता तो प्राचीन इतिहास झाला.''

मार्क लुईन म्हणाला, ''एक मिनिट. कोणी कॉरिडॉर सोडून बाहेर आलंय्?''

''एक किरकोळ अफवा. ते तेव्हाचं. मी सांगतोय ते आत्ताचं. अर्ध्या तासापूर्वी एकूण यंत्रणेच्या कामाला वेळ लावणारा दोष आम्ही काढून टाकला आणि आता सगळी कामं पूर्णपणे चालू झाली आहेत. आता कुठलीही माहिती तुम्हाला प्रत्यक्ष वेळेत नियंत्रित करता येईल, अशा त्रिमिती आणि चोवीस रंगी वातावरणात रूपांतरित करता येईल. जगातल्या कुठल्याही माहितीच्या खजिन्यातून तुम्हाला आता भटकता येईल.''

''आणि ते सर्व स्थिर आहे?''

''पहाडच म्हण ना!''

''त्याची माहिती नसलेल्या कोणावर 'कॉरिडॉर'ची चाचणी तू घेतलीस?''

''एकदम पक्की.''

''म्हणजे कॉनले कंपनीच्या लोकांना त्याचं प्रात्यक्षिक दाखवायची तुझी तयारी आहे तर!''

''त्यांना तर आपण भारावूनच टाकू.'' चेरी म्हणाला, ''त्यांचा त्यांच्या डोळ्यांवर विश्वास बसणार नाही.''

■

मिटिंगच्या खोलीतून बाहेर पडताना सँडर्सला कॉनले-व्हाईट कंपनीच्या अधिकाऱ्यांचा एक घोळका भेटला. बॉब गार्विन त्यांना घेऊन कंपनी दाखवायला निघाला होता. 'फॉर्च्यून' मासिकातल्या पानांवर झळकणाऱ्या प्रत्येक चीफ एक्झिक्युटीव्ह ऑफिसरला आपण जसे दिसावे असं वाटायचं तसाच रॉबर्ट टी गार्विन दिसायचा. त्याचे वय

होते एकोणसाठ. सुरकुत्यांचे जाळं असलेला चेहरा आणि काळे-पांढरे केस असलेला गार्विन देखण्या व्यक्तिमत्त्वाचा होता. त्याचे केस नेहमी विस्कटलेले दिसत. पूर्वी तो सगळ्यांप्रमाणेच जुनाट जीन्स आणि डेनीमचे शर्टस् घालून ऑफिसमध्ये यायचा. पण अलीकडच्या काही वर्षांत दाट निळ्या रंगाचे कॅरॅसेनी सूट त्याला आवडत. तीन वर्षांपूर्वी त्याच्या मुलीचा मृत्यू झाल्यापासून कंपनीतल्या लोकांनी त्यांच्यात जे अनेक बदल टिपले होते, त्यांतलाच हा एक होता.

खाजगीत फटकळ आणि उद्धट असलेला गार्विन सार्वजनिक जीवनात मोहकतेचा पुतळा होता. कॉनले-व्हाईटच्या अधिकाऱ्यांना घेऊन जाताना तो सांगत होता, ''इथं तिसऱ्या मजल्यावर तुम्हाला दिसतात ते विभाग आहेत, तांत्रिक विभाग आणि प्रगत उत्पादन प्रयोगशाळा. ''अरे टॉम, बरं झालं'' त्यानं आपला हात सँडर्सभोवती पसरला. ''हा टॉम सँडर्स, 'ॲडव्हान्स्ड् प्रॉडक्टस्' विभागाचा आमचा विभाग व्यवस्थापक. आज कंपनी जी काही दिसतीय, ते ज्या हुशार तरुणांमुळे शक्य झालं, त्यांच्यापैकी एक. टॉम, हे कॉनले-व्हाईटचे चीफ फायनान्शियल ऑफिसर, एड् निकोलस.''

पन्नाशी उलटलेला निकोलस किडकिडीत आणि लांबुळक्या चेहऱ्याचा होता. आपल्या अर्ध्या फ्रेमच्या चष्म्यातून त्यानं नाकावरून सँडर्सकडे पाहिलं, अस्पष्टशी नापसंतीची छटा असल्यासारखं. औपचारिकपणे त्यानं सँडर्सशी हस्तांदोलन केलं.

''मी सँडर्स, कसं काय?''

''मी निकोलस.''

''... आणि जॉन कॉनले, कॉनले व्हाईटच्या संस्थापकांचा पुतण्या आणि कंपनीचा व्हाईस प्रेसिडेंट.''

सँडर्स तिशीच्या जवळपास असलेल्या एका बुटकेल्या पण बांधेसूद, चपळ माणसाकडे वळला.

तारांच्या भिंगाचा चष्मा, आर्मेनी सूट. हातांची भक्कम पकड. गंभीर मुद्रा. तो एक धनाढ्य आणि अतिशय निश्चयी माणूस असल्याचं सँडर्सचं त्याच्याबद्दल मत झालं.

''हाय, टॉम.''

''हाय, जॉन.''

''... आणि गोल्डमनचा जिम डॅली...''

डॅली बावरलेला, गोंधळात पडल्यासारखा वाटला. त्यानं किंचितशी मान हलवत सँडर्सशी हस्तांदोलन केलं.

''आणि अर्थातच मेरेडिथ जॉन्सन, क्युपर्टिनोहून आलेली.''

त्याला ती आठवत होती त्यापेक्षाही ती अधिक सुंदर होती आणि काहीशा

अस्फुटपणे वेगळीही. वाढतं वय अर्थातच दिसत होतं. डोळ्यांच्या कोपऱ्यांशी आणि कपाळावर अस्पष्ट सुरकुत्या. पण आता ती अधिक ताठपणे उभी होती आणि तिच्यात एक लवलव, आत्मविश्वास जाणवत होता. तिच्या मुठीतल्या सत्तेतून तो आल्याचं त्याला जाणवलं. गडद निळा सूट, फिकट तपकिरी केस आणि मोठे डोळे अन् आश्चर्य वाटावं एवढ्या मोठ्या पापण्या.

जणू तो तिला विसरलाच होता.

"हॅलो टॉम, तू पुन्हा भेटल्यानंतर छान वाटलं." एक उल्हसित स्मित. तिनं अंगावर घेतलेला दरवळता सुगंध.

"मेरेडिथ, छान वाटलं तुला भेटून."

तिनं हाताची पकड सैल केली आणि गार्विनच्या पाठोपाठ तो घोळका हॉलमधून पुढे गेला. "आता थोडंसंच पुढे आहे ते 'व्हाए' केंद्र, ते काम तुम्हाला उद्या बघायला मिळेल."

मार्क लुईन चर्चाकक्षातून बाहेर आला आणि म्हणाला, "तू त्या बदमाश मंडळींना भेटलास?"

"हं, तसंच म्हणायला हवं."

ल्युईननं त्यांना जाताना पाहून म्हटलं, "हे लोक आता कंपनी चालवणार आहेत, यावर विश्वास बसत नाही." तो म्हणाला, "मी सकाळी त्यांना माहिती दिली आणि तुला सांगतो, त्यांना कॉम्प्युटरमधली ओ का ठो कशाची माहिती नाहीये. हा भयंकरच प्रकार आहे."

तो घोळका हॉलच्या टोकाशी पोचला तशी मेरेडिथ जॉन्सननं मागे वळून खांद्यावरून सँडर्सकडे कटाक्ष टाकला. ती जरा मोठ्यानं म्हणाली, "मी बोलवेन तुला." आणि प्रफुल्लित मुद्रेनं तिनं स्मित केलं. मग ती नजरेआड झाली.

ल्युईननं उसासा टाकला. "मी तर म्हणेन," तो म्हणाला, "तुझा आता व्यवस्थापनाच्या वरच्या पट्टीत शिरकाव झालाय, टॉम."

"असेलही तसं."

"गार्विनला ती एवढ्या कुवतीची का वाटते कोणास ठाऊक!"

सँडर्स म्हणाला, "हं, ती दिसते तर भलतीच देखणी!"

ल्युईन निघाला, "बघू या." तो म्हणाला, "बघू या आपण."

■

बारा वाजून वीस मिनिटांनी सँडर्स चौथ्या मजल्यावरच्या त्याच्या ऑफिसमधून बाहेर पडला आणि जिन्यावरून मुख्य कॉन्फरन्स रूममध्ये जेवायला जायला निघाला. त्याच्या शेजारून एक कडक पांढऱ्या गणवेषातली नर्स गेली. ती एका

ऑफिसपाठोपाठ दुसऱ्या ऑफिसात डोकवत होती. "कुठे आहेत ते? एका मिनिटापूर्वी ते इथं होते." तिने डोके नकारार्थी हलवले.

"कोण?" सँडर्सने विचारले.

"प्रोफेसर" तिने डोळ्यांवर आलेली केसांची बट बाजूला उडवत म्हटले, "मी त्यांना एक मिनिटही एकटं सोडू शकत नाही."

"कोण प्रोफेसर?" सँडर्स म्हणाला, पण तोपर्यंत हॉलच्या दुसऱ्या बाजूला असलेल्या एका खोलीतून बायकी खिदळण्याचे आवाज ऐकले आणि लगेच त्याला आपल्या प्रश्नाचे उत्तर मिळाले. 'प्रोफेसर डॉर्फमन?'

सँडर्स तिच्या पाठोपाठ गेला. मॅक्स डॉर्फमन एक जर्मन व्यवस्थापन सल्लागार होता. आता खूपच वय झालेला. कधी ना कधी त्यानं अमेरिकेतल्या प्रत्येक मोठ्या व्यवस्थापकीय महाविद्यालयात अतिथी प्राध्यापक म्हणून काम केलं होतं. आणि विशेषतः मोठ्या, उच्च तंत्रज्ञानभूषित कंपन्यांचा मार्गदर्शक म्हणून त्यानं नाव मिळवलं होतं. १९८० नंतरची काही वर्षं तो 'डिजिकॉम'च्या व्यवस्थापक मंडळावर होता. त्यामुळे गार्विनच्या झपाट्यानं वर येणाऱ्या कंपनीचं तो एक भूषण होता. त्या काळात सँडर्सचा तो मार्गदर्शक होता. खरं तर आठ वर्षांपूर्वी क्युपर्टिनो सोडून सीॲटल्मध्ये नोकरी करण्यासाठी प्रो. डॉर्फमननंच सँडर्सचं मन वळवलं होतं.

"ते अजून हयात असल्याची मला कल्पना नव्हती." सँडर्स म्हणाला.

"चांगले टुणटुणीत आहेत." नर्स.

"नव्वदीचे तरी असणारच."

"हं, पण पंच्याऐंशीचे असल्यासारखेच राहतात."

ते खोलीजवळ आले तेव्हा मेरी ॲन हंटरला बाहेर पडताना त्यानं पाहिलं. आता ती स्कर्ट-ब्लाऊजमध्ये होती आणि नुकताच आपल्या प्रियकराचा निरोप घेऊन आल्यासारखी मोकळेपणानं हसत होती. "टॉम, इथं कोण आलंय ओळख पाहू!"

"मॅक्स."

"बरोबर टॉम, तू भेटच त्यांना. अजून होते तस्से आहेत."

"असणारच." सँडर्स म्हणाला. खोलीच्या बाहेरूनसुद्धा सिगरेटच्या धुराचा वास त्याला आला.

नर्स कडक आवाजात म्हणाली, "हे बघा, प्रोफेसर," आणि ती खोलीत तरातरा गेली. सँडर्सनं आत पाहिलं, कर्मचाऱ्यांना आराम करण्यासाठी राखून ठेवलेल्या खोल्यांपैकी ती एक खोली होती. खोलीच्या मध्यभागी असलेल्या टेबलापाशी मॅक्स डॉर्फमनची चाकांची खुर्ची ओढलेली होती. त्याच्याभोवती देखण्या सहाय्यकांचा वेढा पडला होता. त्या बायका कौतुकानं त्याच्याबद्दल काहीतरी बोलत होत्या. आणि त्यांच्या गराड्यात पांढरेशुभ्र पण दाट, विस्कटलेले केस असलेला

डॉर्फमन आनंदानं हसत एका मोठ्या होल्डरमध्ये ठेवलेली सिगरेट ओढत होता.

"त्यांचं चाललंय काय इथं?" सँडर्स म्हणाला.

"गार्विननं त्यांना विलिनीकरणाबाबत सल्ला देण्यासाठी आणलं, त्यांना अभिवादन नाही करणार?"

"बापरे," सँडर्स म्हणाला, "तुला मॅक्स माहिताय. तो डोकं चक्रावून सोडू शकतो." डॉर्फमनला रूढ बौद्धिक संकेतांना आव्हान द्यायला आवडायचे, पण त्याची पद्धत अप्रत्यक्ष अशी होती. तो उपरोधिक पद्धतीनं बोलायचा, एकाच वेळी डिवचत आणि खिजवतही. प्रतिपक्षाचं मत खोडून काढायची त्याला आवड होती. त्याला नेमकं काय म्हणायचंय हे तो कधीच सांगत नसे; त्याचा अर्थ लावण्याचं काम तो समोरच्यावर सोपवे. त्याची वाहवत जाणारी व्याख्यानसत्रं ऐकून श्रोतृवर्गातले अधिकारी गोंधळून जात, त्यांची सहनशक्ती संपुष्टात येई.

"आता ते जरा कामात आहेत. नंतर बघू." सँडर्सनं त्याच्या घड्याळाकडे नजर टाकली. "जाऊ दे, आपल्याला जेवायला उशीर होणार आहे."

तो पुन्हा आला होता त्या हॉलच्या मार्गानं मागे जाऊ लागला. त्याच्याबरोबर पावलं टाकत हंटर जाऊ लागली. "ते नेहमी तुझं डोकं फिरवायचे ना?"

"तो सगळ्यांनाच भडकवतो. त्याच्याशी तशा प्रकारचं संभाषण करण्याच्या मनःस्थितीत मी नाहीये," सँडर्स म्हणाला, "नंतर कधीतरी बघू. पण अगदी आत्ताच नाही." ते जिन्यावरून खाली तळमजल्याच्या दिशेनं गेले.

■

मोठ्या आधुनिक कंपन्यांमध्ये असलेल्या विकेंद्रित कार्यपद्धतीनुसार 'डिजिकॉम'मध्येही जेवण्यासाठी एकत्र जागा ठेवलेली नव्हती. त्याऐवजी, दुपारची वा रात्रीची जेवणं स्थानिक रेस्टॉरंटसूमध्ये व्हायची आणि त्यातही बऱ्याचदा जवळच्याच टेरॅझो हॉटेलात. पण विलिनीकरणाबाबत गुप्तता पाळण्याची आवश्यकता असल्यानं कंपनीला तळमजल्यावरच्या एका मोठ्या, लाकडी तावदानांच्या कॉन्फरन्स रूममध्ये जेवणाची सोय करणं भाग पडलं. साडेबारा वाजता 'डिजिकॉम टेक्निकल डिव्हिजन'चे मुख्य व्यवस्थापक, कॉनले-व्हाईटचे अधिकारी आणि गोल्डमन, सॅक्स बँकांची अशी सगळी माणसं उपस्थित असल्यामुळे ती खोली गजबजून गेली होती.

सँडर्स त्याच्या समोरच्या बाजूला टोकाला असलेल्या खुर्चीत बसला आणि स्टेफनी कॅपलान त्याच्या उजवीकडच्या खुर्चीत येऊन बसली तेव्हा त्याला आश्चर्य वाटलं. स्टेफनी नेहमी गार्विनच्या बऱ्याच जवळ बसायची. या पंक्तीच्या मानाप्रमाणे सँडर्सचं स्थान उघडच खालचं होतं. सँडर्सच्या डावीकडे 'ह्यूमन रिसोर्सेस'चा विभागप्रमुख बिल एव्हर्टस् होता. चांगला पण किंचितसा सुस्त माणूस. पांढऱ्या

कोटातले वेटर वाढत असताना सँडर्सनं 'ऑर्कस' बेटावर मासेमारी करण्याचा विषय काढला. एव्हर्टस्चा तो लाडका विषय होता. नेहमीप्रमाणेच जेवणाचा बराच वेळ स्टेफनी गप्प होती, स्वतःतच आक्रसून घेतल्यासारखी.

आपण तिच्याकडे दुर्लक्ष करतोय असं सँडर्सला वाटू लागलं. जेवण संपत आलं तसं तो तिच्याकडे वळून म्हणाला, "स्टेफनी, गेल्या काही महिन्यात सीॲटलमध्ये तू वरचेवर येतीयस, हे माझ्या लक्षात आलंय. विलिनीकरणामुळे की काय?"

"नाही." तिनं स्मित केलं. "माझा मुलगा इथं युनिव्हर्सिटीत पहिल्या वर्षाला आहे. त्यामुळे मला इकडे यायला आवडतं म्हणजे त्यालाही भेटता येतं."

"काय शिकतोय तो?"

"केमिस्ट्री. त्याला 'मटेरिअल्स केमिस्ट्री' कडे जायचंय. हे क्षेत्र खूप वाढणार आहे हे तर उघडच आहे."

तिला आणखी कशाबद्दल विचारता येईल याचा विचार करत त्यानं होकारार्थी मान हलवली. बरीच वर्षं मिटिंगच्या वेळी स्टेफनीशेजारी बसूनही त्याला तिची वैयक्तिक माहिती फारशी नव्हती. 'सॅन जोसे'मधल्या एका प्राध्यापकाशी तिचं लग्न झालं होतं. आनंदी स्वभावाचा, गुबगुबीत, मिशाळ असा हा प्राध्यापक अर्थशास्त्र शिकवायचा. ते दोघं एकत्र असले की तोच सगळं बोलत राहायचा आणि स्टेफनी शेजारी शांतपणे उभी राहायची. ती एक उंच, हाडं वर आलेली आणि अवघडल्यासारखं वागणारी अशी बाई होती, माणसं जोडणारी आकर्षकता आपल्यात नसल्याचं वैगुण्य निमूटपणे स्वीकारल्यासारखी. ती गोल्फ अतिशय चांगली खेळते असंही बोललं जायचं... निदान गार्विननं तिच्याशी पुन्हा न खेळण्याचं ठरवण्याइतकं नक्कीच चांगलं... तिनं गार्विनला गोल्फमध्ये हरवण्याची चूक नको इतक्यांदा केली होती, याचं तिला ओळखणाऱ्यांपैकी कोणाला आश्चर्य वाटलं नव्हतं. तिला प्रमोशन मिळण्याएवढी ती खेळात कच्ची नव्हती असंही गमतीनं बोललं जायचं.

गार्विनला खरं तर ती आवडत नसे. पण म्हणून तिला कंपनी सोडू देण्याचा विचार त्याच्या मनात येणं कधीच शक्य नव्हतं. नीरस, विनोदबुद्धी नसलेल्या आणि लवकर न दमणाऱ्या स्टेफनीची कंपनीशी असलेली निष्ठा सर्वपरिचित होती. ती रोज रात्री उशिरापर्यंत काम करायची आणि बहुतेक सुट्ट्यांच्या दिवशी ऑफिसात यायची. काही वर्षांपूर्वी तिला कॅन्सरनं ग्रासलं होतं. तेव्हा तिनं एक दिवससुद्धा रजा घ्यायला नकार दिला. ती अर्थातच कॅन्सरमधून बरी झाली होती. निदान सँडर्सला त्याबाबत काही कळले नव्हते. पण त्या घटनेमुळे स्टेफनीचं तिच्या आकडे आणि कोष्टकांच्या भावशून्य साम्राज्यावरचं कठोर लक्ष वाढल्यासारखंच वाटत होतं. आणि पडद्यामागे राहून काम करण्याचा नैसर्गिक कलही. अनेक मॅनेजर सकाळी कामासाठी

यायचे ते जणू 'स्टेल्थ बॉंबर'नं (स्टेफनीचं टोपणनाव) आपली लाडकी योजना रद्द केली आहे हे कळण्यासाठीच! हे कसं आणि का घडलं, याचा कुठे मागमूसही मागे नसायचा. म्हणूनच सामाजिक प्रसंगी एकटं राहण्याची तिची वृत्ती ही तिच्या स्वतःच्या अवघडलेपणापेक्षाही आणखी कशाचं तरी प्रतिबिंब होती. ती गोष्ट म्हणजे कंपनीत ती वापरत असलेला अधिकार आणि ते ती कसा वापरते त्याची इतरांना आठवण करून देणं! ती तिच्या पद्धतीनं गूढ... आणि सुप्तपणे धोकादायक होती.

तो काहीतरी बोलण्याचा विचार करण्याच्या प्रयत्नात असताना स्टेफनी त्याच्याकडे कोणाचं लक्ष नाही असं पाहून हळूच झुकली आणि हळू आवाजात म्हणाली, ''आज सकाळी मिटिंगमध्ये मी काही बोलू शकेन असं खरंच मला वाटलं नाही. पण मला वाटतं, तू ठीक आहेस... हेच... एकूण या नव्या पुनर्रचनेबाबत.''

सॅंडर्सनं त्याला वाटलेलं आश्चर्य लपवलं. गेल्या बारा वर्षांत स्टेफनी कॅपलान त्याच्याशी इतकं थेटपणे खाजगी असं कधीच काही बोलली नव्हती.

पण लगेचच तो सावध झाला. तिच्या बोलण्यावर नेमकी कशी प्रतिक्रिया व्यक्त करावी हे त्याला निश्चितपणे ठरवता येईना.

''हं... एक धक्काच होता तो.'' तो म्हणाला, तिनं स्थिर दृष्टीनं त्याच्याकडे पाहिलं. ''क्युपर्टिनोत तर गडबडच उडाली. बऱ्याच लोकांनी गार्विनच्या निर्णयाबाबत शंका घेतली.''

सॅंडर्सचं कपाळ आक्रसलं. गार्विनवर टीका करणारं वक्तव्य ती सूचकपणेसुद्धा कधी करत नसे. कधीच नाही. पण आता ही टीका? ती त्याला चाचपून पाहत होती का काय? तो काही न बोलता पुढ्यातल्या पदार्थात काटा खुपसत राहिला.

''नव्या नेमणुकीवरून तू अस्वस्थ आहेस याची मला कल्पना आहे.''

''ती एवढी अनपेक्षित होती म्हणूनच फक्त. आकस्मिकपणे काही घडावं तसं.''

त्यानं तिला निराश केल्यासारखं स्टेफनीनं त्याच्याकडे अवघडून पाहिलं. तिनं मान हलवली. ''विलिनीकरण म्हटलं की असं काहीतरी घडतंच,'' ती म्हणाली, तिचा सूर आता अधिक मोकळा झाला होता, आवाजातला चोरटेपणाही कमी झालेला होता. 'कॉम्प्युसॉफ्ट' कंपनी 'सीमॅन्टेक'मध्ये विलीन झाली तेव्हा मी 'कॉम्प्युसॉफ्ट' कंपनीत होते आणि तेव्हाही असंच सगळं चाललं होतं. शेवटच्या मिनिटाला होणाऱ्या घोषणा, व्यवस्थापनाच्या रचनेच्या आराखड्यात होणारे बदल. कुणाला पदांची आश्वासनं तर कुणाची हकालपट्टी. कित्येक आठवडे जो तो अधांतरी अवस्थेत. दोन सुसंघटित यंत्रणा एकत्र आणणं सोपं नसतं– विशेषतः या दोन. एकूण वातावरणात खूप फरक असतात. गार्विनला त्यांना कोणताही त्रास होणार नाही, हे बघावं लागेल.'' तिनं टेबलाच्या एका टोकाशी गार्विन बसला होता, तिकडे

इशारा केला. ''त्यांच्याकडे बघ.'' ती म्हणाली, ''कॉनलेचे सगळे लोक सुटात आहेत. आपल्या कंपनीत वकिलांशिवाय कोणी सूट घालत नाही.''

''ते पूर्व किनाऱ्यावरचे लोक आहेत.'' सँडर्स म्हणाला.

''पण याला त्यापलीकडेही काही अर्थ आहे. कॉनले-व्हाईटला आपली एक बहुउद्देशीय अशी संचार क्षेत्रातली कंपनी ही प्रतिमा मिरवायला आवडतं, पण ती कंपनी काही एवढी मोठी नाहीये. त्यांच्या कंपनीचा मुख्य व्यवसाय आहे तो पाठ्यपुस्तकांचा. तो व्यवसाय फायदेशीर आहे. पण ते पुस्तकं विकतात ते टेक्सास, ओहियो आणि टेनेसीतल्या शिक्षण संस्थांना. त्यांच्यापैकी बरेचजण जुन्या विचारांचे आहेत. त्यामुळे कॉनले वृत्तीनं आणि अनुभवानं पुराणमतवादी आहे. त्यांना हे विलिनीकरण हवंय कारण येत्या शतकाच्या दृष्टीनं उच्च तंत्रज्ञान मिळवण्याची त्यांना गरज आहे. पण जिथले कर्मचारी टी-शर्ट-जीन्स घालतात आणि प्रत्येकाला त्याच्या नावानं हाक मारलं जातं अशा एखाद्या तरुण कंपनीच्या कल्पनेशी जमवून घेणं त्यांना जमू शकत नाही. त्यांच्या दृष्टीनं हे धक्कादायक आहे. शिवाय,'' स्टेफनी पुन्हा आवाज खाली आणत म्हणाली, ''कॉनले-व्हाईटमध्ये अंतर्गत विभाग आहेत. गार्विनला त्याही गोष्टीचा विचार करावा लागेल.''

''कोणते अंतर्गत विभाग?''

तिनं मानेनं टेबलाच्या वरच्या बाजूला इशारा केला. ''तुझ्या लक्षात आलं असेल की त्यांचा चीफ एक्झिक्युटीव्ह ऑफिसर इथं आलेला नाहीये. आपल्या उपस्थितीचा लाभ त्या माननीयांनी आपल्याला दिलेला नाहीये! या आठवडाअखेरीपर्यंत तो इथं येणार नाही. आत्तापुरतं त्यानं त्याच्या मर्जीतली माणसं पाठवलीयत. त्यांचा सगळ्यात मोठा अधिकारी आहे एड् निकोलस, चीफ फायनान्शियल ऑफिसर.''

सँडर्सनं काही वेळापूर्वी भेटलेल्या त्या शंकास्पद बेरकी चेहऱ्याच्या माणसाकडे नजर टाकली. कॅपलान म्हणाली, ''निकोलसला ही कंपनी विकत घ्यायची नाहीये. त्याच्या मते आपण किंमत जास्त सांगितलीय आणि आपली ताकद मात्र कमी आहे. गेल्या वर्षी त्यानं 'मायक्रोसॉफ्ट' कंपनीबरोबर युती करण्याचा डावपेच खेळून पाहिला, पण गेटस्‌नं त्याला पिटाळून लावलं. मग निकोलसनं 'इंटरडिस्क' कंपनी विकत घेण्याचा प्रयत्न केला. पण तोही फसला. त्यात बऱ्याच अडचणी आल्या आणि एका कर्मचाऱ्याला काढून टाकण्यावरून 'इंटरडिस्क'ची प्रतिमा डागाळली होती. पण जे मिळालंय त्याचा फारसा आनंद एड्‌ला नाहीये.''

''तो तसा आनंदी तर नक्कीच दिसत नाहीये.'' सँडर्स म्हणाला.

''त्याचं मुख्य कारण म्हणजे त्यांचं कॉनलेच्या पुतण्याशी जमत नाही.''

निकोलसच्या शेजारी चष्माधारी आणि वकील असलेला विशीतला जॉन कॉनले बसलेला होता. आजूबाजूच्या कोणापेक्षाही ठळकपणे तरुण दिसणारा कॉनले

उत्साहानं बोलत होता. त्याच्या हातातला जेवणाचा काटा तो हवेत, कुठलासा मुद्दा निकोलसला पटवून दिल्यासारखा, नाचवत होता.

"एड् निकोलसला कॉनले मूर्ख वाटतो."

"पण कॉनले तर फक्त व्हाइस प्रेसिडेंट आहे." सँडर्स म्हणाला, "त्याच्या हातात काही तेवढे अधिकार नसणार."

स्टेफनीनं डोकं नकारार्थी हलवलं. "तो वारसदार आहे, आठवतंय?"

"मग? त्याचा अर्थ काय? त्याच्या आजोबांचं चित्र कुठल्यातरी मिटिंगच्या खोलीच्या भिंतीवर आहे?"

"कॉनले-व्हाइट कंपनीच्या शेअर्सपैकी चार टक्के शेअर्स कॉनलेच्या मालकीचे आहेत. आणि कॉनले कुटुंबियांच्या अजून ताब्यात असलेले वा त्यांच्याच नियंत्रणातल्या विश्वस्त मालमत्तेत गुंतवलेले आणखी सव्वीस टक्के शेअर्स जॉन कॉनलेच्या नियंत्रणात आहेत. कॉनले-व्हाईटच्या भागधारकांपैकी सगळ्यात जास्त भागीदारांची मतं जॉन कॉनलेच्या पाठीशी आहेत."

"आणि जॉन कॉनलेला 'डिजिकॉम'शी चाललेला हा व्यवहार हवा आहे?"

"हो." स्टेफनीनं होकारार्थी मान हलवली. "कॉनलेनं विकत घेण्यासाठी आपली कंपनी निवडली. आणि गोल्डमन, सॅक्सच्या जिम् डॅलीसारख्या त्याच्या मित्रांच्या मदतीनं त्याची आगेकूच जोरात चाललीय. डॅली फार हुषार आहे. पण गुंतवणुकीच्या क्षेत्रातले बँकर विलिनीकरणावर मोठा दर आकारतात. ते त्यावर त्यासाठी लागणारी मेहनत घेतीलच, ते घेणार नाहीत असं मी म्हणत नाही; पण या व्यवहारातून त्यांना अंग काढायला लावणं आता जड जाईल."

"अं."

"त्यामुळे निकोलसचा विलिनीकरणाच्या परिस्थितीवरचा ताबा सुटलाय आणि असायला हवा त्यापेक्षा या बऱ्याच किफायतशीर अशा व्यवहारात तो आता ओढला जातोय. कॉनले-व्हाईटनं आपल्या सगळ्यांना पैसा का मिळवून द्यावा हे निकोलसला उलगडत नाहीये. कॉनलेला कोंडीत गाठायचं तर निकोलसला शक्य झाल्यास तो त्या व्यवहारातून अंग काढून घेईल."

"पण या व्यवहारात कॉनलेचा पुढाकार आहे."

"हो. आणि कॉनले कठोर आहे. त्याला तरुण पिढी विरुद्ध जुनी पिढी, आगामी संगणक युग, भविष्याबद्दलची तरुणांची दृष्टी अशा छोट्या विषयांवर छोटी भाषणं ठोकायलाही आवडतं. त्यामुळे निकोलस भडकतो. या निकोलसला वाटतं, आपल्यामुळे कंपनीचा निव्वळ नफा दुप्पट झालाय आणि आता हा कालचा पोऱ्या आपल्याला व्याख्यानं देतोय."

"या सगळ्यात मेरेडिथ कुठे बसते?"

स्टेफनी किंचित घोटाळली. ''मेरेडिथ सोयीची आहे.''

''म्हणजे?''

''तीही पूर्वेकडची आहे. कनेक्टीकटमध्ये ती मोठी झाली आणि नंतर व्हॅसारला गेली. कॉनलेच्या लोकांना अशी पार्श्वभूमी आवडते. अशी पार्श्वभूमी असलेल्या लोकांशी त्यांचं चांगलं जमतं.''

''बस एवढंच? केवळ ती योग्य ढंगात बोलते म्हणून?''

''मी तसं म्हटलं नाही.'' स्टेफनी म्हणाली.

''पण मला वाटतं त्यांना ती कमकुवतही वाटते. एकदा विलिनीकरण झालं की तिला आपल्या कह्यात ठेवता येईल असं त्यांना वाटतं.''

''आणि गार्विनची त्याला साथ आहे?''

स्टेफनीनं खांदे उडवले, ''बॉब वास्तवतावादी आहे. त्याला फायदा उठवायचाय. त्यानं ही कंपनी कौशल्यानं उभारलीय, पण त्यापुढच्या अवस्थेत उत्पादन विकसित करण्यात सोनी आणि फिलीप्सशी स्पर्धा करायची तर खूप प्रचंड खेळतं भांडवल ओतावं लागेल. कॉनले-व्हाईटचा पाठ्यपुस्तकांमधला कारभार हे भांडवल पुरवणारी दुभती गाय आहे. बॉब त्यांच्याकडे बघून सगळं करतोय... आणि त्यांच्याकडून पैसा मिळवण्यासाठी त्यांना हवं ते करण्याची त्याची तयारी आहे.''

''आणि अर्थातच बॉबला मेरेडिथ आवडते.''

''हो. खरं आहे. बॉबला ती आवडते.''

ती काट्यानं डिशमधील पदार्थ टोकरत असताना सँडर्स थांबला. ''आणि तुला, स्टेफनी? तुला काय वाटतं?''

स्टेफनीनं खांदे उडवले. ''ती लायक आहे.''

''लायक, पण कमजोर.''

''नाही.'' स्टेफनीनं नकारार्थी डोकं हलवलं. ''मेरेडिथमध्ये हुषारी आहे. त्याबद्दल प्रश्न नाही. पण मला काळजी वाटते ते तिच्या अनुभवामुळे. असायला हवा होता तेवढा अनुभव तिच्यापाशी नाहीये. झपाट्यानं वाढ होण्याची अपेक्षा असलेल्या चार मुख्य तांत्रिक विभागांच्या प्रमुखपदी तिची नेमणूक होत्येय. ती या कसोटीला उतरेल अशी मला आशा आहे.''

एका चमच्याची ग्लासावर किणकिण झाली आणि गार्विन खोलीच्या पुढच्या बाजूला गेला. ''तुमचं जेवण अजून चालू असलं तरी आपण सुरुवात करू या म्हणजे दोनपर्यंत आपल्याला हा कार्यक्रम संपवता येईल.'' तो म्हणाला. ''पुन्हा एकदा तुम्हाला नव्या वेळापत्रकाची आठवण करून देतो. सगळं योजल्याप्रमाणे चालेल असं गृहीत धरलं तर शुक्रवारी दुपारी इथं पत्रकार परिषदेमध्ये विलिनीकरणाची अधिकृत घोषणा होईल. आणि आता मी तुम्हाला कॉनले-व्हाईटच्या आपल्या नव्या

सहकाऱ्यांची ओळख करून देतो.''

गार्विननं कॉनले-व्हाईटच्या लोकांची नावं घेतल्यावर ते लोक टेबलाभोवती उभे राहत असताना स्टेफनी एकीकडे झुकली आणि टॉमच्या कानात कुजबुजली, ''हा सगळा देखावा आहे. या जेवणाचं खरं निमित्त कोण आहे ते तुला माहिताय.''

''...आणि शेवटी,'' गार्विन म्हणाला, ''तुमच्यापैकी बऱ्याच जणांना माहिती आहे, पण काही जणांना माहिती नाही अशा एका व्यक्तीची ओळख मी करून देतोय. 'ॲडव्हान्स्ड् ऑपरेशन्स आणि प्लॅनिंग' विभागाची व्हाईस प्रेसिडेंट मेरेडिथ जॉन्सन.'' मेरेडिथ खुर्चीतून उठली आणि खोलीच्या पुढच्या बाजूला असलेल्या व्यासपीठाच्या दिशेनं जाऊ लागली तशा क्षणभर विखरून अशा टाळ्या पडल्या. तिनं परिधान केलेल्या गडद निळ्या सुटात औद्योगिक परिपूर्णतेचं जणू ती मूर्तिमंत रूप वाटत होतीच, पण ती नजरेत भरावी इतकी सुंदरही दिसत होती. व्यासपीठावर गेल्यावर तिनं तपकिरी चौकटीचा चष्मा चढवला आणि खोलीतले दिवे खाली केले.

''नवी रचना ज्या पद्धतीनं काम करणार आहे, तिचा आढावा घ्यायला आणि येत्या काही महिन्यांमध्ये अपेक्षित असलेल्या घडामोडींबद्दल बोलायला बॉबनं मला सांगितलंय.'' ती म्हणाली. मग ती व्यासपीठावर सादरीकरणासाठी एक कॉम्प्युटर बसवला होता तिकडे वळली. ''हा कॉम्प्युटर मला चालवता येतो का ते बघते...''

अंधारलेल्या खोलीत डॉन चेरीची सँडर्सशी नजरानजर झाली आणि त्यानं हळूच नकारार्थी मान हलवली.

''अं... हां... झाला चालू.'' व्यासपीठावरून मेरेडिथ म्हणाली. तिच्या मागे असलेला पडदा जिवंत झाला. कॉम्प्युटरनं तयार केलेल्या प्रतिमा पडद्यावर मोठ्या करून दाखवल्या जात होत्या. पहिल्या चित्रात चार तुकड्यांत विभागलेलं एक लाल हृदय दाखवलं होतं. '' 'ॲडव्हान्सड् प्रॉडक्टस् ग्रुप'नं नेहमीच 'डिजिकॉम'च्या हृदयाची भूमिका बजावली आहे. तो तुम्हाला दिसतोय त्याप्रमाणे चार स्वतंत्र भागांनी मिळून तयार झालाय. पण जगभर सगळी माहिती कॉम्प्युटरच्या माध्यमातून मिळत जाणार असल्यानं हे विभाग एकत्र येणं अपरिहार्य आहे.'' पडद्यावर हृदयाचे तुकडे एकत्र आले आणि हृदयाचं रूपांतर फिरत्या पृथ्वीत झालं. त्यातून वेगवेगळी उत्पादनं भिरकावल्यासारखी बाहेर येऊ लागली. ''नजीकच्या भविष्यात सेल्युलर फोन, ॲटोमॅटीक फॅक्स मॉडेम आणि हातातले कॉम्प्युटर वा पीडीए यांनी सज्ज असलेल्या ग्राहकाच्या दृष्टीनं तो कुठे आहे किंवा माहिती कुठून येत आहे या गोष्टींचं फारसं महत्त्व राहणार नाही. आपण माहितीच्या खऱ्या जागतिकीकरणाचा विचार करतोय आणि त्यातच उद्योग आणि शिक्षण या क्षेत्रांतल्या बाजारपेठेसाठी नवी उत्पादनं पुढे आणण्याचं काम अंतर्भूत आहे.'' तो पृथ्वीगोल मोठा झाला आणि दिसेनासा झाला. त्याच्या जागी आता जगातल्या सगळ्या खंडांमधले शाळेतले वर्ग

दाखवले गेले. त्यात बाकांवर विद्यार्थी बसलेले.

"तंत्रज्ञान छपाईकडून कॉम्प्युटरच्या पडद्याकडे आणि पुढे 'आभासात्मक वातावरणा'कडे चाललंय तसा कंपनीचा विशेषकरून शिक्षणक्षेत्रावर वाढता रोख राहील. ते नेमकं काय आहे आणि आपल्याला कुठे घेऊन जाईल असं मला वाटतं, त्याच्याकडे आपण वळू."

आणि ती सगळं करून दाखवण्यासाठी पुढे बोलू लागली... उच्च तंत्रज्ञानभूषित प्रसार माध्यमं, व्हिडिओ, कृतिगट रचना, शैक्षणिक संशोधनसाधनं, ग्राहक स्वीकृती, नंतर ती किमतीच्या मांडणीकडे वळली... भविष्यातले संशोधनावरच्या खर्चाचे आणि त्यातून मिळणाऱ्या उत्पन्नाचे अंदाज, पुढच्या पाच वर्षांची उद्दिष्टं. मग ती उत्पादनातल्या दर्जा नियंत्रण, कॉम्प्युटरवर काम करणाऱ्यांचा प्रतिसाद, उत्पादन विकासाची अधिक लहान कालमर्यादा अशा महत्त्वाच्या आव्हानांवर बोलली.

मेरेडिथ जॉन्सनचं सादरीकरण निर्दोष होतं. पडद्यावर प्रतिमा एकमेकात मिसळत प्रवाहीपणे येत राहिल्या. तिच्या आवाजात आत्मविश्वास होता. बोलताना ती कुठे चाचरत, अडखळत नव्हती. ती बोलत राहिली तशी खोली एकदम शांत झाली. वातावरणात तिच्याबद्दलचा आदर ठळकपणे जाणवत असलेला.

"फार तांत्रिक बाबींचा विचार करण्याची ही वेळ नसली तरी," ती म्हणाली, "मला उल्लेख करायचाय तो म्हणजे नव्या कॉम्प्रेशन अ‍ॅल्गॉरिदम्सच्या जोडीनं नवीन सीडी-ड्राईव्हवरून कॉम्प्युटर फाईल मिळवण्याचा वेळ शंभर मिलीसेकंदस्‌पेक्षा खाली आला की कॉम्प्युटर उद्योगातलं सीडीसाठी असलेलं निश्चित प्रमाण सेकंदाला साठ नोंदीएवढं बदलेल. तसंच 'लॅन' आणि 'वॅन' पद्धतींमध्ये वायरलेस संपर्कजाळं बांधण्याचाही विचार चालू आहे... आणि म्हणूनच मला वाटतं, आपल्यासमोर सनसनाटी भविष्याच्या शक्यता आहेत. या मुद्द्यावर आपलं एकमत होण्यासारखं आहे."

सँडर्सनं पाहिलं तर डॉन चेरीचा आ वासलेला होता. सँडर्स स्टेफनीकडे झुकला. "तिला चांगली माहिती आहे, असं दिसतंय."

"होय." स्टेफनी होकारार्थी मान हलवत म्हणाली. "प्रात्यक्षिकसम्राज्ञी. तिनं प्रात्यक्षिक देण्यापासूनच सुरुवात केली. तिचं रूप हे तिचं सगळ्यात मोठं सामर्थ्यस्थान आहे." सँडर्सनं स्टेफनीकडे नजर टाकली, तिनं दुसरीकडे पाहिलं.

पण तेवढ्यात भाषण संपलं. दिवे पुन्हा उजळले आणि जॉन्सन तिच्या खुर्चीकडे परतली तेव्हा कडाडून टाळ्या पडल्या. खोलीतली माणसं आता पांगली आणि आपल्या कामाकडे वळण्यासाठी निघू लागली. मेरेडिथ गार्विनपासून दूर झाली आणि थेट डॉन चेरीपाशी जाऊन त्याच्याशी दोन शब्द बोलली. चेरीचं स्मित त्याला भुरळ पडल्यासारखं झालेलं. मग मेरेडिथ खोली ओलांडून मेरी अ‍ॅनकडे गेली,

तिच्याशी थोडं बोलली आणि मग मार्क ल्युईनकडे वळली.

"ती चलाख आहे." स्टेफनी तिच्याकडे बघत म्हणाली, "सगळ्या विभाग प्रमुखांशी जवळीक साधणं चाललंय– विशेष म्हणजे तिनं तिच्या भाषणात कोणाचा नामोल्लेख न करताही."

सँडर्सच्या कपाळावर आठ्यांचं जाळं. "ते महत्त्वाचं आहे असं तुला वाटतं?"

"ती काही बदल करण्याची योजना आखत असेल तरच."

"फिल म्हणाला, ती तसं काही करणार नाही."

"पण काय सांगता येतंय?" स्टेफनी तिचा रुमाल टेबलावर ठेवता ठेवता उठताना म्हणाली, "मला आता गेलं पाहिजे... आणि आता तिच्या यादीवर तुझा नंबर आहे असं दिसतंय."

मेरेडिथ सँडर्सपाशी आली तशी स्टेफनी धोरणीपणानं तिथून सटकली. मेरेडिथ हसत होती. "मला तुझी माफी मागायची होती, टॉम," मेरेडिथ म्हणाली, "माझ्या भाषणात तुझा आणि इतर विभागप्रमुखांच्या नावाचा उल्लेख न केल्याबद्दल. मला कोणाचा गैरसमज व्हायला नकोय. त्याचं कारण एवढंच की बॉबनं मला भाषण थोडक्यात करायला सांगितलं."

"हं." सँडर्स म्हणाला, "तू सगळ्यांना जिंकल्यासारखं दिसतंय. एकूण प्रतिक्रिया तुला अनुकूल होती."

"मलाही वाटतंय तसं. हे बघ," ती तिचा हात त्याच्या दंडावर ठेवत म्हणाली, "उद्या संपवायलाच पाहिजेत अशा कामांसाठी खूप सत्रं ठेवलेली आहेत. मी सगळ्या विभागप्रमुखांना जमत असेल तर आज मला भेटायला सांगतेय. मी विचार करतेय, दिवस संपल्यावर तू मोकळा असशील तर माझ्या ऑफिसात तुला एखादा ग्लासभर घ्यायला यायला जमेल का! आपल्याला बोलताही येईल आणि जमलं तर जुन्या दिवसांना उजाळाही देता येईल."

"जरूर." तो म्हणाला, त्याला दंडावर तिच्या हाताची ऊब जाणवली. तिनं हात काढून न घेता तसाच ठेवला.

"त्यांनी मला पाचव्या मजल्यावर ऑफिस दिलंय आणि नशीब जोरात असेल तर आज संध्याकाळपर्यंत फर्निचरही येईल. सहा वाजता चालेल?"

"चालेल... छान." तो म्हणाला.

नंतर तिनं कुठलीतरी जुनी आठवण काढली तेव्हा मनात नसतानाही तिला अजून त्या दिवसांतल्या गोष्टी आठवतायत, या जाणिवेनं त्याला सुखावल्यासारखं झालं.

"आपण त्या शंभर मिलिसेकंद ड्राईव्हसारख्या अगदी तातडीच्या समस्यांवर चर्चा करू."

"ठीक आहे. त्या ड्राईव्हबद्दल..."

"मला माहिती आहे." ती खालच्या सुरात म्हणाली, "आपण विचार करू त्याचा." तिच्या मागून कॉनले-व्हाईटचे अधिकारी येत होते. "आज रात्री बोलू."

"छान."

"भेटू या, टॉम."

"भेटू या मग."

मिटिंग संपल्यावर मार्क ल्युईन वाट काढत सँडर्सच्या दिशेनं आला. "मग, ऐकू दे तरी ती तुला काय म्हणाली ते?"

"मेरेडिथ?"

"नाही, स्टेफनी. जेवण चालू असताना तुझ्या कानाशी लागलेली होती."

सँडर्सनं खांदे उडवले. "हं, ते... काही नाही, किरकोळ गप्पा."

मग विषय बदलण्यासाठी सँडर्सनं विचारलं, "मेरेडिथबद्दल काय मत आहे तुझं? तिचं भाषण तर भलतंच जोरदार झालं."

"हो. ती भारून टाकणारी आहे. मला एकच गोष्ट खटकली," ल्युईन म्हणाला. अजूनही तो अस्वस्थ, त्याच्या कपाळावर आठ्या. "कॉनलेच्या व्यवस्थापनानं दबाव आणल्यामुळे शेवटच्या क्षणी ऐनवेळी तिची नेमणूक झालीय ना?"

"मी तरी तसं ऐकलंय. का?"

"तिचं भाषण. तिनं केलं तशा सचित्र भाषणाची तयारी करायला कमीतकमी दोन आठवडे लागतात," ल्युईन म्हणाला. "माझ्या डिझाइन विभागात मी कॉम्प्युटरवर चित्र तयार करणाऱ्यांना भाषणाआधी एक महिना सांगतो. ती तयार झाल्यावर वेळेचा अंदाज घेण्यासाठी बघून घेतो. मग एक आठवडा उजळणी आणि त्याच्यावर पुन्हा काम करण्यासाठी लागतो. आणखी एक आठवडा चित्रं ड्राईव्हवर घ्यायला आणि एवढा वेळ लागतो तोसुद्धा कंपनीतल्याच, वेगानं काम करणाऱ्या माझ्या विभागाला. एखाद्या बड्या अधिकाऱ्यासाठी अशी तयारी करायची झाली तर त्याला आणखी वेळ लागतो. तो हे काम त्याच्या एखाद्या सहाय्यकाकडे सोपवतो. आणि हा सहाय्यक त्याच्यासाठी तयारी करतो. मग तो अधिकारी ही चित्रं पाहतो. त्याला ती पुन्हा करून हवी असतात. मग आणखी वेळ लागतो. मग हे सचित्र भाषण जर तिनं तयार केलं असेल तर माझ्या मते आपल्या नव्या नियुक्तीबद्दल तिला बरीच आधी कुणकुण लागली असणार. काही महिने आधी."

सँडर्सच्या कपाळावर आठ्यांचं जाळं.

"नेहमीप्रमाणेच." ल्युईन म्हणाला, "आपल्यासारख्या घासणाऱ्यांना या वरच्या

घडामोडींचा पत्ताही उशिराच लागणार. आता आपल्याला आणखी कायकाय माहिती नाहीये, याचाच फक्त मी विचार करतोय.''

■

सव्वादोन वाजता सँडर्स त्याच्या ऑफिसात परतला. संध्याकाळी सहा वाजता त्याला एक मिटिंग असल्यानं घरी यायला उशीर होईल, हे सांगण्यासाठी त्यानं बायकोला फोन केला.

''तिकडच्या घडामोडी काय म्हणतायत?'' सुसाननं विचारलं, ''ॲडले ल्युईननं मला फोन केला होता. ती म्हणाली, गार्विननं सगळ्यांवर दडपण आणलंय. आणि व्यवस्थापनाची रचना बदलणार आहेत.''

''मला अजून कळलं नाहीये.'' तो सावधपणे म्हणाला. नुकतीच सिंडी खोलीत आली होती.

''अजूनही तुला प्रमोशन मिळेल ना?''

''मुळात उत्तर 'नाही' असं आहे.'' तो म्हणाला.

''मला खरंच वाटत नाही.'' सुसान म्हणाली, ''सॉरी टॉम, तू ठीक आहेस ना? का अस्वस्थ आहेस?''

''तसंच म्हणायला हवं. हो.''

'बोलणं जड जातंय ना?''

''बरोबर!''

''ठीक आहे. तू इकडे आलास की बोलेन मग.''

सिंडीनं त्याच्या टेबलावर फायलींचा एक ढीग ठेवला.

सिंडी गेल्यावर क्षणभरातच परतली. ''मी जवळजवळ विसरलेच होते. मार्क ल्युईनच्या ऑफिसमधून एवढ्यातच फोन आला होता. कॉलांलंपूरहून ट्विंकल ड्राईव्हज् आले आहेत. मार्कचे आराखडा तयार करणारे लोक आता हे ड्राईव्हज् तपासतायत. तुला बघायचे आहेत ते?''

''मी निघालोच आहे.''

वेस्टर्न बिल्डिंगचा संपूर्ण दुसरा मजला 'डिझाइन' विभागानं व्यापलेला होता. नेहमीप्रमाणेच तिथलं वातावरण गोंधळाचं होतं. सगळे फोन खणखणत होते पण लिफ्टपाशी असलेल्या छोट्या प्रतीक्षाकक्षात रिसेप्शनिस्ट नव्हती.

जुन्या 'कोक' मशीन आणि 'जंक फूड' यंत्राशेजारी असलेल्या एका कोपऱ्यातल्या टेबलापाशी दोन जपानी पाहुणे भरभर बोलत होते.

'रॉक अँड रोल' संगीत दणदणत होतं. तिथल्या प्रत्येकाचा पोषाख अनौपचारिक

होता. बहुतेक आराखडातज्ज्ञ शॉर्टस् आणि टी शर्टमध्ये होते. हा निर्मितिक्षम लोकांचा विभाग होता, हे स्पष्ट होत होतं.

या विभागानं अगदी अलीकडे तयार केलेल्या उत्पादनाच्या आराखड्यांचं प्रदर्शन असलेल्या छोट्या जागेतून सँडर्स गेला. तिथं छोटे सीडी-रॉम आणि सेल्युलर फोन्सच्या प्रतिकृती होत्या. ल्युईनच्या विभागांकडे भावी काळाच्या दृष्टीनं उत्पादनांचे आराखडे तयार करण्याचं काम होतं. त्यातले बरेच कमालीचे लहान वाटणारे होते. एक पेन्सिलीएवढा सेल्युलर फोन तर दुसरा 'डीक ट्रेसी'च्या मनगटावरच्या रेडिओचा अत्याधुनिक अवतार असल्यासारखा, फिकट हिरवा आणि करडा, सिगरेट लायटरच्या आकाराचा पेजर आणि आणि हाताच्या तळव्यात सहजपणे बसेल असा वर उघडणारा पडदा असलेला सीडी प्लेयर.

ही उपकरणं जरी मर्यादेबाहेरची वाटतील एवढी लहान असली तरी ती काळाच्या जास्तीत जास्त दोन वर्षं पुढे असतील या कल्पनेची सँडर्सला फार पूर्वीपासून सवय होऊन गेली होती. यंत्रं आता झपाट्यानं लहान होत चालली होती. सँडर्सनं 'डिजिकॉम'मध्ये काम करायला सुरुवात केली तेव्हाचा 'हलवता येणारा' कॉम्प्युटर म्हणजे एखाद्या सूटकेसच्या आकाराचं, तीस पौंड वजनाचं खोकं होतं हे आठवणंसुद्धा सँडर्सला अवघड होतं आणि सेल्युलर फोन तर अस्तित्वातच नव्हते. 'डिजिकॉम'नं उत्पादन केलेले पहिले सेल्युलर फोन पंधरा पौंडी होते, तेव्हा ते एक आश्चर्य होतं. हे फोन खांद्यावरच्या पट्ट्याभोवती अडकवता येत असत. आता फोनचं वजन काही औंसांपेक्षा जास्त असलं तरी ग्राहक तक्रार करायचे.

सँडर्स फोम-कटिंग मशीन, तिथं पडलेल्या वेड्यावाकड्या ट्यूब्ज आणि सुऱ्यांजवळून गेला आणि त्याला मलेशियाहून आलेल्या तीन गडद निळ्या सीडी-प्लेयर्सवर झुकलेला मार्क ल्युईन आणि त्याची माणसं दिसली. त्यातला एक प्लेयर, आधीच टेबलावर झगमगीत हॅलोजन दिव्यांखाली भाग वेगळे केलेल्या अवस्थेत पडलेला होता. ल्युईनची माणसं त्यांच्या आतल्या भागात छोटे स्क्रू-ड्रायव्हर्स खुपसून मधूनच 'स्कोप स्क्रीन्स'कडे पाहत होते.

"तुला काय सापडलं?" सँडर्सनं विचारलं.

"बापरे," ल्युईन हात वर फेकत कलात्मक रागानं म्हणाला, "टॉम, लक्षणं चांगली नाहीत."

"मला सांग."

ल्युईननं टेबलाकडे बोट केलं. "हिंजमध्ये एक धातूची दांडी आहे. पेटी उघडली की हे चिमटे दांडीला जोडले जातात. त्यामुळे कॉम्प्युटरच्या पडद्याला विद्युत्पुरवठा होतो."

"हो. . ."

''पण इथं विद्युत्पुरवठा खंडित होतोय. या दांड्या फार लहान आहेत असं दिसतंय. त्या चोपन्न मिलीमीटर असायला हव्यात. प्रत्यक्षात त्या फक्त बावन्न-त्रेपन्न मिलीमीटर लांबीच्या आहेत.''

ल्युईन भडकला होता. त्याच्या एकूण आविर्भावातून न सांगता येणारे परिणाम जणू सूचित होत होते. त्या दांड्या एक मिलीमीटरनं लहान होत्या आणि त्यामुळे जशी जगबुडी जवळ आली होती! ल्युईनला शांत करावं लागेल, हे सँडर्सच्या लक्षात आलं. याआधीही त्यानं तसं बऱ्याचदा केलं होतं. तो म्हणाला, ''त्या दांड्या बसवता येतील, मार्क. याचा अर्थ सगळ्या पेट्या उघडाव्या लागतील आणि दांड्या बदलाव्या लागतील, पण आपण ते करू शकतो.''

''जरूर.'' ल्युईन म्हणाला, ''पण तरी चिमटे राहतातच. आपल्या निर्धारित प्रमाणांप्रमाणे दांड्या १६/१० स्टेनलेसच्या असणं आवश्यक आहे. त्यामुळे पुरेसा ताण राहून चिमटे स्प्रिंगसारखे होतात आणि त्यांचा दांडीला स्पर्श होत राहतो. प्रत्यक्षात हे चिमटे वेगळे दिसतायत, १६/४ स्टेनलेसचे असावेत तसे. ते फार कडक आहेत. त्यामुळे पेट्या उघडल्या की चिमटे वाकतात, ते स्प्रिंगप्रमाणे मागे जात नाहीत.''

''म्हणजे चिमटेही बदलावे लागतील तर. दांड्या बदलताना ते आपल्याला करता येईल.''

''दुर्दैवानं ते तितकं सोपं नाहीये. चिमटे पेटीत हीटप्रेस करून बसवले आहेत.''

''बापरे.''

''बरोबर. त्या पेटीचाच एक भाग आहेत.''

''तुला म्हणायचंय, चिमटे खराब असल्यामुळे आपल्याला नवीन पेट्या तयार कराव्या लागतील.''

''अगदी बरोबर.''

सँडर्सनं नकारार्थी डोकं हलवलं. ''आम्ही आतापर्यंत तशा पेट्या तयार केल्यायत. चार हजारांच्या आसपास.''

''कसंही असलं तरी त्या पुन्हा तयार कराव्या लागतील.''

''आणि खुद्द ड्राईव्हचं काय?''

''ते मंदपणे काम करतायत.'' ल्युईन म्हणाला, ''त्याबद्दल शंकाच नाही. पण ते का ते निश्चित नाही सांगता येणार. कदाचित ही समस्या विद्युत्पुरवठ्याशी संबंधित असेल. किंवा कंट्रोलर चिपशीही संबंधित असेल.''

''कंट्रोलर चिपचा प्रश्न असेल. . .''

''आता आपण अगदी गळ्यापर्यंत अडकलोय. उत्पादनाआधीच्या आराखड्यामुळे

समस्या उभी राहत असेल तर पुन्हा तो आराखडा तयार करण्यापासून सुरुवात करावी लागेल. पण ही फक्त उत्पादनप्रक्रियेतली समस्या असेल, तर आपल्याला कारखान्यातच बदल करावे लागतील. कदाचित स्टेन्सिल पुन्हा तयार कराव्या लागतील. पण दोन्ही पद्धतींत काही महिन्यांचा वेळ तर जाणारच.''

''आपल्याला कळणार कधी?''

''मी ड्राईव्ह आणि विद्युतपुरवठा यंत्र 'डायग्नॉस्टिक्स'च्या लोकांकडे पाठवले आहेत,'' ल्युईन म्हणाला, ''पाच वाजेपर्यंत त्यांचा अहवाल तयार होईल. तो मी तुला मिळवून देईन. मेरेडिथला अजून याबद्दल काही माहिती आहे का नाही?

''मी सहा वाजता तिला वृत्तांत देणार आहे.''

''ठीक आहे. तुझं तिच्याशी बोलणं झाल्यावर मला फोन करशील?''

''निश्चित.''

''एक प्रकारे चाललंय ते बरं आहे.'' ल्युईन म्हणाला.

''म्हणजे?''

''लगेचच आपण तिच्या पुढ्यात एक मोठी समस्या टाकतोय,'' ल्युईन म्हणाला, ''ही समस्या ती कशी हाताळते, ते आपण बघू.''

सँडर्स जायला निघाला. ल्युईन त्याला सोडायला आला. ''ते असो,'' ल्युईन म्हणाला, ''तुला हे पद मिळालं नाही म्हणून धक्का बसला का?''

''निराश झालो,'' सँडर्स म्हणाला, ''पण धक्का वगैरे काही नाही. धक्कावण्यात तसा अर्थ नसतो.''

''कारण, मला विचारशील तर गार्विननं तुझा बकरा केला. तू कंपनीसाठी आयुष्यातला एवढा वेळ दिलास, तू डिव्हिजन चालवू शकतोस हे दाखवून दिलंयस आणि तुझ्याऐवजी त्यानं भलत्याच व्यक्तीला आणलं.''

सँडर्सनं खांदे उडवले. ''ही त्याची कंपनी आहे.''

ल्युईननं सँडर्सच्या खांद्याभोवती हात टाकला आणि धसमुसळेपणानं त्याला जवळ केलं. ''टॉम, काही वेळा स्वतःचं अहित होईल एवढा तू अतिसमंजसपणे वागतोस.''

''समंजसपणा हा एक दोष असल्याचं मला ठाऊक नव्हतं.'' सँडर्स म्हणाला.

''अतिसमंजस असणं हा एक दोषच असतो.'' ल्युईन म्हणाला, ''शेवटी तुम्हालाच धमकावलं जातं.''

''मी फक्त जमवून घ्यायचा प्रयत्न करतोय.'' सँडर्स म्हणाला, ''डिव्हिजन 'पब्लिक' होईल तेव्हा मला इथं राहायचंय.''

''हो. तेही खरंय. तुला राहायलाच हवं.'' ते लिफ्टपाशी आले. ल्युईननं विचारलं, ''ती बाई असल्यामुळे तिला ही खुर्ची मिळाली असं वाटतं तुला?''

सँडर्सनं नकारार्थी डोकं हलवलं. "कोणास ठाऊक."

"आणि नामर्द पुरुष मूग गिळून गप्प बसतात. मी तुला सांगतो, कधीकधी बायका नोकरीवर घ्यायच्या सततच्या दडपणाचा इतका वैताग येतो," ल्युईन म्हणाला, "म्हणजे आता या 'डिझाईन' विभागाचंच बघ ना! आमच्या इथं चाळीस टक्के म्हणजे इतर कुठल्याही विभागापेक्षा जास्त बायका आहेत. पण त्यांचं सततचं टुमणं असतं की तुम्ही आणखी बायकांना का घेत नाही. आणखी बायका, आणखी. . ."

'मार्क,' तो त्याला मध्येच थांबवत म्हणाला, "आता जग बदलत चाललंय. . ."

"आणि ते काही आतापेक्षा चांगलं नाहीये." ल्युईन म्हणाला, "ते प्रत्येकाला दुखावतंय. बघ ना, मी जेव्हा 'डिजिकॉम'मध्ये सुरुवात केली तेव्हा फक्त एकच प्रश्न असायचा– तुम्ही चांगले आहात का? तुम्ही चांगले असलात तर नोकरी मिळणार. चमकलात, तर नोकरी टिकणार. बस्स एवढंच! आता लायकी ही प्राधान्यक्रमातल्या अनेक गोष्टींपैकी एक असते. कंपनीच्या कर्मचाऱ्यांच्या तपशिलांची बाजू फुगेल असं तुमचं लिंग किंवा वर्ण आहे का नाही हाही प्रश्न असतोच. आणि कुणी नालायक निघालं तरी आम्ही त्याला काढू शकत नाही. मग लवकरच या ट्विंकल ड्राईव्हसारखा भंगार माल यायला सुरुवात होते. म्हटलं तर जबाबदार कोणीच नाही. कोणतंही उत्पादन निव्वळ सिद्धांतांनी होत नाही. कारण तुम्ही जे उत्पादन करता ते खरं आणि वास्तव असतं, आणि ते बिघडलं की बिघडलं. कोणी हात लावणार नाही त्याला."

■

आपल्या ऑफिसकडे परत येताना चौथ्या मजल्याचं दार उघडण्यासाठी सँडर्सनं त्याचं इलेक्ट्रॉनिक पासकार्ड वापरलं. मग सँडर्सनं ते कार्ड त्याच्या पँटच्या खिशात सरकवलं आणि तो हॉलच्या मार्गानं निघाला. ल्युईनबरोबर झालेल्या चर्चेच्या विचारात तो झपाट्यानं जात होता. विशेषतः जी गोष्ट ल्युईननं बोलून दाखवली होती, ती त्याला टोचत होती. ही गोष्ट म्हणजे तो गार्विनला त्याच्यावर हुकमत चालवू देत होता आणि नको इतकी सहनशीलता, समंजसपणा दाखवत होता.

पण सँडर्सनं या गोष्टीकडे त्या दृष्टीनं पाहिलं नव्हतं. ही कंपनी गार्विनची आहे असं सँडर्स म्हणाला होता, ते अगदी जाणीवपूर्वक. बॉब गार्विन बॉस होता आणि त्याला जे हवं होतं, ते तो करू शकत होता. तो पद न मिळाल्यानं सँडर्स निराश झाला होता, पण त्या पदाचं त्याला कुणी आश्वासनं दिलेलं नव्हतं. गेल्या काही आठवड्यांहून जास्त काळ सँडर्स आणि सीॲटलमधल्या विभागांमधले बाकीचे लोक सँडर्सला हे पद मिळणार असं गृहितच धरून चालले होते. पण गार्विननं

त्याचा कधी उल्लेख केला नव्हता किंवा फिल ब्लॅकबर्ननंही.

परिणामतः, आपल्याला दुःख होण्याचं काहीच कारण नव्हतं असं सँडर्सला वाटलं. तो निराश झाला होता ते त्याचं त्यानंच निराश करून घेतल्यामुळे. एकूण प्रकार भारीच होता– सुतावरून स्वर्ग गाठावा तसं.

आणि सहनशील असण्याबद्दल विचार करायचा झाला तर त्यानं काय करावं अशी ल्युईनची अपेक्षा होती? आरडाओरडा, बोंबाबोंब करायची होती? त्यानं चांगलं काहीच साध्य होणार नव्हतं. कारण सँडर्सला आवडो वा न आवडो, मेरेडिथ जॉन्सनला हे पद उघडच मिळालं होतं. राजीनामा? त्याचा तर काहीच उपयोग झाला नसता. कारण त्यानं नोकरी सोडली असती तर कंपनी 'पब्लिक' झाल्यावर होणारे फायदे त्याला गमवावे लागले असते. ते तर मोठंच अरिष्ट ओढवून घेतल्यासारखं झालं असतं.

म्हणून विचाराअंती मेरेडिथला नव्या पदावर स्वीकारणं आणि पुढे जात राहणं एवढंच तो करू शकला आणि तो जाणून होता की हा प्रसंग उलट्या बाजूनं घडला असता तर ल्युईन कितीही बढाया मारत असला तरी त्यानं नेमकी हीच गोष्ट केली असती– हसतमुखानं सहन करणं.

पण या परिस्थितीवर त्यानं विचार केल्याप्रमाणे अधिक मोठी समस्या होती ती ट्विंकल ड्राईव्हची. ल्युईननं दुपारी तीन कॉम्प्युटर खोलले होते आणि ते योग्य प्रकारे का काम करत नव्हते याची त्यांना अद्याप कसलीही कल्पना नव्हती. त्यांना हिंज्मध्ये प्रमाणित नसलेले भाग सापडले होते, जे सँडर्सलाही शोधता येत होते. लवकरच, त्यांना असे प्रमाणित नसलेले सुटे भाग का येतायत हे तो शोधून काढणार होता. पण खरी समस्या ड्राईव्हचा मंदावलेला वेग– हे एक गूढ होतं आणि त्याचे धागेदोरे त्यांना मिळत नव्हते. आणि त्याचा अर्थ तो. . .

"टॉम? तुझं कार्ड पडलं."

"काय?" त्यानं हरवल्यासारखं वर पाहिलं. त्या विभागातली एक मदतनीस भुवया उंचावून हॉलच्या एका टोकाच्या दिशेला बोट दाखवत होती.

"तुझं कार्ड पडलं."

"अरेच्या." करड्या रंगाच्या गालिच्यावर उठून दिसणारं पांढरं पासकार्ड तिथं पडलेलं त्याला दिसलं. "थँक्स."

ते घेण्यासाठी तो मागे गेला. त्याला वाटलं होतं त्यापेक्षा अधिक तो अस्वस्थ असणार हे उघड होतं. अशा पासकार्डशिवाय 'डिजिकॉम'च्या इमारतींमध्ये कुठेही जाता यायचं नाही. सँडर्स वाकला, त्यानं ते कार्ड उचललं आणि खिशात टाकलं.

तिथंच आधीपासून दुसरं एक कार्ड पडलेलं असल्याचं त्याला जाणवलं. त्याच्या कपाळावर आठ्या. त्यानं दोन्ही कार्डं बाहेर काढून ती पाहिली.

खाली पडलेलं कार्ड त्याचं नव्हतं. दुसऱ्या कोणाचं तरी होतं. आपलं कार्ड कुठलं ते ठरवण्याच्या प्रयत्नात तो क्षणभर थबकला. एकूण रचनेच्या दृष्टीनं या पासकार्डांमध्ये खास असं काही नव्हतं. . . त्यावर होतं फक्त डिजिकॉमचं निळं चिन्ह आणि ठसवलेला प्रत्येकाचा अनुक्रमांक.

त्याला त्याच्या कार्डचा नंबर आठवता यायला हवा होता पण त्याला तो आठवला नाही. त्याच्या कॉम्प्युटरवर तो पाहण्यासाठी सँडर्स घाईघाईनं त्याच्या ऑफिसकडे गेला. त्यानं घड्याळात पाहिलं. चार वाजले होते. मेरेडिथबरोबर ठरलेल्या मिटिंगला अजून दोन तास होते. त्या मिटिंगच्या तयारीसाठी त्याला अजून बरंच काही करायचं होतं. गालिच्याकडे बघत जात असताना त्याचं कपाळ आक्रसलेलं. त्याला उत्पादन अहवाल आणि कदाचित आराखड्याचा तपशीलही मिळवावा लागणार होता. ते तिला कळतीलच याची त्याला खात्री नव्हती. पण कसंही असलं तरी त्या माहितीसह तयारीत असायला हवं होतं. आणखी काय? या पहिल्याच मिटिंगला काहीतरी विसरलेल्या अवस्थेत त्याला जायचं नव्हतं.

पुन्हा एकदा त्याच्या भूतकाळातल्या प्रतिमांमुळे त्याचे विचार भंगले. . . एक उघडलेली सूटकेस. . . पॉपकॉर्नचा बाऊल. . . रंगीत काच असलेली खिडकी. . .

"मग?" एक परिचित आवाज. "तू हल्ली तुझ्या जुन्या मित्रांना ओळख दाखवत नाहीस का काय?"

सँडर्सनं वर पाहिलं. तो काचेच्या भिंती असलेल्या कॉन्फरन्स रूमबाहेर होता. खोलीत त्याला चाकांच्या खुर्चीत पोक काढून बसलेली एक व्यक्ती दिसली. . . नजर सीॲटलच्या क्षितिजावर खिळलेली आणि पाठ सँडर्सकडे असलेली. . .

"हॅलो, मॅक्स," सँडर्स म्हणाला.

मॅक्स डार्फमन तसाच खिडकीबाहेर नजर खिळवून राहिला. "हॅलो थॉमस."

"मी आहे हे तुला कसं कळलं?"

डार्फमनचा उसासा. "जादू असणार. तुला काय वाटतं? जादू?" त्याचा आवाज उपरोधिक होता. "थॉमस, मी तुला बघू शकतो."

"कसं काय? तुला डोक्याच्या मागे डोळे आहेत का काय?"

"नाही, थॉमस. माझ्या डोक्यासमोर प्रतिबिंब आहे. अर्थातच मी तुला या काचेत पाहतोय. मान खाली घालून चाललायस तो एखाद्या पराभूत योद्ध्यासारखा!" डॉर्फमन पुन्हा उसासला आणि त्यानं त्याच्या खुर्चीची चाकं फिरवून खुर्ची मागे वळवली. त्याचे डोळे चमकदार, प्रखर, उपहास करणारे. "तू इतका होतकरू माणूस होतास. आणि आता डोकं खाली घालतोयस?"

सँडर्स त्याला उत्तर देण्याच्या मनःस्थितीत नव्हता. "मॅक्स, आजचा दिवस तितका चांगला नाहीये एवढंच म्हटलेलं बरं."

“आणि तुला ते सगळ्यांना कळायला हवंय? तुला सहानुभूती हवीय?”

“नाही, मॅक्स.” डॉर्फमननं सहानुभूती या कल्पनेची कशी खिल्ली उडवली होती, ते त्याला आठवलं. सहानुभूती हवीशी वाटणारा अधिकारी हा अधिकारीच नाही असं डॉर्फमन म्हणत असे. त्याच्या दृष्टीनं असा अधिकारी एखाद्या स्पंजासारखा असे, काहीतरी निरुपयोगी शोषून घेणारा.

सँडर्स म्हणाला, “नाही, मॅक्स. मी विचार करत होतो.”

“हा. . . विचार करणं. . . मला विचार करायला आवडतं. विचार करणं चांगलं असतं आणि तू विचार कशाचा करत होतास, थॉमस, तुझ्या अपार्टमेंटला असलेल्या रंगीत काचेचा?”

भानावर असूनही सँडर्स चक्रावला. “तुला ते कसं माहीत?”

“जादूही असेल,” डॉर्फमन चीड येईल अशा पद्धतीनं हसला. “किंवा कदाचित मी दुसऱ्यांच्या मनातलं ओळखू शकतो. मी मनातलं ओळखू शकतो असं तुला वाटतं, थॉमस? अशा गोष्टींवर विश्वास ठेवण्याएवढा तू मूर्ख आहेस?”

“मॅक्स, माझी मनःस्थिती ठीक नाहीये.”

“अरेच्या, तर मग मला आवरतंच घेतलं पाहिजे. तुझी मनःस्थिती ठीक नसेल तर मग मला थांबायलाच हवं. काय वाट्टेल ते झालं तरी तुझी मनःस्थिती सांभाळ.” राग येईल अशा प्रकारे त्याने खुर्चीच्या हातावर थाप मारली, “तूच मला सांगितलंस, थॉमस. म्हणून तर तू कशाचा विचार करत होतास, ते मला कळलं.”

“मी तुला सांगितलं? कधी?”

“त्याला नऊ किंवा दहा वर्षं तरी झाली असणार.”

“मी तुला काय सांगितलं?”

“अरे, तुला आठवत नाही? तू अडचणीत आहेस ह्यात काहीच आश्चर्य नाही. आणखी थोडी जमिनीवर नजर लावलेली बरी! एखाद वेळी तुझं भलंही होईल. हो, मला तसंच वाटतं. जमिनीवर नजर लावून ठेव, थॉमस.”

“मॅक्स, बस्स!”

डॉर्फमन त्याच्याकडे बघून हसला. “माझ्या बोलण्याचा राग आला?”

“तू नेहमीच मला चीड आणतोस.”

“अरे हो. तर मग कदाचित आशेला जागा आहे. अर्थातच तुला नव्हे. मला. मी म्हातारा आहे, थॉमस. माझ्या वयात आशेला एक वेगळाच अर्थ असतो. तुला नाही समजायचं. अलीकडं माझं मला कुठं जाताही येत नाही. कोणीतरी मला ढकलावं लागतं. विशेषतः एखादी सुंदर बाई ढकलायला असली तर फारच चांगलं. पण बहुधा सुंदर बायकांना अशा गोष्टी करायला आवडत नाही. म्हणून मी आहे हा असा आहे, कुठलीही सुंदर बाई मला ढकलायला नसलेला... तुझ्यापेक्षा अगदी वेगळा.”

सँडर्सने उसासा टाकला. ''मॅक्स, आपण साधं काहीतरी बोललो तरी चालेल असं वाटतं तुला?''

''वा, काय छान कल्पना आहे,'' डॉर्फमन म्हणाला. ''मला ते फार आवडेल. साधं बोलणं म्हणजे काय असतं?''

''म्हणजे आपण सर्वसाधारण माणसांप्रमाणं बोललो तर?''

''तुला कंटाळा येणार नसेल तर, थॉमस, पण मला काळजी वाटते. म्हाताऱ्या माणसांना कंटाळवाणं होण्याची किती चिंता वाटते, ते तुला माहिती आहे.''

''मॅक्स, रंगीत काचेबद्दल तू बोललास. तुला त्यातून काय म्हणायचं होतं?''

त्यानं खांदे उडवले. ''मी अर्थातच मेरेडिथबद्दल बोलत होतो. दुसरं काय?''

''मेरेडिथबद्दल काय?''

''ते मला कसं माहीत असणार?''

डॉर्फमन खिजवल्यासारखं म्हणाला, ''ह्याबद्दल मला जे माहिताय, ते तू सांगितलंस तेवढंच. आणि तू जे सांगितलं होतंस ते एवढंच की तू कोरिया नाहीतर जपानच्या दौऱ्यावर जायचास आणि परत यायचास तेव्हा मेरेडिथ...''

''टॉम, मी मध्येच बोलतोय ह्याबद्दल क्षमस्व.'' कॉन्फरन्स रूमच्या दारात झुकत सिंडी म्हणाली.

''छे, त्यात काय एवढं,'' मॅक्स म्हणाला. ''ही सुंदर मुलगी कोण, थॉमस?''

''मी सिंडी वूल्फ, प्रोफेसर डॉर्फमन,'' ती म्हणाली, ''मी टॉमचं काम करते.''

''भलताच नशीबवान माणूस!''

सिंडी सँडर्सकडे वळली. ''तुमच्या बोलण्यात व्यत्यय आणल्याबद्दल मला खरंच फार वाईट वाटतंय, टॉम. पण कॉनले-व्हाईटचा एक अधिकारी तुझ्या ऑफिसात आलाय, आणि मला वाटलं, तुला जायचं...''

''हो तर,'' डॉर्फमन लगेच म्हणाला, ''त्याला गेलंच पाहिजे. कॉनले-व्हाईट... हे फारच महत्त्वाचं दिसतंय.''

''एका मिनिटात'' सँडर्स म्हणाला. तो सिंडीला म्हणाला, ''मॅक्स आणि मी जरा महत्त्वाचं बोलत होतो.''

''नाही नाही थॉमस,'' डॉर्फमन म्हणाला, ''आपण जुन्या दिवसांबद्दल तर बोलत होतो. तू गेलेलं बरं.''

''मॅक्स...''

''तुला आणखी बोलायचं असेल, ते महत्त्वाचं आहे असं वाटत असेल तर तू मला येऊन भेट. मी 'फोर सीझन्स' मध्ये आहे. ते हॉटेल तुला माहिताय. तिथलं प्रतीक्षालय भलतंच चकित करणारं आहे. हे एवढं उंच छत, फारच भव्य, विशेषतः म्हाताऱ्या माणसाच्या दृष्टीनं फारच! तेव्हा थॉमस, तू लगेच जा.'' त्याचे डोळे

किलकिले झाले. ''आणि ह्या सुरेख सिंडीला माझ्यापाशीच राहू दे.''

सँडर्स घोटाळला. ''ह्याच्यापासून जपून रहा हं,'' तो म्हणाला. ''तो एक पोचलेला माणूस आहे.''

''शक्य तेवढा.'' डॉर्फमन कर्कश्श खिदळला.

सँडर्स हॉलच्या मार्गाने ऑफिसच्या दिशेने गेला. तो निघाला तेव्हा डॉर्फमनचं बोलणे त्याला ऐकू आले, ''आता हे बघ सुरेख सिंडी, प्लीज मला खाली घेऊन चल. एक गाडी माझ्यासाठी थांबलीय तिथं. आणि जाता जाता, माझ्यासारख्या म्हाताऱ्याची करमणूक करायला तुझी हरकत नसेल, तर मला काही बारीकसे प्रश्न विचारायचेत. ह्या कंपनीत इतक्या रसभरीत गोष्टी घडतायत आणि सेक्रेटरी लोकांना नेहमीच सगळं माहीत असतं. नाही का?''

■

''मि. सँडर्स,'' सँडर्स खोलीत आला तसं जिम डॅली पटकन उठून उभा राहिला. ''बरं झालं, त्यांना तुमचा पत्ता लागला.''

त्यांनी हस्तांदोलन केले. सँडर्सने डॅलीला हाताने बसण्याचा इशारा केला आणि स्वतः आपल्या टेबलामागे जाऊन बसला. सँडर्सला आश्चर्य वाटले नव्हते, गेले बरेच दिवस डॅली किंवा गुंतवणूक करणाऱ्या इतर बँकांपैकी कुणीतरी आपल्याला भेटायला येईल, हे त्याला अपेक्षितच होते. गोल्डमन, सॅक्स बँकेचे लोक, विलिनीकरणाच्या बाबींबाबत कंपनीच्या बऱ्याच विभागातल्या लोकांशी स्वतंत्रपणे चर्चा करत होतेच. बऱ्याचदा त्यांना पार्श्वभूमीची माहिती हवी असायची. उच्च तंत्रज्ञान हा ह्या विलीनीकरणाचा केंद्रबिंदू असला तरी बँकवाल्यांपैकी कुणालाच त्यातलं तितकंसं कळत नव्हतं. डॅली 'ट्विंकल' ड्राईव्हची प्रगती आणि कदाचित 'कॉरिडॉर'बद्दल विचारेल अशी सँडर्सला अपेक्षा होती.

''तुम्ही वेळ काढलात ते बरं झालं,'' डॅली टक्कल पडलेल्या आपल्या डोक्यावर हात घासत म्हणाला. डॅली हा एक अतिशय उंच, काटकुळा असा माणूस होता. बसल्यावर तर तो आणखीनच उंच वाटायचा. ''मला तुम्हाला काही गोष्टी विचारायच्या होत्या, अर्थात अनौपचारिकरीत्या.''

''जरूर.'' सँडर्स म्हणाला.

''मला विचारायचं ते मेरेडिथ जॉन्सनबद्दल,'' डॅली क्षमायाचनेच्या सुरात म्हणाला, ''अं, तुमची हरकत नसेल तर आपण हे संभाषण आपल्यापुरतंच ठेवलेलं मला अधिक आवडेल.''

''ठीक आहे.'' सँडर्स म्हणाला.

डॅलीने आयर्लंड आणि मलेशियातले कारखाने उभारताना सँडर्स आणि फिल

ब्लॅकबर्नमध्ये झालेल्या वादाचा सूचकपणे उल्लेख केला. मग त्या वादातल्या मुद्द्यांच्या पार्श्वभूमीवर डॅलीनं सँडर्सला, 'डिजिकॉम'च्या परदेशातल्या कामकाजात असलेला मेरेडिथचा सहभाग आणि तिच्या आतापर्यंतच्या कामगिरीबद्दलची त्याची प्रतिक्रिया विचारली.

सँडर्सच्या कपाळावर आठ्या, तो आठवू पाहत असलेला. "तिचा फार सहभाग असल्याची मला कल्पना नाही" तो म्हणाला, "दोन वर्षांपूर्वी कॉर्कमध्ये आम्हाला कामगार प्रश्नाला तोंड द्यावं लागलं होतं. तो मिटवण्यासाठी वाटाघाटी करायला गेलेल्या लोकांमध्ये ती होती. कॉम्प्युटरच्या काही भागांच्या आयातीवर बसवलेल्या जकातीसंबंधानं तिनं वॉशिंग्टनमध्ये कायदेमंडळाचं मन वळवलं होतं आणि कौलालंपूरमधल्या नवीन कारखान्याच्या योजना क्युपर्टिनोमधल्या ज्या 'कृती परीक्षण विभागा'नं संमत केल्या होत्या, त्या विभागाची ती प्रमुख होती हे मला माहिताय."

"हो, अगदी बरोबर."

"पण ह्यापलीकडं तिचा सहभाग असल्याची मला कल्पना नाही."

"अं, हो... मला बहुतेक चुकीची माहिती दिली गेली." डॅली खुर्चीत चुळबुळत म्हणाला.

"तुम्हाला काय कळलं?"

"फार तपशिलात न जाता मी एवढंच म्हणेन की तिच्या निर्णयशक्तीबद्दलचा प्रश्न उपस्थित केला गेला होता." डॅलीला मेरेडिथबद्दल एवढं कोणी सांगितलं असेल? गार्विन किंवा ब्लॅकबर्न तर निश्चितच नाही. स्टेफनी कॅपलान? ते निश्चित कळणं अवघड होतं. पण डॅली तर मोठ्या पदावरच्या अधिकाऱ्यांशीच बोलला असणार.

"मला कुतूहल होतं," डॅली म्हणाला, "की तिच्या तांत्रिक निर्णयशक्तीबद्दल तुमची काही मतं आहेत का काय. अर्थातच, खाजगीत बोलताना."

त्याच क्षणी, सँडर्सच्या कॉम्प्युटरच्या पडद्यावरून तीनदा आवाज आला. पडद्यावर एक संदेश झळकला :

थेट व्हिडिओ संपर्कासाठी एक मिनिट आहे.

डीसी / एम-डीसी / एस

प्रेषक : ए. कॅन

प्रति : टी. सँडर्स.

डॅली म्हणाला, "काही बिघाड आहे का?"

"नाही," सँडर्स म्हणाला, "मलेशियाहून माझ्यासाठी व्हिडिओ संदेश येतोयसं दिसतंय."

"मग मी थोडक्यात संपवेन आणि तुम्हाला त्याच्यासाठी मोकळं करेन." डॅली

म्हणाला. "मी तुम्हाला स्पष्टच सांगितलेलं बरं. मेरेडिथ ह्या पदासाठी लायक आहे का नाही ह्यावरून तुमच्या डिव्हिजनमध्ये काही शंका आहेत का?"

सँडर्सने खांदे उडवले. "ती नवी बॉस आहे. कुठल्याही कंपन्या कशा असतात, तुम्हाला माहिताय. नवीन बॉसबद्दल शंका-कुशंका असतातच."

"तुम्ही फारच चतुर आहात. मला म्हणायचंय, तिच्या ज्ञानाबद्दल काही शंका आहेत का?"

"ह्यावर काय म्हणावं ते कळत नाही मला. आपल्या सगळ्यांनाच थोडं थांबून बघावं लागेल" सँडर्स.

"आणि तिनं योजलेले आर्थिक उपाय? तिच्या ह्या खर्च आटोक्यात ठेवायच्या योजना? आणि तोच बिकट प्रश्न आहे ना?"

सँडर्सच्या मनात विचार आला, "खर्च आटोक्यात ठेवण्याच्या कसल्या योजना?"

कॉम्प्युटरच्या पडद्यावरून पुन्हा आवाज आला.

थेट व्हिडिओ संपर्काला तीस सेकंद

-डीसी/एस.

"तुमचा कॉम्प्युटर पुन्हा सुरू झाला." डॅली खुर्चीतून उठत म्हणाला, "मी तुम्हाला मोकळं करतो. वेळ दिल्याबद्दल धन्यवाद, मि सँडर्स."

"काही प्रश्न नाही."

त्यांनी हस्तांदोलन केलं. डॅली वळला आणि खोलीबाहेर पडला. सँडर्सचा कॉम्प्युटर तीनदा झपाट्यानं पाठोपाठ वाजला.

थेट व्हिडिओ संपर्काला पंधरा मिनिटं

-डीसी/एस

तो कॉम्प्युटरच्या मॉनिटरसमोर बसला आणि चेहऱ्यावर प्रकाश येईल अशा पद्धतीने त्याने टेबलावरचा दिवा वळवला. कॉम्प्युटरवरचे आकडे उलटीकडून फिरत होते. सँडर्सने घड्याळात पाहिले. पाच वाजले होते. म्हणजे मलेशियातले आठ. आर्थर बहुधा कारखान्यातून बोलत असणार.

कॉम्प्युटरच्या मध्यभागी एक लहान चौकोन आला आणि बाहेरच्या बाजूने पाठोपाठ मोठा होत गेला. त्याला आर्थरचा चेहरा दिसला आणि त्याच्या पाठीमागे, प्रखर दिव्यांनी उजळलेली असेंब्ली लाईन...नवी कोरी... आधुनिक उत्पादन प्रक्रियेचा अर्क असलेली...दोन्ही बाजूंनी असलेले कामाच्या गणवेषातले कामगार. प्रत्येक कारखान्यात फ्ल्युअरोसेंट दिव्यांचा एक संच होता. त्याची थोडी झगमग कॅमेऱ्यात यायची.

आर्थरने खाकरत हनुवटी चोळली. "हॅलो टॉम, कसा आहेस?" बोलताना

त्याची प्रतिमा किंचितशी अस्पष्ट झाली आणि त्याचा आवाज, उपग्रहांकडे संदेश जाण्याच्या प्रक्रियेमुळे व्हिडिओला थोडा वेळ लागल्याने बरोबर येत नव्हता. पण आवाज लगेचच प्रक्षेपित झाला. पहिले काही सेकंद व्हिडिओचा हा विसंगतपणा फारच विचलित करणारा होता. त्यामुळे हे प्रक्षेपण स्वप्नवत धूसर वाटत होते. पाण्याखाली असलेल्या एखाद्या व्यक्तीशी बोलावे तसेच थोडेसे. मग सवय होते.

"मी छान आहे, आर्थर," तो म्हणाला.

"छान, कंपनीच्या नवीन रचनेचं ऐकून वाईट वाटलं. व्यक्तिशः मला काय वाटतं, ते तुला माहितीच आहे."

"धन्यवाद, आर्थर." मलेशियात आर्थरला लगेच हे कसं कळलं ह्याचं सँडर्सला पुसटसं कुतूहल वाटलं. पण कुठल्याही कंपनीत वदंता झपाट्यानं पसरतात.

"अं, हां... ते असो टॉम, मी इथं कारखान्यात उभा आहे." आर्थर त्याच्या मागे हात दाखवत म्हणाला. "आणि तुला दिसतंय तसं आपलं उत्पादन अजून फार मंदगतीनं चाललंय. जागेवरच केलेल्या तपासण्यांमध्येही काही सुधारणा झालेली नाही. डिझाईन विभागातले लोक काय म्हणतायत? त्यांना कॉम्प्युटर मिळाले का?"

"ते आज आले. मला अजून काही कळलेलं नाहीय. त्यांचं त्याच्यावर अजून काम चालू आहे."

"अं, ठीक आहे आणि कॉम्प्युटर 'निदान विभागा'कडे गेले का?"

"मला वाटतंय तसं. एवढ्यातच गेले."

"हां. ठीक आहे. कारण उष्णताप्रतिबंधक आच्छादन असलेल्या प्लॅस्टिक बॅगांमधून आणखी दहा कॉम्प्युटर्स 'निदान विभागा'कडे पाठवण्याची विनंती 'निदान विभागा'नं आम्हाला केलीय. आणि त्यांनी खास करून हे काम कारखान्याच्या आतच करायला सांगितलंय. उत्पादन विभागातून आल्या आल्या. तुला त्याच्याबद्दल काही माहिती आहे का?"

"नाही, मी हे पहिल्यांदाच ऐकतोय. मी चौकशी करून तुला कळवेन."

"ठीक आहे. कारण मला सांगितलं पाहिजे, हे मला विचित्र वाटलं. म्हणजेच एकाच वेळी दहा कॉम्प्युटर मागितल्याचं. आम्ही हे सगळे कॉम्प्युटर एकदम पाठवले तर कस्टम्स त्याबद्दल शंका घेईल आणि हे कॉम्प्युटरचं आवरण सील करायला कशासाठी सांगितलंय ते लक्षात येत नाहीय. आम्ही नाहीतरी ते प्लॅस्टिकमध्ये गुंडाळूनच पाठवतो. पण सील करत नाही. टॉम, त्यांना ते सील करून का हवे आहेत?" कॅनचा सूर काळजीचा वाटला.

"मला माहिती नाही," सँडर्स म्हणाला. "मी चौकशी करेन त्याची. इथं सगळीकडं युद्धपातळीवर प्रयत्न चालू आहेत एवढंच मला माहिताय. ते ड्राईव्हज

बरोबर काम का करत नाहीयेत ते लोकांना खरंच जाणून घ्यायचंय.''

"आम्हालासुद्धा," आर्थर म्हणाला, "विश्वास ठेव माझ्यावर. आम्हाला वेड लागायची वेळ आलीय."

"तू ड्राईव्हज् कधी पाठवशील?"

"हं, मला आधी तशा पद्धतीनं सील करणारं यंत्र आणावं लागेल. मला बुधवारी पाठवता येईल असं वाटतंय. म्हणजे गुरुवारी तुम्हाला मिळतील."

"चालणार नाही," सँडर्स म्हणाला. "तुला ते आज किंवा फार तर उद्या पाठवावे लागतील. मी सील करणारं यंत्र तुला पाठवू का? मला 'ॲपल' कंपनीतून एखादं मिळू शकेल." 'ॲपल'चा कौलालंपूरमध्ये एक कारखाना होता.

"नको. ही कल्पना चांगली आहे. मी तिथं फोन करेन आणि रॉन मला एखादं यंत्र देऊ शकतोय का ते बघतो."

"छान, जाफरचं काय?"

"चांगलं नाही," कान म्हणाला, "मी एवढ्यातच हॉस्पिटलला फोन केला होता. त्याला पेटके येतायत आणि उलट्याही होतायत. काही खात नाहीये. इथल्या आदिवासी डॉक्टर्सच्या मते हे झपाटण्याशिवाय दुसरं काही नाहीये."

"ते झपाटण्यावर विश्वास ठेवतात?"

"पक्का," आर्थर म्हणाला. "विशेष म्हणजे इथं जादूटोण्याविरुद्ध कायदे आहेत. लोकांना कोर्टात खेचता येतं."

"म्हणजे तो केव्हा परत येईल हे तुला माहिती नाही?"

"कोणीच काही सांगत नाहीये. तो खरंच आजारी आहे, हे तर उघड आहे."

"ठीक आहे, आर्थर. आणखी काही?"

"नाही, मी सील करण्याचं यंत्र मिळवेन आणि तुला जे कळेल ते मला कळव."

"मी कळवेन," सँडर्स म्हणाला आणि प्रक्षेपण संपलं. आर्थरनं निरोपाचा हात केला आणि पडदा रिकामा झाला.

"प्रक्षेपण डिस्कवर मेमरीत ठेवायचे आहे का डिजिटल टेपवर?"

त्याने 'डिजिटल टेप'चे बटण दाबल्यावर हे प्रक्षेपण मेमरीत ठेवले गेले. तो टेबलाच्या इथून उठला. प्रक्षेपण कशाहीबद्दल असले तरी सहा वाजता मेरेडिथबरोबर मिटिंग सुरू होण्यापूर्वी जेवढी माहिती मिळेल तेवढे चांगलेच होते. तो बाहेर सिंडीच्या टेबलापाशी गेला.

सिंडी पाठमोरी होऊन फोनवर हसत होती. तिने मागे नजर टाकली आणि सँडर्सला पाहून हसणे थांबवले. ती म्हणाली, "हे बघ, मला आता जायला हवं."

सँडर्सने तिला ट्विंकलबद्दलचे जास्तीत जास्त उत्पादन अहवाल मिळवायची

सूचना देऊन डॉन चेरीला त्याच्याकडे पाठवायला सांगितले.

तो ऑफिसात परतला. त्याने पाहिले, त्याचा इ-मेलचा निर्देशक लुकलुकत होता. त्याने त्यावरून आलेला संदेश वाचण्यासाठी बटण दाबले. वाट बघत असतानाच टेबलावर पडलेले तीन फॅक्स त्याने पाहिले. त्यांपैकी दोन फॅक्स आयर्लंडहून आलेले नेहमीचे साप्ताहिक उत्पादन अहवाल होते. तिसऱ्यात ऑस्टीनच्या कारखान्याच्या एक छपराच्या दुरुस्तीसाठी लागणाऱ्या सामानाची यादी दिलेली होती. ऑस्टीनचा कारखाना क्युपर्टिनोतल्या 'ऑपरेशन्स' विभागाकडे होता. एडीने ह्या फॅक्सची एक प्रत सँडर्सला ह्यासंबंधीच्या कार्यवाहीसाठी पाठवली होती.

पडदा लुकलुकला, त्याने इ-मेलवरून येणाऱ्या पहिल्या संदेशाकडे पाहिले.

> ''इथं ऑस्टीनमध्ये अचानक 'ऑपरेशन्स' विभागाचा निरीक्षक आलेला आहे. तो सगळ्या नोंदवह्या तपासतोय. त्यामुळे इथले लोक अस्वस्थ आहेत. उद्या आणखीही निरीक्षक येणार आहेत असंही कळलंय. त्यातून होतंय एवढंच की इथं अफवा पसरत आहेत आणि उत्पादन वेग मंदावला आहे. मी इथल्या लोकांना काय सांगू? विलिनीकरण होतंय की नाही?''
>
> – एडी

सँडर्स थांबला नाही. जे चाललं होतं ते एडीला सांगू शकला नाही. पण लगेचच त्याने उत्तर टाईप केले.

> ''निरीक्षक गेल्या आठवड्यात आयर्लंडमध्येही होते. गार्विननं प्रत्येक कंपनीचा आढावा घ्यायला सांगितलंय आणि ते प्रत्येक गोष्ट तपासून पाहत आहेत. तिथल्या सगळ्यांना इकडं लक्ष न देता कामाला लागायला सांग.''
>
> – टॉम

त्याने संदेश पाठवण्याचे बटन दाबले. संदेश लगेच पडद्यावरून दिसेनासा झाला.

''तू मला बोलावलंस?'' डॉन चेरी दारावर टकटक न करता खोलीत आला आणि त्याने स्वतःला खुर्चीत झोकून दिले. त्याने हात एकात एक अडकवून डोक्यामागे घेतले होते. ''बाप रे, काय दिवस आहे का काय? सबंध दुपारभर माझा घाम निघाला.''

''मला सांग.''

''कॉनलेचे काही प्राणी माझ्या इथं आले. ते मला 'रॅम' आणि 'रॉम'मधला

फरक विचारत होते! आणि माझ्या माणसांना त्यांचे हे असले प्रश्न सहन करावे लागले. मला म्हणायचंय काय की माझी माणसं फार डोकेबाज आहेत. त्यांनी ह्या वकील मंडळींसाठी कॉम्प्युटरचे हे प्राथमिक वर्ग चालवून कसं चालेल? तुला हे थांबवता येणार नाही का?''

''कोणीच हे थांबवू शकत नाही,'' सँडर्स म्हणाला.

''एखाद्यावेळी मेरेडिथ थांबवू शकेल,'' चेरी हसत म्हणाला.

सँडर्सने खांदे उडवले. ''ती बॉस आहे.''

''अरे हो! मग... तुला काय विचारायचंय?''

''तुझा 'निदान (Diagnostics) विभाग' ट्विंकल ड्राईव्हवर काम करतोय.''

''खरंय. म्हणजे ल्युईनच्या नाचऱ्या बोटाच्या कलाकार मंडळींनी ड्राईव्हज्ची चिरफाड केल्यावर ड्राईव्हजचे जे काही तुकडे उरलेयत, त्याच्यावर आम्ही काम करतोय. हे ड्राईव्ह आधी 'डिझाईन' विभागाकडे का गेले?''

''तुला काय सापडलंय?'' सँडर्स म्हणाला. ''ह्या ड्राईव्हमध्ये.''

''अजून काहीच नाही,'' चेरी म्हणाला. ''पण काहीतरी सापडण्याची वाट पाहता पाहता काही कल्पना मात्र आम्हाला सुचल्या.''

''त्यासाठी तू आर्थर कानला दहा ड्राईव्ह कारखान्यात सील करून तुझ्याकडं पाठवायला सांगितलंस?''

''अगदी त्यासाठीच.''

''आर्थर त्यावरून जरा विचारात पडला होता.''

''मग?'' चेरी म्हणाला, ''करू दे त्याला विचार. त्याचा फायदाच होईल. त्याचा थिल्लरपणा जरा कमी होईल.''

''मलाही जाणून घ्यायला आवडेल.''

''हे बघ,'' चेरी म्हणाला, ''आमच्या कल्पनांमधून एखाद्या वेळी काही निष्पन्न होणारही नाही. तूर्त आमच्यापाशी आहे ती एक संशयास्पद 'चिप.'

'' 'चिप' वाईट आहे?'' ''तुझ्या मते समस्या लहान आहे का मोठी? मला कळायलाच हवं,'' सँडर्स म्हणाला. ''उद्या मिटिंगमध्ये हा विषय निघणार आहे.''

''हं, तूर्त उत्तर आहे ते एवढंच की आम्हाला माहिती नाही. कारण काहीही असू शकेल.''

''आर्थरला ही समस्या गंभीर वाटत्येय.''

''आर्थरचं बरोबर असेलही. पण आम्ही ती सोडवू. सांगण्यासारखं माझ्यापाशी एवढंच आहे.''

''डॉन...''

''तुला उत्तर हवंय, हे मला समजतंय,'' चेरी म्हणाला. ''पण माझ्यापाशी ते

नाही, हे तुझ्या लक्षात येतंय ना?''

सँडर्सने त्याच्याकडे रोखून पाहिले. ''हे तुला फोनवरूनही सांगता आलं असतं. तू स्वतः का आलास?''

''तू सांगितलंस म्हणून,'' चेरी म्हणाला. ''माझ्यापुढं एक छोटी समस्या आहे. ती नाजूक आहे. लैंगिक छळ वगैरे.''

''आणखी एक? आपल्याभोवती फक्त समस्याच आहेत असं दिसतंय.''

''आपल्याभोवती आणि सगळ्यांच्याच,'' चेरी म्हणाला. ''माझ्या माहितीप्रमाणे 'युनिकॉम' कंपनीत आत्ता चौदा खटले चालू आहेत. 'डिजिटल ग्राफिक्स' कंपनीत त्याहून जास्त. आणि 'मायक्रोसिम'मध्ये, शक्यता आहे. असं असलं तरी ह्यावरचं तुझं मत ऐकायला आवडेल.''

सँडर्सने उसासा टाकला. ''ठीक आहे.''

''हा प्रकार घडला तो माझ्या प्रोग्रॅमिंग करणाऱ्या विभागांपैकी एकात. त्यातले सगळे तसे मोठे म्हणजे पंचवीस ते एकोणतीस वयोगटातले आहेत. फॅक्स मॉडेम गटाची सुपरवायझर एक बाई आहे. ती ह्या विभागातल्या एका माणसाच्या मागे लागलीय. तिला तो चिकणा वाटतो. तो तिच्या मागण्या धुडकावून लावतो. आज ती पुन्हा एकदा जेवणाच्या वेळी पार्किंगच्या जागेत विचारते, तो 'नाही' म्हणतो. ती तिच्या गाडीत बसते, त्याच्या गाडीला धडक देते आणि निघून जाते. कोणीही जखमी झालेलं नसतं आणि त्याला ह्या प्रकाराबद्दल तक्रार करायची नसते. पण प्रकरण जरा हाताबाहेर गेलंय असं वाटल्यानं त्याला घोर लागलेला. तो माझ्याकडं सल्ला मागायला येतो. मी काय करावं?''

सँडर्सच्या कपाळावर आठ्या. ''हे प्रकरण एवढंच आहे असं वाटतं तुला? त्यानं तिला फक्त नकार दिला म्हणून एवढं भडकावं? का त्यानं ती भडकेल असं काही केलं?''

''तो नाही म्हणतो. तो तसा नाकासमोर चालणारा माणूस आहे. थोडा गावंढळच. एवढा काही आधुनिक वगैरे नाहीये.''

''आणि ती बाई?''

''ती भडक डोक्याची आहे, ह्यात शंकाच नाही. ती तिच्या विभागातल्या लोकांवर आरडाओरडा करते. मला तिच्याशी त्याबद्दल बोलावं लागेल.''

''पार्किंगच्या जागेतल्या घटनेबद्दल तिचं काय म्हणणं आहे?''

''माहिती नाही. त्या माणसानं तिच्याशी न बोलण्याची मला विनंती केली. त्याच्या मते तो आधीच संकोचलाय आणि त्याला त्यात आणखी भर घालायची नाहीये.''

सँडर्सने खांदे उडवले. ''तू काय करू शकतोस? लोक अस्वस्थ आहेत. पण

कोणी बोलणार नाही. मला सांगता नाही येणार, डॉन. त्या बाईनं त्याच्या गाडीला धडक दिली असेल तर माझी कल्पना अशी आहे की त्यानंच काहीतरी केलं असणार. अशीही शक्यता आहे की तो तिच्याबरोबर एकदा झोपला आणि पुन्हा तिला भेटणार नाही म्हणून ती आता दुखावलीय. मला तरी तसं वाटतं.''

''माझाही तर्क तसाच असेल,'' चेरी म्हणाला, ''पण अर्थात नसेलही.''

''गाडीचं काही नुकसान?''

''गंभीर काही नाही. मागचे दिवे फुटले. त्याला ही परिस्थिती आणखी बिघडू द्यायची नाहीये. मग, हे प्रकरण सोडून देऊ?''

''त्यानं आरोप दाखल केले नाहीत तर मी तरी सोडून दिलं असतं.''

''तिच्याशी अनौपचारिकपणे बोलू का?''

''मी बोललो नसतो. तू तिच्यावर वाईट वर्तनाचा आरोप ठेवलास– अगदी अनौपचारिकरीत्यासुद्धा-तर त्रासच ओढवून घेशील. तुला पाठिंबा देणारं कोणीच नाहीये. कारण एक शक्यता अशी आहे की तुझ्या माणसानं तिला भडकवण्यासाठी काहीतरी केलं असावं.''

''तो अगदी केलं नाही असं म्हणत असला तरी?''

सँडर्सने उसासा टाकला. ''ऐक डॉन, आपण काही केलं नाही असं ते नेहमीच म्हणतात. मी कधी कोणाला 'माझी तसलीच लायकी आहे' असं म्हणताना ऐकलेलं नाही. तसं कधीच घडत नाही.''

''मग, सोडून द्यावं?''

''त्यानं तुला हा प्रकार सांगितला असं एक टिपण फायलीत लावून ठेव. त्याचं हे कथन, आरोप आहे अशा पद्धतीनं टिपण मांड आणि विसरून जा.''

चेरीने होकारार्थी मान हलवली आणि तो जायला निघाला. दारापाशी तो थांबला आणि त्याने मागे पाहिले, ''मला एक सांग, ह्या माणसानं काहीतरी केलं असणार ह्याची आपल्याला दोघांनाही खात्री का वाटत्येय?''

''ते फक्त शक्यता वर्तवणं आहे,'' सँडर्स म्हणाला. ''आणि आता त्या ड्राईव्हचं तेवढं जमव माझ्यासाठी.''

■

सहा वाजता त्याने सिंडीला 'गुड नाईट' केले आणि ट्विंकल फाईल्स घेऊन तो पाचव्या मजल्यावरच्या मेरेडिथच्या ऑफिसकडे गेला. सूर्य आकाशात अजून वर होता आणि खिडक्यांमधून उन्हाचे कवडसे येत होते. संध्याकाळऐवजी कलती दुपार असल्यासारखं वाटत होतं.

पूर्वी रॉन गोल्डमन बसायचा ते कोपऱ्यातले मोठे ऑफिस मेरेडिथला दिलेले

होते. मेरेडिथसाठी एक सहाय्यिका होती. आपल्या 'बॉस'च्या पाठोपाठ क्युपर्टिनोहून ती इथे आली असणार असे सँडर्सला वाटले.

"मी टॉम सँडर्स," तो म्हणाला, "माझी मेरेडिथ जॉन्सनबरोबर भेट ठरलीय."

"मी बेट्सी रॉस, मि. सँडर्स," ती म्हणाली. तिनं त्याच्याकडे पाहिले. "काही बोलू नका."

"ठीक आहे."

"जो तो काहीतरी बोलतच असतो. मला अगदी वैताग येतो."

"ठीक आहे."

"आयुष्यभर."

"हो ना. बरोबर."

"मी तुम्ही आल्याचं जॉन्सनना सांगते."

■

"टॉम," मेरेडिथने टेबलामागून हात केला. तिच्या दुसऱ्या हातात फोन होता. "आत ये, बस."

तिच्या ऑफिसमधून उत्तरेकडे असलेल्या सीॲटलच्या व्यापारी भागाचा देखावा दिसत होता. तिथल्या स्पेस नीडल, आर्लो टॉवर्स, एस्ओडीओ ह्या इमारती तिथून नजरेत भरत होत्या. दुपारच्या उन्हात शहर अतिशय सुंदर दिसत होते.

"मी बस्स, हे एवढं संपवते" ती पुन्हा फोनवर बोलू लागली. "हो एड, मी आता टॉमबरोबर आहे. आम्ही त्या सगळ्यावर चर्चा करूच. हो, त्यानं कागदपत्रं आणली आहेत त्याच्याबरोबर."

सँडर्सने ड्राईव्हबद्दलची माहिती असलेला फोल्डर वर धरला. तिने टेबलाच्या कोपऱ्यात उघडीच असलेली ब्रीफकेस दाखवली आणि 'तो फोल्डर त्यात ठेव' अशा अर्थी त्याला खूण केली.

ती पुन्हा फोनकडे वळली. 'हो एड, मला वाटतं, आवश्यक ते काम व्यवस्थित पार पडेल आणि काही लपवण्याची वृत्ती तर अजिबात नाहीये... नाही नाही... हं... तुला वाटलं तर उद्या सकाळी पहिल्यांदा ते करू शकतो."

सँडर्सनं फोल्डर ब्रीफकेसमध्ये ठेवला.

मेरेडिथ बोलत होती, "बरोबर एड्, बरोबर. पूर्णपणे," ती टॉमपाशी आली आणि एक नितंब टेबलाच्या कडेवर टेकवून बसली. तसा तिचा निळा स्कर्ट तिच्या मांडीच्या वर सरकला. तिनं पायावर मोठे मोजे घातलेले नव्हते.

"हे महत्त्वाचं आहे यावर सगळ्यांचं एकमत आहे, एड्. हो." तिनं पायाला झोका दिला. तिचा उंच टाचेचा बूट तिच्या बोटांपाशी लोंबकळत राहिलेला. तिनं

सँडर्सकडे पाहून स्मित केलं. त्याला अस्वस्थ वाटून तो थोडा मागे झाला. ''मी तुला आश्वासन देते, एड्. हो, अगदी.''

मेरेडिथनं तिच्यामागे असलेल्या फोनच्या जागी फोन ठेवला... ती टेबलावर मागे ओणवी झालेली, शरीराला वळसे देत... सिल्क ब्लाऊजआड असलेले तिचे स्तन बाहेर डोकावत असलेले... ''हं, हे झालं एकदा.'' ती पुन्हा सामोरी होत बसली आणि तिनं उसासा टाकला. ''ट्विंकल्च्या बाबतीत समस्या असल्याचं कॉनलेच्या लोकांना कळलं. आता मी एड् निकोलसशी बोलत होते. एड् जरा घाईच करत होता. खरं तर, आज दुपारी ट्विंकलच्या संदर्भात आलेला हा तिसरा फोन आहे. कुणाला वाटावं, कंपनीच्या दृष्टीनं ट्विंकलच सर्वस्व आहे. तुला ऑफिस कसं वाटलं?

''फारच छान.'' तो म्हणाला, ''इथून देखावा फार छान दिसतोय.''

''हो, शहरही सुंदर आहे.'' तिनं एका हातावर भार टाकला आणि एक पाय दुसऱ्या पायावर टाकला. त्याचं तिकडे लक्ष गेल्याचं तिनं पाहिलं आणि म्हणाली, ''उन्हाळ्यात मी मोठे मोजे न घालणंच पसंत करते. एक उघडेपणाची भावना मला आवडते. तापलेल्या दिवसात त्यानं इतकं थंड वाटतं!''

सँडर्स म्हणाला, ''आतापासून उन्हाळा संपेपर्यंत वातावरण बरंचसं असंच राहील.''

''तुला एक सांगितलं पाहिजे, हवेची मला भीती वाटते,'' ती म्हणाली, ''म्हणजे, कॅलिफोर्नियानंतर...'' तिनं पुन्हा पाय सुटे केले... तिच्या चेहऱ्यावर स्मित... ''पण तुला इथं राहायला आवडतं, हो ना? तू इथं मजेत आहेस असं वाटतं.''

''हो.'' त्यानं खांदे उडवले. ''पावसाची सवय होते.'' त्यानं तिच्या ब्रीफकेसकडे बोट दाखवलं. ''तुला ट्विंकलच्या प्रश्नावर बोलायचंय?''

'जरूर.' ती टेबलापासून झटकन बाजूला होऊन त्याच्याजवळ येत म्हणाली. तिनं थेट त्याच्या नजरेला नजर भिडवली. ''पण मी तुला एक काम सांगितलं तर तुझी हरकत नाहीये ना? छोटंसं?''

''जरूर सांग.''

तिनं बाजूला पाऊल टाकलं. ''आपल्या दोघांसाठी ग्लासमध्ये वाईन भरून घे प्लीजऽ.''

''ठीक आहे.''

''ती चांगली गार झालीय ना बघ.'' बाजूच्या टेबलावर ठेवलेल्या बाटलीच्या दिशेनं तो गेला. ''मला आठवतंय, तुला नेहमी गार वाईन आवडायची.''

''ते खरंय्.'' तो बाटली बर्फात फिरवत म्हणाला. त्याला आता वाईन एवढी गार आवडत नव्हती पण त्या दिवसात आवडत असे.

''तेव्हा आपण खूप मजा करायचो.'' ती म्हणाली,

''हो.'' तो म्हणाला, ''खूपच.''

''मला तर कधी कधी वाटतं, आपण जेव्हा दोघेही अगदी तरुण होतो आणि काही करायचा प्रयत्न करत होतो, तेच सगळ्यात चांगलं होतं.''

तिला कसं उत्तर द्यावं, कुठल्या पट्टीत बोलावं, या विचारात तो बोलायचा थांबला. त्यानं ग्लासमध्ये वाईन ओतली.

''खरंच.'' ती म्हणाली, ''ते आपले फार छान दिवस होते. मला ते दिवस नेहमी आठवतात.''

सँडर्स मनातल्या मनात म्हणाला, मला कधीच आठवत नाहीत.

तिनं विचारलं, ''टॉम, तुझं काय? तुला आठवतात ते दिवस?''

''अर्थात.'' वाईनचे ग्लास हातात घेऊन तो खोलीच्या दुसऱ्या बाजूला तिच्यापाशी गेला, तिच्या हातात एक ग्लास दिला आणि ग्लास हलकेच एकमेकांवर टेकवून त्यांची किणकिण केली. ''मला आठवतंच. आम्हा पुरुषांना मागचे दिवस आठवत असतातच. तुला माहीत आहे, मी आता एक विवाहित माणूस आहे.''

''हो.'' ती मान हलवत म्हणाली, ''पक्का विवाहित. मला माहीताय. किती मुलं आहेत? तीन?''

''नाही, फक्त दोन.'' तो हसला. ''काही वेळा तीन असल्यासारखं वाटतं.''

''आणि तुझी बायको वकील आहे?''

'हो.' त्याला आता जरा निर्धास्त वाटलं. काय असेल ते असो, त्याची बायको आणि मुलांवर संभाषण सरकल्यामुळे त्याला अधिक निर्धास्त वाटलं.

''एखादा माणूस लग्नच कसं करू शकतो, हेच मला समजत नाही,'' मेरेडिथ म्हणाली, ''मी प्रयत्न केला.'' तिनं हात वर केला. ''त्या हलकटाला आणखी चार पोटगीचे हप्ते दिले की सुटेन मी.''

''तुझं कोणाशी लग्न झालं?''

''कोस्टार कंपनीतला एक अकौंटंट एक्झिक्युटीव्ह. देखणा होता. मजेशीरही. पण तो तद्दन पैशाची हाव असलेला माणूस निघाला. तीन वर्षं मी त्याला पैसे देतेय, आणि तो रात्री तर कुचकामीच होता.''

तो विषय निकालात काढल्यासारखा तिनं हात केला. ''आता इकडे येऊन बस आणि ट्विंकल ड्राईव्हची परिस्थिती कितपत वाईट आहे ते सांग.''

''तुला फाईल हवीय? मी ती तुझ्या ब्रीफकेसमध्ये ठेवली.''

''नको.'' तिनं शेजारी कोचवर थोपटलं. ''तू स्वतःच सांग फक्त.''

तो तिच्याशेजारी बसला.

''तू छान दिसतोस, टॉम.'' ती मागे झुकली. तिनं आपले बूट पायांतून उडवले

आणि उघडी पावलं मोकळी केल्यासारखी हलवली. ''बापरे, भयंकरच दिवस!''

''खूप ताण होता?''

तिनं वाईनचा घुटका घेतला आणि केसांची चेहऱ्यावर आलेली एक बट मागे उडवली. ''लक्ष ठेवण्यासारखं बरंच आहे. आपण एकत्र काम करतोय याचा मला आनंद झालाय. टॉम, या सगळ्यात विश्वास टाकावा असा तूच एक मित्र आहेस असं मला वाटतं.''

''थँक्स. मी प्रयत्न करेन.''

''मग ट्विंकलची परिस्थिती कितपत खराब आहे?''

''हं... तसं सांगणं अवघड आहे.''

''मला सांग तर.''

त्याला वाटलं, सगळं तिच्यासमोर मांडण्याशिवाय काही पर्याय नाही. ''आम्ही ड्राईव्हज्चे अतिशय यशस्वी मूळ नमुने बनवले आहेत, पण कौलालंपूरच्या कारखान्यातून येत असलेले ड्राईव्हज् शंभर मिली सेकंदांच्या जवळपासही येत नाहीयेत.''

मेरेडिथनं उसासा टाकला आणि डोकं नकारार्थी हलवलं. ''का ते कळलंय आपल्याला?''

''अजून नाही. आम्ही काही कल्पनांवर काम करतोय.''

''कारखान्यातला तो विभाग नवीनच सुरू झालाय. हो ना?''

''दोन महिन्यांपूर्वी.''

तिनं खांदे उडवले. ''तर मग या नवीन विभागातल्या समस्या आहेत. त्यात एवढं वाईट काही नाही.''

''पण मुद्दा असा आहे की,'' तो म्हणाला, ''कॉनले-व्हाईट ही कंपनी आपल्या तंत्रज्ञानासाठी विकत घेत आहेत आणि त्यातही विशेषकरून सीडी-रॉम ड्राईव्हसाठी. आज परिस्थिती आहे त्यावरून तरी आश्वासन दिल्याप्रमाणे आपल्याला त्यांना ड्राईव्हज् देणं कदाचित शक्य होणारही नाही.''

''तुला ते त्यांना सांगायचंय?''

''मला काळजी आहे ती अशी की नंतरच्या टप्प्यात त्यांना ते कळून येईल.''

''कदाचित कळेल किंवा कळणारही नाही.'' ती कोचावर मागे झुकली. ''आपला रोख खरंच कशावर आहे ते आपल्याला लक्षात ठेवलं पाहिजे. टॉम, आपण सगळ्यांनी उत्पादनातल्या समस्या भेडसावताना आणि एका रात्रीत नाहीशा होतानाही पाहिलंय. ही तशापैकीच एक परिस्थिती असू शकेल. आपण ट्विंकल विभाग पसरवतोय. काही सुरुवातीच्या समस्या आपल्या लक्षातही आल्या आहेत. तेव्हा त्यात विशेष असं काही नाही.''

''असेलही. पण आपल्याला ते माहिती नाहीये. प्रत्यक्षात कंट्रोलर चिपचीही ही

समस्या असू शकेल. याचा अर्थ आपल्याला त्या पुरवणारा सिंगापूरमधला माणूस बदललायला हवा. किंवा ही कदाचित एखादी अधिक मूलभूत समस्याही असेल. उदा. आराखड्यातलीच समस्या, इथेच निर्माण झालेली.''

''कदाचित,'' मेरेडिथ म्हणाली, ''पण तू म्हणतोस तसं, आपल्याला ते माहिती नाहीये. आणि तर्क करण्याचं काही कारण मला दिसत नाही... या अडचणीच्या वेळी.''

''पण प्रामाणिकपणे सांगायचं तर...''

''ही प्रामाणिकपणाची बाब नाहीये.'' ती म्हणाली, ''ही बाब आहे, ती या सगळ्याच्या मुळाशी असलेल्या वस्तुस्थितीची. तिच्यावर आपण एकेक मुद्दा घेऊन चर्चा करू. आपल्याकडे ट्विंकल ड्राईव्ह आहे हे आपण त्यांना सांगितलंय.''

''हो.''

''आपण एक मूळ नमुना तयार केला आहे आणि त्याची कसून चाचणी घेतलीय.''

'होय.'

''आणि तो नमुना चांगलं काम करतोय. जपानमधून येणाऱ्या अगदी अत्याधुनिक ड्राईव्हच्याहीपेक्षा दुपटीनं तो वेगवान आहे.''

''हो.''

''आपलं ड्राईव्हज्चं उत्पादन सध्या सुरू आहे, हे त्यांना सांगितलंय.''

''हो.''

''झालं तर मग.'' मेरेडिथ म्हणाली, ''कोणालाही माहिती असतं ते सगळं आपण त्यांना निश्चितपणे सांगितलंय. मी तर म्हणेन, आपण करतोय ते प्रामाणिकपणे करतोय.''

''हं, असेलही, पण मला माहिती नाही की आपण...''

''टॉम.'' मेरेडिथनं तिचा हात त्याच्या दंडावर ठेवला. ''मला नेहमीच तुझा सरळपणा आवडायचा. तुझं ज्ञान आणि समस्यांकडे पाहायचा स्पष्ट दृष्टिकोन याचं मला किती कौतुक आहे, ते तुला सांगायचंय. ट्विंकल ड्राईव्हची समस्या दूर होईल अशी मला खात्री का वाटते त्याचं ते सगळ्यात मोठं कारण आहे. आपल्याला माहिती आहे की मूलतः हे उत्पादन चांगलं आहे आणि ते जसं काम करेल असं आपण सांगतोय, तसं ते करतंयही. व्यक्तिशः माझा त्याच्यावर आणि योजनेप्रमाणे त्याचं काम सुरू करण्याच्या तुझ्या क्षमतेवर पूर्णपणे विश्वास आहे आणि ते उद्याच्या मिटिंगमध्ये सांगायला मला काही अडचण वाटत नाही.'' ती थांबली आणि तिनं त्याच्याकडे उत्सुकपणे पाहिलं. ''तुला?''

तिचा चेहरा त्याच्या अगदी जवळ आलेला... तिचे ओठ अर्धस्फुट. ''मला काय?''

"मिटिंगमध्ये ते सांगण्यात काही अडचण आहे?"

तिचे डोळे फिकट निळे होते, जवळजवळ करडेच. तिच्या पापण्या किती लांब आहेत हे जसं तो विसरला होता तसंच तेही. तिचे केस हलकेच तिच्या चेहऱ्याभोवती लहरत होते. तिचे ओठ धनुष्याकृती होते. तिच्या डोळ्यांत एक स्वप्नील भाव होता.

"नाही." तो म्हणाला, "मला काही अडचण नाही."

"छान. मग निदान तो प्रश्न तरी सुटला." ती हसली आणि तिनं तिचा ग्लास पुढे धरला. "हे काम करणार पुन्हा?"

"जरूर."

तो कोचावरून उठला आणि वाईन ठेवली होती तिकडे गेला. ती त्याला न्याहाळत असलेली...

"मला एक छान वाटतं की तू तब्येत छान राखलीयस. तू व्यायाम करतोस?"

"आठवड्यातून दोनदा. तुझं काय?"

"तू नेहमीच तेव्हा लगेच तयार व्हायचास. अगदी छान कडक."

तो वळला. "मेरेडिथ..."

ती खिदळली. "माफ कर, पण मला राहवलं नाही. आपण जुने मित्र आहोत." ती काळजीत पडल्यासारखी, "मी तुला दुखावलं तर नाही, नाही ना?"

"नाही."

"तू कधी टोकाला जाशील याची मी कल्पनाही करू शकत नाही, टॉम."

"नाही. नाही."

"नाही?" ती हसली. "आपण पलंग मोडला होता ती रात्र आठवते?"

त्यानं वाईन ओतली. "आपण तो काही अगदी मोडला नाही."

"हो, मोडलाच होता. तू मला पलंगाच्या खालच्या बाजूला वाकवलं होतंस आणि..."

"मला आठवतं."

"आणि आधी आपण पलंगाचा खालचा कठडा मोडला... मग पलंगाच्या तळाचे तुकडे झाले... पण तरी तुला थांबायचं नव्हतं म्हणून आपण वर सरकलो. आणि मग मी जेव्हा वरचा कठडा पकडला तेव्हा तर सगळंच..."

"मला आठवतं," तिचं बोलणं खंडित करून तिनं तो विषय थांबवावा म्हणून तो म्हणाला, "ते दिवस छान होते. हे बघ, मेरेडिथ..."

"आणि मग ती बाई खालच्या मजल्यावरून हाका मारू लागली. ती म्हातारी बाई आठवते. ती कोणी मेलंय का काय, विचारत होती."

"हो. ऐक. पुन्हा ड्राईव्हज्चं..."

तिनं वाईनचा ग्लास घेतला. "मी तुला अस्वस्थ करतेय. तुला... मी काय

सुचवतेय असं वाटलं?''

"नाही, नाही. तसं काही नाही.''

"छान, कारण खरंच मला तसं काही करायचं नव्हतं. खरंच.'' तिनं त्याच्याकडे काहीतरी मजेशीर पाहिल्यासारखा कटाक्ष टाकला. मग आपली उंच मान दाखवत मस्तक मागे झुकवलं आणि वाईनचा घुटका घेतला, "खरं म्हणजे... आह... आह...'' ती अचानक आक्रसली.

"माझी मान मध्येच आखडते, इथं...'' वेदनेनं अजून डोळे मिटलेल्या अवस्थेतच तिनं तिच्या खांद्याची मानेजवळची बाजू दाखवली.

"मी काय...''

"चोळ फक्त. दाब... तिथं...''

त्यानं त्याचा वाईनचा ग्लास खाली ठेवला आणि खांदा चोळला. "तिथं.''

"हो... आह... दाब... जोरानं.''

त्याला तिच्या खांद्याचे स्नायू शिथिल झाल्यासारखे वाटले. तिनं उसासा टाकला. मेरेडिथनं डोकं हळूच मागे-पुढे वळवलं आणि मग डोळे उघडले. "ओह्... आता बरंच बरं वाटतंय... चोळायचं थांबू नकोस.''

त्यानं चोळणं चालू ठेवलं.

"ओह्, थँक्स. छान वाटतंय. मला हा त्रास होतो. तिथं काहीतरी जोरात लागलं होतं, पण दुखायला लागलं की खरंच...'' तिनं डोकं कितपत दुखतंय त्याचा अंदाज घेतल्यासारखं मागेपुढे वळवलं. "हे तू फार छान केलंस. पण तुझे हात नेहमीच छान फिरायचे, टॉम.''

त्यानं चोळणं चालू ठेवलं. त्याला थांबायचं होतं. त्याला सगळंच अडचणीचं वाटत होतं, तो तिच्या नको इतका जवळ बसलेला, तिला स्पर्श करणं त्याला नकोसं वाटत असलेलं... पण तिला स्पर्श करणं त्याला सुखदही वाटत होतं, हे त्याला चमत्कारिक वाटत होतं.

"किती छान हात,'' ती म्हणाली, "बापरे, माझं लग्न झालं तेव्हा मी सारखी तुझाच विचार करायचे.''

"माझाच विचार केलास तू?''

"खरंच.'' ती म्हणाली, "मी सांगितलं तुला, तो रात्रीच्या बाबतीत विचित्रच होता. ज्याला आपण काय करतोय ते कळत नाही, अशा माणसांचा मला तिरस्कार वाटतो.'' तिनं डोळे मिटून घेतले. "तुला ती अडचण कधीच नव्हती. नाही?''

आणखी सैलावत तिनं उसासा टाकला. आणि मग ती त्याच्यावर भार टाकत असल्यासारखं त्याला वाटलं... त्याचं शरीर हाताच्या स्पर्शानं हळुवार होत असल्यासारखी. ती संवेदना अगदी स्पष्टपणे जाणवणारी होती. लगेच त्यानं तिचा

खांदा चोळणं संपवल्यासारखं मित्रत्वानं एकदा दाबला आणि हात काढून घेतला.

तिनं डोळे उघडले आणि जाणतेपणानं स्मित केलं. ‘‘हे बघ,’’ ती म्हणाली, ‘‘काळजी करू नकोस.’’

तो वळला आणि त्यानं वाईनचा एक घुटका घेतला, ‘‘मी काळजी करत नाहीये.’’

‘‘म्हणजे ड्राईव्हची म्हणतेय मी. आपल्याला खरंच अडचणी येतायत असं वाटलं आणि वरच्या व्यवस्थापनाच्या संमतीची गरज वाटली तर आपण ती मिळवू. पण आत्ताच घाई करायला नको.’’

‘‘ठीक आहे. फारच छान. मला वाटतं, हे बरोबर होईल.’’ पुन्हा एकदा ड्राईव्हवर संभाषण सरकल्यामुळे त्याला आतून सुटल्यासारखं वाटलं. पुन्हा निर्धास्त. ‘‘हे प्रकरण तू नेणार कोणाकडे? थेट गार्विनकडे?’’

‘‘मला तसंच वाटतं. मला अनौपचारिकपणे हाताळायला अधिक आवडेल.’’ तिनं त्याच्याकडे पाहिलं. ‘‘तू बदललायस, नाही?’’

‘‘नाही... मी अजून तसाच आहे.’’

‘‘मला वाटतं, तू बदललायस,’’ तिचं स्मित. ‘‘तेव्हा तू कधी हात फिरवणं थांबवलं नसतंस.’’

‘‘मेरेडिथ,’’ तो म्हणाला, ‘‘आता गोष्ट वेगळी आहे. तू आता डिव्हिजनची प्रमुख आहेस. मी तुझ्यासाठी काम करतोय.’’

‘‘चल. वेड्यासारखं बोलू नकोस.’’

‘‘खरंय हे.’’

‘‘आपण सहकारी आहोत,’’ तिनं ओठांचा चंबू केला. ‘‘खरं तर इथल्या कोणालाच मी तुझ्यापेक्षा श्रेष्ठ आहे असं वाटत नाही. त्यांनी माझ्याकडे प्रशासकीय काम दिलं, एवढंच. आपण सहकारी आहोत, टॉम. आणि मला फक्त मोकळे मित्रत्वाचे संबंध हवे आहेत.’’

‘‘मलाही.’’

‘‘छान. त्या बाबतीत आपलं एकमत आहे, याचा मला आनंद आहे.’’ झटकन ती पुढे झुकली आणि त्याच्या ओठांचं तिनं एक हलकंसं चुंबन घेतलं. ‘‘हं... फार धक्का बसला त्याचा?’’

‘‘अजिबात नाही.’’

‘‘कोणास ठाऊक? एखादे वेळी आपल्याला दोघांना बरोबर मलेशियाला कारखान्याची पाहणी करायला जावं लागेल. मलेशियातले समुद्रकिनारे फार छान आहेत. तू कधी क्वांतानला गेलायस?’’

‘‘नाही.’’

''आवडेल तुला ते.''

''नक्कीच.''

''मी तुला तिथला समुद्रकिनारा दाखवेन. आपण एक-दोन दिवस जास्त काढू. मुक्काम करू. थोडं ऊन अंगावर घेऊ.''

''मेरेडिथ...''

''कोणाला कळण्याची आवश्यकता नाही, टॉम.''

''माझं लग्न झालंय.''

''तू एक पुरुषही आहेस.''

''याचा अर्थ?''

''बापरे टॉऽम,'' ती लटक्या कडकपणानं म्हणाली, ''तू चोरून काही भानगड केली नाहीस असं सांगून मला त्याच्यावर विश्वास ठेवायला लावू नकोस. मी ओळखते तुला, आहे ना लक्षात?''

''तू मला फार पूर्वी ओळखायचीस, मेरेडिथ.''

''माणसं बदलत नाहीत. त्या बाबतीत तर नाहीच नाही.''

''हं... मला वाटतं, बदलतात.''

''चल, काहीतरी बोलू नकोस. आपण बरोबर काम करणार आहोत, थोडी मजा केली– गंमत म्हणून तर कुठे बिघडलं!''

ज्या पद्धतीनं हे सगळं चाललं होतं, त्यातलं काहीच त्याला रुचलं नाही. अडचणीच्या परिस्थितीत ढकलल्यासारखं त्याला वाटलं. तो जेव्हा ''मी आता विवाहित आहे'' असं म्हणाला, तेव्हा त्याला आपण गुदमरल्यासारखं आणि कडक असल्यासारखं वाटलं.

''मला तुझ्या खासगी आयुष्याशी काही घेणं नाहीये.'' ती हळुवारपणे म्हणाली, ''तुझ्या कंपनीतल्या कामाशी फक्त मी बांधील आहे. काम तर काम आणि मौजमजा काही नाही, असं तुझं चाललंय, टॉम. त्याचा त्रास होऊ शकेल हं तुला. हसत-खेळत राहायला हवं.'' ती पुढे झुकली, ''चल, एक छोऽटंसं चुंबन.''

एवढ्यात इंटरकॉम वाजला. ''मेरेडिथ,'' तिच्या सहाय्यिकेचा आवाज.

तिनं चिडखोरपणे भुवया उंचावल्या. ''मी तुला सांगितलं होतं, फोन द्यायचे नाहीत म्हणून.''

''सॉरी, गार्विनसाहेब बोलतायत, मेरेडिथ.''

''ठीक आहे.'' ती कोचावरून उठली आणि ''पण या फोननंतर आणखी फोन द्यायचे नाहीत, बेट्सी.'' असं म्हणत खोलीच्या पलीकडच्या बाजूला असलेल्या तिच्या टेबलाकडे गेली.

''बरं, मेरेडिथ. मला विचारायचं होतं, मी आणखी दहा मिनिटांत निघाले तर

चालेल? माझ्या नव्या अपार्टमेंटच्या संदर्भात मला जागेच्या मालकाला भेटायचंय.''

''हो. तू माझ्यासाठी ते पार्सल आणलंस का?''

''ते इथंच माझ्यापाशी आहे.''

''ते आत घेऊन ये आणि मग तू गेलीस तरी चालेल.''

''थँक यू, मेरेडिथ. गार्विनसाहेब दोन नंबरवर बोलतायत.''

मेरेडिथनं फोन उचलला आणि आणखी वाईन ग्लासमध्ये भरली. ''बॉब,'' ती म्हणाली, ''हं, काय चाललंय?'' तिच्या आवाजातली सहज अनौपचारिकता कानाआड होणं अशक्य होतं.

ती गार्विनशी बोलत होती... तिची पाठ सँडर्सकडे वळलेली... तो कोचावर एकाकी पडल्यासारखा बसलेला... त्याला असंबद्ध निष्क्रीयता आणि आळसटलेपण आल्यासारखं वाटत असलेलं... मेरेडिथची सहाय्यिका, तपकिरी रंगाच्या कागदी पिशवीतून एक पार्सल घेऊन खोलीत आली. तिनं ते पार्सल मेरेडिथला दिलं.

''अर्थात, बॉब,'' मेरेडिथ बोलत होती. ''मी त्यापेक्षा जास्त सहमत होऊ शकलेच नाही. आपण ते नक्कीच व्यवस्थित हाताळू.''

मेरेडिथनं जायला सांगण्याचा इशारा करावा म्हणून थांबलेली तिची सहाय्यिका सँडर्सकडे बघून किंचितसं हसली. त्याला तिथंच कोचावर नुसतं बसून अवघडल्यासारखं वाटलं. तो उठला आणि खिडकीपाशी गेला. खिशातून त्यानं आपला सेल्युलर फोन काढला आणि मार्क ल्युईनचा नंबर फिरवला. नाहीतरी त्यानं ल्युईनला फोन करण्याचं आश्वासन दिलेलं होतंच.

मेरेडिथ बोलत होती, ''तो फार चांगला विचार आहे, बॉब. मला वाटतं. आपण त्यावर काम करायला हवं.''

सँडर्सला त्याच्या फोनचा आवाज ऐकू आला आणि तो एका आन्सरिंग मशीननं घेतला. एक पुरुषी आवाज, ''तुमचा निरोप इथं देऊन ठेवा.'' मग एक इलेक्ट्रॉनिक आवाज.

''मार्क,'' तो म्हणाला, ''मी टॉम सँडर्स बोलतोय. मी ट्विंकलबद्दल मेरेडिथशी बोललोय. तिच्या मते आपल्या उत्पादनाची ही सुरुवातच आहे. आणि आपण हा विभाग वाढवतोय. तिचा दृष्टिकोन असा आहे की ठळकपणे सांगण्यासारख्या काही अडचणी असल्याचं आपण ठामपणे सांगू शकत नाही. आणि म्हणून बँकवाले आणि कॉनले-व्हाईटच्या लोकांपुढे ही परिस्थिती म्हणजे नेहमीची कार्यपद्धती असल्याप्रमाणे मांडायची...''

सहाय्यिका सँडर्सजवळून जाताना त्याच्याकडे पाहून हसली आणि बाहेर गेली.

'... आणि नंतर आपल्याला ड्राईव्हच्या बाबतीत, व्यवस्थापनाचा सहभाग आवश्यक वाटण्यासारख्या अडचणी आल्या तर त्या पुढे हाताळता येतील. मी

तिला तुझी मतं सांगितली आहेत आणि ती आता बॉबशी बोलतेय, तेव्हा उद्या मिटिंगमध्ये आपली ती भूमिका असेल असं गृहित धरायला हरकत नाही...'

ऑफिसच्या दारापाशी सहाय्यिका आली. दाराच्या मुठीतलं कुलूप वळवण्यासाठी ती किंचित थांबली, मग तिच्यामागे दार बंद करून निघून गेली.

सँडर्सच्या कपाळावर आठ्या. बाहेर पडताना तिनं दार कुलुपबंद केलं होतं. तिनं हे केलं ह्या वस्तुस्थितीमुळे नव्हे, तर तो एका योजनेत सापडल्यासारखं त्याला वाटलं म्हणून... ज्यात काय चाललंय ते बाकी सगळ्यांना ठाऊक होतं आणि त्याला काहीच कल्पना नव्हती अशी एक योजनाबद्ध घटना...

'बरं, कसंही असलं तरी मार्क, ह्या सगळ्यात एखादा महत्त्वाचा बदल असेल तर मी उद्या मिटिंगआधी तुझ्याशी संपर्क साधेन आणि...'

''विसर तो फोन,'' मेरेडिथ अचानक त्याच्या अगदी जवळ येत म्हणाली. तिनं त्याचा हात खाली ढकलला आणि ती त्याला बिलगली. तिचे ओठ आवेगाने त्याच्या तोंडाला भिडले. दोघंही चुंबनात मग्न झालेले असताना आपण फोन खिडकीच्या काठावर ठेवत असल्याचं त्याला अस्पष्टसं जाणवलं. बाजूला सरकत ती वळली आणि त्यांनी कोचावर लोळण घेतली.

''मेरेडिथ, थांब...''

''बाप रे, दिवसभर तू मला हवा होतास,'' ती आवेगानं म्हणाली. त्याच्या अंगावर लोळत, एका पायानं त्याच्या अंगाभोवती विळखा टाकत त्याला खाली दाबून धरण्यासाठी तिनं पुन्हा त्याचं चुंबन घेतलं. त्याची अवस्था अडचणीची होती. पण आपण तिला प्रतिसाद देतोय असं त्याला वाटलं. त्याला स्वतःचीच प्रतिमा दिसली. तो कोचावर पडलेला, ऑफिससाठी असलेल्या नेव्ही सूटमधली त्याची बॉस त्याच्या अंगावर अर्धवट स्वार झालेली आणि तो त्यांना एखाद्या व्यक्तीनं बघितलं तर तिला काय वाटेल, ह्या काळजीत... मग तो खरोखरच तिला प्रतिसाद देऊ लागला होता.

तिलाही ते जाणवलं आणि त्यामुळे ती आणखी चेकाळली. श्वास घेण्यासाठी ती किंचित मागे झाली. ''बापरे, तुझ्याबरोबर किती छान वाटतंय. त्या हलकटाचा स्पर्शही मला नकोसा वाटतो. तो बेंगरूळ चष्मा. ओह! मी इतकी तापलेय, किती दिवसात छानदार संभोग केलेला नाही.'' मग पुन्हा त्याचं चुंबन घेत तिनं स्वतःला त्याच्यावर झोकून दिलं. तिचं तोंड त्याच्या तोंडात जसं विलीन होऊ पाहत असलेलं... तिची जीभ त्याच्या तोंडात फिरत होती आणि त्याला वाटलं, ती जशी जीभ ढकलतीय, त्याला तिचा गंध आला आणि त्या गंधानं लगेच आठवणी जाग्या झाल्या.

त्याच्या खालच्या बाजूला पोचून तिथं स्पर्श करता यावा म्हणून तिनं आपलं

शरीर चाळवलं आणि त्याच्या पँटमधून चाचपत असताना ती अस्फुट घुमत होती. त्याच्या पँटच्या चेनपाशी ती चाचपडत राहिली. अचानक त्याच्या मनःचक्षूसमोर परस्परविरोधी प्रतिमा तरळल्या. तिच्याबद्दल त्याला वाटत असलेली लालसा, त्याची बायको आणि मुलं, भूतकाळाच्या आठवणी. सनीव्हेलमधल्या अपार्टमेंटमध्ये तिच्याबरोबरच्या समागमाच्या... पलंग मोडण्याच्या... त्याच्या बायकोच्या प्रतिमा...

"मेरेडिथ..."

"ओऽडह्. बोलू नकोस. नाही! नाही..." तिला खूप धाप लागलेली, तिचं तोंड तालात गोल्डफिश माशाप्रमाणे हलत असलेलं. त्याला आठवलं की ती तसंच करायची. तो आतापर्यंत विसरला होता. त्याला त्याच्या चेहऱ्यावर तिचे उष्ण, जलद श्वास जाणवले, त्यानं तिचे तांबूसलेले गाल पाहिले. तिनं त्याची पँटची चेन उघडली, तिचा हात त्याच्या लिंगावर...

"ओह्" ती त्याचं लिंग दाबत म्हणाली आणि त्याच्या शर्टवर हात फिरवत खाली सरकली.

"ऐक, मेरेडिथ."

"मला करू देना,' ती घोगऱ्या आवाजात म्हणाली. "फक्त एक मिनीट." आणि मग तिचं तोंड त्यांच्या लिंगाला भिडलं होतं. ह्या प्रकारात ती नेहमीच तरबेज होती. त्याच्यावर प्रतिमांची लाट आदळत असलेली... धोक्याच्या ठिकाणी तिला ते ज्या पद्धतीनं करायला आवडायचं ती पद्धत... तो गाडी चालवत असताना... सेल्स कॉन्फरन्सच्या वेळी पुरुषांच्या खोलीत... नेपिलीच्या समुद्रकिनाऱ्यावर रात्री... गुप्त, भावविवश वृत्ती... दबलेली उष्णता... त्याला पहिल्यांदा तिची ओळख करून दिली गेली होती तेव्हा कॉनरेक कंपनीचा एक अधिकारी म्हणाला होता, ती एक निपुण लिंगपिपासू आहे.

आपल्या लिंगावरच्या तिच्या तोंडाच्या जाणिवेनं, अंगातून ताण पसरत गेला तसं आपली पाठ बाकदार झाल्याच्या जाणिवेनं त्याला एकाच वेळी सुख आणि धोक्याची अस्वस्थ संवेदना जाणवली. दिवसभरात एवढं काही घडलं होतं, एवढे बदल घडले होते,... सगळंच इतक्या आकस्मिकपणे घडलं होतं. त्याला आपण कोणाच्या तरी हुकमतीखाली, नियंत्रणाखाली आणि धोक्यात आल्यासारखं वाटलं. तो पाठीवर पडलेला असताना, काय असेल तो असो, त्याला अजून पूर्णपणे न समजलेल्या, लक्षात न आलेल्या एका परिस्थितीला होकार देत असल्याची त्याची भावना झाली होती. नंतर तापच होणार होता. त्याला तिच्याबरोबर मलेशियाला जायचं नव्हतं. त्याला आपल्या बॉसबरोबर प्रकरण होऊ द्यायचं नव्हतं. अगदी एका रात्रीपुरतासुद्धा तिचा संग त्याला नको होता. कारण अशा गोष्टींबाबत नेहमी घडायचं काय की लोकांना, त्यांचा वास लागायचा, वॉटर कूलरपाशी अशी प्रकरणं चघळली

जात, हॉलच्या मार्गानं जाताना गर्भित नजरा पाठलाग करायच्या आणि आता नाहीतर नंतर जोडीदारांना कळायचं. हे नेहमी घडायचं. मग आपटलेली दारं, घटस्फोटाचे वकील, मुलांचा ताबा...

आणि त्याला ह्यातलं काही नको होतं. त्याचं आयुष्य आता व्यवस्थित आखलेलं होतं, सगळं जागच्या जागी होतं. भूतकाळात कधीतरी संबंध आलेल्या ह्या बाईला ह्यापैकी काहीच लक्षात येत नव्हतं. ती मुक्त होती. तो नव्हता.

त्यानं अंग बाजूला घेतलं.

"मेरेडिथ..."

"व्वा, तुझी चव छान आहे."

"मेरेडिथ..."

ती वर सरकली आणि तिची बोटं तिनं त्याच्या ओठांवर दाबून धरली.

"श्शूऽऽ.. मला माहिताय तुला हे आवडतं."

"मला आवडतं," तो म्हणाला, "पण मी..."

"मग करू दे मला."

त्याचं लिंग तोंडात घेतलेल्या अवस्थेतच ती त्याची स्तनाग्रं दाबत त्याचा शर्ट काढत होती. त्यानं खाली पाहिलं... ती त्याच्या पायांवर स्वार झालेली. तिचं डोकं लिंगापाशी झुकलेलं. तिचा ब्लाऊज मोकळा झाला होता. तिचे स्तन मुक्तपणे हेलकावत होते. ती वर सरकली. तिनं त्याचे हात हातात घेऊन खाली ओढले आणि तिच्या स्तनांवर दाबले.

अजून तिचे स्तन घाटदार होते. त्याच्या स्पर्शानं तिची स्तनाग्रं टणक झालेली. ती हुंकारत होती. त्याच्यावर स्वार होताना तिचा देह सळसळत असलेला... त्याला तिची ऊब जाणवली. त्याला कानात एक कंपायमान आवाज ऐकू येऊ लागला. बाकीचे आवाज मंद झाले तशी त्याच्या चेहऱ्यावर एक उन्मादक लाली पसरत चाललेली... खोली आता दूरवर भासत होती. तिथे आता फक्त ही बाई, तिचा देह आणि त्याला तिच्याबद्दल वाटणारी तीव्र इच्छा...

त्या क्षणी संतापाचा उद्रेक झाल्यासारखे त्याला जाणवले. तो जखडला गेला होता, ती त्याच्यावर हुकूमत गाजवत होती ह्या जाणिवेने झालेला पुरुषी संताप... आणि त्याला परिस्थितीवर त्याचे नियंत्रण हवे होते, त्याला तिच्यावर मात करायची होती. तो उठून बसला आणि त्याने तिचे डोके वर उचलत तिचे केस आडदांडपणे पकडले. त्याने आपले शरीर वळवले. तिने त्याच्या डोळ्यांत आतुरतेने पाहिले.

"हो!" ती म्हणाली, आणि त्याला तिच्याशेजारी बसता यावे म्हणून बाजूला झाली. त्याने तिचा हात तिच्या पायांमध्ये सरकवला. त्याला ऊब आणि लेसची अंतर्वस्त्रं जाणवली. त्यानं ती ओढून काढली. ती त्याला मदत करत चुळबुळली.

त्यानं अंतर्वस्त्र तिच्या गुडघ्यापर्यंत ओढलं; मग तिने ते पायाने उडवून लावले. ती हाताने त्याचे केस कुरवाळत होती आणि तिचे ओठ त्याच्या कानापाशी. 'ये' ती आवेगाने कुजबुजली.

तिच्या निळ्या स्कर्टचा तिच्या कमरेभोवती चोळामोळा झाला होता. त्याने तिचा ब्लाऊज जोराने बाजूला ओढत, तिचे स्तन आपल्या उघड्या छातीवर दाबत तिचे जोरात चुंबन घेतले. त्याला अंगभर तिची धग जाणवत होती. तिच्या ओठांमध्ये चापचत त्याने त्याची बोटे फिरवली. ती होकारार्थी मान हलवत असतानाच ते दोघे चुंबनमग्न...ती धापावलेली. मग त्याने आपली बोटे तिच्या खालच्या बाजूला सरकवली.

क्षणभर तो चक्रावला. तिथे ओलसरपणा नव्हता. आणि मग त्याला तेही आठवले... तिची सुरुवात करण्याची पद्धत...तिचे बोलणे आणि शरीर लगेच पेटून उठायचे. पण शरीराचा हा मध्यवर्ती भाग सावकाश प्रतिसाद द्यायचा. त्याच्या उद्दीपनानंतर तिचे अखेरचे उद्दीपन व्हायचे. ती नेहमी त्याच्या तिच्याविषयीच्या लालसेने पेटून उठायची आणि त्याने चेतवल्यावर यायची... कधी काही सेकंदातच पण कधीकधी स्वतः परमोच्चबिंदूकडे जात जात, ती त्याच्यासमोर मागेपुढे होत असताना तो ओसरताना, आपल्याच स्वतःच्या जगात ती हरवलेली असताना, तो ताठर राहण्यासाठी आटापिटा करायचा. त्याला नेहमी एकटे, ती जणू आपल्याला वापरतीय असे वाटायचे. त्या आठवणींनी त्याच्या हालचालीत खंड पडला आणि तिला त्याचे थबकणे जाणवले. त्याचा पट्टा चाचपत, कण्हत तिची जीभ त्याच्या कानात फिरवत तिने त्याला आवेगाने घट्ट धरले. पण आता त्याच्यात तिटकारा उतरत चाललेला... त्याची संतापाची लहर ओसरत चाललेली आणि अनाहूतपणे त्याच्या मनात विचार चमकून गेला : 'हा सगळा ताप सहन करण्याइतका काही हा अनुभव मोलाचा नाहीये.'

पुन्हा त्याच्या भावनांचा रोख बदलला आणि आता एक परिचित संवेदना त्याला जाणवली. एका जुन्या प्रेयसीला भेटायला जाणे, रात्री जेवणाच्या वेळी तिच्याकडे आकर्षित होणे, मग पुन्हा गुंतणे, लालसा वाटणे... आणि अचानक त्या क्षणाच्या उत्तेजनेत, देह बिलगलेले असताना त्या पूर्वीच्या संबंधाशी विसंगत असलेल्या सगळ्या गोष्टी आठवणे, जुने संघर्ष, रात्र आणि चीड पुन्हा उफाळून येणे आणि हा प्रसंग सुरूच करायला नको होता असे वाटणे...अचानक ह्यातून बाहेर कसे पडावे, जे सुरू केलेय ते थांबवावे कसे ह्याचा विचार करणे, पण बहुतेक वेळा त्यातून बाहेर पडण्याचा मार्ग नसायचा.

त्याची बोटे अजून तिच्यात होती आणि ती त्याच्या हातापुढे तिचे शरीर हलवत होती, तो नेमक्या ठिकाणी स्पर्श करेल ह्याची खात्री करून घेतल्यासारखे. ती आता

तिथे अधिक ओलसर झालेली, फुलून येत असलेली... तिने त्याच्यासाठी पाय लांबरुंद फाकवले. ती त्याचे लिंग बोटांनी थोपटत वेगाने श्वास घेत होती.

"बापरे, तुझा हा स्पर्शच मला फार आवडतो," ती म्हणाली. बहुतेक वेळा त्यातून बाहेर पडण्याचा मार्ग नसायचा. त्याचे शरीर ताठर आणि सज्ज झाले होते. तिची टणक स्तनाग्रं त्याच्या छातीवर घासत होती. तिने तिची जीभ त्याच्या कानाच्या पाळीवरून झटकन फिरवून चाटली आणि क्षणात त्याला तिथे राहायचे नव्हते, त्या जागी तिने त्याला लबाडीने आणले होते, ह्या वस्तुस्थितीपेक्षाही तिच्याबद्दलची तप्त आणि संतप्त इच्छा तेवढी व्यापून राहिली. आता तो तिच्याशी संभोग करणार होता. त्याला तिच्याशी समागम करायचा होता. आवेगाने.

तिला त्याच्यातला बदल जाणवला आणि त्याचे चुंबन घेत कोचावर मागे झुकत, कण्हत ती तिची वाट पाहत राहिली. डोके हलवत तिने त्याच्याकडे अर्धस्फुट डोळ्यांनी पाहिले. अजूनही त्याची बोटं योनीवर स्पर्श करत होती, वेगानं, पुन्हापुन्हा...त्यामुळे ती धापावलेली आणि तो वळला, त्यानं तिला खाली कोचावरती पाठीवर लोटले. तिनं स्कर्ट वर ओढला आणि पाय त्याच्यासाठी बाजूला पसरवले. तो तिच्यावर ओणवा झाला आणि ती त्याच्याकडे पाहून हसली...एक जाणते, विजयी स्मित... कसेही असो ती जिंकली होती ही जाणीव. तिची सावध तटस्थता पाहून तो संतापला. त्याला तिला ताब्यात घ्यायचे होते. त्याला स्वतःला भरकटल्यासारखे वाटले होते तसे तो तिला वाटायला लावणार होता. तिच्या चेहऱ्यावरची आत्मसंतुष्ट अलिप्तता घालवून त्याला तिलाही ह्या सगळ्यात ओढायचे होते. त्यानं तिचा गुह्यभाग फाकवला पण तो आत शिरला नाही... बोटे फिरवत, तिला चिडवत स्वतःला रोखून धरलं.

त्याची वाट पाहत पाहत तिने पाठीची कमान केली, "नाही, नाही प्लीज..."

अजूनही तो तिच्याकडं पाहत थांबून राहिला. त्याचा राग आला होता तसाच शांतपणा धूसर होत चाललेला...त्याचे मन दुसरीकडे वळत असलेले...मनातल्या जुन्या अढ्या जाग्या होत असलेल्या...कठोर स्वच्छपणाच्या त्या क्षणात त्याने स्वतःला त्या खोलीत पाहिलं... पँट गुडघ्यापर्यंत ओघळलेला, एक धापा टाकणारा मध्यमवयीन विवाहित पुरुष...अगदीच लहान असलेल्या, एका ऑफिसमधल्या कोचावर एका बाईच्या अंगावर ओणवा झालेला...त्याचे चालले होतं तरी काय?

त्याने तिच्या चेहऱ्यावर नजर टाकली...ज्या पद्धतीने डोळ्याच्या कोपऱ्यांशी, तोंडाभोवती तिचा मेकअप विस्कटला होता. ते पाहिले...

ती त्याच्या खांद्यावर हात ठेवून त्याला तिच्याकडे ओढत होती. 'ओह, प्लीज...नाही...नाही' आणि मग तिने डोके बाजूला केले आणि ती खोकली.

त्याच्यात काहीतरी हलले. तो थंडपणे मागे बसला. "तुझं बरोबर आहे." तो

कोचवरचा उठला आणि त्यानं पँट वर घेतली. "आपण हे करता कामा नये."

ती उठून बसली. "तू काय करतोयस?" ती गोंधळल्यासारखी वाटली, "मला जेवढं हे हवंय, तेवढंच तुलाही हवंय. तुला माहिताय, तुला हवंय."

"नाही," तो म्हणाला. "आपण हे करता कामा नये, मेरेडिथ." तो त्याचा पट्टा बांधत होता. मागे पावले टाकत...

तिने त्याच्याकडे गोंधळून अविश्वासाने पाहिले. एखाद्याला झोपेतून उठवल्यावर पाहावे तसे..."तू हे गंभीरपणे बोलत नाहीयेस."

"ही चांगली गोष्ट नाही. मला हे ठीक वाटत नाही."

आणि मग तिच्या डोळ्यांत अचानक त्वेष उतरला. "हलकट."

ती झपाट्याने कोचावरून उठली...ती त्याच्याकडे वेगाने येत, मुठी आवळून त्याला जोराने मारत असलेली. "नालायक! हलकट!" तिचे तडाखे चुकवत तो शर्टची बटने लावायचा प्रयत्न करत होता.

तो वळला तशी ती त्याच्याभोवती फिरली. त्याचे हात धरत त्याला बटने लावता येऊ नयेत म्हणून शर्ट जोरात ओढत असलेली.

"तू माझ्याशी असं करू शकत नाहीस!"

शर्टची बटने निघाली. तिने त्याला ओरखाडले तशी त्याच्या छातीवर खालपर्यंत मोठे लाल ओरखडे उठले. तिला टाळत फक्त तिथून बाहेर पडण्यासाठी तो वळला... कपडे व्यवस्थित करून बाहेर जाण्यासाठी...ती त्याच्या पाठीवर मुठी आपटत राहिली.

"तू मला असं सोडून जाऊ शकत नाहीस."

"जाऊ दे, मेरेडिथ," तो म्हणाला, "संपलंय आता सगळं."

"खड्ड्यात जा." तिने आश्चर्य वाटावे असा जोर लावून त्याला खाली खेचत त्याचे मूठभर केस पकडले आणि त्याचा कान जोराने चावला. चढत जाणारी वेदना त्याला तीव्रतेने जाणवली. त्याने तिला जोराने बाजूला ढकलले. ती तोल जाऊन मागच्या बाजूला कोसळली. काचेच्या कॉफी टेबलवर आदळली आणि खाली अस्ताव्यस्त होऊन पडली.

ती तिथेच धापा टाकत बसली, "हलकट..."

"मेरेडिथ, मला आता एकटं राहू दे." तो पुन्हा शर्टची बटने लावत होता. त्याच्या मनात एकच विचार होता : इथून बाहेर पड. तुझ्या वस्तू घे आणि इथून बाहेर पड. त्याने जाकिट चाचपले, मग त्याचा खिडकीच्या चौकटीतला फोन त्याला दिसला.

तो कोचाला वळसा घालून गेला आणि त्याने फोन उचलला. तोच त्याच्या डोक्याजवळ खिडकीवर वाईनचा ग्लास येऊन आदळला. त्याने मागे पाहिले. ती

खोलीच्या मध्यभागी आणखी काहीतरी फेकण्यासाठी वस्तू शोधत उभी असलेली दिसली.

"मी संपवून टाकेन तुला" ती म्हणाली. "खरंच, मी मारून टाकेन तुला.''

"झालं एवढं पुरे आहे, मेरेडिथ'' तो म्हणाला.

"खड्ड्यात जा.'' तिने त्याच्या दिशेने एक लहान कागदी पिशवी फेकली. ती काचेवर आपटून खाली फरशीवर पडली. त्यातून कंडोमचे एक खोके बाहेर पडले.

"मी घरी जातोय'' तो दाराकडे वळला.

"बरं झालं!'' ती म्हणाली. "तू तुझ्या बायकोकडे जा आणि तुझ्या चिल्लर कुटुंबात जा.''

त्याच्या डोक्यात धोक्याच्या घंटा घणघणल्या. तो क्षणभर थबकला.

"हो,'' ती त्याला थबकलेलं पाहून म्हणाली. "मला तुझी खडान्खडा माहिती आहे, गाढवा! तुझी बायको तुझ्याबरोबर झोपत नाही म्हणून तू इथं येऊन मला भुलवलंस, चेतवलंस आणि मला टाकून जातोयस, जंगली! बायकांना असं वागवतात असं वाटतं तुला? हरामखोर.''

त्याचा हात दाराच्या मुठीकडे गेला.

"तू मला सोडून गेलास तर संपलास म्हणून समज!''

त्याने मागे पाहिले आणि झोके खात टेबलावर झुकताना ती दिसली. त्याला वाटले, तिला वाईन चढली असावी.

"गुड नाईट, मेरेडिथ'' तो म्हणाला. त्याने दाराची मूठ फिरवली, मग दार कुलूपबंद केल्याचे त्याला आठवले. त्याने कुलूप उघडून दार उघडले आणि मागे न बघता तो बाहेर पडला.

"ह्याबद्दल मी तुला खलास करेन'' मेरेडिथ त्याच्यामागे म्हणाली.

सफाई करणाऱ्या बाईने ते ऐकले आणि सँडर्सकडे टक लावून पाहिले. त्याने नजर दुसरीकडे वळवली आणि तो सरळ लिफ्टपाशी आला. त्याने बटन दाबले. क्षणभराने, त्याने जिना उतरून खाली जायचे ठरवले.

■

विन्स्लोला परतणाऱ्या फेरी बोटीच्या डेकवरून सँडर्स मावळत्या सूर्याकडं टक लावून पाहत होता. संध्याकाळ शांत होती. वारा जवळजवळ नव्हताच. पाण्याचा पृष्ठभाग गडद स्थिर. त्यानं मागं पडलेल्या शहरात उजळलेल्या दिव्यांकडे पाहिलं आणि जे घडलं होतं, त्याचं गांभीर्य अजमावण्याचा प्रयत्न त्यानं केला.

नदीच्या एका किनाऱ्यापासून दुसऱ्या किनाऱ्यापर्यंत पसरलेल्या पुलाच्या काँक्रिटच्या करड्या क्षितिजामागून वर डोकावणाऱ्या डिजिकॉमच्या इमारतीचे वरचे मजले त्याला

फेरीवरून दिसत होते. त्यानं मेरेडिथच्या ऑफिसची खिडकी ओळखण्याचा प्रयत्न केला. पण आधीच तो खूप दूरवर आलेला होता.

नदीवरून पुन्हा घराकडे आपल्या कुटुंबात, रोजच्या सवयीच्या दिनक्रमाप्रमाणे तो परतत होता. पण त्याआधीच गेल्या तासाभरात घडलेल्या घटनांनी एक आभासयुक्त रूप धारण करायला सुरुवात केली होती. ते घडले होते ह्यावरच विश्वास ठेवणे त्याला अवघड वाटले. नेमकी त्याची चूक कुठे झाली होती ते शोधण्याचा प्रयत्न करत त्या घटना मनातल्या मनात पुन्हा पुन्हा आठवत राहिला. हा सगळा त्याचा दोष होता, त्याच्याकडून मेरेडिथची कुठल्यातरी महत्त्वाच्या बाबतीत दिशाभूल झाली होती, ह्याबाबत त्याची खात्री झाली. नाहीतर मेरेडिथ त्याच्या मागे लागली नसती. ह्या सगळ्या घटनाचक्राने त्याला अवघडल्यासारखे झाले होते, आणि कदाचित तिलाही. त्याला अपराधी वाटत होते, क्लेश होत होते आणि भवितव्याबद्दलची आत्यंतिक अस्वस्थताही. आता काय घडेल? ती काय करेल?

त्याला अंदाजसुद्धा करता आला नाही. मग त्याला कळून चुकलं की, तो तिला खरं तर ओळखतच नव्हता. कधीकाळी ते प्रेमिक होते, पण ते फार पूर्वी केव्हातरी. आता ती एक नव्या जबाबदाऱ्या अंगावर असलेली नवीन व्यक्ती होती. त्याला अनोळखी असलेली.

संध्याकाळ नरम असली तरी त्याला गारठा असल्यासारखं वाटलं. तो मागे फेरीबोटीत गेला. एका बूथमध्ये बसला आणि सुसानला फोन करण्यासाठी त्यानं फोन काढला. त्यानं बटनं दाबली. पण दिवा लागला नाही. बॅटरी बंद पडली होती. क्षणभर तो गोंधळला, बॅटरी दिवसभर चालू राहायला हवी होती. पण ती बंद पडली होती.

जणू त्याच्या दिवसाचा अगदी समर्पक असा शेवट झाला होता.

फेरीबोटीच्या इंजिनाचा घरघराट जाणवत असतानाच तो बाथरूममध्ये उभा राहिला आणि त्याने आरशात पाहिले. त्याचे केस विस्कटले होते, त्याच्या ओठांवर एक आणि मानेवर एक असे लिपस्टिकचे दोन फिकट डाग दिसत होते, शर्टची दोन बटने दिसेनाशी झाली होती आणि त्याचे कपडे चुरगळले होते. नुकताच बलात्कारातून उठल्यासारखा तो दिसत होता. कान पाहण्यासाठी त्याने डोके वळवले, ती जिथे चावली होती तिथे एक लहानसा काळानिळा चट्टा उठलेला. त्याने शर्टची बटने काढली आणि छातीवरून खाली खोल, लाल समांतर रेषेत गेलेल्या ओरखड्यांकडे पाहिले.

बापरे!

सुसानपासून हे त्याला कसे लपवता येणार होते?

त्याने कागदी टॉवेल भिजवले आणि लिपस्टिक पुसून काढली. केस व्यवस्थित बसवले. शर्टचा बराचसा भाग झाकून घेत स्पोर्ट कोटची बटने लावून घेतली.

मग तो बाहेर गेला. खिडकीपाशी असलेल्या जागेवर बसला आणि शून्यात पाहत राहिला.

"काय, टॉम?"

त्याने वर पाहिले तर बेनब्रिजचा त्याचा शेजारी जॉन पेरी दिसला. सीॲटलमधल्या मर्लिन, हॉवर्ड ह्या सगळ्यात जुन्या कायद्याच्या फर्ममध्ये पॅरी वकील होता. तो सहजपणे न आवरता येणाऱ्या उत्साही लोकांपैकी एक होता आणि सँडर्सला त्याच्याशी बोलण्याची फारशी इच्छा नव्हती. पण पेरी त्याच्यासमोरच्या खुर्चीवर ठाण मांडून बसला.

"कसं काय चाललंय?" पेरीनं आनंदानं विचारलं.

"फारच छान," सँडर्स म्हणाला.

"माझा दिवस भलताच मस्त गेला."

"हे ऐकून बरं वाटलं."

"फारच मस्त," पेरी म्हणाला, "आम्ही एक खटला लढवला आणि तुला सांगतो, आम्ही त्यांची पक्की ठासली."

"मस्तच" सँडर्स म्हणाला. तो खिडकीबाहेर नजर खिळवून राहिलेला...त्याला वाटले, पेरी त्यापासून बोध घेईल आणि इथून कटेल.

पण पेरी ढिम्म हलला नाही. "हो... आणि खटलाही तसा अवघड होता. आम्हा सगळ्यांचा घाम काढणारा," तो म्हणाला. "टायटल सात, फेडरल कोर्ट. मायक्रोटेक कंपनीत काम करणारी एक बाई अशील आहे. आपण बाई असल्यामुळं आपल्याला प्रमोशन मिळालं नाही, असा तिचा दावा होता. खरं सांगायचं तर खटल्यात दम नव्हता. कारण ती प्यायची वगैरे. इतरही अडचणी होत्या. पण आमच्याकडे लुईस फर्नांदिझ म्हणून एक बाई आहे आणि ह्या 'भेदभावांच्या' खटल्यांच्या बाबतीत ती भलतीच जबरदस्त आहे. आमच्या अशीलाला जवळजवळ पाच लाख डॉलर्स द्यायला तिनं ज्यूरीला भाग पाडलं. तिच्याकडे आलेल्या गेल्या सोळा खटल्यांपैकी चौदा खटले तिनं जिंकले आहेत. वागायला गोड आणि शांत आहे. पण आतून बर्फ आहे बर्फ! तुला सांगतो, कधीकधी मला ह्या बायकांची भयंकर भीती वाटते."

सँडर्स काही बोलला नाही.

■

तो घरी पोचला तेव्हा घर शांत झालं होतं. मुलं आधीच झोपलेली. सुसान

नेहमीच मुलांना लवकर झोपवायची. तो जिना चढून वरच्या मजल्यावर गेला. त्याची बायको पलंगावर वाचत बसलेली...तिच्या कायदेविषयक कामाच्या फायली आणि कागद चादरीवर पसरलेले. त्याला पाहिल्यावर ती पलंगावरून उठली आणि त्याला आलिंगन देण्यासाठी आली. नकळत त्याचं शरीर ताठरलं.

"मला खरंच वाईट वाटलं, टॉम," ती म्हणाली.

"आज सकाळी जे झालं त्याबद्दल मला वाईट वाटलं आणि ऑफिसमध्ये जे घडलं त्याचंही," तिनं तिचा चेहरा उंच केला आणि त्याच्या ओठांचे एक हलकेसे चुंबन घेतले. अवघडल्यासारखा तो बाजूला वळला. मेरेडिथने लावलेल्या सेंटचा वास तिला येईल अशी भीती त्याला वाटली किंवा...

"आजच्या सकाळवरून तुझं डोकं कामातून गेलं असेल ना?" तिनं विचारलं.

"नाही," तो म्हणाला, "खरंच नाही. दिवस खूप गडबडीत गेला एवढंच."

"विलिनीकरणासंबंधी खूप मिटिंग झाल्या?"

"हो," तो म्हणाला, "आणि उद्या आणखी आहेत. एकूण प्रकार बराच चमत्कारिक आहे."

सुसाननं होकारार्थी डोकं हलवलं. "असणारच. एवढ्यातच ऑफिसमधून तुला फोन आला होता. कोणा मेरेडिथ जॉन्सनकडून."

त्याने आपला आवाज सहज ठेवण्याचा प्रयत्न केला. "अस्सं?"

"हं. दहा मिनिटं झाली," ती पुन्हा पलंगावर बसली. "पण ती आहे कोण?" ऑफिसमधल्या एखाद्या बाईनं फोन केला की सुसानला नेहमीच संशय यायचा.

सँडर्स म्हणाला, "ती नवी व्हाईस प्रेसिडेंट आहे. त्यांनी एवढ्यातच तिला क्युपर्टिनोहून आणलं."

"मला आश्चर्य वाटलं... ती मला ओळखत असल्यासारखीच बोलली."

"तुम्ही कधी भेटला असाल असं मला वाटत नाही." ह्यावर आणखी काही बोलावं लागणार नाही अशी आशा करत तो वाट बघत थांबला.

"बरं," ती म्हणाली, "ती फारच मोकळी वाटली. तिनं तुला सांगायला सांगितलंय की उद्या साडेआठला विलिनीकरणासाठी आवश्यक असलेल्या कामासंबंधीची मिटिंगची तयारी व्यवस्थित झालीय आणि तेव्हा ती तुला भेटेल."

"बरं. छान"

त्याने त्याचे बूट भराभर काढले आणि शर्टची बटने काढायला सुरुवात केली. पण मग थांबला. तो वाकला आणि त्यानं बूट उचलले.

"तिचं वय काय आहे?" सुसानने विचारले.

"मेरेडिथचं? मला तशी कल्पना नाही. पण पस्तिशीच्या आसपास असेल. का?"

"सहज, कुतूहल वाटलं."

"मी शॉवर घ्यायला जातोय," तो म्हणाला.

"ठीक आहे," तिनं तिची कायदेशीर टिपणं उचलली आणि वाचण्यासाठी लावलेला दिवा नीट करत ती पुन्हा पलंगावर बसली.

तो जायला निघाला.

"तू ओळखतोस तिला?" सुसाननं विचारलं.

"मी तिला भेटलोय आधी. क्युपर्टिनोमध्ये."

"ती इथं काय करतीय?"

"ती माझी नवी बॉस आहे."

"ती तीच आहे तर."

"हो," तो म्हणाला, "तीच ती."

"गार्विनच्या गोटातली बाई ती तीच ना?"

"हो. तुला कोणी सांगितलं? ॲडलेनं?" मार्कची बायको– ॲडले ल्युईन सुसानच्या जवळच्या मैत्रिणींपैकी एक होती.

तिने होकारार्थी डोके हलवले. "मेरी ॲननंही फोन केला होता. आज फोन सतत खणखणतच होता."

"असणारच."

"मग गार्विन तिच्याबरोबर झोपतो का काय?"

"कोणालाच माहिती नाही," तो म्हणाला. "साधारण मत असं आहे की गार्विनचं तसं काही नाहीये."

"पण तुला हे पद देण्याऐवजी त्यानं तिला का आणावं?"

"मला कल्पना नाही, सू."

"तू गार्विनशी बोलला नाहीस?"

"सकाळी तो मला भेटायला आला. पण मी तेव्हा नव्हतो ऑफिसमध्ये."

तिनं मान हलवली. "तुला धक्का बसला असेल. का तू नेहमीसारखाच समंजस आहेस?"

"नाहीतरी मी काय करू शकतो?" त्यानं खांदे उडवले.

"तू कंपनी सोडू शकतोस," ती म्हणाली.

"अशक्य."

"त्यांनी तुला डावललं. तुला सोडायला नको?"

"दुसरी नोकरी लगेच मिळण्याएवढी सध्याची अर्थव्यवस्था चांगल्या स्थितीत नाहीये. आणि मला आता एक्केचाळिसावं चालू आहे. पुन्हा सगळं पहिल्यापासून सुरू करण्याची मला इच्छा नाहीये. शिवाय, ते टेक्निकल डिव्हिजनचे शेअर्स

विकायला काढून कंपनी पब्लिक करणार आहेत असं फिलनं बजावलंय. मी प्रमुखपदावर नसलो तरी त्या नव्या कंपनीत मला अजूनही महत्त्व असेल.''

''आणि त्यानं काही तपशील सांगितले का?''

त्यानं होकारार्थी मान हलवली. ''ते आम्हाला वीस हजार शेअर्स देतील आणि आणखी पन्नास हजार शेअर्स घेता येतील. नंतर पुढच्या प्रत्येक वर्षाला आणखी पन्नास हजार शेअर्स घेता येऊ शकतील.''

''केवढ्याला?''

''साधारणपणे शेअरला पंचवीस सेंटस्.''

''आणि बाजारात त्याची किंमत किती असेल? पाच डॉलर्स?''

''कमीत कमी. शेअर बाजार आता तेजीत घेतोय. मग, समज, तो दहा डॉलर्सपर्यंत जाईल. नशीब फळफळलंच तर वीससुद्धा होऊ शकतील.''

क्षणभर शांतता. ती आकडेमोडीच्या बाबतीत पटाईत असल्याचं त्याला ठाऊक होतं.

त्यानं ही आकडेमोड बऱ्याचदा केली होती. कमीतकमीचा अंदाज धरला तरी सॅंडर्सला त्याच्या जास्तीच्या शेअर्समधून घरावरचं कर्ज एकरकमी फेडता येणार होतं. पण जर शेअर्सचे भाव प्रचंड तेजीत आले तर होणारा फायदा हा खऱ्या अर्थानं अफलातून असा असणार होता. साधारण पन्नास लाख ते एकशेचाळीस लाख डॉलर्सच्या दरम्यान. त्यामुळेच एखाद्या तांत्रिक कंपनीत काम करणाऱ्या प्रत्येकाचं कंपनी 'पब्लिक' व्हावी हे एक स्वप्न होतं.

तो म्हणाला, ''माझं म्हणशील तर त्यांनी कुठल्याही टिकोजीला डिव्हिजनच्या प्रमुखपदी आणलं तरी मी अजून निदान दोन वर्षं तरी तिथंच राहीन.''

''तुझं तिच्याशी पटतं का?''

तो किंचित थांबला. ''सांगता नाही येणार. मी शॉवर घ्यायला जातोय.''

''ठीक आहे'' ती म्हणाली. त्याने मागे पाहत तिच्याकडे नजर टाकली. ती पुन्हा तिची टिपणं वाचू लागली होती.

■

शॉवर घेऊन झाल्यावर त्यानं बेसिनवर असलेल्या चार्जर युनिटला फोन जोडून ठेवला. त्यानं आरशातल्या आपल्या प्रतिबिंबाकडं पाहिलं. छातीवरचे ओरखडे शर्टखाली झाकले गेले होते. पण अजूनही त्याला मेरेडिथनं तिच्या अंगाला लावलेल्या सेंटच्या वासाची चिंता वाटत होती. त्यानं गालांवर आफ्टर-शेव्ह उडवलं.

मग तो त्याच्या मुलाच्या खोलीत त्याला बघायला गेला. मॅथ्यू अंगठा तोंडात

ठेवून मोठ्याने घोरत होता. त्याने पांघरूण पायाने उडवून दिले होते. सँडर्सने हळूच ते पुन्हा नीट वर ओढून घेतले आणि त्याच्या कपाळाचा पापा घेतला.

नंतर तो एलायझाच्या खोलीत गेला. आधी त्याला ती दिसलीच नाही. तिला अलीकडे चादरी आणि उशांच्या ढिगात शिरून झोपायची सवय लागली होती. तो दबकत दबकत आत आला आणि एक छोटा हात पसरताना आणि त्याच्या दिशेने हलताना त्याला दिसला. तो पुढे आला.

"लायझे, तू का झोपली नाहीस?" तो कुजबुजला.

"मी स्वप्न पाहत होते," ती म्हणाली. पण ती घाबरलेली वाटली नाही.

तो पलंगाच्या कडेला बसला आणि त्याने तिचे केस थोपटले. "कसलं स्वप्न?"

"एका प्राण्याचं."

"ओहोहो..."

"तो प्राणी खरं म्हणजे राजपुत्र होता पण एका चेटकिणीनं त्याच्यावर मोठी जादू केलेली असते."

"अच्छा? ..." त्याने तिचे केस थोपटले.

"त्यामुळे राजपुत्राचा एक भयानक प्राणी झाला."

ती तो चित्रपट इत्थंभूत सांगत होती.

"बरोबर," तो म्हणाला.

"का?"

"मला माहिती नाही, लायझे. ती गोष्ट आहे."

"कारण त्यानं खूप थंडीत तिला आसरा दिला नाही म्हणून?" पुन्हा तिचे ते वर्णन. "त्यानं का नाही दिला आसरा, डॅड?"

"मला ठाऊक नाही." तो म्हणाला.

"कारण त्याच्या मनात प्रेम नव्हतं," ती म्हणाली.

"लायझे, आता झोपायची वेळ झाली."

"मला आधी एक स्वप्न द्या, डॅड."

"ठीक आहे... तुझ्या पलंगावर एक सुंदर रुपेरी ढग तरंगतोय, आणि... तो रात्रभर तुझ्यावर लक्ष ठेवणार आहे."

"आणि तुम्हीसुद्धा."

"हो. आणि मीसुद्धा." त्याने तिच्या कपाळावर ओठ टेकवले आणि भिंतीकडे तोंड करण्यासाठी तिने कूस बदलली. खोलीतून बाहेर पडताना ती मोठ्याने अंगठा चोखताना त्याला ऐकू आले.

तो पुन्हा बेडरूममध्ये गेला आणि पलंगावर जाण्यासाठी त्याने बायकोची

कायदेशीर टिपणे बाजूला सारली.

"ती अजून जागी होती का?" सुसानने विचारले.

"मला वाटतं, झोपेल ती आता."

ती त्याच्या टी शर्टवरून काही बोलली नाही. त्याने पांघरूण घेतले आणि एकदम त्याला थकल्यासारखे वाटले. उशीला टेकून तो पसरला आणि त्याने डोळे मिटून घेतले. सुसान पलंगावरून तिची टिपणे उचलत असल्याचे त्याला जाणवले आणि क्षणभराने तिने दिवा मालवला.

"अं," ती म्हणाली, "तुझा वास छान येतोय."

ती तिचे तोंड त्याच्या मानेवर घुसळत त्याला बिलगली आणि तिने पाय त्याच्या अंगावर टाकला. तिचे हे प्रास्ताविक नित्याचेच होते आणि त्यामुळे त्याला नेहमी चिडल्यासारखे व्हायचे. तिच्या जड पायाच्या वजनाने दडपून गेल्यासारखे त्याला वाटायचे.

तिने त्याच्या गालावर थोपटले. "आफ्टर-शेव्ह माझ्यासाठी लावलंयस?"

"ओह्, सुसान..." आपला थकवा जरा जास्तच दाखवत त्याने उसासा टाकला.

"कारण त्याच्यामुळे काम होतं," ती खिदळत म्हणाली. चादरीखालून तिने आपला हात त्याच्या छातीवर ठेवला. तो खाली सरकत टी शर्टखाली जात असल्याची त्याला जाणीव झाली.

अचानक त्याचा संताप उफाळला. तिला झाले होते काय? ह्या गोष्टींची जाण तिला कधीच नव्हती. नेहमी नको त्या वेळी आणि नको त्या ठिकाणी ती त्याला चेतवू पाहायची. हात खाली घेऊन त्याने तिचा हात पकडला.

"काही बिनसलंय का?"

"मी खरंच दमलोय, सू."

ती थांबली. "दिवस वाईट होता ना?" तिने सहानुभूतीने विचारले.

"हं, फारच."

ती ढोपरावर भार देत उठून बसली आणि त्याच्या अंगावर झुकली. एका बोटाने तिने त्याच्या खालच्या ओठावर टिचक्या मारल्या.

"मी तुला जरा खुलवायला नकोय?"

"मला खरंच नकोय."

"अगदी थोडंसुद्धा नको?"

त्याचा पुन्हा उसासा.

"नक्की?" तिने चिडवत विचारले. "खरंच, अगदी नक्की?" आणि मग चादरीखाली सरकू लागली.

हात खाली घेऊन त्याने दोन्ही हातांमध्ये तिचे डोके घेतले. ''सुसान, प्लीज बस्स.''

ती खिदळली, ''आत्ता फक्त साडेआठ वाजलेयत. तू एवढा काही दमलेला नसणार.''

''मी दमलोय.''

''मी नक्की सांगते, तू दमलेला नाहीयेस.''

''सुसान, पुरे झालं! माझी मनःस्थिती ठीक नाहीये.''

''ठीक आहे, ठीक आहे.'' ती त्याच्यापासून बाजूला झाली. ''पण तुला आज जर रस नाहीये तर तू आफ्टर-शेव्ह का लावलंस मला समजत नाहीये.''

''आत्ता पुरे!''

''खरं सांगायचं तर अलीकडे आपण क्वचितच काही करतो.''

''त्याचं कारण तुझे नेहमीचे दौरे,'' त्याच्या तोंडून नकळत वाक्य निसटलं.

''मी 'नेहमी दौऱ्यावर' जात नाही.''

''आठवड्यातून दोन रात्री तू नसतेसच.''

''त्याला 'नेहमी दौरे करणं' म्हणत नाहीत. आणि शिवाय तो माझ्या कामाचा एक भाग आहे. मला वाटलं होतं तू माझ्या कामात मला उत्तेजन देशील.''

''ते मी देतोच आहे.''

''तक्रार करणं म्हणजे उत्तेजन देणं नव्हे.''

''प्लीज, हे बघ,'' तो म्हणाला, ''तू गावाबाहेर असतेस तेव्हा मी घरी लवकर येतो, मुलांची जेवणं करतो, तुला काळजी वाटू नये म्हणून मी काही गोष्टींची काळजी घेतो...''

'' 'कधीतरी','' ती म्हणाली, ''आणि कधीकधी तू ऑफिसमध्ये उशिरापर्यंत थांबतोस तेव्हा मुलं तेवढा सगळा वेळ कॉन्सुएलाच्या ताब्यात असतात...''

''पण माझीही नोकरी आहे...''

''मग 'मी काळजी घेतो'ची टकळी लावू नकोस,'' ती म्हणाली. ''मी जेवढी घरात असते त्याच्या जवळपासही तू घरी नसतोस. दोन कामं सांभाळतेय ते मी आणि बहुतेक वेळा तू जगातल्या सगळ्या पुरुषांसारखंच तुला हवं तेच करतोस.''

''सुसान...''

''कधी तरी सहा महिन्यांनी तू घरी येतोस आणि फार मोठ्ठा काही तरी त्याग केल्याचा आव आणतोस.'' ती उठून बसली आणि तिने पलंगाशेजारचा दिवा लावला. ''मला माहिती असलेली प्रत्येक बाई कुठल्याही पुरुषापेक्षा जास्त काम करते.''

''सुसान, मला भांडायचं नाहीये.''

“तर सगळा दोष माझाच आहे ना! सगळ्या अडचणी आहेत त्या माझ्यामुळे! सगळे पुरुष असलेच!”

तो दमलेला होता, पण रागामुळे अचानक उत्साह आल्यासारखे त्याला वाटले. एकदम त्याला अंगात शक्ती संचारल्यासारखे वाटले. पलंगावरून उठून तो येरझारा घालू लागला. “पुरुष असण्याशी ह्याचा काय संबंध आहे? आता पुन्हा तू किती दडपली जात्येयस हे मला ऐकवणार आहेस का?”

“ऐक तर मग,” ती ताठ बसत म्हणाली. “बायकांची पिळवणूक होतेच होते. ही वस्तुस्थिती आहे.”

“असं? तुझ्यावर काय जुलूम झालाय? तू कधीच ढीगभर कपडे धूत नाहीस. ना कधी स्वयंपाक करतेस, की कधी झाडलोटही करत नाहीस. हे सगळं तुझ्यासाठी करणारं कोणीतरी तुझ्या दिमतीला आहे. मुलांना शाळेत न्यायला आणि शाळेतून आणायला तुझ्यापाशी कोणीतरी आहे. वर पुन्हा तू एका वकिली फर्ममध्ये भागीदार आहेस. हा तुझ्यावरचा चांगलाच जुलूम म्हटला पाहिजे.”

ती आश्चर्याने त्याच्याकडे डोळे विस्फारून पाहत होती. का ते त्याला माहिती होते : सुसानने ह्याआधी बऱ्याचदा तिचे हे दडपशाहीविरुद्धचे भाषण केले होते आणि त्याने कधी तिला विरोध केला नव्हता. काळ जात होता तसे त्याच्या पुनरावृत्तीने त्यांच्या लग्नातली ती एक स्वीकृत बाब होऊन गेली होती. आता मात्र तो मतभेद व्यक्त करत होता. रूढ होऊ पाहत असलेले नियम बदलत होता.

“माझा विश्वास बसत नाहीये. मला वाटलं होतं, तू वेगळा आहेस.” तिने तिच्या चतुर नजरेने बारकाईने त्याच्याकडे पाहिले. “ह्याचं कारण तुला मिळणारं पद एका बाईला मिळालं, हो ना?”

“आता ह्यापुढचा आपला विषय काय आहे, नाजूक पुरुषी अहंकार?”

“हे खरंय, हो ना? तुला धडकी भरलीय!”

“नाही, बिलकुल नाही. सगळा बकवास आहे हा. इथं एवढा नाजूक अहंकार आहे कोणाला? तुझाच अहंकार एवढा नाजूक आहे की मी पलंगावर पडल्यावर तुला नकार दिला तर भांडण उकरून काढल्याशिवाय तो तुला पचवता येत नाही.”

सँडर्सच्या ह्या बोलण्याने ती एकदम बोलायची थांबलीच. त्याने लगेच हे ओळखले; ती निरुत्तर झाली होती. ती तिथेच त्याच्याकडे कपाळावर आठ्या घालून बघत बसलेली, तिचा चेहरा ताणलेला.

“छेः!” तो म्हणाला आणि खोलीतून बाहेर पडण्यासाठी वळला.

“तू हे काय भांडण उकरून काढलंस?” ती म्हणाली.

तो मागे वळला. “मी नाही उकरून काढलेलं.”

“हो, तूच! माझ्या दौऱ्यांवरून तूच सुरवात केलीस.”

“नाही. तू आपण सेक्स करत नसल्याबद्दल तक्रार करत होतीस.”

“मी फक्त टिप्पणी करत होते.”

“छे! वकील बाईशी कधी लग्न करू नये.”

“आणि तुझा अहंकार नाजूक आहे.”

“सुसान, तू नाजूकपणाच्या गोष्टी करतेस? म्हणजे तू इतकी आत्मकेंद्रित आहेस की डॉक्टरकडे नटूनथटून जायचं म्हणून तू आज सकाळी आकांडतांडव केलंस.”

“अच्छा, असं आहे तर, माझ्यामुळे तुला उशीर झाला म्हणून तू अजून उखडून आहेस तर! काय आहे काय? तुला उशीर झाला म्हणून प्रमोशन मिळालं नाही असं वाटतं तुला?”

“नाही,” तो म्हणाला. “मी...”

“तुला प्रमोशन मिळालं नाही,” ती म्हणाली, “कारण गार्विननं ते तुला दिलं नाही. तू तुझा खेळ पाहिजे तेवढा चांगला खेळला नाहीस आणि दुसरं कोणीतरी तुझ्यापेक्षा चांगलं खेळून गेलं म्हणून. एक बाई तुला वरचढ ठरली.”

रागावून, थरथरत, अवाक् होऊन तो झपाट्याने वळला आणि खोलीबाहेर पडला.

“ठीक आहे, जा, जा,” ती म्हणाली. “निघून जा. तू नेहमी तेच करतोस. निघून जा. खिळल्यासारखा उभा राहू नकोस. टॉम, तुला ऐकणं जड जातंय. पण हे खरं आहे. तुला प्रमोशन मिळालं नाही त्याचा दोष बाकी कोणाचा नाही तर फक्त तुझाच आहे.”

आणखी काही पुढे ऐकण्याच्या आतच त्याने धाडकन् दार आपटले.

■

तो स्वयंपाकघरात अंधारात बसून राहिला होता. फ्रीजची घरघर सोडली तर त्याच्याभोवती सगळे शांत होते. स्वयंपाकघराच्या खिडकीतून, फरच्या झाडांच्या राईमधून दूरवर पाण्यावर पसरलेले चांदणे त्याला दिसत होते.

सुसान खाली येईल का काय असे त्याला वाटले, पण ती आली नाही. तो उठला आणि येरझाऱ्या घालू लागला. थोड्या वेळाने आपण काही खाल्लेले नाहीये, ह्याची त्याला जाणीव झाली. त्याने फ्रीझच्या उजेडात डोळे किलकिले करत फ्रीज उघडून आत पाहिले. फ्रीज मुलांसाठी असलेले पदार्थ, व्हिटॅमिन्स, ज्यूसचे डबे आणि औषधाच्या बाटल्यांनी भरलेला होता. त्याने एखादे चीज नाही तर बीअर मिळते का ते बघण्यासाठी त्या वस्तू चाचपून पाहिल्या. सुसानच्या ‘डाएट कोक’शिवाय त्याला काही सापडले नाही.

छे! त्याला वाटले, आता पूर्वीसारखे राहिले नाही. तेव्हा त्याचा फ्रीज ‘फ्रोजन’

पदार्थ, वेफर्स आणि चिक्कार बीअरच्या बाटल्यांनी भरलेला असायचा. त्याचे लग्न झाले नव्हते त्या दिवसांत.

त्याने 'डाएट कोक' बाहेर काढला. आता एलायझानंही हा कोक प्यायला सुरवात केली होती. मुलांनी अशी पेयं प्यायलेलं त्याला नको होते, त्याने सुसानला अनेक वेळा तरी सांगितलेले होते. त्यांना पौष्टिक पदार्थच द्यायला हवे होते. संपूर्ण आहार. पण सुसान कायम व्यग्र असायची आणि मोलकरणीचे लक्ष नसायचे. मुले काहीही सटरफटर खायची. हे बरोबर नव्हते. त्याला अशा पद्धतीने वाढवलेले नव्हते.

खायला काही नव्हते. त्याच्या स्वतःच्या त्या फ्रीजच्या डबड्यात! आशेने त्याने एका डब्याचे झाकण उघडून पाहिले. त्यात भाजलेल्या दाण्याचा लगदा आणि जेली असलेले अर्धवट खाल्लेले एक सँडविच होते. त्यावर एका बाजूला एलायझाच्या छोट्या दातांच्या खुणा उमटल्या होत्या. त्याने सँडविच बाहेर काढले आणि ते किती शिळे असेल ह्याचा अंदाज घेत उलटसुलट करून पाहिले. त्यावर त्याला बुरशी आढळली नाही.

काय पण खाणे आपले, त्याला वाटले. टी-शर्टमध्ये, तिथेच उभे राहून, फ्रीजच्या दाराच्या दिव्याच्या उजेडात त्याने एलायझाचे राहिलेले सँडविच खाल्ले. ओव्हनच्या काचेत पडलेल्या स्वतःच्याच प्रतिबिंबाने तो दचकला. त्याच्या मनात आले : विशेष अधिकार असलेला 'पितृसत्ताक' व्यवस्थेचा आणखी एक सदस्य घरावर सत्ता गाजवत आहे.'

बाप रे, त्याला वाटले, बायकांच्या डोक्यात ही असली भंकस आली कुठून?

त्याने सँडविच संपवले आणि हाताला लागलेला चुरा पुसून टाकला. भिंतीवरच्या घड्याळात सव्वानऊ वाजले होते. सुसान लवकर झोपायची. भांडण मिटवण्यासाठी ती आता येणार नाही हे उघड होते. सहसा ती भांडण मिटवायचीच नाही. ते त्याचे काम होते. तो शांतता प्रस्थापित करणारा होता. त्याने दुधाचा पॅक उघडला आणि त्यातून तो दूध प्यायला. मग तो पॅक त्याने पुन्हा जाळीच्या शेल्फवर ठेवून दिला. त्याने दार बंद केले. पुन्हा अंधार.

तो बेसिनपाशी गेला, हात धुतले आणि ते डिश पुसायच्या टॉवेलने पुसले. थोडेसे खाल्ल्यावर आता त्याचा मनातला राग निवळत चालला. थकव्याने त्याला वेढून टाकले. त्याने खिडकीबाहेर पाहिले. आणि झाडांमधून त्याला ब्रेमरटॉनच्या दिशेने पश्चिमेकडे जाणाऱ्या फेरीबोटीचे दिवे दिसले. ह्या घराबद्दलच्या त्याला ज्या गोष्टी आवडायच्या, त्यातली एक म्हणजे हे घर तुलनेने तसे एका बाजूला होते. त्याच्याभोवती थोडी मोकळी जमीन होती. मुलांसाठी ही जागा छान होती. मुले वाढत असताना पळायला, खेळायला त्यांच्यासाठी जागा हवी.

त्याने जांभई दिली. ती आता नक्कीच खाली येत नव्हती. सकाळपर्यंत

त्यासाठी थांबावे लागणार होते. ते कसे घडणार, हे त्याला माहिती होते : आधी तो उठणार होता, मग तिच्यासाठी कॉफीचा कप तयार करून तिला पलंगावर नेऊन देणार होता. मग तो 'सॉरी' म्हणणार होता आणि तिलाही वाईट वाटत असल्याचे तिचे उत्तर. त्यांचे आलिंगन आणि मग कामावर जाण्यासाठी कपडे घालायला तो जाणार होता. आणि भांडण मिटणार होते, ते असे.

तो पुन्हा अंधारलेल्या जिन्यावरून दुसऱ्या मजल्यावर गेला आणि त्याने बेडरूमचे दार उघडले. सुसानच्या श्वासोच्छ्वासाची संथ लय त्याला ऐकू आली.

त्याने पलंगावर अंग टाकले आणि तो कुशीवर वळला. मग तो झोपी गेला.

■■■

मंगळवार

सकाळपासून पाऊस पडत असलेला. फेरीबोटीच्या खिडक्यांवर मुसळधार पाऊस तडतडत आदळत राहिलेला. सँडर्स पुढच्या दिवसभराचा विचार करत कॉफी घेण्यासाठी रांगेत उभा होता. डोळ्याच्या कोपऱ्यातून त्याने डेव्ह बेनेडिक्टला त्याच्याकडे येताना पाहिले आणि तो पटकन वळला. पण तोपर्यंत उशीर झाला होता. बेनेडिक्टने त्याला हात केला. आज सकाळीच सँडर्सला डिजिकॉमबद्दल बोलायचे नव्हते.

शेवटच्या क्षणी, त्याला आलेल्या फोनमुळे तो वाचला : त्याच्या खिशातला फोन वाजायला लागला. फोनवर बोलण्यासाठी तो बाजूला वळला.

''टॉमी,'' ऑस्टीनहून एडी लार्सनचा फोन होता.

''काय खबर, एडी?''

''क्युपर्टिनोहून इथं पाठवलेला तो तपास अधिकारी तुला माहिताय? बरं मग ऐक तर : आता तब्बल आठ तपास अधिकारी इथं आले आहेत. डलासमधल्या जेन्कीन्स, मॅके ह्या स्वतंत्र अकौंटिंग फर्ममधून. झुरळांच्या पुंजक्यासारखे ते सगळ्या नोंदवह्या तपासतायत. आणि सगळ्या म्हणजे अक्षरशः सगळ्या : येणी, देणी, जमा, खर्च, दिवस-वर्षवार, सगळं. आणि आता ते वर्षाप्रमाणे असे मागे एकूणनव्वद पर्यंत चाललेयत.''

''हं! सगळा पसारा घालत?''

''तू विश्वास ठेवशील तर बरं! इथं मुलींना बसून फोन घ्यायचे म्हटले तर बसायलासुद्धा जागा नाहीये. त्यात एक्याण्णवच्या आधीची सगळी कागदपत्रं गावातल्या गुदामात आहेत. आम्ही त्या कागदपत्रांच्या नकला दिल्या तर ते म्हणतात, त्यांना मूळ कागदपत्रं हवी आहेत. त्यांना साली नुसती कागदपत्रं हवी आहेत. आणि ते

आम्हाला हुकूम सोडताना मारे डोळे गरागरा फिरवतात आणि ऑफिस डोक्यावर घेतात. आम्ही चोर, कोणीतरी फसवणारे असल्यासारखेच आम्हाला वागवतात. हे अपमानास्पद आहे.''

''हे बघ,'' सँडर्स म्हणाला, ''थोडी कळ काढ. ते म्हणतील ते तुला करावंच लागेल.''

''मला एकच गोष्ट सतावतीय,'' एडी म्हणाला, ''ती म्हणजे, आज दुपारी आणखी सात जण येतायत. कारण ते कारखान्यातल्या एकूण एक वस्तूंची यादीही करतायत. ऑफिसांमधल्या फर्निचरपासून ते कारखान्यातल्या एअर हँडलर आणि हीट स्टँपरपर्यंत सगळं. मला विचारशील तर राहिलेल्या दिवसभर आम्हाला कारखाना बंदसुद्धा ठेवावा लागेल.''

सँडर्सच्या कपाळावर आठ्या. ''ते सगळ्या वस्तूंची यादी करतायत?''

''आज सकाळी, जेन्कीन्सच्या माणसांपैकी एक जण आला आणि मला विचारलं, 'छतावरच्या खिडक्यांना काच कशा प्रकारची बसवलीय' म्हणून. मी म्हटलं, 'कशा प्रकारची काच?' मला वाटलं, माझी फिरकी घेतोय का काय. तर म्हणतो, 'हं, ही काच कॉर्निंग २४७ आहे का २४७/९' किंवा असंच काहीतरी. त्या यूव्ही (Ultra-violet) काचेच्याच वेगळ्या प्रकारच्या काचा आहेत कारण यूव्हीमुळे कारखान्यातल्या चिप्सवर परिणाम होऊ शकतो. यूव्ही काचेचा चिप्सवर परिणाम होतो, हे मी कधी ऐकलेलंसुद्धा नाहीये. तर तो म्हणतो, 'हो, तुमचे वर्षातले उन्हाचे दिवस २२० पेक्षा जास्त असतील तर खरी समस्या येईल.' तू कधी ऐकलंयस त्याबद्दल?''

सँडर्स खरे म्हणजे एडी लार्सनचे बोलणे ऐकतच नव्हता. गार्विन किंवा कॉनले-व्हाईटच्या लोकांपैकी कोणी तरी कारखान्यातल्या वस्तूंची यादी करायला सांगावी ह्याचा अर्थ काय असावा, ह्याचा तो विचार करत होता. साधारणतः कारखाना विकायची योजना असेल तर यादी आवश्यक असते. मग स्थावर मिळकतीचे हस्तांतरण करण्याच्या वेळी एकूण किमतीचा अंदाज येण्यासाठी अशी यादी करावीच लागते आणि...

''टॉम, ऐकतोयस ना?''

''मी ऐकतोय.''

''म्हणून मी ह्या माणसाला म्हटलं, मी तसलं कधी ऐकलं नाही. यूव्ही आणि चिप्सबद्दल. वर्षानुवर्षं आपण फोनमध्ये चिप्स बसवतोय, कधीच काही प्रश्न उद्भवला नाही. आणि मग तो म्हणतो कसा, 'अंहं, बसवलेल्या चिप्सवर नाही यूव्हीचा परिणाम होत, तुम्ही चिप्सचं उत्पादन करत असाल तर होतो.' मी म्हटलं, 'आम्ही ते इथं करत नाही, तर तो म्हणतो, 'मला माहिती आहे' म्हणून मला

कुतूहल आहे : आपण कुठली काच वापरलीय ह्याची उठाठेव ह्याला कशाला? टॉमी? ऐकतोयस ना? हे प्रकरण आहे काय?'' लार्सन म्हणाला. ''संध्याकाळपर्यंत पंधरा माणसं आमच्या उरावर बसणार आहेत. आता ही गोष्ट नेहमीचीच आहे असं सांगू नकोस मला!''

''ही गोष्ट नेहमीच्यातली असल्यासारखी वाटत नाही.''

''एकूण असं वाटतंय की ते कारखाना चिप्स तयार करणाऱ्या कोणाला तरी विकणार आहेत. तशासारखं वाटतंय.''

''कबूल. तशासारखंच वाटतंय.''

''असं काही घडणार नाही असं तू सांगितलंयस, असं मला वाटलं होतं. टॉम : लोक इथं अस्वस्थ आहेत. आणि मी त्यांच्यातलाच एक आहे.''

''मला समजतंय ते.''

''म्हणजे मला म्हणायचंय, मला लोक विचारतायत. कुणी नुकतंच घर विकत घेतलंय, कुणाच्या बायकोला दिवस गेलेयत, कुणाला आता मूल होणार आहे आणि म्हणून त्यांना सगळं जाणून घ्यायचंय. मी त्यांना काय सांगायचं?''

''एडी, मला काही माहिती नाहीये.''

''बापरे! टॉम, तू डिव्हिजनचा प्रमुख आहेस.''

''मला कल्पना आहे. मी कॉर्कशी बोलून बघतो, अकौंटंट लोकांनी तिथं काय केलंय ते बघू दे. ते गेल्या आठवड्यात तिथं गेले होते.''

''मी तासाभरापूर्वीच कॉलिनशी बोललो. 'ऑपरेशन्स' विभागानं तिथं दोन माणसं पाठवली. एका दिवसाकरिता. अगदी व्यवस्थित. आमच्या इथल्यासारखं नाही.''

''ठीक आहे,'' सँडर्स म्हणाला. त्याने उसासा टाकला. ''मला ह्यात लक्ष घालू दे.''

''टॉमी,'' एडी म्हणाला. ''मला, सगळं स्पष्ट सांगायलाच पाहिजे तुला. तुला अजून काही माहिती नाहीये, ह्याची मला काळजी वाटते.''

''मलासुद्धा,'' सँडर्स म्हणाला. ''मलासुद्धा.''

त्याने फोन बंद केला. मग सँडर्सने स्टेफनी कॅपलानला फोन लावला. ऑस्टीनमध्ये काय चाललेय, ते तिला माहिती असण्याची शक्यता होती आणि त्याला वाटले, ती त्याला त्याबाबत काही सांगू शकेल. पण तिच्या सहाय्यिकेने सांगितले, कॅपलान आता सकाळच्या बाकी वेळासाठी ऑफिसमधून बाहेर पडली होती. त्याने मेरी ॲनला फोन लावला तर तीही गेलेली होती. मग 'फोर सीझन्स हॉटेल'ला फोन लावून मॅक्स डॉर्फमनची चौकशी केली. तिथल्या ऑपरेटरने डॉर्फमनचा फोन चालू असल्याचे सांगितले. मॅक्सला दिवसभरात नंतर भेटायची नोंद त्याने मनातल्या

मनात केली. कारण एडी सांगत होता, ते बरोबर असेल तर सँडर्सला अंधारात ठेवण्यात आले होते. आणि ते काही चांगले नव्हते.

तोपर्यंत, कॉनले-व्हाईटबरोबरच्या सकाळच्या मिटिंगच्या समारोपाच्या वेळी ऑस्टीनचा कारखाना बंद करण्याचा विषय त्याला मेरेडिथपाशी काढता येणार होता. सध्या तरी त्याला जे सगळ्यात चांगले काही करता येण्यासारखे होते ते तेवढेच.

तिच्याशी बोलण्याच्या कल्पनेने त्याला अस्वस्थ वाटले. पण कसेतरी तो ते निभावून नेणार होता. त्याच्यापुढे खरे तर दुसरा पर्यायच नव्हता.

■

चौथ्या मजल्यावरच्या कॉन्फरन्स रूमपाशी सँडर्स आला तर तिथे कोणी नव्हते. दुसऱ्या टोकाला भिंतीला लावलेल्या एका फळ्यावर ट्विंकल-ड्राईव्हची चित्रे आणि मलेशियातल्या असेंब्ली विभागाचा आराखडा काढलेला होता. तिथल्या काही कागदाच्या पॅड्सवर टिपणे काढलेली होती, काही खुर्च्यांशेजारी उघड्या ब्रीफकेस तशाच होत्या.

मिटिंग आधीच सुरू झालेली होती.

सँडर्सला उगाचच घाबरल्यासारखे वाटले. त्याला घाम येऊ लागला.

खोलीच्या दुसऱ्या बाजूला एका सहाय्यिका आत आली आणि टेबलाभोवती फिरत ग्लास आणि पाणी मांडून ठेवायला तिने सुरवात केली.

''सगळे कुठे आहेत?'' त्याने विचारले.

''हं, ते पंधरा मिनिटांपूर्वीच गेले,'' ती म्हणाली.

''पंधरा मिनिटांपूर्वी? त्यांनी सुरुवात कधी केली?''

''मिटिंग आठ वाजता सुरू झाली.''

''आठ?'' सँडर्स म्हणाला. ''मला वाटलं, साडेआठची वेळ होती.''

''नाही, मिटिंग आठ वाजता सुरू झाली.''

बोंबला!

''ते आता कुठे आहेत?''

''मेरेडिथ सगळ्यांना 'व्हाए'मध्ये 'कॉरिडॉर'चं प्रात्यक्षिक दाखवायला घेऊन गेली.''

■

'व्हाए'मध्ये आल्यावर सँडर्सला पहिली गोष्ट ऐकू आली, ती म्हणजे मोठा हशा. तो सामानाच्या खोलीत आला तेव्हा त्याने पाहिले तर डॉन चेरीच्या लोकांनी कॉनले-व्हाईटच्या दोन अधिकाऱ्यांना तिथल्या यंत्रणेवर उभे केले होते. तरुण

वकील जॉन कॉनले आणि गुंतवणूक बँकवाला जिम डॅली असे दोघेही हेडसेट चढवून फिरत्या 'वॉकिंग पॅड'वर चालत होते. दोघेही मनमोकळेपणाने हसत होते. खोलीत उपस्थित असलेली बाकीची मंडळीही हसत होती. अगदी, सर्वसाधारणपणे दुर्मुखलेला असणारा कॉनले-व्हाईटचा चीफ फायनान्स ऑफिसर एड निकोलससुद्धा. तो एका मॉनिटरशेजारी उभा होता. त्या मॉनिटरवर ते दोघेजण बघत असलेल्या 'आभासात्मक मार्गा'ची ('Virtual Corridor') प्रतिमा झळकत होती. निकोलसच्या कपाळावर हेडसेट घातल्यामुळे उमटलेले लाल वळ दिसत होते.

सँडर्स तिथे आला तशी निकोलसने त्याच्याकडे पाहिले, "हे भन्नाट आहे."

सँडर्स म्हणाला, "हो, अगदी बघण्यासारखं आहे."

"केवळ भन्नाट. एकदा त्यांनी हे बघितलं की न्यूयॉर्कमधली त्यावर होणारी सगळी टीका पुसून टाकली जाईल. हे आमच्या स्वतःच्या एकत्रित डाटाबेसवर चालवता येईल का असं आम्ही डॉनला विचारतोय."

"काहीच अडचण नाही," चेरी म्हणाला.

"तुमच्या डाटाबेससाठी आम्हाला प्रोग्रॅमिंग हुक्स फक्त उपलब्ध करून द्या की आम्ही अशी यंत्रणा तुम्हाला लगेच चालू करून देऊ. त्यासाठी आम्हाला तासाभराचा वेळ लागेल."

निकोलसने हेडसेटकडे निर्देश केला. "आणि हा चमत्कारिक प्रकार आम्हाला न्यूयॉर्कमध्ये मिळू शकेल?"

"सोपं आहे," चेरी म्हणाला. "आज दुपारी आम्ही हेडसेट्स बोटीनं पाठवू शकतो. ती गुरुवारी तिथं पोचतील, ती तुम्हाला बसवू देण्यासाठी मी आमच्यापैकी एका माणसाला पाठवेन."

"विक्रीच्या दृष्टीनं हा एक मोठा मुद्दा ठरणार आहे," निकोलस म्हणाला. "केवळ थोर." त्याने त्याच्या चपट्या फ्रेमचा चष्मा काढला. अगदी लहान घडी होईल असा एक गुंतागुंतीच्या पद्धतीचा त्याचा चष्मा होता. निकोलसने तो काळजीपूर्वक उलगडला आणि नाकावर चढवला.

'वॉकर पॅड'वर जॉन कॉनले मोठ्याने हसत होता. "एंजल," तो म्हणाला, "मी हा कप्पा कसा उघडू?" मग ऐकत असल्यासारखे त्याने त्याचे डोके कलते केले.

"ह्या यंत्रणेत असलेल्या मदत करणाऱ्या 'एंजल'शी तो बोलतोय," चेरी म्हणाला. "इअरफोनमधून त्याला एंजलचं बोलणं ऐकू येतं."

"एंजल त्याला काय सांगतोय?" निकोलसने विचारले.

"ते त्याच्यात आणि एंजलमध्ये असलेलं गुपित आहे," असे म्हणून चेरी मोठ्यांदा हसला.

'वॉकिंग पॅड'वर, कॉनलेला एंजलचे बोलणे ऐकू आले तशी त्याने मान होकारार्थी हलवली आणि हात हवेत उंचावून तो पुढे सरकला. काही तरी पकडल्यासारखे त्याने बोटे बंद केली आणि फायलींचा कप्पा उघडणाऱ्या एखाद्या माणसाचा मूकाभिनय केल्याप्रमाणे ती मागे ओढली.

मॉनिटरवर सँडर्सला 'कॉरिडॉर'च्या भिंतीतून फायलींचा एक 'आभासात्मक' कप्पा बाहेर येताना दिसला. कप्प्यात फायली व्यवस्थित लावून ठेवलेल्या त्याने पाहिल्या.

"वा!" कॉनले म्हणाला. "हे भलतंच आश्चर्यकारक आहे. एंजल, मी एक फाईल बघू शकतो? ओह्, ठीक."

कॉनलेने हात लांब केला आणि त्या फायलींपैकी एका फायलीच्या नावाला बोटाच्या टोकाने स्पर्श केला. लगेच फाईल कप्प्यातून बाहेर आली. तेव्हा ती स्पष्टपणे हवेतच लोंबकळताना दिसली.

"आम्हाला कधीकधी शारीरिक रूपकांचा भंग करावा लागतो," चेरी म्हणाला, "कारण 'वॉकर पॅड'वरून चालणाऱ्यांना एकाच हाताचा उपयोग करता येतो आणि नेहमीची फाईल काही एका हातानं उघडता येत नाही."

काळ्या 'वॉकर पॅड'वर उभे राहून कॉनलेने कागद चाळणाऱ्या एखाद्या माणसाची नक्कल करावी तसा हात हवेतच काही तरी चाळवल्यासारखा फिरवला.

मॉनिटरवर कॉनले खरोखरच काही मोठी कोष्टके बघत असल्यासारखे सँडर्सला दिसले. "अरे," कॉनले म्हणाला, "तुम्हा लोकांना जरा जास्त काळजी घ्यायला हवी. माझ्यासमोर तुमच्या सगळ्या आर्थिक नोंदी आहेत."

"मला बघू दे ते," 'वॉकर पॅड'वर बघण्यासाठी डॅली मागे वळत म्हणाला.

"तुम्ही पण काय हवं ते पाहा," चेरी मोठ्याने हसला. "तुम्हाला हवी तेवढी ह्याची मजा अनुभवा. अंतिम व्यवस्थेत फायलींच्या मार्गावर नियंत्रण ठेवण्यासाठी आम्ही आत सुरक्षिततेची यंत्रणा बसवणार आहोत. पण आता आम्ही सगळी व्यवस्थाच बदलतोय. काही आकडे लाल असल्याचं तुमच्या लक्षात येतंय? त्याचा अर्थ त्या कप्प्यांमध्ये अधिक माहिती भरून ठेवलेली आहे. एका आकड्याला स्पर्श करा."

कॉनलेने एका लाल आकड्याला स्पर्श केला. तो आकडा, मघाच्या कोष्टकाच्या वर हवेत लोंबकळणारे माहितीचे एक नवे क्षेत्र निर्माण करत बाहेर आला.

"व्वा!"

"मूळ कागदपत्रं व्यवस्थित ठेवण्याची एक पद्धत," चेरी खांदे उडवत म्हणाला. "माझ्याच शब्दांत सांगायचं तर व्यवस्थितपणाचा अर्क."

कॉनले आणि डॅली खिदळत भराभर त्या कोष्टकांवरचे आकडे दाबून अधिक

तपशिलांचे डझनभर कागद बाहेर काढत होते. ते त्यांच्याभोवती हवेत अधांतरी लोंबकळत होते. “अरे, पण हा सगळा प्रकार थांबवायचा कसा?”

“तुम्हाला मूळ कोष्टक सापडतंय?”

“ते ह्या बाकीच्या कागदांमागे लपलंय.”

“वाका आणि पाहा तुम्हाला मिळतंय का ते.”

कॉनले कमरेत वाकला आणि कशाच्या तरी खाली बघत असल्यासारखा दिसू लागला. त्याने हात पसरला आणि हवेत चिमटा काढला.

“मिळालं.”

“ठीक, आता तुला उजव्या कोपऱ्यात एक हिरवा बाण दिसतोय. त्याला स्पर्श कर.”

कॉनलेने स्पर्श केला. सगळे कागद पुन्हा मूळ कोष्टकात विलीन झाले.

“झकास!”

“मला करायचंय हे,” डॅली म्हणाला.

“नको, तू नको. मी करणार आहे ते.”

“नाही, मी!”

“मी!”

ते सर्व जण हरखून गेलेल्या लहान मुलांसारखे हसत होते.

ब्लॅकबर्न तिथे आला. “सगळ्यांनाच ह्याचा आनंद लुटता येण्यासारखं आहे, ह्याची मला कल्पना आहे,” तो निकोलसला म्हणाला, “पण आपण आपल्या वेळापत्रकाच्या मागे पडतोय आणि कदाचित आपल्याला कॉन्फरन्स रूममध्येच जायला हवं.”

“ठीक आहे,” निकोलस नाखुषी न लपवता म्हणाला. तो चेरीकडे वळला, “आमच्यासाठी ह्यापैकी एखादी गोष्ट तयार करून देता येईल ह्याची खात्री आहे तुला?”

“पूर्णपणे विश्वास टाका त्याच्यावर,” चेरी म्हणाला. “निर्धास्त राहा.”

■

कॉन्फरन्स रूमकडे परतताना कॉनले-व्हाईटचे अधिकारी हलक्याफुलक्या मनःस्थितीत होते; ते तावातावाने बोलत होते, तो अनुभव आठवून हसत होते. डिजिकॉमचे लोक त्यांच्या शेजारून शांतपणे जात होते. त्यांना त्यांची आनंदी मनःस्थिती बिघडवायची नव्हती. त्याच वेळी मार्क ल्युईन अवचितपणे सँडर्सच्या बाजूला आला आणि कुजबुजला, “तू काल रात्री मला फोन का केला नाहीस?”

“मी केला होता,” सँडर्स म्हणाला.

ल्युईनने नकारार्थी मान हलवली. ''मी घरी आलो तर माझ्यासाठी कसलाच निरोप नव्हता.''

''मी सव्वासहाच्या सुमारास तुझ्या आन्सरिंग मशीनशी बोललो.''

''मला निरोप मिळालाच नाही,'' ल्युईन म्हणाला. ''त्यात पुन्हा आज सकाळी मी कंपनीत आलो तर तू इथं नव्हतास.'' त्याने त्याचा आवाज खाली आणला. ''बापरे! कसला पचका झाला! ट्विंकलच्या बाबतीत काय भूमिका घ्यायचीय ह्याची काही कल्पना नसतानाच मला ट्विंकलवरच्या मिटिंगमध्ये जावं लागलं.''

''सॉरी,'' सँडर्स म्हणाला, ''काय झालं मला कल्पना नाही.''

''सुदैवानं, चर्चेची सूत्रं मेरेडिथनं आपल्याकडे घेतली,'' ल्युईन म्हणाला. ''नाहीतर मी गाळातच गेलो असतो. खरं तर, मी... आपण नंतर बोलू,'' सँडर्सशी बोलण्यासाठी मेरेडिथ मागून आलेली पाहून तो म्हणाला. ल्युईन बाजूला झाला.

''तू होतास कुठे?'' मेरेडिथने विचारले.

''मला वाटलं, मिटिंग साडेआठला आहे.''

''मी काल रात्री तुझ्या घरी फोन केला. त्याचं खास कारण म्हणजे मिटिंगची वेळ बदलून आठची झाली. ते उद्या दुपारचं ऑस्टीनचं विमान पकडण्याच्या प्रयत्नात आहेत, त्यामुळे आम्ही सगळं वेळापत्रक अलीकडे घेतलं.''

''मला तो निरोप मिळाला नाही.''

''मी तुझ्या बायकोशी बोलले. तिनं सांगितलं नाही का तुला?''

''मला वाटलं, मिटिंगची वेळ साडेआठची होती.''

ते सगळे संभाषण संपवल्यासारखे मेरेडिथने नकारार्थी डोके हलवले.

''कसंही असो,'' ती म्हणाली. ''आठच्या सत्रात मला ट्विंकलबद्दल वेगळी भूमिका घ्यावी लागली आणि हे सगळं पाहता आपल्यामध्ये थोडा समन्वय असणं फार महत्त्वाचं आहे.''

''मेरेडिथ?'' त्या घोळक्याच्या पुढे गार्विन मागे वळून तिच्याकडे पाहत होता. ''मेरेडिथ, जॉनला तुला एक प्रश्न विचारायचा आहे.''

''आलेच,'' ती म्हणाली. सँडर्सकडे निर्वाणीचे भुवया उंचावत रागाने पाहून ती घाईने त्या घोळक्याच्या पुढच्या बाजूला गेली.

■

कॉन्फरन्स रूममध्ये परतल्यावर वातावरण हलकेफुलके होते. खुर्च्यांमध्ये बसताना अजून त्यांचे थट्टाविनोद चालूच होते. एड निकोलसने सँडर्सकडे वळत मिटिंगला सुरुवात केली. ''ट्विंकल ड्राईव्हवर मेरेडिथ आम्हाला अद्ययावत माहिती देत आहे. आता तू इथं आहेस तर आम्हाला तुझं मूल्यमापनही आवडेल.''

"मला ट्विंकलबद्दल वेगळी भूमिका घ्यावी लागली," मेरेडिथ म्हणाली होती. सँडर्स थबकला. "माझं मूल्यमापन?"

"हो," निकोलस म्हणाला, "ट्विंकलचा प्रमुख अधिकारी तूच आहेस, हो ना?"

सँडर्सने त्याच्याकडे अपेक्षेने वळलेल्या टेबलाभोवतीच्या चेहऱ्यांकडे पाहिले. त्याने मेरेडिथकडे नजर टाकली पण तिने ब्रीफकेस उघडली होती. ती त्यातून बरीच फुगीर पाकिटे बाहेर काढत तिच्या कागदपत्रांमधून काहीतरी शोधत होती.

"हं," सँडर्स म्हणाला. "आम्ही ड्राईव्हचे बरेच मूळ नमुने बनवले आणि त्याच्या कसून चाचण्या घेतल्या. ह्या नमुन्यांचं कार्य निर्दोषपणे झालं ह्यात शंका नाही. ते जगातले सर्वांत उत्तम असे ड्राईव्हज आहेत."

"ते मला माहिती आहे," निकोलस म्हणाला.

"पण आता तुम्ही उत्पादन सुरू केलंय, बरोबर?"

"बरोबर."

"मला वाटतं, उत्पादनाच्या तू केलेल्या मूल्यमापनात आम्हाला अधिक रस आहे."

सँडर्स थबकला. तिने त्यांना काय सांगितले होते कुणास ठाऊक? खोलीच्या दुसऱ्या बाजूला मेरेडिथने तिची बॅग बंद केली आणि हाताची घडी घालून ती सँडर्सकडे नजर खिळवून राहिली. त्याला तिच्या चेहऱ्यावरच्या भावाचा अंदाज आला नाही.

तिने त्यांना काय सांगितले होते?

"मि. सँडर्स?"

"हं," सँडर्सने सुरुवात केली. "आम्ही विभाग वाढवतोय, समस्या उद्भवतायत तशा हाताळतोय. हा बराचसा नेहमी सुरुवातीच्या अवस्थेत येणारा अनुभव आहे. आम्ही अजून प्रारंभिक अवस्थेत आहोत."

"माफ करा," निकोलस म्हणाला. "माझ्या मते गेले दोन महिने तुमचं उत्पादन चाललेलं आहे."

"हो, ते खरं आहे."

"मला दोन महिन्यांचा काळ 'प्रारंभिक अवस्था' म्हणण्याएवढा कमी वाटत नाही."

"हां..."

"तुमच्या काही उत्पादनांचा काळ नऊ महिन्यांचा आहे, बरोबर?"

"हो, नऊ ते अठरा महिने."

"मग दोन महिने उलटल्यावर आता तुमचं उत्पादन पूर्णपणे सुरू झालं

असणार. प्रमुख पदावर असलेली एक महत्त्वाची व्यक्ती म्हणून तुम्ही त्याचं मूल्यमापन कसं कराल?''

''ह्या अवस्थेत आम्ही साधारणपणे अनुभवतो तेवढ्याच प्रमाणातल्या ह्या समस्या आहेत असं मी म्हणेन.''

''ते ऐकण्यातच मला रस आहे,'' निकोलस म्हणाला, ''कारण आज सुरुवातीला, प्रत्यक्षात अडचणी बऱ्याच गंभीर स्वरूपाच्या असल्याचं मेरेडिथनं आम्हाला सूचित केलं. तुम्हाला एखाद्या वेळी पुन्हा अगदी आराखड्यापासूनही सुरुवात करावी लागेल असं ती म्हणाली.''

''छेः!''

आता त्याने कशा प्रकारे मांडणी करायला हवी? अडचणी तेवढ्या वाईट नसल्याचे त्याने आधीच सांगितले होते. आता शब्द फिरवता येणार नव्हता. त्याने श्वास घेतला आणि म्हणाला, ''मी मेरेडिथला तिचं चुकीचं मत होईल असं काही सांगितलेलं नाहीये, अशी मला आशा आहे. कारण ट्विंकल ड्राईव्हचं उत्पादन करण्याच्या आमच्या क्षमतेबद्दल मला पूर्ण विश्वास आहे.''

''तो आहे, ह्याची मला खात्री आहे,'' निकोलस म्हणाला, ''पण सोनी आणि फिलीप्सबरोबरच्या स्पर्धेत वरचढ होण्याचा आमचा विचार आहे आणि तुमचं आत्मविश्वासाबद्दलचं साधंसरळ बोलणं त्या दृष्टीनं पुरेसं आहे असं मला वाटत नाही. कारखान्यातून बाहेर पडणाऱ्या ड्राईव्हजपैकी किती ड्राईव्हज् निश्चित केलेल्या प्रमाणांशी जुळतायत?''

''माझ्याकडे ती माहिती नाहीये.''

''तरीही अंदाजे?''

''नेमकी आकडेवारी असल्याशिवाय काही सांगावं असं मला वाटत नाही.''

''नेमकी आकडेवारी तरी उपलब्ध आहे का?''

निकोलसच्या कपाळावर आठ्या पडल्या. त्याच्या चेहऱ्यावरचा भाव सांगत होता : मिटिंग ह्या विषयावर आहे हे माहिती होते तर आकडेवारी जवळ का नाही?

कॉनलेने घसा खाकरला, ''मेरेडिथनं सांगितलं की ट्विंकल विभागात एकोणतीस टक्के क्षमतेएवढं उत्पादन चालू आहे आणि फक्त पाच टक्के ड्राईव्हज् निश्चित केलेल्या प्रमाणांशी जुळतायत. तुम्ही त्याच्याशी सहमत आहात?''

''आत्ता उत्पादन जसं चाललंय, ते जवळपास तसंच आहे, हो.''

टेबलाभोवती क्षणभर शांतता पसरली. एकदम निकोलस पुढे सरसावून बसला. ''मला वाटतं, इथं मला थोडी मदत आवश्यक आहे,'' तो म्हणाला. ''आकडेवारी तशी असताना; तुम्हाला ट्विंकल ड्राईव्हबद्दल कशाच्या आधारावर विश्वास वाटतो?''

''त्याचं कारण असं की ह्याआधी आम्ही ह्या सगळ्यातून गेलो आहोत,''

सँडर्स उत्तरला. ''आम्ही अत्यंत कठीण वाटणाऱ्या पण लगेच सुटणाऱ्या अशा उत्पादनातल्या समस्या पाहिल्या आहेत.''

''अच्छा. म्हणजे तुमचा भूतकाळातला अनुभव इथं उपयोगी पडेल असं तुम्हाला वाटतं.''

''हो, मला तरी तसं वाटतं.''

निकोलस त्याच्या खुर्चीत मागे टेकून बसला आणि त्याने हातांची घडी छातीवर घेतली. तो फारच असमाधानी दिसत होता.

कृश शरीराचा बँकवाला जिम डॅली पुढे सरसावत म्हणाला, ''टॉम, प्लीज गैरसमज करून घेऊ नकोस. आम्ही तुला अडचणीत आणण्याचा प्रयत्न करत नाही आहोत,'' तो म्हणाला. ''आम्ही फार पूर्वीच ही कंपनी ताब्यात घेण्यासाठीची कारणं लक्षात घेतली आहेत. त्यामुळे आज ट्विंकलचा मुद्दा महत्त्वाचा आहे असं मला वाटत नाही. आम्हाला एवढंच जाणून घ्यायचंय की सध्या त्या मुद्द्यावर आपण कुठे आहोत. आणि तू शक्य तितक्या मोकळेपणानं सांगितलेलं आम्हाला आवडेल.''

''हं, त्या बाबतीत अडचणी निश्चित आहेत,'' सँडर्स म्हणाला. ''तूर्त आम्ही त्यांचं मूल्यमापन करत आहोत. आमच्यापाशी काही कल्पना आहेत. पण त्यांपैकी काही समस्या मागे अगदी आराखड्यापर्यंतही जातील.''

डॅली म्हणाला, ''त्यातल्या त्यात वाईट उदाहरण सांग.''

''वाईट उदाहरण? ट्विंकलचा विभाग आणखी जोरानं कामाला लावायचा, हाउसिंग पुन्हा तयार करायची आणि कदाचित कंट्रोलर चिप्ससुद्धा... आणि पुन्हा पहिल्यापासून सुरुवात करायची.''

''त्यामुळे किती उशीर होईल?''

तो मनातल्या मनात 'नऊ ते बारा महिने' म्हणाला, पण सांगताना त्याने सांगितले, ''सहा महिन्यांपर्यंत.''

''बापरे!'' कुणीतरी कुजबुजलं.

डॅली म्हणाला, ''जॉन्सननं तर सूचित केलं की जास्तीत जास्त सहा आठवड्यांनी उशीर होईल म्हणून.''

''मला वाटतं, ते बरोबर आहे. पण तू त्यातल्या त्यात वाईट उदाहरण विचारलंस.''

''त्याला सहा आठवडे लागतील असं खरंच तुला वाटतं?''

''तू अगदी वाईट उदाहरण विचारलंस. मला वाटतं तेवढा उशीर होण्याची शक्यता नाही.''

''पण होऊ शकेलही?''

''हो, शक्य आहे.''

निकोलस पुन्हा पुढे बसता झाला आणि त्याने एक मोठा उसासा टाकला. ''मला हे बरोबर समजतंय का नाही ते बघू दे. ड्राईव्हमध्ये जर आराखड्याच्याच समस्या असतील तर ते तुझ्याच नेतृत्वाखाली उद्भवले, बरोबर?''

''हो, बरोबर आहे.''

निकोलसने नकारार्थी डोके हलवले. ''आम्हाला ह्या घोळात अडकवल्यावर तुला खरंच असं वाटतं, की, हा घोळ तू निस्तरू शकशील?''

सँडर्सने मस्तकातली तिडीक प्रयत्नपूर्वक दडपली. ''हो, मला वाटतं,'' तो म्हणाला. ''वस्तुस्थिती अशी आहे की ह्या कामाला माझ्याइतकं चांगलं कोणी मिळणार नाही. मी म्हटलं तसं, अशा प्रकारची परिस्थिती आम्ही आधीही पाहिली आहे. आणि ती आम्ही तेव्हा हाताळलीयसुद्धा! ह्या कामाशी संबंधित असलेल्या सगळ्यांशी माझी जवळीक आहे. आणि ती आम्ही दूर करू शकतो ह्याची मला खात्री आहे.'' उत्पादन करताना समोर येणारी त्यातली वस्तुस्थिती ह्या सूट चढवलेल्या लोकांना कशी समजावून द्यावी, ह्या विचारात तो पडला. ''तुम्ही उत्पादन-चक्र (Cycle) राबवत असताना,'' तो म्हणाला, ''कधीकधी पुन्हा आराखड्यापर्यंत मागे जावं लागलं तर त्यात एवढं गंभीर असं काही नसतं. कोणालाच ते करायला आवडत नाही, पण त्याचे फायदेही असू शकतात. पूर्वी, आम्ही जवळजवळ दर वर्षाला नव्या उत्पादनांची पूर्ण निर्मिती करायचो. आता, जास्त करून आम्ही निर्मितीअवस्थेत वाढीव बदलसुद्धा करतो. आम्हाला चिप्स पुन्हा तयार कराव्या लागणार असतील तर त्यात, उत्पादनाच्या सुरुवातीला उपलब्ध नसलेले 'व्हिडिओ कॉम्प्रेशन अॅल्गॉरिथम्स'ही घालता येतात. त्यामुळे उत्पादन बाहेर पडल्यावर त्यावर काम करणाऱ्याच्या दृष्टीनं ड्राईव्हचा वेग साध्या ड्राईव्हच्या प्रमाणित वेगापेक्षा वाढेल. आम्ही पुन्हा शंभर मिलिसेकंद वेगाचा ड्राईव्ह तयार करण्यासाठी मागे जाणार नाही. आम्ही ऐंशी मिलिसेकंद वेगाचा ड्राईव्ह तयार करण्यासाठी मागे जाऊ.''

''पण,'' निकोलस म्हणाला, ''मधल्या वेळात तुम्ही कॉम्प्युटरच्या बाजारपेठेत गेले नसणार.''

''नाही, ते खरं आहे.''

''तुम्ही तुमच्या उत्पादनाचं नाव किंवा उत्पादनाच्या ओघाचा बाजारपेठेतला हिस्सा निश्चित केला नसणार. तुमच्यापाशी तुमचे विक्रेतेही नसतील किंवा जाहिरात मोहीमही नसेल. कारण त्यासाठी आवश्यक असलेलं उत्पादन तुमच्याकडे नसणार. तुमच्यापाशी अधिक चांगला ड्राईव्ह असेल, पण तो एक कुणाला माहिती नसलेला ड्राईव्ह असेल. तुम्ही शून्यापासून सुरुवात करत असाल.''

''सगळं खरं आहे, पण बाजारपेठेचा प्रतिसाद फार जलद असतो.''

"आणि स्पर्धासुद्धा! तुम्ही बाजारपेठेत जाईपर्यंत सोनी कुठे असेल? तेही ऐंशी मिलिसेकंदचे ड्राईव्ह देत असतील?"

"मला ठाऊक नाही," सँडर्स म्हणाला. निकोलसने उसासा टाकला. "ह्या गोष्टीबाबत आपण कुठे आहोत, ह्याबाबत मला अधिक विश्वास वाटला असता तर बरं झालं असतं. परिस्थिती आटोक्यात आणण्यासाठी आपल्याकडे योग्य तसे कर्मचारी आहेत का नाही, तो भाग वेगळाच!"

मेरेडिथ पहिल्यांदाच बोलली. "इथं कदाचित माझा थोडा दोष असेल," ती म्हणाली. "टॉम, ट्विंकलबद्दल तू आणि मी बोललो तेव्हा ह्या समस्या बऱ्याच गंभीर आहेत असं तू म्हणाल्याचा माझा समज झाला."

"हो, त्या आहेतच गंभीर."

"तर मग इथं काही लपवून ठेवण्याची काही आवश्यकता आहे असं मला वाटत नाही."

तो झटकन उत्तरला, "मी काहीही लपवून ठेवत नाहीये." त्याच्या काही लक्षात येण्याआधीच त्याच्या तोंडून शब्द बाहेर पडले. त्याला आपला आवाज वरच्या पट्टीतला, ताणलेला असा ऐकू आला.

"नाही, नाही," मेरेडिथ त्याला शांत केल्यासारखे म्हणाली, "तू काही लपवतोयस असं मला म्हणायचं नव्हतं. मला इतकंच म्हणायचंय की, हे तांत्रिक प्रश्न आमच्यापैकी काही जणांना कळायला अवघड आहेत. त्या समस्यांबाबतीत आपण नेमके कुठे आहोत ते जर सामान्य माणसाच्या भाषेत भाषांतरित करून सांगितलंस तर आम्हाला हवं आहे. ते तू आमच्यासाठी करू शकत असशील तर."

"मी तेच करण्याचा प्रयत्न करतोय," तो म्हणाला. तो बचावाच्या पवित्र्यात असल्यासारखा वाटतोय, हे त्याच्या लक्षात आले. पण ते त्याला टाळता आले नाही.

"हो टॉम, तू करतोयस ह्याची मला कल्पना आहे," मेरेडिथ म्हणाली. तिचा आवाज अजूनही समजावणीच्या सुरातला. "कंट्रोलर चिपवरच्या एम-सबसेट सूचनांपासून लेसर रीड-राईट अलग झाले तर डाऊन टाइमच्या बाबतीत आमच्या दृष्टीनं त्याचा काय अर्थ होईल?"

ती फक्त तांत्रिक परिभाषेवर आपले किती प्रभुत्व आहे ह्याचे प्रदर्शन करत आपल्याला खूप माहिती असल्याचा आव आणत होती, पण तिच्या बोलण्याने तो अस्वस्थ झाला.

कारण लेसर हेड फक्त 'रीड' होते, 'राईट' नव्हते आणि त्यांचा कंट्रोलर चिपपासून येणाऱ्या एम-सबसेटशी काही संबंध नव्हता. त्याचा संबंध होता तो

एक्स-सबसेटशी. आणि एक्स-सबसेट प्रत्येक कंपनी वापरत असलेल्या सीडी-ड्राईव्हचा एक भाग होता.

तिला अडचणीत न आणता उत्तर देण्यासाठी त्याला कल्पनासृष्टीचा आधार घ्यावा लागला, जिथे तो सत्यालाप करू शकत होता. "बरं झालं," तो म्हणाला. "मेरेडिथ, तू एक चांगला मुद्दा उपस्थित केलास. पण मला वाटतं, Laser heads tolerance शोधतायत असं गृहित धरलं तर M-Subsetची समस्या ही तुलनेनं सोपी असायला हवी. ती सोडवायला कदाचित तीन-चार दिवस लागतील."

त्याने चटकन चेरी आणि ल्युईनकडे नजर टाकली. सँडर्सने इथे निव्वळ शब्दांचा खेळ केलाय, हे कळणारे त्या खोलीत तेच दोघे होते. ऐकताना दोघांनीही सूज्ञपणे होकारार्थी मान हलवली. चेरीने तर हनुवटीवरून हातही फिरवला.

मेरेडिथने विचारले, "आणि Mother Boardकडून येणाऱ्या Asynchronous tracking singnalsच्या बाबतीत काही अडचण येणं तुला अपेक्षित आहे का?"

पुन्हा ती सगळ्याचा गोंधळ करत होती. ट्रॅकिंग सिग्नल्स पॉवर सोर्समधून यायचे आणि कंट्रोलर चिप ते सिग्नल्स नियंत्रित करायची. ड्राईव्ह युनिट्समध्ये मदर बोर्ड नव्हता. पण एव्हाना तो सरावला होता. त्याने लगेच उत्तर दिले : "मेरेडिथ, ती नक्कीच विचारार्ह गोष्ट आहे आणि आपण ती खोलात जाऊन तपासून पाहिली पाहिजे. माझी अशी समजूत आहे की, asynchronous सिग्नल्सचं विद्युत्प्रवाहांतरण झालं असेल, पण त्यापेक्षा जास्त काही नाही."

"हा बिघाड दुरुस्त करायला सोपा आहे?"

"हो, मला तसं वाटतं."

निकोलसने घसा खाकरला, "मला वाटतं ही एक अंतर्गत तांत्रिक बाब आहे," तो म्हणाला. "आपण इतर बाबींकडे वळावं हे बरं. चर्चेचा पुढचा मुद्दा कोणता आहे?"

गार्विन म्हणाला, "आम्ही हॉलच्या बाजूला व्हिडिओ कॉम्प्रेशनचं एक प्रात्यक्षिक ठरवलंय."

"छान, ते बघू या."

खुर्च्या मागे सरकल्या. सगळेजण उभे राहिले आणि खोलीतून एकापाठोपाठ बाहेर पडले. मेरेडिथ तिच्या फायली जरा सावकाशीने बंद करत होती. सँडर्स क्षणभर तिथे थांबला.

सँडर्स आणि मेरेडिथ मागे राहिले होते. तेव्हा त्याने विचारले, "ते सगळं होतं तरी कशाबद्दल?"

"सगळं काय?"

"ती कंट्रोलर चिप्स आणि रीड हेड्सबद्दलची शब्दांची फेकाफेक! तू काय बोलत होतीस ह्याची तुलाच कल्पना नाही."

"हो, आहे मला कल्पना," ती रागाने म्हणाली, "तू घालून ठेवलेला घोळ मी निस्तरत होते." ती टेबलावर झुकली आणि त्याच्याकडे तिने रागाने पाहिले. "हे बघ टॉम, काल रात्री मी तुझा सल्ला घ्यायचं आणि ड्राईव्हबद्दल खरं काय ते सांगायचं ठरवलं. ड्राईव्हसंबंधी बऱ्याच गंभीर समस्या आहेत, तू त्यातला चांगला माहीतगार आहेस आणि त्या समस्या काय आहेत, ते तू त्यांना सांगशील, असं मी आज सकाळी म्हणाले. तुला जे मांडायचंय असं तू मला काल सांगितलंस, ते तुला सांगता यावं म्हणून मी सुरुवात करून दिली. पण मग तू आलास आणि महत्त्वाच्या अशा कोणत्याच समस्या नसल्याचं सांगून टाकलंस."

"पण मला वाटलं, काल रात्री आपलं एकमत..."

"हे लोक मूर्ख नाहीयेत आणि त्यांना बनवणं आपल्याला शक्य होणार नाही." तिने ब्रीफकेसचे झाकण आपटून बंद केले. "तू जे मला सांगितलंस, ते मी प्रामाणिकपणे सांगितलं. आणि वर तू म्हणालास, मी कशाबद्दल बोलत होते ह्याची मला कल्पना नव्हती म्हणून."

आपला राग आवरत त्याने आपला ओठ चावला.

"इथं जे चाललंय, त्याबद्दल तुझे काय विचार आहेत मला माहिती नाही," ती म्हणाली. "ह्या लोकांना तांत्रिक तपशिलांची फारशी फिकीर नाहीये. त्यांना ड्राईव्ह हेड म्हणजे काय ते ओ का ठो कळणार नाही. ते फक्त एवढंच बघतायत की इथं कोणाचं नियंत्रण आहे का नाही. समस्यांवर कोणाची पकड आहे का नाही. त्यांना निःशंकपणा पाहिजे. आणि तू त्यांच्या शंका दूर केल्या नाहीस. म्हणून मी मध्ये पडले आणि बरीचशी तांत्रिक बडबड करून ती अडचणीची परिस्थिती हाताळली. तुझा घोळ मला निस्तरायलाच हवा होता. मला शक्य तेवढा मी प्रयत्न केला. पण एक स्पष्टच सांगायला हवं : टॉम, तू आज विश्वास निर्माण केला नाहीस, अजिबात नाही."

"छेः!" तो म्हणाला, "तू फक्त दिसतंय तेवढ्याबद्दलच बोलत्येयस. कॉर्पोरेट मिटिंगमधले कॉर्पोरेट देखावे! पण शेवटी कोणाला तरी तो ड्राईव्ह प्रत्यक्ष तयार करायला हवा..."

"मी तर म्हणेन..."

"आणि मी गेली आठ वर्षं ही डिव्हिजन चालवतोय, तीही खूपच चांगल्या प्रकारे..."

"मेरेडिथ," गार्विन दारातून आत डोकावला. दोघांनीही बोलणे थांबवले.

"आम्ही वाट बघतोय, मेरेडिथ," तो म्हणाला. तो वळला आणि त्याने

सँडर्सकडे थंडपणे पाहिले.

तिने ब्रीफकेस उचलली आणि ती तोऱ्यात खोलीच्या बाहेर पडली.

■

सँडर्स लगेच खालच्या मजल्यावर ब्लॅकबर्नच्या ऑफिसमध्ये गेला. "मला फिलला भेटायचंय."

त्याची सहाय्यिका, सँड्रा उसासा टाकत म्हणाली, 'ओहोऽऽ आज तो खूप कामात आहे."

"मला त्याला आत्ताच भेटलं पाहिजे."

"बघू दे हं, टॉम." तिने आतल्या ऑफिसमध्ये फोनवरून विचारले. "फिल, टॉम सँडर्स आलाय." क्षणभर ती ऐकत राहिली. "तो म्हणतोय, लगेच ये."

सँडर्स ब्लॅकबर्नच्या ऑफिसात गेला आणि त्याने दार बंद केले. ब्लॅकबर्न त्याच्या टेबलामागे उभा राहिला आणि त्याने आपल्या छातीवरून हात फिरवला. "टॉम, तू खाली आलास ते बरं झालं."

त्यांचे क्षणभर हस्तांदोलन. "मेरेडिथशी काही जमत नाहीये," सँडर्स एकदम म्हणून गेला. तिच्याबरोबरच्या चकमकीमुळे तो अजून रागावलेला होता.

"हो, मला कल्पना आहे."

"तिच्याबरोबर मी काम करू शकेन असं मला वाटत नाही."

ब्लॅकबर्नने होकारार्थी मान हलवली, "मला माहिताय. तिनं आधीच सांगितलं."

"असं? तिनं काय सांगितलं तुला?"

"तिनं काल रात्रीच्या झालेल्या तुमच्या भेटीबद्दल सांगितलं, टॉम."

सँडर्सच्या कपाळावर आठ्या. तिने त्या भेटीची चर्चा केली होती ह्याची तो कल्पनाही करू शकला नाही. "काल रात्री?"

"तिनं मला सांगितलं की तू तिचा लैंगिक छळ केलास."

"मी काय केलं?"

"हे बघ, टॉम. चिडू नकोस. मेरेडिथनं मला खात्रीपूर्वक सांगितलंय की, ती तुझ्याविरुद्ध आरोप ठेवणार नाहीये. आपण ते आतल्या आत शांतपणे मिटवू शकतो. सगळ्यांच्या दृष्टीनं ते हिताचं असेल, वस्तुस्थिती अशी आहे की मी आत्ता नव्या नेमणुकींचा तक्ताच डोळ्यांखालून घालतोय. आणि..."

"एक मिनिट," सँडर्स म्हणाला. "मी तिला छळलं असं ती म्हणत्येय?"

ब्लॅकबर्नने त्याच्याकडे टक लावून पाहिले, "टॉम, आपण जुने मित्र आहोत. ह्या गोष्टीची अडचण होण्याचे कारण नाही ह्याची मी तुला खात्री देऊ शकतो. ही गोष्ट कंपनीत पसरण्याचं कारण नाही. तसं तुझ्या बायकोलाही काही कळण्याची

आवश्यकता नाही. मी म्हटलं तसं आपण हे प्रकरण शांतपणे हाताळू शकतो. ह्यात गुंतलेल्या प्रत्येकाचं समाधान होईल अशा प्रकारे.''

''एक मिनिट, हे खरं नाहीये...''

''टॉम, कृपया मला एक मिनिट बोलू दे. आमच्या दृष्टीनं आता सगळ्यात महत्त्वाची गोष्ट म्हणजे तुम्हा दोघांना वेगळं ठेवायचं. त्यामुळे तू आता तिला जबाबदार नाहीस. मला वाटतं, तुला दुसरीकडे बढती देऊन पाठवलं तर ते चांगलं होईल.''

''दुसरीकडे बढती?''

''हो, ऑस्टीनमधल्या सेल्युलर डिव्हिजनमध्ये 'टेक्निकल व्हाइस प्रेसिडेंट'ची जागा रिकामी आहे. मला तुझी बदली तिकडे करायची आहे. आहे तीच सेवाज्येष्ठता, पगार आणि इतर फायदे तुला तिकडेही मिळतील. सगळं आहे तसंच. फक्त तू ऑस्टीनमध्ये असशील आणि तुला तिच्याशी प्रत्यक्ष संपर्कही ठेवावा लागणार नाही.''

''ऑस्टीन?''

''हो.''

''सेल्युलर?''

''हो. सुंदर हवा, कामाचं छान वातावरण... विद्यापीठ असलेलं गाव... तुझ्या कुटुंबाला इथल्या पावसाळी वातावरणातून बाहेर काढायची संधी...''

सँडर्स म्हणाला, ''पण कॉनले ऑस्टीनचा कारखाना विकणार आहे.''

ब्लॅकबर्न त्याच्या टेबलामागे खुर्चीत बसला. ''ते तू कुठे ऐकलंस, ह्याची मला कल्पना नाही, टॉम,'' तो शांतपणे म्हणाला. ''पण ते पूर्णपणे खोटं आहे.''

''त्याची खात्री आहे तुला?''

''पूर्णपणे. माझ्यावर विश्वास ठेव. त्यांनी ऑस्टीनचा कारखाना विकणं ही जवळजवळ अशक्य गोष्ट असेल.''

''मग ते कारखान्यातल्या वस्तूंची यादी का करतायत?''

''ते सगळ्या कामकाजाची अगदी बारकाईनं पाहणी करतायत ह्याची मला खात्री आहे. हे बघ टॉम, कॉनलेला आपली कंपनी ताब्यात घेतल्यावर पैसा कसा वाहता राहील, ह्याची काळजी आहे आणि तुला माहितीच आहे, ऑस्टीनचा कारखाना फार फायदेशीर आहे. आपण त्यांना आकडेवारी दिलेली आहे. आता ते ही आकडेवारी तपासून पाहतायत, ती खरी असल्याची खात्री करून घेतायत. पण ते तो विकण्याची शक्यता नाही. आणि म्हणूनच मला वाटतं, ऑस्टीनमध्ये व्हाईस प्रेसिडेंट म्हणून जाणं ही तुझ्या कारकीर्दीच्या दृष्टीनं विचार करण्यासारखी गोष्ट आहे.''

“पण ॲडव्हान्सड् प्रॉडक्ट्स डिव्हिजन मला सोडावी लागेल.”

“हो, मुख्य हेतू तुला ह्या डिव्हिजनमधून दुसरीकडे नेमण्याचा असेल.”

“आणि तिची नवी कंपनी झाल्यावर जे फायदे मिळतील तेव्हा मी ह्या नव्या कंपनीत नसणार.”

“ते खरं आहे.”

सँडर्सने मागे-पुढे येरझाऱ्या घातल्या. “ते मला पूर्णपणे अमान्य आहे.”

“हे बघ, घाई करून चालणार नाही,” ब्लॅकबर्न म्हणाला. “आपण सगळ्या बाजूंचा विचार करू.”

“फिल,” तो म्हणाला, “तिनं तुला काय सांगितलं हे मला ठाऊक नाही, पण...”

“तिनं मला सगळा वृत्तांत सांगितला...”

“पण मला वाटतं, तुला माहिती असायला...”

“आणि मला तुलाही सांगायचंय, टॉम,” ब्लॅकबर्न म्हणाला, “की, जे काय घडलं असेल त्यावर मला काही मत द्यायचं नाहीये. माझा त्याच्याशी काही संबंध नाही किंवा मला त्यात रसही नाही. मी फक्त कंपनीसाठी एक अवघड समस्या सोडवण्याचा प्रयत्न करतोय.”

“फिल, ऐकून घे. मी हे केलेलं नाही.”

“मला वाटतं, तुला कदाचित तसं वाटत असेल, पण...”

“मी तिचा छळ केला नाही. तिनं माझा छळ केला.”

“मला खात्री आहे,” ब्लॅकबर्न म्हणाला, “त्या वेळी तुला तसं वाटलं असेल, पण...”

“फिल, मी तुला सांगतोय, तिनं माझ्यावर बलात्कार करायचंच बाकी ठेवलं होतं,” तो रागाने फेऱ्या मारू लागला. “फिल, तिनं... तिनंच मला छळलं.”

ब्लॅकबर्नने उसासा टाकला आणि तो त्याच्या खुर्चीत मागे टेकून बसला. टेबलाच्या कोपऱ्यावर त्याने त्याच्या पेन्सिलीने टकटक केले, “तुला स्पष्टपणे सांगायला हवं, टॉम. त्यावर विश्वास ठेवणं मला कठीण वाटतंय.”

“पण तसं घडलंय.”

“मेरेडिथ एक सुंदर बाई आहे, टॉम. एक बरंच महत्त्व असलेली आणि मादक अशी बाई. मला वाटतं, कोणत्याही पुरुषाचा तोल जाणं... स्वाभाविक आहे.”

“फिल, तू माझं ऐकून घेत नाहीयेस. तिनंच मला छळलं.”

ब्लॅकबर्नने असहाय्यपणे खांदे उडवले. “मी तुझं ऐकतोय, टॉम. मला फक्त... ते डोळ्यासमोर आणणं अवघड वाटतंय.”

“होय, तिनं छळलं. काल रात्री खरंच काय घडलं, ते तुला ऐकायचंय?”

''हो.'' ब्लॅकबर्न त्याच्या खुर्चीत चुळबुळला. ''अर्थातच मला तुझी बाजू ऐकायचीय. पण गोष्ट अशी आहे टॉम, की, मेरेडिथ जॉन्सनचे ह्या कंपनीत वरपर्यंत हात पोचलेले आहेत. अतिशय महत्त्वाच्या अशा बऱ्याच लोकांवर तिनं आपली छाप पाडलीय्.''

''म्हणजे तुला गार्विन म्हणायचंय.''

''फक्त गार्विनच नाही. मेरेडिथनं बऱ्याच भागांमध्ये तिच्या सत्तेचे मोर्चे बांधलेले आहेत.''

''कॉनले-व्हाईट?''

ब्लॅकबर्नने होकारार्थी मान हलवली. ''हो. तिथंसुद्धा.''

''मी जे घडलं म्हणतोय, ते तुला ऐकायचं नाहीये.''

''अर्थातच मला ऐकायचंय.'' ब्लॅकबर्न त्याच्या केसांमधून दोन्ही हात फिरवत म्हणाला. ''अगदी पूर्णपणे. आणि मला अत्यंत काटेकोरपणे प्रामाणिक राहायचंय, पण मी तुला सांगायचा प्रयत्न करतोय की, कसंही असलं तरी आपल्या इथं काही बदल्या होणारच आहेत. आणि मेरेडिथपाशी वजनदार मित्र आहेत.''

''म्हणजे मी जे म्हणतोय त्याला काही किंमत नाही.''

ब्लॅकबर्नने त्याला येरझाऱ्या घालताना पाहत कपाळावर आठ्या घातल्या. ''तू अस्वस्थ झालायस, हे मला समजतंय, दिसतंय. आणि ह्या कंपनीतला तू एक महत्त्वाचा माणूस आहेस. पण मी इथं जो प्रयत्न करतोय, टॉम, ते तुझं परिस्थितीकडे लक्ष वेधण्याचा.''

''कसली परिस्थिती?''

ब्लॅकबर्नचा उसासा. ''काल रात्रीच्या घटनेचे कोणी साक्षीदार होते?''

''नव्हते.''

''म्हणजे तिच्या युक्तिवादाविरुद्ध तुझा युक्तिवाद असा प्रकार आहे.''

''मला वाटतं तसं.''

''दुसऱ्या शब्दात सांगायचं तर, हा सामना फारच थरारक आहे.''

''म्हणून काय झालं? तेवढ्यावरून मी चुकतोय आणि ती बरोबर आहे असं गृहित धरायचं कारण नाही.''

''अर्थातच नाही.'' ब्लॅकबर्न म्हणाला, ''पण परिस्थितीकडे बघ. एखाद्या पुरुषानं एखाद्या बाईविरुद्ध तिनं आपला छळ केल्याचा दावा करणं ही गोष्ट बरीचशी अशक्यच आहे. मला नाही वाटत, ह्या कंपनीत तसं उदाहरण कधी घडलं असेल. ह्याचा अर्थ घडू शकत नाही असा नाही. पण एवढं मात्र नक्की की, हे तुला फार जड जाईल... अगदी मेरेडिथचे हात एवढे पोचलेले नसते, तरीसुद्धा.'' तो थांबला, ''मला फक्त ह्यात तुझं कुठे नुकसान व्हायला नकोय.''

"ते तर आधीच झालंय."

"पुन्हा इथं आपण भावनांबद्दल बोलतोय. परस्परविरोधी दावे आणि दुर्दैवानं, टॉम, घटनेला साक्षीदार नाहीत." त्याने त्याचे नाक चोळले आणि कोटाची कॉलर पुढे ओढली.

"तुम्ही मला अॅडव्हान्स्ड् प्रॉडक्ट्स डिव्हिजनच्या बाहेर काढताय आणि माझं नुकसान झालंय. कारण नव्या कंपनीत सहभागी व्हायला मला मिळणार नाही. बारा वर्षं काम केलेल्या कंपनीत."

"तो एक चांगला कायदेशीर मुद्दा आहे," ब्लॅकबर्न म्हणाला.

"मी कायदेशीर मुद्द्याबद्दल बोलत नाहीये. मी बोलतोय..."

"हे बघ, टॉम. मला गार्विनशी ह्या विषयावर पुन्हा बोलू दे. दरम्यान तू थोडं दूर जाऊन ऑस्टीनच्या प्रस्तावाचा का विचार करत नाहीस? त्यावर काळजीपूर्वक विचार कर. कारण अशा तुल्यबळ सामन्यात कोणीच जिंकत नसतं. तू मेरेडिथला धक्का देशील. पण स्वतःचं नुकसान जास्त करून घेशील. तुझा मित्र म्हणून मला इथं त्याचीच काळजी वाटत्येय."

"तू माझा मित्र असतास..." सँडर्सने सुरुवात केली.

"मी तुझा मित्र आहेच," ब्लॅकबर्न त्याला मध्येच अडवत म्हणाला. "ह्या क्षणी तुला ते कळत असो वा नसो," तो त्याच्या टेबलामागे उभा राहिला. "तुला ह्याचा सगळ्या वर्तमानपत्रांमध्ये बोभाटा करण्याची गरज नाही, तुझ्या बायकोला किंवा मुलांनाही ह्यातलं काही कळण्याची आवश्यकता नाही. राहिलेला उन्हाळाभर बेनब्रिजमध्ये चर्चेचा विषय होऊन राहण्याचंही काही तुला कारण नाही. त्यानं तुझं अजिबात भलं होणार नाही."

"मला ते कळतंय, पण..."

"पण आपल्याला वस्तुस्थितीला सामोरं जावं लागेल," ब्लॅकबर्न म्हणाला. "कंपनीसमोर परस्परविरोधी दावे आहेत. जे घडलं ते घडलं. इथून आपल्याला पुढे गेलंच पाहिजे. मी म्हणतोय ते एवढंच, की मला हा प्रश्न लवकर सोडवायचाय. म्हणून त्यावर विचार कर, प्लीज. आणि पुन्हा मला भेट."

■

सँडर्स गेल्यावर ब्लॅकबर्नने गार्विनला फोन केला. "मी आत्ताच त्याच्याशी बोललो," त्याने गार्विनला सांगितले.

"मग?"

"तो म्हणतो ह्याच्या उलट घडलंय, म्हणजे तिनं त्याचा लैंगिक छळ केला."

"बापरे!" गार्विन म्हणाला. "काय घोळ आहे."

“हो. पण उलट तो हेच म्हणण्याची अपेक्षा असणार होती,” ब्लॅकबर्न म्हणाला, “ह्या प्रकरणांमध्ये ते नेहमीचं उत्तर असतं. पुरुष ते नेहमीच नाकारतो.”

“हो, हे धोकादायक आहे, फिल. हे प्रकरण मला आपल्यावर उलटायला नकोय.”

“नाही, नाही.”

“हा प्रश्न सोडवण्यापेक्षा आता अधिक महत्त्वाचं काही नाही. तू त्याच्यासमोर ऑस्टीनचा प्रस्ताव ठेवलास? त्याला मान्य होईल तो?”

“माझ्या अंदाजाने– नाही.”

“आणि तू ते लावून धरलंस?”

“हं, आपण मेरेडिथला एकाकी सोडणार नाही आहोत, हे मी त्याच्या लक्षात आणून द्यायचा प्रयत्न केला. आणि ह्या प्रकरणात मेरेडिथची बाजू घेणार आहोत, हेही.”

“तो एकदम टोकाला जाऊन कोर्टात जाणार नाही ना?”

“त्या दृष्टीनं तो नको इतका चलाख आहे.”

“तशी आशा आहे.” गार्विन चिडून म्हणाला. आणि त्याने फोन ठेवून दिला.

■

“परिस्थितीकडे बघ”

सँडर्स पायोनियर पार्कमध्ये उभा राहिलेला. पावसाच्या हलक्या सरींकडे पाहत तो एका खांबाला टेकून उभा होता. ब्लॅकबर्नबरोबरची भेट तो पुन्हा आठवून पाहत होता.

ब्लॅकबर्नला सँडर्सची बाजू ऐकून घेण्याचीही इच्छा नव्हती. त्यानं सँडर्सला ते काही सांगूच दिलं नव्हतं. घडलेलं ब्लॅकबर्नला आधीच माहिती होतं.

“ती एक फार मादक बाई आहे. पुरुषाचा तोल जाणं स्वाभाविक आहे.”

डिजिकॉममधले सगळे तसाच विचार करणार होते. कंपनीतल्या प्रत्येकाचा, जे घडलं होतं त्याबद्दलचा तोच दृष्टिकोन असणार होता. सँडर्सचा छळ झालाय, ह्यावर विश्वास ठेवणं, आपल्याला अवघड वाटत असल्याचं ब्लॅकबर्न म्हणाला होता. इतरांनासुद्धा ते अवघड वाटणार होतं.

‘परिस्थितीकडे बघ.’

ते त्याला सीॲटल, एपीजी सोडून जायला सांगत होते. मग शेअर्सही मिळणार नव्हते आणि पैसाही. त्याच्या बारा वर्षांच्या कामाचं फळ त्याला मिळणार नव्हतं. ते सगळं गमावलेलं.

ऑस्टीन. गरम, कोरड्या हवेचं, नवं कोरं.

सुसानला ते कधीच मान्य होणार नव्हतं. सीअ‍ॅटलमधला तिचा वकिलीचा व्यवसाय यशस्वीपणे चाललेला होता. तो उभा करण्यासाठी तिनं बरीच वर्षं खर्ची घातली होती. त्यांनी घराचं नूतनीकरण नुकतंच संपवलं होतं. मुलं इथं रमली होती. सँडर्सनं बदलीचा विषय काढला असता तर तिला संशय येणार होता. त्याच्यामागे काय होतं, ते तिला जाणून घ्यावंसं वाटलं असतं. आणि आज ना उद्या, ते तिला कळणार होतं. त्यानं बदली स्वीकारली असती तर तो बायकोला त्याच्या अपराधाची पुष्टीच देणार होता.

"तुझ्या बायकोला हे कळण्याची आवश्यकता नाही."

पण फिल त्याच्यावर दडपण आणत होता. फिल आणि त्याच्या पाठीशी असलेला गार्विन. दोघेही त्याच्यावर दबाव आणत होते. सँडर्सनं एवढी वर्षं कंपनीसाठी घाम गाळला होता, पण आता त्यांना त्याचं काहीच वाटत नव्हतं. निःशंकपणे ते मेरेडिथची बाजू घेत होते. जे घडलं होतं त्याची, टॉमची बाजू त्यांना ऐकून घ्यायची नव्हती.

सँडर्स पावसात उभा राहिला तशी त्याची धक्क्याची जाणीव हळूहळू पुसट होत गेली आणि त्याबरोबरच, त्याची निष्ठेची जाणीवही.

त्यानं फोन बाहेर काढून तो लावला.

"मि. पेरींचं ऑफिस."

"मी टॉम सँडर्स बोलतोय."

"सॉरी, मि. पेरी कोर्टात गेले आहेत. त्यांना निरोप देऊ का?"

"तुमचीही एखादेवेळी मदत होईल. एकदा त्यांनी, तुमच्याकडे लैंगिक छळाचे खटले हाताळणाऱ्या एक बाई आहेत असं सांगितलं होतं."

"तसं काम करणारे आमच्याकडे बरेच वकील आहेत, मि. सँडर्स."

"ते एका हिस्पॅनिक बाईबद्दल बोलत होते." पेरी तिच्याबद्दल आणखी काय बोलला होता, हे तो आठवायचा प्रयत्न करत होता. शांत, गोड स्वभावाची वगैरे अशा स्वरूपाचं काहीतरी. त्याला नेमकं आठवू शकलं नाही.

"मग मिस् फर्नांदिझ असणार."

"त्यांचा नंबर लावून दिला तर बरं होईल." सँडर्स म्हणाला.

■

फर्नांदिझचं ऑफिस लहान होतं. तिच्या टेबलावर व्यवस्थित रचून ठेवलेल्या कागदपत्रांचा आणि कायदेशीर टिपणांचा ढीग वर आला होता. कोपऱ्यात एक कॉम्प्युटर टर्मिनल. तो आत आला तशी ती उठून उभी राहिली. "तुम्हीच मि. सँडर्स असणार."

ती एक उंच, तिशीतली बाई होती. तिचे केस पिंगट, सरळसे होते. चेहरा देखणा, नाकेला होता. तिनं फिकट क्रीम रंगाचा सूट घातलेला होता. तिचा एकूण आविर्भाव स्पष्ट होता. सँडर्सशी तिनं हात दाबतच हस्तांदोलन केलं. 'मी लुई फर्नांदिझ. तुम्हाला कशा प्रकारे मदत करू शकते?'

त्याला वाटलं होतं तशी ती अजिबातच नव्हती. गोड किंवा शांतही. त्यामुळे तो इतका चक्रावला होता की काही विचार न करताच म्हणून गेला, "मला वाटलं होतं तशी तू..."

"नाहीये ना?" तिनं एक भुवई उंचावली. "माझे वडील क्यूबाचे. मी लहान असतानाच आम्ही तिथून बाहेर पडलो. प्लीज बसा, मि. सँडर्स."

अवघडल्यासारखा तो बसला. "कसंही असो, तुम्ही मला एवढ्या लगेच भेटल्याबद्दल धन्यवाद."

"छे, छे, त्यात काय एवढं? तुम्ही जॉन पेरीचे मित्र आहात?"

"हो. तू... ह्या प्रकरणांची तज्ज्ञ असल्याचं त्यानं एकदा सांगितलं होतं."

"मी कामगार कायद्याशी (Labour Law) संबंधित आणि कलम सातखाली (Title VII) येणारे खटले घेते."

"अच्छा." इथं उगाचंच आलो असं त्याला वाटलं. तिचं चटपटीत वागणं आणि मोहक रूप ह्यामुळे तो चकित झाला होता. खरं तर, तिला बघितल्यावर त्याला बरीचशी मेरेडिथचीच आठवण झाली. ह्या प्रकरणाला तिची सहानुभूती नसणार ह्याबद्दल त्याची खात्रीच झाली.

तिनं चष्मा चढवला आणि टेबलामागून त्याच्याकडे निरखून पाहिलं. "तुम्ही काही खाल्लंय? तुम्हाला पाहिजे असेल तर मी सँडविच मागवू शकते."

"धन्यवाद. पण मला भूक लागलेली नाहीये."

तिनं अर्धवट खाल्लेलं एक सँडविच टेबलाच्या एका बाजूला सरकवलं. "मला तासाभरात कोर्टात जायचंय. कधीकधी जरा गडबडच होते." तिनं पिवळ्या, कायदेविषयक टिपणांसाठी आवश्यक असलेल्या कागदांचं पॅड बाहेर काढलं आणि समोर ठेवलं. तिच्या हालचाली चपळ, आत्मविश्वासपूर्ण होत्या.

सँडर्सनं तिच्याकडे पाहिलं, ती नक्कीच त्याला हवी असलेली व्यक्ती नव्हती. त्यानं इथं यायलाच नको होतं. सगळंच चुकलं होतं. त्यानं ऑफिसमध्ये आजूबाजूला पाहिलं. कोर्टाच्या तारखांच्या बार चार्ट्सचा एक ढीग तिथं नीट लावून ठेवलेला होता.

लुईनं पॅडवरून वर पाहिलं... तिचं पेन सज्ज... महागड्या फाउंटन पेन्सपैकी असलेलं...

"एकूण प्रसंग मला सांगाल?"

“अं... कुठून सुरुवात करावी मला कळत नाहीये.”

“आपल्याला तुमचं नाव, पत्ता आणि वयापासून सुरुवात करता येईल.”

“थॉमस रॉबर्ट सँडर्स.” त्यानं त्याचा पत्ता दिला.

“आणि तुमचं वय?”

“एक्केचाळीस.”

“व्यवसाय?”

“मी डिजिटल कम्युनिकेशन्समध्ये डिव्हिजन मॅनेजर आहे. ॲडव्हान्सड् प्रॉडक्ट्स डिव्हिजन.”

“त्या कंपनीत तुम्ही किती वर्षं आहात?”

“बारा वर्षं.”

“ओह... आणि तुमच्या सध्याच्या पदावर?”

“आठ वर्षं.”

“आणि आज तुम्ही इथं का आला आहात, मि. सँडर्स?”

“माझा लैंगिक छळ झालाय.”

“ओह.” तिनं आश्चर्य दाखवलं नाही. तिच्या चेहऱ्यावर तटस्थ भाव होता. “तुम्हाला सगळी परिस्थिती मला सांगायचीय?”

“माझ्या बॉसनं... सुरुवात केली.”

“तुमच्या बॉसचं नाव?”

“मेरेडिथ जॉन्सन.”

“बॉस स्त्री आहे का पुरुष?”

“बाई.”

“उह...” पुन्हा तिच्या चेहऱ्यावर आश्चर्याची कुठलीही खूण नाही. शांतपणे तिने टिपणे काढणे चालू ठेवले. तिचे पेन कागदावर कुरकुरत असलेले. “हे केव्हा घडलं?”

“काल रात्री.”

“नेमकी परिस्थिती काय होती?”

त्यानं विलिनीकरणाचा उल्लेख न करण्याचं ठरवलं. “माझी नवी बॉस म्हणून तिची नुकतीच नेमणूक झालीय आणि आम्हाला बऱ्याच गोष्टींवर चर्चा करायची होती. दिवस संपल्यावर आपण भेटायचं का असं तिनं विचारलं.”

“ह्या भेटीची विनंती तिनं केली?”

“हो.”

“आणि ही भेट झाली कुठे?”

“तिच्या ऑफिसमध्ये. सहा वाजता.”

''त्या वेळी आणखी कोणी तिथं उपस्थित होतं?''

''कोणीही नाही. मिटिंगच्या सुरुवातीला थोडा वेळ तिची सहाय्यिका आली आणि मग निघून गेली. सगळं घडण्याआधी.''

''अस्सं. पुढे सांगा...''

''आम्ही थोडा वेळ कामाबद्दल बोललो आणि थोडी वाईन घेतली. तिला वाईन थोडी चढली होती. मग तिनं सुरुवात केली. मी खिडकीपाशी होतो आणि अचानक तिनं माझं चुंबन घ्यायला सुरुवात केली. मग लगेचच आम्ही कोचावर बसलेलो... नंतर तिनं सुरुवात केली... अं...''

तो थबकला, ''तुला किती तपशिलात हे पाहिजे आहे?''

''आता फक्त ठळक गोष्टी,'' तिने सँडविचचा एक घास घेतला. ''तुम्ही म्हणालात, तुम्ही चुंबन घेत होतात.''

''हो.''

''आणि मग तिनं ह्याला सुरुवात केली?''

''हो–''

''तिनं पुढाकार घेतल्यावर तुमची प्रतिक्रिया काय होती?''

''मला अवघडल्यासारखं वाटलं. मी विवाहित आहे.''

''उह्. ह्या चुंबनापूर्वी मिटिंगमधलं साधारण वातावरण कसं होतं?''

''ती एक नेहमीची कामाविषयीची मिटिंग होती. आम्ही कामाबद्दल बोलत होतो. पण हा सगळा वेळ, ती... उह... सूचक उल्लेख करत होती.''

''उदाहरणार्थ.''

''ओह्. मी किती चांगला दिसतो, त्याबद्दल. मी बांधा कसा टिकवून आहे. मला भेटल्याचा तिला किती आनंद आलाय. असं.''

''तुम्हाला भेटल्याचा तिला किती आनंद झाला होता?'' लुईस फर्नांदिझने गोंधळलेल्या मुद्रेने पुन्हा विचारले.

''हो. आमची आधीची ओळख होती.''

''तुमच्यात आधी संबंध होते?''

''हो.''

''ते केव्हा.''

''दहा वर्षांपूर्वी.''

''आणि तेव्हा तुमचं लग्न झालं होतं?''

''नाही.''

''त्या वेळी ह्याच कंपनीत तुम्ही काम करत होतात?''

''नाही, मी करत होतो, पण ती दुसऱ्या कंपनीत काम करायची.''

"आणि तुमचे संबंध किती दिवस टिकले?"

"सहा महिने."

"आणि अजून तुम्ही संपर्क ठेवलाय?"

"नाही. नाही खरं तर."

"कधीच नाही?"

"एकदा."

"घनिष्ट असा?"

"नाही, हॉलबाहेर, 'हॅलो' करण्यापुरतं. ऑफिसात."

"अच्छा. गेल्या आठ वर्षांत तुम्ही कधी तिच्या घरी गेला आहात?"

"नाही."

"रात्रीची जेवणं, कामानंतर पिणं, काहीही?"

"नाही. खरं तर मी तिला अजिबात भेटलो नाहीये. ती कंपनीत आली तेव्हा क्युपर्टिनोमध्ये 'ऑपरेशन्स' विभागात होती. मी सीॲटलमध्ये 'ॲडव्हान्स्ड प्रॉडक्ट्स' विभागात होतो. आमच्यात फारसा संपर्क नव्हता."

"म्हणजे ह्या काळात ती तुमच्यापेक्षा वरच्या हुद्द्यावर नव्हती."

"नाही."

"मेरेडिथचं वर्णन द्या मला. तिचं वय काय?"

"पस्तीस."

"आकर्षक म्हणाल तिला तुम्ही?"

"हो."

"खूप आकर्षक?"

"लहान वयात ती 'सुंदर किशोरी' होती."

"म्हणजे ती अतिशय आकर्षक असल्याचं तुमचं म्हणणं आहे." तिचे पेन कागदावर कुरकुरत असलेले.

"हो."

"आणि बाकीच्या पुरुषांबद्दल काय... त्यांनाही ती आकर्षक वाटते?"

"हो."

"लैंगिकदृष्ट्या तिचं वागणं कसं आहे? ती विनोद करते का? लैंगिक विनोद, द्व्यर्थी संवाद, अश्लील बोलणं?"

"नाही. कधीच नाही."

"शरीराच्या सूचक हालचाली... देहभाषा? प्रणयक्रीडा? लोकांच्या अंगचटी जाते?"

"नाही, खरं म्हणजे. आपण सुंदर दिसत असल्याचं तिला माहिती आहे आणि

त्याप्रमाणे ती वागू शकते. पण तिचं एकूण वागणं... थंड म्हणावं असं आहे. ती ग्रेस केली सारखी आहे.''

''असं म्हणतात की ग्रेस केली लैंगिकदृष्ट्या फार कार्यक्षम होती आणि बहुतेक महत्त्वाच्या पुरुषांबरोबर तिची प्रेमप्रकरणं होती.''

''मला माहिती नसेल.''

''उह्. मेरेडिथबद्दल काय, कंपनीत तिची काही प्रकरणं आहेत का?''

''मला तरी ठाऊक नाही. मी काही ऐकलेलं नाहीये.''

लुईसने तिच्या पॅडमधले नवे पान उलटले. ''ठीक आहे. आणि ती तुमची बॉस केव्हापासून आहे? का एवढ्यातच?''

''हो. एवढ्यातच. एक दिवस.''

पहिल्यांदाच लुईस फर्नांदिझला आश्चर्य वाटलेले दिसले. तिने त्याच्याकडे पाहिले आणि सँडविचचा एक तुकडा मोडला. ''एक दिवस?''

''हो. कंपनीच्या नव्या पुनर्रचनेचा काल पहिलाच दिवस होता. तिची नुकतीच नेमणूक झाली होती.''

''म्हणजे तिच्या नेमणुकीच्या दिवशीच ती तुम्हाला संध्याकाळी भेटते.''

''हो.''

''ठीक आहे. तुम्ही मला सांगत होतात, तुम्ही कोचावर बसला होतात आणि ती तुमचं चुंबन घेत होती. मग काय घडलं?''

''तिनं माझ्या पँटची चेन काढली... हो... आधी तिनं हात फिरवायला सुरवात केली.''

''तुमच्या लिंगावरून?''

''हो. आणि माझं चुंबन घेत.'' आपल्याला घाम येत असल्याचे त्याला जाणवले. आपल्या हाताने त्याने कपाळावरचा घाम पुसला.

''हे अडचणीचं आहे, ह्याची मला कल्पना आहे. मी हे थोडक्यात आवरतं घेण्याचा प्रयत्न करेन.'' लुईस म्हणाली. ''मग पुढे?''

''मग तिनं माझ्या पँटची चेन काढली आणि स्वतःचा हात फिरवायला सुरुवात केली.''

''तुमचं लिंग बाहेर आलं होतं?''

''हो.''

''ते बाहेर कोणी काढलं?''

''तिनं बाहेर काढलं.''

''म्हणजे तिनं तुमचं लिंग पँटमधून बाहेर काढलं आणि मग हातानं ते चोळायला सुरुवात केली, बरोबर?'' तिने त्याच्याकडे आपल्या चष्म्यावरून बारकाईने

पाहिले आणि क्षणभर अवघडल्यासारखे वाटून त्याने नजर दुसरीकडे वळवली. पण पुन्हा जेव्हा त्याने तिच्याकडे पाहिले तेव्हा त्याच्या लक्षात आले की ती अजिबात संकोचलेली नव्हती, तिचा आविर्भाव निव्वळ शारीरिक तपशील विचारणे वा व्यावसायिक, ह्यापेक्षाही वेगळा होता... त्याला खोल कुठे तरी ती अलिप्त आणि फार थंड वाटली.

"हो," तो म्हणाला, "तसंच घडलं."

"आणि तुमची प्रतिक्रिया काय होती?"

त्याने अवघडल्यासारखे खांदे उडवले. "त्यानं व्हायचं ते झालं."

"तुम्ही लैंगिकदृष्ट्या उत्तेजित झालात?"

"हो."

"तुम्ही तिला काही म्हणालात?"

"म्हणजे कसं?"

"तुम्ही तिला काही म्हणालात का एवढंच मी विचारत्येय."

"म्हणजे कसं? मला ठाऊक नाही."

"तुम्ही तिच्याशी काही तरी बोललात का?"

"मी म्हणालो काहीतरी, सांगता येणार नाही. मला फार अवघडल्यासारखं वाटत होतं."

"तुम्ही काय म्हणालात ते आठवतंय तुम्हाला?"

"मला वाटतं, मी 'मेरेडिथ,' 'मेरेडिथ' एवढंच म्हणत राहिलो... तिला थांबवायचा प्रयत्न करत... पण ती मला थांबवत माझी चुंबनं घेत राहिली."

" 'मेरेडिथ' शिवाय आणखी काही तुम्ही बोललात?"

"मला आठवत नाही."

"ती जे काही करत होती, त्याबद्दल तुम्हाला कसं वाटलं?"

"मला अवघडल्यासारखं वाटलं."

"का?"

"ती आता माझी बॉस असल्यानं मी तिच्यात गुंतेन असं मला वाटलं. मी आता विवाहितही होतो आणि मला माझ्या आयुष्यात कोणत्याही गुंतागुंती नको होत्या... म्हणजे ऑफिसमधल्या प्रकरणासारख्या."

"का नको होत्या?" लुईसने विचारले.

त्या प्रश्नाने तो चकित झाला. "का नको होत्या?"

"हो." तिने त्याच्याकडे थेटपणे पाहिले...

तिची नजर थंड, जोखत असल्यासारखी.

"शेवटी एका सुंदर बाईबरोबर तुम्ही एकटे आहात, संबंध का ठेवू नयेत?"

"बापरे!"

"बऱ्याच लोकांकडून विचारला जाणारा हा प्रश्न आहे."

"मी विवाहित आहे."

"म्हणून काय झालं? विवाहित लोकांची नेहमीच प्रकरणं असतात."

"हं," तो म्हणाला. "एका गोष्टीसाठी... माझी बायको एक वकील आहे आणि स्वभावानं फार संशयी आहे."

"माझ्या ओळखीतली आहे?"

"तिचं आधीचं नाव सुसान हँडलर. ती लिमन, किंग फर्ममध्ये काम करते."

लुईसने होकारार्थी मान हलवली. "मी ऐकलंय तिच्याबद्दल. मग... ती तुम्हाला कधीतरी पकडेल अशी भीती तुम्हाला वाटली."

"खरंच. म्हणजे मला म्हणायचंय काय, तुमचं ऑफिसमध्ये प्रकरण आहे आणि प्रत्येकाला ते माहिती होणार आहे, तर ते दडपून ठेवण्याचा कुठलाच मार्ग नाही."

"म्हणजे तुम्हाला हे कर्णोपकर्णी होण्याची चिंता वाटली."

"हो. पण मुख्य कारण ते नव्हतं."

"मग मुख्य कारण कोणतं होतं?"

"ती माझी बॉस होती. मी ज्या परिस्थितीत होतो, ती मला आवडली नाही. ती... म्हणजे तुला माहिताय... मला काढून टाकण्याचा अधिकार तिच्यापाशी होता. तिला वाटलं तर, म्हणजे मला ते 'करायलाच' पाहिजे असल्यासारखा तो प्रकार होता. मी फार अवघडलो होतो."

"तुम्ही तिला ते सांगितलंत?"

"मी प्रयत्न केला."

"तुम्ही कसा प्रयत्न केलात?"

"हं... मी केवळ प्रयत्न केला एवढंच."

"तिचे पुढाकाराचे पवित्रे तुम्हाला स्वीकारार्ह वाटत नसल्याचं तुम्ही तिला सूचित केलंत, असं म्हणायचंय का तुम्हाला?"

"शेवटी... हो..."

"ते कसं?"

"हं, म्हणजे. अखेरीस... आमचं चालू होतं... तू त्याला काहीही म्हण... समागमपूर्व क्रीडा किंवा आणखी काही... आणि तिनं तिची चड्डी काढली होती... आणि..."

"माफ करा. ती चड्डी काढण्यापर्यंत कशी आली?"

"मी ती काढली."

"तिनं तुम्हाला तसं करायला सांगितलं का?''

"नाही. पण एका क्षणी मी खूपच चेकाळलो होतो, मी अगदी अखेरची पायरी गाठणार होतो, किंवा निदान मी ते करण्याच्या विचारात होतो.''

"तुम्ही संभोग करणार होतात.'' तिचा आवाज पुन्हा थंड, पेन कुरकुरत असलेले.

"हो.''

"तुम्ही त्यात स्वेच्छेनं सहभागी झाला होतात.''

"फक्त काही क्षणच. हो.''

"कशा पद्धतीनं तुम्ही स्वेच्छेनं सहभागी झाला होतात?'' तिनं विचारलं. "म्हणजे मला म्हणायचंय काय की तिच्या अंगाला, स्तनांना किंवा गुप्तेंद्रियाला तिनं उत्तेजन न देताच तुम्ही स्पर्श करायला सुरुवात केलीत का?''

"मला ठाऊक नाही. ती सगळ्यालाच उत्तेजन देत होती.''

"मी विचारत्येय, तुम्ही आपण होऊन पुढाकार घेतलात का? तुम्ही ते स्वेच्छेनं केलंत का? का तिनं, उदाहरणार्थ, तुमचा हात हातात घेऊन तो तिच्या अंगावर ठेवला...''

"नाही, मी ते स्वतःच केलं.''

"तुमच्या आधीच्या अलिप्ततेबद्दल काय?''

"मी चाळवलो गेलो. उत्तेजित केला गेलो. त्या क्षणी मला फिकीर वाटली नाही.''

"ठीक आहे. पुढे सांगा.''

त्याने आपले कपाळ पुसले. "मी तुला अगदी प्रामाणिकपणे सांगतोय.''

"तुम्ही अगदी तसंच असायला हवं. ह्या सगळ्यात तीच सगळ्यात चांगली गोष्ट आहे. प्लीज, पुढे सांगा.''

"आणि ती स्कर्ट वर ओढलेल्या अवस्थेत कोचावर पडलेली होती... तिला मी आत यायला हवं होतं. आणि ती काहीसं कण्हत होती... म्हणजे... 'नाही, नाही' म्हणत आणि अचानक हे करायचं नसल्याची जाणीव मला पुन्हा झाली... म्हणून मी म्हणालो, 'जाऊ दे, नको करायला...' आणि मी कोचावरून उतरून कपडे घालायला सुरुवात केली.''

"ह्या संबंधातून तुम्ही स्वतःच बाजूला झालात?''

"हो.''

"कारण ती 'नको' म्हणाली होती.''

"नाही, ते केवळ एक निमित्त होतं. कारण त्या क्षणी मला अस्वस्थ वाटत होतं.''

''उह्. म्हणून तुम्ही कोचावरून उतरलात आणि कपडे घालायला सुरुवात केली.''

''हो.''

''आणि त्या वेळी तुम्ही काही म्हणालात का? तुमच्या कृती स्पष्ट करण्यासाठी?''

''हो, मी म्हणालो की ही काही चांगली गोष्ट असल्याचं मला वाटत नाही आणि मला त्यातून काही आनंदही वाटत नाही.''

''आणि तिनं प्रतिक्रिया कशा प्रकारे व्यक्त केली?''

''ती खूप रागावली. तिनं माझ्यावर वस्तू फेकून मारायला सुरवात केली. मग ती मला मारायलाही लागली आणि ओरखडायला.''

''तुमच्या अंगावर काही खुणा आहेत त्याच्या?''

''हो.''

''कुठे आहेत त्या?''

''माझ्या मानेवर आणि छातीवर.''

''त्यांचे अजून फोटो काढले आहेत का?''

''नाही.''

''ठीक आहे. आता तिनं जेव्हा तुम्हाला ओरखाडलं, तेव्हा तुमची प्रतिक्रिया काय होती?''

''मी फक्त कपडे घालण्याचा आणि तिथून बाहेर पडण्याचा प्रयत्न केला.''

''तिच्या हल्ल्याला तुम्ही थेटपणे प्रतिक्रिया दर्शविली नाहीत?''

''हं... एका क्षणी मी तिला माझ्यापासून दूर लोटण्यासाठी मागे ढकललं आणि ती एका टेबलाला अडखळून फरशीवर पडली.''

''तिला मागे ढकलणं हे तुमच्या दृष्टीनं आत्मसंरक्षण असल्यासारखं तुम्ही दर्शवताय.''

''ते होतंच. ती माझ्या शर्टची बटणं ओढून काढत होती. मला घरी जायचं होतं आणि माझ्या बायकोनं माझा शर्ट बघायला मला नको होतं म्हणून मी तिला बाजूला ढकललं.''

''आत्मसंरक्षणात्मक नव्हतं असं तुम्ही काही केलंत का?''

''नाही.''

''तुम्ही कधी तिला मारलंत का?''

''नाही.''

''त्याची खात्री आहे तुम्हाला?''

''हो.''

''ठीक आहे. मग काय घडलं?''

“तिनं एक वाईनचा ग्लास माझ्या दिशेनं फेकला. पण तोपर्यंत माझे कपडे बरेचसे घालून झाले होते. मी गेलो आणि तिच्या खोलीतल्या खिडकीच्या चौकटीवरून माझा फोन घेतला... आणि मग बाहेर पडलो...”

“सॉरी, तुम्ही तुमचा फोन घेतलात? तो फोन कुठला?”

“माझ्याजवळ एक सेल्युलर फोन होता.” त्याने तो त्याच्या खिशातून काढला आणि तिला दाखवला. “आम्ही सगळे कंपनीत असे फोन जवळ बाळगतो कारण ते आम्हीच बनवतो. आणि मग तिनं माझी चुंबनं घ्यायला सुरुवात केली तेव्हा मी तिच्या ऑफिसातून एक फोन करण्यासाठी तो फोन वापरत होतो.”

“तिनं तुमची चुंबनं घ्यायला सुरुवात केली तेव्हा तुम्ही फोनवर बोलत होतात का?”

“हो.”

“तुम्ही कोणाशी बोलत होतात?”

“एका आन्सरिंग मशीनशी.”

“अच्छा.” त्यावर तिची निराशा झाल्याचं लपून राहिलं नाही. “ठीक आहे. पुढे सांगा.”

“मग मी माझा फोन घेऊन तिथून तडक बाहेर पडलो. मी तिच्याशी असं वागायला नको होतं, तुला खलास करेन असं ती ओरडत होती.”

“आणि तुम्ही कशा प्रकारे प्रतिक्रिया दर्शवलीत?”

“काहीच नाही. मी फक्त निघून गेलो.”

“आणि हे किती वाजता घडलं?”

“पावणेसातच्या सुमारास.”

“तुम्हाला बाहेर पडताना कोणी पाहिलं?”

“सफाई करणाऱ्या बाईनं.”

“तिचं नाव तुम्हाला माहिताय?”

“नाही.”

“तिला पूर्वी कधी पाहिलंय?”

“नाही.”

“ती तुमच्या कंपनीत काम करणारी होती असं वाटतं तुम्हाला?”

“तिच्या अंगावर कंपनीचा गणवेष होता. आमची ऑफिसं स्वच्छ करण्याचं कंत्राट दिलेल्या, देखभाल करणाऱ्या कंपनीच्या कामगारांना दिलेला गणवेष.”

“ओह... मग पुढे?”

त्याने खांदे उडवले. “मी घरी गेलो.”

“काय घडलं ते तुम्ही तुमच्या बायकोला सांगितलंत?”

"नाही.''

"जे घडलं ते तुम्ही कोणाला सांगितलंत?''

"नाही.''

"का नाही?''

"मला वाटतं, मला धक्का बसला होता.''

ती थांबली आणि तिने पुन्हा तिने काढलेल्या टिपणांवरून नजर फिरवली. "ठीक आहे. तुमचा लैंगिक छळ झाल्याचं तुम्ही म्हणताय. आणि ह्या बाईनं एक फार आक्रमक पुढाकार घेतल्याचं तुम्ही वर्णन केलंय. ती तुमची बॉस असल्यानं तिला नकार देऊन तुम्ही धोक्यात आल्याची तुमची भावना झाली असणार असा मी विचार केला असता.''

"हं, मी काळजीत पडलो होतो एवढं नक्की. पण, म्हणजे तिला नकार देण्याचा मला अधिकार नाही? हे सगळं चाललंय ते त्याबद्दलच नाही का?''

"तुम्हाला निश्चितपणे अधिकार आहे. मी तुमच्या मनःस्थितीबद्दल विचारत्येय.''

"मी फार अस्वस्थ होतो.''

"तरीही जे काय घडलं होतं ते तुम्हाला कोणाला सांगायचं नव्हतं? हा अस्वस्थ करणारा अनुभव एखाद्या सहकाऱ्यापाशी बोलून दाखवावंसं तुम्हाला वाटलं नाही? एखादा मित्र? कुटुंबातला कोणी सदस्य, भाऊ समजा! कोणी तरी?''

"नाही. तसं काही मला सुचलंसुद्धा नाही. ते कसं हाताळावं, हे मला माहीत नव्हतं... मला वाटतं, मी सुन्न होतो. ते मला हळूहळू निवळायला हवं होतं. घडलं ते कधी घडलंच नाही असं वाटावं अशी माझी इच्छा होती.''

"तुम्ही काही टिपणं काढलीत?''

"नाही.''

"ठीक आहे. आता, तुम्ही तुमच्या बायकोला सांगितलं नसल्याचं म्हणालात. तुम्ही तुमच्या बायकोपासून ते लपवलंत असं म्हणाल का?''

तो किंचित थांबला. "हो.''

"तुम्ही तिच्यापासून नेहमीच काही गोष्टी लपवता का?''

"नाही. पण ह्या बाबतीत, तुझ्या लक्षात आलंच असेल, एक जुनी मैत्रीण गुंतलेली असल्यानं तिची सहानुभूती असेल असं मला वाटलं नाही. ह्या बाबतीत तिला तोंड द्यायची माझी इच्छा नव्हती.''

"तुमची काही इतर प्रकरणं झालीयत का?''

"हेसुद्धा काही प्रकरण नव्हतं.''

"मी एक साधारण स्वरूपाचा प्रश्न विचारत्येय. तुमच्या बायकोशी असलेल्या तुमच्या नात्याच्या संदर्भात.''

"नाही. माझी प्रकरणं झालेली नाहीत."

"ठीक आहे. ताबडतोब तुमच्या बायकोला तुम्ही सांगून टाकावं असा माझा सल्ला आहे. ही गोष्ट पूर्णपणे उघड करा. कारण तिला अजून कळलेलं नसलं तरी तिला ते कळेलच हे मी तुम्हाला खात्रीपूर्वक सांगते. तिला सांगणं हे कितीही अवघड असलं तरी तुमचे संबंध जपण्याच्या दृष्टीनं तिच्याशी पूर्णपणे प्रामाणिक राहणं, हाच सगळ्यात चांगला मार्ग आहे."

"ठीक आहे."

"आता पुन्हा कालच्या रात्रीकडे आपण वळू. नंतर काय घडलं?"

"मेरेडिथनं घरी फोन केला आणि ती माझ्या बायकोशी बोलली."

लुईसच्या भुवया उंचावल्या. "अस्सं. असं घडेल असं तुम्हाला वाटलं होतं?"

"छे, अजिबात नाही. माझ्या अंगावर काटाच आला. पण वरकरणी तरी ती मित्रत्वानं वागली आणि सकाळची मिटिंग आता साडेआठला झालीय एवढंच सांगण्यासाठी तिनं फोन केला. आज साडेआठला."

"अच्छा."

"पण आज मी कामावर गेलो तर प्रत्यक्षात मिटिंगची वेळ आठला ठरल्याचं मला कळलं."

"म्हणजे तुम्ही उशिरा पोचलात आणि त्यामुळे अडचणीत आलात वगैरे."

"हो."

"आणि ते पद्धतशीरपणे केलं होतं असं तुम्हाला वाटतं."

"हो."

लुईसने तिच्या घड्याळाकडे नजर टाकली. "माझ्यापाशी आता वेळ फार थोडा आहे ह्याचं मला वाईट वाटतंय. तुम्हाला शक्य असेल तर आज जे घडलं ते मला झटकन इत्थंभूत सांगा."

कॉनले-व्हाईटचा उल्लेख न करता त्यानं सकाळची मिटिंग आणि पाठोपाठ त्याचा झालेला पाणउतारा ह्याबद्दल थोडक्यात सांगितलं... त्याचा मेरेडिथशी झालेला वाद... फिल ब्लॅकबर्नबरोबर त्याचं झालेलं बोलणं... दुसरीकडल्या बदलीचा प्रस्ताव... कंपनी 'पब्लिक' झाल्यानंतर मिळणाऱ्या शेअर्सपासूनचे संभाव्य फायदे, ह्या बदलीमुळे त्याला गमवावे लागण्याची वस्तुस्थिती... सल्ला घ्यायचा त्याचा निर्णय...

लुईसने थोडे प्रश्न विचारले आणि शांतपणे टिपणे काढली. शेवटी, तिने तिचे पॅड बाजूला केले.

"ठीक आहे. माझ्या मनात एकूण चित्र उभं राहण्याच्या दृष्टीनं मला हवं तेवढं मिळालंय. तुम्हाला अपमानित आणि उपेक्षित झाल्यासारखं वाटतंय. आणि तुमचा

प्रश्न हा आहे की तुम्हाला लैंगिक छळ झाल्याबद्दल दावा दाखल करता येईल का नाही?''

''हो,'' होकारार्थी मान हलवत सँडर्स म्हणाला.

''हं. चर्चेच्या दृष्टीनं करता येईल. पण हा ज्यूरीसमोर येणारा दावा आहे आणि आपल्याला खटल्यापर्यंत जावं लागलं तर काय घडेल, ते आपल्याला माहिती नाही. पण तुम्ही मला इथं जे सांगितलंय, त्यावरून मला तुम्हाला सल्ला दिला पाहिजे की तुमची बाजू बळकट नाहीये.''

सँडर्सला धक्का बसल्यासारखे झाले. ''बापरे!''

''कायदा मी करत नाही. तुम्हाला पूर्ण माहिती समजावून घेऊन निर्णय घेता यावा म्हणून मी तुम्हाला फक्त स्पष्टपणे सांगत्येय. तुमची परिस्थिती चांगली नाहीये, मि. सँडर्स.''

लुईस तिच्या टेबलापासून मागे सरकली आणि ब्रीफकेसमध्ये कागद भरू लागली. ''मला पाच मिनिटं आहेत पण तुमच्यासाठी, कायद्यानं लैंगिक छळ म्हणजे प्रत्यक्षात काय आहे, त्याचा आढावा मी घेते. १९६४ च्या नागरी हक्क कायद्याच्या कलम सातप्रमाणे (Title VII) कामाच्या ठिकाणी लैंगिक भेदभाव करणं बेकायदेशीर ठरवण्यात आलं. पण एक व्यावहारिक बाब म्हणून ज्याला आपण लैंगिक छळ म्हणतो, त्याची बरीच वर्षं व्याख्या करण्यात आली नव्हती. ८ व्या दशकाच्या मध्यापासून समान सेवा संधी आयोगानं सातव्या कलमाखाली लैंगिक छळाची कल्पना स्पष्ट करण्यासाठी मार्गदर्शक तत्त्वं तयार केली आहेत. गेल्या काही वर्षांत ह्या आयोगाची मार्गदर्शक तत्त्वं दावा कायद्याप्रमाणे आणखी स्पष्ट करण्यात आली आहेत. म्हणजे व्याख्या बऱ्याच स्पष्ट आहेत. ह्या कायद्याप्रमाणे एखादी तक्रार लैंगिक छळाची म्हणून पात्र ठरण्यासाठी त्या वागण्यात तीन घटक असणं आवश्यक आहे. पहिली गोष्ट म्हणजे वर्तन लैंगिक असायलाच हवं. त्याचा अर्थ, उदाहरणार्थ, एखाद्याचा अनादर वा टिंगल करणारा विनोद करणं म्हणजे लैंगिक छळ होत नाही, अगदी तो ऐकणाऱ्याला बोचरा वाटला तरी! वागणं लैंगिक वृत्तीचं असायला हवं. तुमच्या बाबतीत, तुम्ही जे सांगितलंय त्यावरून त्यात निःसंदिग्धपणे लैंगिक घटक आहे, ह्यात शंका नाही.''

''ठीक आहे.''

''दुसरं, वर्तन मनाविरुद्ध, अस्वीकारार्ह असायला हवं. कोर्टं स्वखुषीचं असलेलं वर्तन आणि स्वीकारार्ह असलेलं वर्तन, ह्यामध्ये फरक करतात. उदाहरणार्थ, एखाद्या व्यक्तीचा तिच्या वरिष्ठांशी लैंगिक संबंध असेल आणि तो उघडपणे आपखुषीचा असेल... तर कोणीच त्या व्यक्तीला दोषी ठरवणार नाही. पण कोर्टं असं समजतात की कर्मचाऱ्यांना मान तुकवण्याशिवाय पर्याय नाही असंही

वाटत असेल आणि म्हणून लैंगिक संबंध मोकळेपणाचा नाही... तो स्वीकारार्ह नाही.''

''वर्तन खरोखरच अस्वीकारार्ह आहे का हे ठरवण्यासाठी कोर्ट संलग्न वर्तन ढोबळपणे विचारात घेतात. कर्मचाऱ्यानं कामाच्या ठिकाणी लैंगिक विनोद केले का आणि इतरांकडून केले जाणारे असे विनोद स्वीकारार्ह असल्याचं दिसतं का? कर्मचाऱ्यानं इतर कर्मचाऱ्यांची लैंगिक थट्टामस्करी वा त्यांना लैंगिकदृष्ट्या चिडवणं, नेहमी केलेलं आहे का? जर कर्मचारी प्रत्यक्ष प्रकरणात गुंतला तर त्यांनी त्याच्या वरिष्ठाला त्यांच्या घरात येऊ दिलं का, ते वरिष्ठाला हॉस्पिटलमध्ये भेटले का? किंवा कधी कर्मचाऱ्यांना अजिबात गरज नसतानाही वरिष्ठांना ते भेटले का किंवा त्यांनी त्या संबंधात सक्रीयपणे आणि स्वखुषीनं भाग घेतल्याचं दर्शविणाऱ्या इतर काही कृती केल्या का? शिवाय, कर्मचाऱ्यानं वरिष्ठाला त्याचं वर्तन अस्वीकारार्ह असल्याचं सांगितलं का, अशा संबंधाबद्दल कर्मचाऱ्यानं कोणापाशी तक्रार केली का किंवा अस्वीकारार्ह परिस्थिती टाळण्यासाठी काही कृती करण्याचा प्रयत्न केला का, ह्या गोष्टी कोर्ट विचारात घेतात. कर्मचारी वरच्या पदावर असेल आणि कृती करायला अधिक मोकळा असल्याचं गृहित धरलं जात असेल तर हा विचार अधिक महत्त्वाचा ठरतो.''

''पण मी कोणाला सांगितलं नाही.''

''नाही. आणि तुम्ही तिलाही सांगितलं नाहीत. मी जेवढं ठरवू शकते त्याप्रमाणे निदान उघडपणे तरी सांगितलं नाहीत.''

''मी सांगू शकेन असं मला वाटलं नाही.''

''तुम्हाला वाटलं नाही, हे मला समजतंय. पण तुमच्या दाव्याच्या दृष्टीनं तीच एक अडचण आहे. आता, लैंगिक छळाच्या संदर्भातला तिसरा घटक म्हणजे लिंगावर आधारलेला भेदभाव. त्यातलं नेहमी आढळणारं मोठं उदाहरण म्हणजे कशाच्या तरी मोबदल्यात तेवढंच काही तरी देणं... तुमची नोकरी टिकवण्यासाठी वा बढती मिळवण्याकरता लैंगिक सुखाचा विनिमय. त्याची धमकी उघड वा सूचितपणेही दिलेली असेल. जॉन्सनला तुम्हाला काढणं शक्य असल्याचा तुमचा समज आहे, असं तुम्ही म्हणाल्याचं मला वाटतं.''

''हो.''

''तुमचा असा समज कसा झाला?''

''फिल ब्लॅकबर्ननं मला सांगितलं.''

''स्पष्टपणे?''

''हो.''

''आणि जॉन्सनचं काय? लैंगिक सुखावर अवलंबून असा तिनं काही प्रस्ताव

तुम्हाला केला का? संध्याकाळच्या घटनेदरम्यान तिनं तुम्हाला काढणं तिला शक्य असल्याचा काही उल्लेख केला का?''

''अगदी नेमकेपणानं नाही, पण ते सूचित होत होतं. वातावरणातून सतत जाणवत होतं.''

''तुम्हाला कसं कळलं?''

'' 'आपण बरोबर काम करतोय तोपर्यंत आपल्याला थोडीफार मौजमजाही करता येईल.' अशा स्वरूपाचं ती बोलत होती. आम्ही कंपनीच्या कामासाठी मलेशियाला गेलो तर तेव्हा तिला संबंध हवे असल्याबद्दल ती बोलली. असंच काहीबाही.''

''तुम्हाला नोकरीवरून काढून टाकण्याची ही सूचक धमकी असल्याचा अर्थ तुम्ही लावलात?''

''मी असा अर्थ लावला की तिच्याबरोबर जमवून घ्यायचं असेल तर तिला संमती दिली तरंच बरं होईल.''

''आणि तुम्हाला ते करायचं नव्हतं.''

''नव्हतं.''

''तुम्ही तसं म्हणालात?''

''मी विवाहित असल्याचं आणि दोघांच्यातली परिस्थिती बदलली असल्याचं सांगितलं.''

''हं, तसंच असेल तर केवळ तेवढंच संभाषण तुमच्या दाव्याला पुष्टी द्यायला उपयोगी पडेल. तिथं साक्षीदार असतील तर.''

''पण साक्षीदार तिथं नव्हते.''

''नव्हते, आता, शेवटची विचारार्ह बाब म्हणजे ज्याला आपण शत्रुत्वाचं म्हणू असं कामाच्या ठिकाणचं वातावरण. जिथं अगदी लैंगिक नसलेल्या अशा पाठोपाठच्या घटनांमधून एखाद्या व्यक्तीचा छळ होतो पण साकल्यानं त्या लिंगाधारित छळाच्या ठरतात; अशा घटनांमधून साधारणपणे शत्रुत्वाचं वातावरण ओढवतं. ह्या एका घटनेवरून तुम्ही कामाच्या ठिकाणी शत्रुत्वाचं वातावरण असल्याचा दावा करू शकाल असं मला वाटत नाही.''

''अस्सं.''

''दुर्दैवानं तुम्ही सांगताय ती घटना असायला हवी तेवढी स्पष्ट नाही. मग आपण छळाच्या गौण पुराव्याकडे वळू. उदाहरणार्थ, तुम्हाला नोकरीवरून काढून टाकलं असतं तर.''

''मला वाटतं, खरं तर मला काढूनच टाकलंय,'' सँडर्स म्हणाला. ''कारण मला डिव्हिजनच्या बाहेर काढलं जातंय आणि कंपनी 'पब्लिक' झाल्यानंतरच्या फायद्यांत मला सहभागी व्हायला मिळणार नाही.''

"मला समजतंय, पण तुमची दुसरीकडे बदली करण्याच्या कंपनीच्या प्रस्तावामुळे परिस्थिती आणखी गुंतागुंतीची झालीय. कारण कंपनी असा युक्तिवाद करू शकेल... यशस्वीपणे, मला वाटतं... की, तुम्हाला ती दुसरीकडे बदली करण्यापेक्षा अधिक काही देणं लागत नाही, कंपनी 'पब्लिक' झाल्यानंतरच्या फायद्यांचं तुम्हाला कंपनीनं कधीच आश्वासन दिलेलं नाही. तसंच, कसंही असलं तरी हा फायदा म्हणजे केवळ एक अंदाज आहे, भविष्यकाळात केव्हातरी घडण्याची शक्यता असलेला आणि तो कदाचित कधीच प्रत्यक्षात येणार नाही. कंपनीचा युक्तिवाद असाही असेल की तुमच्या आशांची– जे कदाचित कधीच घडणार नाही अशा भविष्यातल्या कुठल्याशा संदिग्ध अपेक्षेची– भरपाई करायला कंपनी बांधील नाही. आणि म्हणून दुसरीकडची बदली स्वीकारार्ह असल्याचा आणि तुम्ही ती नाकारलीत तर तुम्ही अतार्किक वागताय, असा दावा कंपनी करेल. तसंच कंपनी असंही म्हणू शकेल की प्रत्यक्षात तुम्ही कंपनी सोडताय, तुम्हाला काढलं जात नाहीये. त्यामुळे तर तुमच्यावर पुन्हा ओझं पडेल."

"ते हास्यास्पद आहे."

"प्रत्यक्षात ते नाहीये. समजा, उदाहरणार्थ, तुम्हाला असं समजलं की, तुम्ही कॅन्सरच्या अखेरच्या अवस्थेत आहात आणि सहा महिन्यांत मरणार आहात, अशा परिस्थितीत तुमच्या परिवारास, कंपनी 'पब्लिक' होण्याचे फायदे कंपनीला द्यावे लागतील का? स्पष्टपणे सांगायचं तर नाही. तो फायदा मिळणार असताना तुम्ही कंपनीत काम करत असाल तर तुम्ही त्यात सहभागी होऊ शकता. तुम्ही नसाल तर त्यात सहभागी होऊ शकत नाही. कंपनीवर फार मोठ्या जबाबदाऱ्या नाहीयेत."

"म्हणजे तू म्हणतेयस, मला कॅन्सरही झाला असता..."

"नाही, मला म्हणायचंय ते हे की तुम्ही संतप्त मनःस्थितीत आहात आणि तुम्हाला वाटतंय की कंपनी तुम्हाला असं काही तरी देणं लागते, जे कोर्टाला मान्य होणार नाही. माझ्या अनुभवानुसार, लैंगिक छळाचे दावे बऱ्याचदा अशा तऱ्हेचे असतात. लोक संतप्त होऊन अन्याय झाल्याच्या भावनेनं येतात आणि त्यांना अजिबात नसलेले हक्क आपल्याला आहेत असं वाटतं."

त्याने उसासा टाकला. "मी स्त्री असतो तर परिस्थिती वेगळी असती का?"

"मूलतः नाही. अगदी उघड अशा घटनांमध्येही अगदी टोकाच्या आणि चीड आणणाऱ्या घटनांमध्येही... लैंगिक छळ झाल्याचं सिद्ध करणं अवघड असतं, हे सर्वश्रुत आहे. बऱ्याच घटना तुमच्या बाबतीत घडली तशा घडतात... बंद दारांमागे, साक्षीदार नसताना. एका व्यक्तीच्या दाव्याविरुद्ध दुसऱ्याचा प्रतिदावा असतो. अशा परिस्थितीत, जिथं घटनेला बळकटी देणारा स्पष्ट पुरावा नसतो, तिथं बऱ्याचदा पुरुषाविरुद्ध प्रतिकूल ग्रह असतो."

"उह्."

"तसं असलं तरी लैंगिक छळाच्या दाव्यांपैकी एक चतुर्थांश दावे पुरुषांकडून येतात. त्यांपैकी बरेचसे पुरुष बॉसविरुद्ध असतात. पण एक पंचमांश दावे बायकांविरुद्ध असतात. आणि कामाच्या ठिकाणी स्त्री बॉस आपल्याकडे जास्त असल्यानं ही संख्या सतत वाढत्येय."

"मला ते माहिती नव्हतं."

"त्याची फारशी चर्चा होत नाहीये," ती तिच्या चष्म्यावरून नजर टाकत म्हणाली. "पण ते घडतंय. आणि माझ्या दृष्टीनं ते अपेक्षितच आहे."

"तू तसं का म्हणतेस?"

"छळ हा अधिकाराशी संबंधित असतो... वरिष्ठाकडून कनिष्ठावर केला जाणारा अधिकाराचा अयोग्य वापर... बायका पुरुषांपेक्षा वेगळ्या असतात आणि त्या एखाद्या कर्मचाऱ्याला कधीच छळणार नाहीत असं म्हणणारा एक लोकप्रिय दृष्टिकोन असल्याचं मला ठाऊक आहे. पण मी जिथं बसते तिथून हे सगळं पाहिलंय. तुम्ही कल्पनाच करू शकता असं सगळं मी पाहिलंय आणि ऐकलंय... आणि मी तुम्हाला सांगितलं तर तुमचा विश्वास बसणार नाही असंही बरंच काही. त्यामुळे मला वेगळं असं यथार्थ चित्र पाहायला मिळतं. व्यक्तिशः मी सिद्धांताबरहुकूम माझा व्यवसाय करत नाही. मला वस्तुस्थितीशी संबंध ठेवावा लागतो. आणि वस्तुस्थितीच्या आधारावर, पुरुष आणि स्त्रियांच्या वागण्यात मला फारसा फरक दिसत नाही. निदान, विसंबून राहता येईल असं काहीच नाही."

"म्हणजे माझ्या कथनावर तुझा विश्वास आहे?"

"मला विश्वास वाटतो का, हा मुद्दा नाहीये. मुद्दा हा आहे की, वस्तुतः तुम्हाला दावा दाखल करता येईल का आणि म्हणून तुमच्या परिस्थितीत तुम्ही काय केलं पाहिजे. मी हे सगळं पूर्वी ऐकल्याचं तुम्हाला सांगू शकते. मला प्रतिनिधित्व करायला सांगणारे तुम्हीच पहिले पुरुष नाही आहात."

"मी काय करावं असा तुझा सल्ला आहे?"

"मी तुम्हाला सल्ला देऊ शकत नाही," लुईस चटकन म्हणाली. "तुम्हाला ज्या निर्णयाला तोंड द्यायचंय, तो बराच अवघड आहे. मी फक्त परिस्थिती मांडू शकते." तिने इंटरकॉमचे बटन दाबले. "बॉब, रिचर्ड आणि एलीनला गाडी आणून ठेवायला सांग, मी त्यांना बिल्डिंगसमोर भेटेन." ती पुन्हा सँडर्सकडे वळली.

"मला तुमच्या समस्यांचा आढावा घेऊ दे," ती म्हणाली. तिने त्या समस्या तिच्या हाताच्या बोटांवर बोटे उलगडून दाखवल्या. "एक : तुमचं असं म्हणणं आहे की, तुमच्यापेक्षा तरुण असलेल्या एका अतिशय सुंदर बाईनं तुमच्याशी केलेल्या

अतिप्रसंगात तुम्ही ओढला गेलात. पण तुम्ही तिला नकार दिला. साक्षीदार किंवा सबळ पुराव्याअभावी ज्यूरींना हे कथन पटवून देणं सोपं जाणार नाही.

"दोन : तुम्ही कोर्टात दावा दाखल केलात तर कंपनी तुम्हाला काढून टाकेल. तो कोर्टात उभा राहीपर्यंतचा तीन वर्षांचा काळ तुम्हाला गृहित धरायला लागेल. त्या काळात तुमचा चरितार्थ तुम्ही कसा चालवणार, घरखर्चाचे हप्ते कसे भरणार आणि तुमचे इतर खर्च कसे भागवणार ह्याचा तुम्हाला विचार केला पाहिजे. माझी फी निकालापर्यंत न घेता मी तुमचं प्रतिनिधित्व करेन, पण तरीसुद्धा खटला संपेपर्यंत सगळे प्रत्यक्ष खर्च तुम्हाला करावे लागतील. तो खर्च भागवण्यासाठी तुम्हाला तुमचं घर गहाण टाकावं लागेल का काय ह्याची मला कल्पना नाही. पण त्याची व्यवस्था करावी लागेल.

"तीन : खटल्यामुळे हे सगळं प्रकरण जाहीर होईल. खटला सुरू होण्याआधी काही वर्षं वृत्तपत्रं आणि टीव्हीवरच्या संध्याकाळच्या बातम्यांमधून ह्या प्रकरणाची चर्चा होईल. तो अनुभव किती विदारक, विध्वंसक असतो ते मी पूर्णपणे सांगू शकत नाही... तुमच्या, आणि तुमच्या बायकोच्या, कुटुंबाच्या दृष्टीनं... खटल्यापूर्वीच्या काळात अनेक कुटुंबं सुरक्षित राहात नाहीत. घटस्फोट, आत्महत्या, आजार उद्भवतात. ते फार अवघड असतं.

"चार : दुसरीकडच्या बदलीच्या प्रस्तावामुळे आपण कोणतं नुकसान झाल्याचं सांगू शकतो, ते स्पष्ट होत नाहीये. कंपनी दावा करेल की तुमच्या दाव्यात तथ्य नाहीये आणि आपल्याला तो लढवावा लागेल. पण अगदी धक्कादायक विजय मिळाला तरी तोपर्यंतचे सगळे खर्च, फीच्या रकमा आणि तुमच्या आयुष्याची तीन वर्षं घालवून तुमच्या हातात फक्त दोन लाख डॉलर्स पडतील. आणि अर्थातच कंपनी अपील करू शकते. म्हणजे ही रक्कम मिळायला आणखी उशीर होईल.

"पाच : तुम्ही खटला दाखल केलात तर ह्या कॉम्प्युटर क्षेत्रात पुन्हा तुम्ही काम करू शकणार नाही. मला कल्पना आहे, त्याचा तसा परिणाम गृहित धरलेला नाहीये, पण एक व्यावहारिक बाब म्हणून, तुम्हाला दुसरी नोकरी दिली जाणार नाही. जे घडतं ते असंच. तुम्ही पंचावन्न वर्षांचे असतात तर गोष्ट वेगळी होती. पण तुमचं वय एक्केचाळीस आहे. तुमच्या आयुष्यात ह्या टप्प्यावर तुम्हाला तो पर्याय निवडायचा आहे का तो मला ठाऊक नाही."

"बापरे!" ऐकून तो हबकला आणि धक्का बसावा तसा खुर्चीतच मागे सरकला.

"मला माफ करा पण खटल्याच्या ह्या वास्तव बाजू आहेत."

"पण त्या किती अन्याय्य आहेत."

तिने तिचा रेनकोट चढवला. "दुर्दैवानं मि. सँडर्स, the law has nothing to do with justice.'' ती म्हणाली, ''वाद निकालात काढण्याची ती केवळ एक पद्धत आहे.'' तिनं तिची ब्रीफकेस आपटून बंद केली आणि तिचा हात पुढे केला. ''माफ करा, मि. सँडर्स. ते वेगळं असायला हवं होतं असं मला वाटतं. तुम्हाला आणखी काही प्रश्न विचारायचे असतील तर मोकळेपणानं मला पुन्हा फोन करा.''

त्याला तिथेच बसलेल्या अवस्थेत सोडून ती लगबगीने ऑफिसबाहेर पडली. क्षणभराने तिची सहाय्यिका आत आली. ''मी तुमच्यासाठी काही करू शकते का?''

''नाही,ऽऽ नाही...'' सँडर्स डोके हळूहळू हलवत म्हणाला. ''नाही, मी एवढ्यात निघालोच होतो.''

गाडीतून कोर्टाकडे जाताना लुईस फर्नांदिझने सँडर्सची कहाणी तिच्याबरोबरच्या दोन कनिष्ठ वकिलांना सांगितली. त्यातल्या स्त्री वकिलाने तिला विचारले, ''तुझा खरं तर त्याच्यावर विश्वास नाहीये ना?''

''कोणास ठाऊक?'' लुईस म्हणाली, ''ते बंद दारांमागे घडलं. प्रत्यक्ष काय घडलं ते कळायला कधीच मार्ग नसतो.''

त्या तरुण वकील बाईने नकारार्थी डोके हलवले. ''एक बाई तशा प्रकारे वागेल ह्यावर माझा विश्वासच बसत नाही. इतक्या आक्रमकपणे!''

''का नाही?'' लुईस म्हणाली. ''समज, ही घटना छळाची नव्हती. समज की एक स्त्री आणि एक पुरुष ह्यांच्यातल्या कुणी तरी कुणाला दिलेल्या सूचक वचनाबद्दलचा हा प्रश्न होता. पुरुष दावा करतो की बंद दारांमागे त्याला मोठ्या बोनसचं आश्वासन देण्यात आलं होतं, पण बाई ते नाकारते. मग बाई तशा पद्धतीनं वागणार नाही म्हणून पुरुष खोटं बोलत असल्याचं तू गृहित धरशील का?''

''त्याबद्दल काही नाही, नाही.''

''त्या परिस्थितीत, काहीही शक्य होतं, असं तुला वाटलं असतं.''

''पण हा काही करार नाहीये,'' ती बाई म्हणाली. ''हे लैंगिक वर्तन आहे.''

''म्हणजे बायकांच्या वागण्याविषयी त्यांच्या करारविषयक योजनांबाबत नेमका अंदाज बांधता येत नाही. पण त्या लैंगिक योजनांबाबत ठराविक पद्धतीनं वागतात असं तुला वाटतं?''

ती बाई म्हणाली, ''मी 'ठराविक' हाच शब्द वापरेन का ते मला माहिती नाही.''

''तू आत्ताच म्हणालीस की लैंगिक बाबतीत एखादी बाई आक्रमकपणे वागेल, ह्यावर तुझा विश्वास बसत नाही. ते 'ठराविक' वागणं नाही?''

''नाही.'' ती बाई म्हणाली, ''ते 'ठराविक' नाहीये कारण ते खरं आहे. लैंगिक

गोष्टींच्या बाबतीत बायका पुरुषांपेक्षा वेगळ्या असतात.''

''आणि काळ्या लोकांना तालाचं वेड असतं,'' लुईस म्हणाली. ''आशियाई लोक कामाला वाहून घेणारे असतात. आणि हिस्पॅनिक लोकांना संघर्ष आवडत नाही...''

''पण हे वेगळं आहे. म्हणजे ह्याचा अभ्यास झालेला आहे. पुरुष आणि स्त्रिया अगदी एकमेकांशीसुद्धा एकाच प्रकारे बोलत नाहीत.''

''ओह्, म्हणजे बायका, उद्योग आणि डावपेचांच्या दृष्टीनं विचार करण्याच्या बाबतीत, कमी पडतात असं दाखवणारं संशोधन?''

''नाही. ते संशोधन चुकीचं आहे.''

''अच्छा. ते संशोधन चुकीचं आहे. पण लैंगिक फरकांबाबतचं संशोधन बरोबर आहे?''

''हो, नक्कीच. कारण सेक्स मूलभूत गोष्ट आहे. ती एक आदिम प्रेरणा आहे.''

''मला कळत नाही, का ते. सगळ्या प्रकारच्या हेतूंसाठी ते वापरलं जातं. संबंध जोडण्याचा प्रकार म्हणून, शांत करण्याचा एक प्रकार म्हणून, डिवचण्याचा प्रकार, एक प्रस्ताव म्हणून, शस्त्र म्हणून आणि धमकी म्हणूनही. ज्या पद्धतींनी सेक्स वापरलं जातं, त्या पद्धतींमध्ये बऱ्याच गुंतागुंती असू शकतात. ते खरं असल्याचं तुला कळलं नाही का?''

त्या बाईने हातांची घडी घातली. ''मला तसं वाटत नाही.''

त्यांच्याबरोबरचा तरुण वकील पहिल्यांदाच बोलत म्हणाला, ''मग तू त्या माणसाला काय सांगशील? खटला लढवू नकोस म्हणून?''

''नाही. पण मी त्याला त्याच्या अडचणी सांगितल्या.''

''त्यानं काय करायला हवं असं तुला वाटतं?''

''मला माहिती नाही,'' लुईस म्हणाली. ''पण त्यानं काय करायला हवं होतं, ते मला माहिती आहे.''

''काय?''

''ते सांगणं भयंकर आहे,'' ती म्हणाली. ''पण वास्तव जगात? साक्षीदार नसताना? त्याच्या बॉसबरोबर ऑफिसमध्ये एकटं असताना? त्यानं बहुधा तोंड बंद ठेवून तिच्याशी संभोगच करायला हवा होता. कारण आत्ता तरी, त्या बिचाऱ्यासमोर कोणताही पर्याय नाहीये. त्यानं काळजी घेतली नाही, तर त्याचं आयुष्य संपल्यातच जमा आहे.''

■

सँडर्स हळूहळू पावलं टाकत टेकडी उतरून पायोनियर स्क्वेअरच्या दिशेने चालला होता. पाऊस थांबला होता. पण दुपार अजूनही दमट आणि वातावरण

करड्या रंगाचे होते. त्याच्या पायांखालचा भिजलेला फूटपाथ एकदम उतरून खालच्या दिशेने गेलेला. त्याच्या भोवतीच्या गगनचुंबी इमारतींचे माथे खालपर्यंत तरंगणाऱ्या, थंडगार धुक्यात हरवलेले.

लुईस फर्नांदिझकडून काय ऐकण्याची आपण अपेक्षा केलेली होती हे त्याला नेमके आठवत नव्हते. पण नोकरीवरून काढून टाकले जाणे, त्याचे घर गहाण टाकणे आणि पुन्हा कधीच काम न करता येण्याच्या शक्यतेचे तपशीलवार वर्णन तर त्याला नक्कीच अपेक्षित नव्हते.

त्याच्या आयुष्याने अचानक घेतलेल्या ह्या वळणामुळे आणि अस्तित्वाच्या अनिश्चिततेच्या झालेल्या साक्षात्कारामुळे सँडर्स गोंधळून गेला होता. दोन दिवसांपूर्वी, तो एक स्थिर नोकरी आणि आश्वासक भविष्य असलेला एक सुस्थापित अधिकारी होता. आता त्याच्यासमोर होते बदनामी, मानहानी, नोकरीवर गदा– म्हणजे सुरक्षिततेची सगळी जाणीवच हरवली होती.

लुईसने त्याला विचारलेल्या सगळ्या प्रश्नांवर त्यानं विचार केला. ह्याआधी त्याला कधीच न जाणवलेले प्रश्न. त्याने कोणाला का सांगितले नव्हते. त्याने काही नोंदी का करून ठेवल्या नव्हत्या. मेरेडिथचे पुढाकाराचे पवित्रे आपल्याला नकोसे असल्याचे त्याने मेरेडिथला स्पष्टपणे का सांगितले नव्हते. त्याला समजत नसलेल्या, त्याच्या मनाला कधीच न शिवलेल्या नियमांच्या आणि तफावतींच्या जगात लुईस काम करत होती. आणि आता त्या तफावती अतिशय महत्त्वाच्या असल्याचे सिद्ध झाले होते.

मेरेडिथशी झालेल्या त्या भेटीनंतर त्याने लगेच ब्लॅकबर्नला फोन करून मेरेडिथने त्याला दिलेल्या तापदायक वागणुकीबद्दल तपशीलवार सांगितले असते तर... फेरीबोटीवरून फोन करून तिने तक्रार नोंदवण्यापूर्वी त्याला तक्रार नोंदवता आली असती. त्याने काही फरक पडला असता? ब्लॅकबर्नने काय केले असते?

त्यावर विचार करत त्याने नकारार्थी डोके हलवले. काही फरक घडण्याची शक्यता वाटली नाही. कारण शेवटी कंपनीच्या अधिकाररचनेला मेरेडिथ ज्या पद्धतीने बांधली गेली तसा सँडर्स बांधला गेला नव्हता. मेरेडिथ एक उच्चपदस्थ अधिकारी होती, तिच्यापाशी अधिकार, आणि मित्रही होते. परिस्थितीचा तोच इशारा– निर्वाणीचा इशारा होता. तो फक्त एक तांत्रिक माणूस होता. कंपनीच्या असंख्य व्यवहारचक्रातला एक भाग. नवीन बॉसशी जमवून घेणे हे त्याचे काम होते आणि त्यात त्याला अपयश आले होते. तो आत्ता जे काही करत होता, ते केवळ तक्रारीचा सूर लावणे होते किंवा बॉसच्या नावाने खडे फोडणे.

मग काय करता आले असते त्याला?

त्यावर त्याने विचार केला तसे त्याच्या लक्षात आले की, त्या भेटीनंतर त्याला

लगेच ब्लॅकबर्नला फोन करता आला नसता कारण त्याचा सेल्युलर फोन बॅटरी गेल्यामुळे बंद पडला होता.

अचानक त्याच्या मनात एका गाडीची प्रतिमा तरळली... एक पुरुष आणि एक स्त्री गाडीत बसून पार्टीला चाललेले... कोणी तरी त्याला एकदा काही तरी सांगितले होते... गाडीतल्या कुठल्याशा लोकांबद्दल...

त्याला ती प्रतिमा डिवचत राहिली. त्याचा त्याला तितकासा अर्थबोध होऊ शकला नाही.

फोन बंद पडण्याची बरीच कारणं असू शकत होती. सगळ्यात संभाव्य स्पष्टीकरण होते, ते 'निकॅड मेमरी'चे. नवीन सेल्युलर फोनमध्ये पुन्हा 'चार्ज' करता येतील अशा निकेल-कॅडमियम बॅटऱ्या वापरल्या जात होत्या आणि त्या वापरल्या जात असताना पूर्णपणे बंद पडल्या नाहीत तर थोड्या वेळाने त्यांच्या त्याच आपोआप विद्युत्भारित व्हायच्या. त्या पुन्हा केव्हा चालू होतील, ते कधीच कळायचं नाही. सँडर्सला ह्याआधी, त्यांच्यात थोडी 'मेमरी' विकसित झाल्याने बॅटऱ्या फेकाव्या लागल्या होत्या.

त्याने त्याचा फोन बाहेर काढला आणि चालू केला. तो फोन चमकदारपणे उजळला. आज बॅटरी चांगली चालत होती.

... पण काहीतरी होते...

"गाडीतलं ते जोडपं..."

तो ज्याचा विचार करत नव्हता असे काहीतरी होते.

"पार्टीला जाणं..."

त्याच्या कपाळावर आठ्या. त्याला ते उलगडू शकले नाही. त्याच्या आठवणीत खोल कुठेतरी त्या प्रतिमा तरळत होत्या, आता आठवायच्या म्हटले तर धूसर झालेल्या.

पण त्यामुळे त्याच्या विचारांना चालना मिळाली : आणखी काय बरे त्याला उलगडत नव्हते? कारण तो सगळ्या परिस्थितीवर विचार करू लागला तसे, तो ज्याच्याकडे दुर्लक्ष करत होता असे काहीतरी ह्या सगळ्या परिस्थितीत असल्याची जाणीव त्याला टोचू लागली. आणि लुईसनेही तिकडे दुर्लक्ष केल्यासारखे त्याला वाटले होते. तिने त्याला विचारलेल्या प्रश्नांमध्ये काही तरी राहून गेले होते. असे काहीतरी की जे प्रत्येक जण गृहित धरत होता, अगदी...

मेरेडिथ.

मेरेडिथबद्दल काहीतरी...

तिने त्याच्यावर तिचा लैंगिक छळ केल्याचा आरोप ठेवला होता. दुसऱ्या दिवशी सकाळी ती ब्लॅकबर्नकडे गेली होती आणि त्याच्यावर आरोप ठेवला होता.

तिने तसे का करावे? दोघांच्या भेटीत जे घडले होते, त्याबद्दल तिला अपराधी वाटत होते, ह्यात शंका नव्हती. आणि कदाचित सँडर्स तिच्यावर आरोप ठेवेल असे तिला वाटले होते म्हणून तिने आधी आरोप करण्याचा निर्णय घेतला. त्या दृष्टीने तिचे आरोप करणे समजण्यासारखे होते.

पण जर मेरेडिथकडे खरेच अधिकार होते तर लैंगिक वाद उभा करण्यात काही अर्थच नव्हता. ती सहजपणे ब्लॅकबर्नकडे जाऊन म्हणू शकत होती की, टॉमबरोबर काही माझे जमत नाहीये. मी त्याच्याबरोबर काम करू शकत नाही. आपल्याला एक बदल करावा लागेल. आणि ब्लॅकबर्नने तो केला असता.

उलट, तिने त्याच्यावर छळाचा आरोप ठेवला होता. आणि ते तिच्या दृष्टीने अडचणीचेच असणार. Because harassment implied a loss of control. ह्याचा अर्थ असा होत होता की, तिला आपल्या हाताखालच्या माणसाला त्याच्याबरोबरच्या भेटीत आपल्या हुकमतीत ठेवणे शक्य झाले नव्हते. अशा प्रसंगी जरी अगदी त्रासदायक काही घडले तरी एखादा बॉस त्याचा उल्लेख करणार नाही.

''छळाचा संबंध अधिकाराशी असतो.''

एखाद्या अधिक सामर्थ्यशाली, अधिकारयुक्त माणसाकडून हाताळली गेलेली अशी एखादी साधी स्त्री सहाय्यिका असती तर गोष्ट वेगळी होती. पण इथे मेरेडिथ बॉस होती. तिच्याकडे सगळे अधिकार होते. तिने सँडर्सकडून छळ झाल्याचा दावा का करावा? कारण कनिष्ठ कर्मचारी त्याच्या बॉसला छळत नाहीत. ही वस्तुस्थिती होती. तसे घडलेच नव्हते. बॉसला छळण्यासाठी तेवढे तऱ्हेवाईकच असायला हवे.

''छळाचा संबंध अधिकाराशी असतो– वरिष्ठानं कनिष्ठावर केलेला अधिकाराचा दुरुपयोग.''

एका विचित्र पद्धतीने, तिने लैंगिक छळ झाल्याचे सांगणे म्हणजे ती सँडर्सला कनिष्ठ असल्याचे मान्य करण्यासारखे होते. आणि ती तसे कधीच करणार नव्हती. उलट मेरेडिथला तिचे पद नवे होते. परिस्थितीची सूत्रे तिच्याकडे आहेत, हे सिद्ध करण्यासाठी ती उत्सुक होती. मग ती तो आरोप त्याला संपवण्याचा सोयिस्कर मार्ग म्हणून वापरत नसेल तर तिच्या आरोपात काही अर्थ नव्हता. लैंगिक छळाचा आरोप ठेवण्यात फायदा असा होता की त्यातून निर्दोष सुटणे अवघड होते. निरपराधित्व शाबित होईपर्यंत तुम्ही दोषी असल्याचे गृहित धरले जाते... आणि निरपराधित्व शाबित करणे अवघड होते. आरोप कितीही क्षुल्लक असला तरी कुठलाही माणूस त्यामुळे कलंकित व्हायचा. त्या अर्थाने छळाचा दोषारोप फार जोरदार होता. तिला करता येण्यासारखा सगळ्यात जोरदार दोषारोप.

पण मग ती आरोप दाखल करणार नसल्याचे म्हणत होती. आणि प्रश्न होता...

का नाही?

सँडर्स रस्त्यावरच थांबला.

तिथेच मेख होती.

''ती आरोप दाखल करणार नाही असं तिनं मला आश्वासन दिलंय.''

मेरेडिथ आरोप दाखल का करत नव्हती?

ब्लॅकबर्न जेव्हा ते म्हणाला तेव्हा सँडर्सने त्याबाबत शंका घेतली नव्हती. लुईस फर्नांदेझनेही कधीच त्याबद्दल शंका घेतली नव्हती. पण वस्तुस्थिती अशी होती की मेरेडिथच्या, आरोप दाखल करायला नकार देण्यालाही काही अर्थ नव्हता. तिने आधीच त्याच्यावर दोषारोप ठेवला होता. मग तो दाखल का करू नये? तो अखेरच्या निष्कर्षापर्यंत का नेऊ नये?

कदाचित ब्लॅकबर्नने तिला त्यापासून परावृत्त केले असावे. ब्लॅकबर्नला नेहमीच प्रतिमेची फार काळजी वाटायची.

पण तसे घडले असावे असे सँडर्सला वाटत नव्हते. कारण औपचारिक दोषारोप अजूनही शांतपणे हाताळणे शक्य होते. कंपनीतल्या कंपनीत त्याच्यावर काम करता आले असते.

आणि मेरेडिथच्या दृष्टीने औपचारिक दोषारोप करण्यात खरे फायदे होते. सँनडर्स 'डिजिकॉम'मध्ये लोकप्रिय होता. ह्या कंपनीत तो बराच काळ होता. त्याला दूर करणे, टेक्सासमध्ये हद्दपार करणे हे तिचे लक्ष्य होते तर ह्या दोषारोपाबद्दल कंपनीत अफवा पसरल्यावर वरच्या गोटात अटळपणे उद्भवणाऱ्या त्याच्याबद्दलच्या नाराजीचा आनंद तिने का मिरवू नये? हा आरोप तिने अधिकृतपणे का ठेवू नये?

सँडर्सने त्यावर जेवढा जास्त विचार केला, तेवढे मेरेडिथच्या कृतीचे एकच स्पष्टीकरण असावे असे त्याला वाटू लागले. मेरेडिथ आरोप अधिकृतपणे दाखल करत नव्हती कारण तसे ती करू शकत नव्हती.

ती करू शकत नव्हती कारण तिच्यापुढे आणखी कुठलीतरी समस्या होती.

दुसरा कुठला तरी विचार.

दुसरेच काही तरी चाललेले होते.

''आपण ते शांतपणे हाताळू शकतो.''

हळूहळू सँडर्सला सगळे वेगळे दिसू लागले. त्या दिवशी आधी मिटिंगमध्ये ब्लॅकबर्न त्याच्याकडे दुर्लक्ष करत नव्हता वा त्याला हलकेही लेखत नव्हता. अजिबातच नाही : ब्लॅकबर्न मेटाकुटीला आला होता.

ब्लॅकबर्न घाबरला होता.

''आपण ते शांतपणे हाताळू शकतो, ते सगळ्यांच्याच हिताचं आहे.''

सगळ्यांच्या हिताचे म्हणजे? त्यातून त्याला काय म्हणायचे होते?

मेरेडिथपुढे कोणती समस्या होती?

तिच्यापुढे कोणती समस्या असण्याची शक्यता होती?

सँडर्सने त्याबद्दल जेवढा जास्त विचार केला तेवढे, ती त्याच्याविरुद्ध अधिकृतपणे आरोप का दाखल करत नव्हती, त्याचे एकच कारण शक्य असल्याचे त्याला वाटू लागले.

त्याने आपला फोन बाहेर काढला आणि 'युनायटेड एअरलाईन्स'ला फोन करून 'फिनिक्स'ची तीन परतीची तिकिटे राखून ठेवली.

आणि मग त्याने बायकोला फोन लावला,

■

"मूर्ख," सुसान म्हणाली.

ते टेरॅझो हॉटेलच्या एका कोपऱ्यात बसलेले होते. दुपारचे दोन वाजले होते, रेस्टॉरंट जवळजवळ निर्मनुष्य होते. सुसानने मध्ये व्यत्यय न आणता वा कुठलीही टिप्पणी न करता अर्धा तास ऐकून घेतले होते. मेरेडिथबरोबरच्या भेटीत आणि त्या सकाळी जे जे घडले होते, ते त्याने तिला सांगितले. कॉनले-व्हाईटच्या लोकांबरोबरची मिटिंग, ब्लॅकबर्नबरोबर झालेले संभाषण, लुईसशी झालेला संवाद, आता त्याचे सांगून झाले होते. ती त्याच्याकडे टक लावून पाहात होती.

"मी खरंच तुला इतकं डोक्यावर न घ्यायची जाणीव ठेवायला हवी होती, तुला माहिताय? मूर्खा, ती तुझी पूर्वीची मैत्रीण असल्याचं तू मला सांगितलं का नाहीस?"

"मला सांगता नाही येणार," तो म्हणाला, "मला फार खोलात जायचं नव्हतं."

"तुला फार खोलात जायचं नव्हतं? ॲडले आणि मेरी ॲन दिवसभर माझ्याशी फोनवर बोलतायत, आणि त्यांना माहिताय पण मला माहीत नाही? हे अपमानास्पद आहे, टॉम."

"हे बघ," तो म्हणाला. "तू अलीकडे अस्वस्थ आहेस आणि..."

"फुटकळपणा पुरे, टॉम," ती म्हणाली. "ह्याचा माझ्या अस्वस्थतेशी काही संबंध नाही. तू मला सांगितलं नाहीस कारण तुला ते सांगायचं नव्हतं."

"सुसान, तसं..."

"तसंच आहे, टॉम. काल रात्री मी तुला तिच्याबद्दल विचारत होते. तुला सांगायचं असतं तर तू मला सांगू शकत होतास. पण तू सांगितलं नाहीस." तिने नकारार्थी मान हलवली.

"गाढव. तू एवढा गाढव आहेस ह्यावर माझा विश्वास बसत नाही. तू ह्या

सगळ्याचा भयंकर घोळ घालून ठेवलायस. हा केवढा विचका झालाय, तुझ्या लक्षात येतंय?''

"हो.'' तो त्याचे डोके हलवत म्हणाला.

"पश्चात्ताप झाल्यासारखा वागू नकोस माझ्याशी.''

"सॉरी,'' तो म्हणाला.

"सॉरी? म्हणे, सॉरी! तुझ्यावर विश्वास ठेवणं अवघड आहे. त्या तुझ्या मैत्रिणीबरोबर तू रात्र घालवलीस.''

"मी तिच्याबरोबर रात्र घालवली नाही. आणि ती माझी मैत्रीणही नाही.''

"तुझ्या बोलण्याचा अर्थ? ती तुझी प्रेयसी होती.''

"ती माझी प्रेयसी वगैरे नव्हती.''

"असं? मग तू मला का सांगू नयेस?''

तिने नकारार्थी मान हलवली. "एकाच प्रश्नाचे उत्तर दे. तू तिच्याबरोबर संभोग केलास का नाही?''

"नाही, मी संभोग केला नाही.''

तिने आपली कॉफी ढवळत त्याच्याकडे रोखून पाहिले. "तू मला खरं सांगतोयस?''

"हो.''

"काहीही वगळलं नाहीस? कुठलाही गैरसोयीचा भाग टाळलेला नाहीस?''

"नाही, काहीही नाही.''

"मग तिनं तुझ्यावर दोषारोपण का करावं?''

"म्हणजे?'' तो म्हणाला.

"म्हणजे तिनं तुझ्यावर आरोप ठेवण्याचं काहीतरी कारण असणारच, तू काहीतरी केलंच असणार.''

"मी काही केलं नाही. मी तिला नकार दिला.''

"उह्, खरंच?'' तिने आठ्या घालून त्याच्याकडे पाहिले. "तुला माहिताय टॉम, हे फक्त तुझ्याशी संबंधित नाहीये. तुझं सगळं कुटुंब ह्यात गुंतलंय : मी आणि मुलं.''

"मला समजतंय ते.''

"तू मला सांगितलं का नाहीस? काल रात्री तू मला सांगितलं असतंस तर मी तुला मदत करू शकले असते.''

"मग आता मदत कर.''

"हं, आता आपल्याला करण्यासारखं फारसं काही नाही,'' सुसान एक जोरदार टोमणा मारत म्हणाली. "ब्लॅकबर्नकडे जाऊन तिनं आधी आरोप ठेवल्यावर तर नाहीच. आता तू संपलायस.''

"मला तेवढं वाटत नाही."

"माझ्यावर विश्वास ठेव, तुझ्या हातात एकही खेळी राहिलेली नाहीये," ती म्हणाली.

"तू खटल्यापर्यंत गेलास तर निदान तीन वर्षं तो जिवंतपणीचा नरक असेल, आणि मला व्यक्तिशः, तू जिंकू शकशील असं वाटत नाही. एका बाईवर छळाचा आरोप ठेवणारा तू एक पुरुष आहेस. कोर्टाबाहेर तुझं हसं होईल."

"शक्य आहे."

"माझ्यावर विश्वास ठेव, ते हसतील तुला. म्हणजे तू खटला चालवू शकत नाहीस. तू काय करू शकतोस? ऑस्टीनला जाणार, बापरे!"

"मी विचार करतोय," सँडर्स म्हणाला. "तिनं माझ्यावर छळाचा आरोप ठेवला पण आता ती आरोप दाखल करत नाहीये. आणि मी विचार करतोय, ती आरोप दाखल का करत नाहीये?"

"कोणाला पर्वा आहे?" सुसान चिडल्यासारखा हात झटकत म्हणाली. "लाखो कारणांपैकी कुठलंही कारण असेल. कंपनीतलं राजकारण. किंवा फिलनं तिला परावृत्त केलं असेल. किंवा गार्विन. त्या 'का'ला महत्त्व नाही. टॉम, वस्तुस्थितीला सामोरा जा! तुझ्या हातात कोणतीही खेळी राहिलेली नाही. आता तर नाहीच, बावळटा!"

"सुसान, तू शांत होशील का?"

"छीः! टॉम, तू अप्रामाणिक आणि बेजबाबदार आहेस."

"सुसान..."

"आपलं लग्न झाल्याला पाच वर्षं झाली. माझी एवढीच किंमत आहे?"

"तू जरा सबुरीनं घेशील? मी तुला सांगायचा प्रयत्न करतोय; मला वाटतं, माझ्या हातात एक चाल आहे."

"टॉम, तुझ्याकडे काहीही नाहीये."

"मला वाटतं, आहे. कारण ही एक फार धोकादायक परिस्थिती आहे." सँडर्स म्हणाला.

"ती सगळ्यांच्या दृष्टीनं धोकादायक आहे."

"त्याचा अर्थ?"

"लुईस फर्नांदिझनं माझ्या खटल्याबद्दल सत्य ते सांगितलंय, असं गृहित धरूया."

"तिनं सांगितलंच आहे, ती एक चांगली वकील आहे."

"पण ती त्याच्याकडे कंपनीच्या दृष्टिकोनातून बघत नव्हती. ती वादीच्या दृष्टिकोनातून बघत होती."

“हो... हं... तू वादी आहेस?”

“नाही, मी नाहीये,” तो म्हणाला. “मी एक संभाव्य वादी आहे.”

क्षणभर शांतता.

सुसानने त्याच्याकडे टक लावून पाहिले. तिचे डोळे त्याच्या चेहऱ्याचा ठाव घेऊ पाहात असलेले. तिच्या कपाळावर आठ्या. ती सगळे तपशील मनाशी जुळवत असताना त्याने तिच्याकडे पाहिले.

“तू गंमत करतोयस का?”

“नाही.”

“तुझं डोकं ठिकाणावर नाहीये.”

“नाही. परिस्थिती बघ, डिजिकॉमचं अतिशय सनातनी वृत्तीच्या, पूर्व किनाऱ्यावरच्या कॉनले-व्हाईट कंपनीबरोबर विलिनीकरण चालू आहे. अशा कंपनीबरोबर की तिनं ह्याआधीच्या एका कंपनीबरोबरच्या विलिनाकरणातून, तिथला एक कर्मचारी बदनाम असल्याच्या कारणावरून अंग काढून घेतलं होतं. एका तात्पुरतं काम करणाऱ्या सेक्रेटरीला काढून टाकताना ह्या कर्मचाऱ्यानं शिवराळ भाषा वापरली होती असं म्हणतात. आणि त्यामुळे कॉनले-व्हाईटनं अंग काढून घेतलं. प्रसिद्धीचं त्यांना वावडं आहे. ह्याचाच अर्थ, ‘डिजिकॉम’मधल्या प्रत्येकाला कोणती गोष्ट नको असेल तर नव्या स्त्री व्हाईस प्रेसिडेंटवर भरलेला लैंगिक छळाचा खटला. म्हणजे...”

“टॉम, तू काय बोलतोयस, तुला कळतंय का?”

“हो,” तो म्हणाला.

“तू जर हे केलंस, तर ते वेडेपिसे होणार आहेत. तुला संपवण्याचा प्रयत्न करणार आहेत.”

“मला कल्पना आहे.”

“तू ह्याबाबत मॅक्सशी बोललायस का? त्याच्याशी बोलता आलं तर बघ.”

“मॅक्स गेला खड्ड्यात. तो एक तऱ्हेवाईक म्हातारा आहे.”

“मी विचारेन त्याला. कारण खरंच, टॉम, हा तुझा प्रांत नाही. तू कंपनीतल्या राजकारणात कधीच नव्हतास. तुला हे कितपत निभावून नेता येईल, ह्याची मला शंका आहे.”

“मला वाटतं, जमेल मला.”

“ते धोक्याचं असेल. एक-दोन दिवसांतच ऑस्टीनच्या जागेवर गेलो असतो तर बरं झालं असतं असं तुला वाटायला लागेल.”

“हड्.”

“एकूण तू तयार आहेस तर.”

“मी तयार आहे.” सँडर्सने आपल्या घड्याळाकडे नजर टाकली. “सुसान, तू

मुलांना घेऊन काही दिवस तुझ्या आईकडे राहायला जावंस असं मला वाटतं.'' तिची आई 'फिनिक्स'मध्ये राहायची. ''आत्ता घरी जाऊन तू सामान बांधलंस तर सी-टॅकला आठ वाजताचं विमान तुम्हाला मिळू शकेल. मी तुमच्यासाठी तीन तिकिटं राखून ठेवलीयत.''

एखाद्या परक्या माणसाकडे पाहात असल्यासारखे तिने त्याच्याकडे डोळे विस्फारून पाहिले. ''तू खरंच हे करणार आहेस...'' ती हळूच म्हणाली.

''हो. मी करणार आहे.''

''ठरलं एकदा?'' ती पुढे झुकली आणि तिने आपल्या पर्समधून दिवसाच्या कार्यक्रमांच्या नोंदींची वही काढली.

तो म्हणाला, ''मला तू किंवा मुलांनी ह्यात गुंतायला नकोय. सुसान, मला कुठल्या पेपरवाल्याचा किंवा टीव्हीवाल्यांचा कॅमेरा त्यांच्या चेहऱ्यांवरून फिरायला नकोय.''

''हं... एकच मिनिट...'' तिने आपल्या दिवसभरातल्या भेटींच्या नोंदीवरून बोट फिरवले. ''हे रद्द करता येईल... आणि... चर्चेचा फोन... हो.'' तिने वर पाहिले. ''हो. मला काही दिवसांसाठी जाता येईल.'' तिने घड्याळाकडे एक दृष्टीक्षेप टाकला. ''मला वाटतं, लगेच निघून सामान आवरलेलं बरं.''

पाऊस पडत होता, रस्त्यावरचा प्रकाश करडा आणि निरुत्साही करणारा होता. तिने त्याच्याकडे पाहिले आणि त्याच्या गालावर आपले ओठ टेकवले. ''गुड् लक, टॉम. काळजी घे.''

त्याला ती घाबरलेली दिसत होती. त्यामुळे त्यालाही भयस्पर्श झाला.

''मी व्यवस्थित राहीन.''

''माझं प्रेम आहे तुझ्यावर,'' ती म्हणाली. आणि मग झपाझप पावसातून दूर गेली. ती मागे वळून बघते का ते पाहण्यासाठी तो क्षणभर थांबला, पण तिने अजिबात मागे वळून पाहिले नाही.

■

पुन्हा ऑफिसकडे परतताना, आपण किती एकटे आहोत, ते अचानकपणे त्याच्या लक्षात आले. सुसान मुलांबरोबर निघून गेली. आता तो अगदी एकटा होता, एकाकी होता. त्याला वाटले होते, आपल्याला मोकळे वाटेल, कोणतेही बंधन न घेता हालचाली करण्याचा मोकळेपणा मिळेल पण उलट त्याला एकाकी, धोक्यात सापडल्यासारखे वाटले. गारठून त्याने आपले हात रेनकोटच्या खिशांमध्ये सरकवले.

जेवताना सुसानबरोबरचे संभाषण त्याने योग्य पद्धतीने हाताळले नव्हते. आणि ती दूर जाणार होती. त्याच्या उत्तरांवर विचार करण्यात गुंग होऊन.

"तू मला सांगितलं का नाहीस?"

त्याने तिच्या त्या प्रश्नाचे बरोबर उत्तर दिले नव्हते. काल रात्री त्याने अनुभवलेल्या परस्परविरोधी भावना तो व्यक्त करू शकला नव्हता. त्याने कोणतेही गैरकृत्य केलेले नसतानाही त्याला टोचत राहिली मलीन भावना, अपराधित्व आणि आपण काहीतरी दुष्कर्म केल्याची जाणीव.

"You could have told me."

त्याने काहीही अनैतिक केलेले नव्हते, त्याने स्वतःलाच सांगितले. मग त्याने तिला सांगितले का नव्हते? त्यावर त्याच्यापाशी उत्तर नव्हते.

"तू मला सांगितलं नाहीस कारण तुला सांगायचं नव्हतं."

पण त्याची काही संगती लागत नव्हती. तिला सांगू नये असे त्याला का वाटावे? पुन्हा एकदा भूतकाळातल्या प्रतिमांनी त्याचा विचारप्रवाह खंडित झाला : पांढरा पायमोज्याचा बंद... पॉपकॉर्नचा बाऊल... त्याच्या अपार्टमेंटच्या दारावरच्या रंगीत काचेवरचे फूल.

बाथरूममधल्या पांढऱ्या बेसिनमधले रक्त... आणि मेरेडिथचे त्यावरचे हसणे... ती का हसत होती? आता त्याला आठवू शकले नाही; ती फक्त एक अलग पडलेली प्रतिमा होती.

विमानात खाण्याच्या पदार्थांचा ट्रे त्याच्या पुढ्यात ठेवणारी विमानातली सहाय्यिका... पलंगावरची सूटकेस... टेलिव्हिजनचा आवाज बंद केलेला... भडक नारिंगी आणि जांभळ्या रंगातले काचेवरचे फूल...

"तू मॅक्सशी बोललायस?"

तिचे ते बरोबर होते, त्याला वाटले, मॅक्सशी बोलायला हवे. आणि तो बोलणारच होता... ब्लॅकबर्नला वाईट बातमी दिल्यावर लगेच.

■

अडीच वाजता सँडर्स आपल्या ऑफिसमध्ये परतला. ब्लॅकबर्नला तिथे पाहून त्याला आश्चर्य वाटले. ब्लॅकबर्न सँडर्सच्या टेबलामागे उभे राहून फोनवर बोलत होता. ब्लॅकबर्नने फोन खाली ठेवला. तो काहीसा अपराधी दिसत असल्यासारखा. "अरे... टॉम. छान. तू परत आलास ते बरं झालं." सँडर्सच्या टेबलाला वळसा घालून तो दुसऱ्या बाजूला झाला. "तू काय ठरवलं आहेस?"

"मी ह्यावर फार काळजीपूर्वक विचार केलाय," हॉलच्या मार्गाकडे जाणारे दार बंद करत सँडर्स म्हणाला.

"मग?"

"माझं प्रतिनिधित्व करण्यासाठी मारीन, हॉवर्ड फर्मच्या लुईस फर्नांदेझला

नेमण्याचा मी निर्णय घेतलाय.''

ब्लॅकबर्न गोंधळलेला दिसला. ''तुझं प्रतिनिधित्व करण्यासाठी?''

''हो. खटला भरण्याची आवश्यकता वाटली तर.''

''खटला?'' ब्लॅकबर्न म्हणाला. ''कशाच्या आधारावर तू खटला भरणार, टॉम?''

''कलम सातखाली- लैंगिक छळ,'' सँडर्स म्हणाला.

''बापरे! टॉम,'' ब्लॅकबर्न चेहरा सुतकी करत म्हणाला. ''तो वेडेपणा होईल. तो फार असमंजसपणा होईल. मी तुला पुनर्विचार करण्याची विनंती करतो.''

''मी दिवसभर पुन्हा विचार केलाय,'' सँडर्स म्हणाला. ''पण वस्तुस्थिती ही आहे की मेरेडिथ जॉन्सनने मला छळलं, तिनं मला उत्तेजित केलं आणि मी तिला नाकारलं. आता ती एक तिरस्कृत बाई आहे आणि माझ्याशी खुनशीपणानं वागत्येय. तशी वेळच आली तर दावा लावायची माझी तयारी आहे.''

''टॉम...''

''हो, फिल. नेमकं तेच, तुम्ही माझी बदली ह्या डिव्हिजनच्या बाहेर केली तर नेमकं तसंच घडेल.''

ब्लॅकबर्न हातवारे करीत म्हणाला, ''पण आम्ही काय करावं अशी तुझी अपेक्षा आहे? मेरेडिथची बदली केली पाहिजे?''

''हो,'' सँडर्स म्हणाला. ''किंवा तिला काढून टाकायचं. एखाद्या छळवादी वरिष्ठाच्या बाबतीत नेहमी तेच केलं जातं.''

''पण तू विसरतोस : तिनंही तुझ्यावर छळाचा आरोप ठेवलाय.''

''ती खोटं बोलत्येय.'' सँडर्स म्हणाला.

''पण त्याचे साक्षीदार नाहीयेत, टॉम. दोन्ही बाजूंनी पुरावा नाहीये. तू आणि ती. दोघेही आमचे विश्वासू कर्मचारी आहात. कोणावर विश्वास ठेवायचा ते आम्ही ठरवावं, अशी तू अपेक्षा कशी करतोस?''

''ती तुमची समस्या आहे, फिल. मला सांगायचंय ते एवढंच की, मी निर्दोष आहे आणि दावा ठोकण्याची माझी तयारी आहे.''

ब्लॅकबर्न खोलीच्या मध्यभागी कपाळावर आठ्या घालून उभा राहिला. ''लुईस फर्नांदेस एक चलाख वकील आहे. तिनं तुला हे पाऊल उचलायचा सल्ला दिला, ह्यावर माझा विश्वास बसत नाही.''

''नाही, हा माझा निर्णय आहे.''

''मग तो सूज्ञपणाचा नाही,'' ब्लॅकबर्न म्हणाला. ''तू कंपनीला फार अडचणीच्या परिस्थितीत ठेवतोयस.''

''कंपनी मला अडचणीच्या परिस्थितीत आणत्येय.''

''काय म्हणावं, मला समजत नाही,'' फिल म्हणाला. ''ह्यामुळे तुला काढून टाकणं आम्हाला भाग पडणार नाही अशी मला आशा आहे.''

सँडर्सने त्याच्या नजरेला नजर देत त्याच्याकडे रोखून पाहिले. ''मलाही,'' तो म्हणाला. ''पण कंपनीनं माझी तक्रार गांभीर्यानं घेतलीय असा विश्वास मला वाटत नाही. मी आज नंतर 'ह्यूमन रिलेशन्स' डिपार्टमेंटच्या बिल एव्हर्टस्‌कडे लैंगिक छळाचा अधिकृत आरोप असल्याचा लेखी अर्ज देणार आहे. आणि राज्य पातळीवरच्या 'मानवी हक्क आयोगा'कडे अर्ज दाखल करण्यासाठी आवश्यक ती कागदपत्रं काढून ठेवायला मी लुईस फर्नांदिझला सांगतोय.''

''बापरे!''

''उद्या सकाळी ती आधी अर्ज दाखल करेल.''

''एवढी घाई काय आहे, मला कळत नाही.''

''घाई कसलीच नाही. हे फक्त दाखल करणं आहे. तक्रार अधिकृतपणे नोंदवण्यासाठी. मला ते करावंच लागेल.''

''पण हे फार गंभीर आहे, टॉम.''

''मला माहिताय, फिल.''

''तुझा मित्र म्हणून मी तुला एका मदतीची विनंती करेन.''

''कसली?''

''अधिकृत तक्रार काही काळ स्थगित कर. निदान, मानवी हक्क आयोगाकडची. तू हा वाद कंपनीबाहेर नेण्यापूर्वी आम्हाला अंतर्गत चौकशी चालवण्याची एक संधी दे.''

''पण तुम्ही अंतर्गत चौकशी करत नाही आहात, फिल.''

''हो, आम्ही करतोय.''

''तुला आज सकाळी या घटनेची माझी बाजू ऐकूनही घ्यायची नव्हती. तू म्हणालास, ते महत्त्वाचं नाही.''

''ते खरं नाही.'' ब्लॅकबर्न म्हणाला. ''तू माझ्या म्हणण्याचा सगळा गैरसमज करून घेतलास. अर्थातच ते महत्त्वाचं आहे. आणि मी तुला आश्वासन देतो की आमच्या चौकशीचा भाग म्हणून आम्ही तुझं कथन तपशीलवार ऐकू.''

''मला ठाऊक नाही, फिल,'' सँडर्स म्हणाला. ''या वादाच्या बाबतीत कंपनी तटस्थ कशी राहू शकते, मला कळत नाही. असं वाटतंय, जसं काही सगळं माझ्याविरुद्ध रचून ठेवलंय. सगळ्यांचा मेरेडिथवर विश्वास आहे आणि माझ्यावर नाही.''

''तसं काही नाहीये असं मी तुला खात्रीपूर्वक सांगतो.''

''ते तसं वाटतंय तरी नक्कीच. तू तिचे हात किती वरपर्यंत पोचलेयत, ते

आज सकाळी सांगितलंस, तिचे किती मित्र आहेत... तू त्याचा बऱ्याचदा उल्लेख केलास.''

''आमची चौकशी नैतिक आणि निःपक्षपाती असेल. पण कसंही असलं तरी, राज्य आयोगाकडे अर्ज दाखल करण्याआधी एकूण निष्पत्ती हाती येईपर्यंत, तुला केलेली थांबण्याची विनंती योग्य आहे असं वाटतं.''

''मी किती काळ थांबावं असं वाटतं तुम्हाला?''

''तीस दिवस.''

सँडर्स मोठ्यानं हसला.

''पण छळाच्या चौकशीला लागणारा तो ठराविक काळ आहे.''

''तुम्हाला हवं असलं तर तुम्ही ती एका दिवसातही करू शकता.''

''पण तुला मान्य करावंच लागेल, टॉम, आत्ता आम्ही, या सगळ्या विलिनीकरणाच्या मिटिंगमध्ये पार गुंतलो आहोत.''

''ती तुमची समस्या आहे, फिल. माझ्यापुढची समस्या वेगळी आहे. मला माझ्या वरिष्ठाकडून अन्याय्य पद्धतीनं वागवलं गेलंय आणि कंपनीचा एक जुना आणि वरिष्ठ कर्मचारी म्हणून, माझ्या तक्रारीचं तत्परतेनं निराकरण होण्याचा मला हक्क आहे असं मला वाटतं.''

ब्लॅकबर्ननं उसासा टाकला. ''ठीक आहे, मी तुझ्याशी पुन्हा बोलेन.'' तो म्हणाला आणि घाईघाईनं खोलीबाहेर पडला.

सँडर्स त्याच्या खुर्चीत गप्‌कन बसला आणि शून्यात पाहत राहिला.

एका युद्धाची ठिणगी निश्चितच पडली होती.

■

पंधरा मिनिटांनंतर पाचव्या मजल्यावरच्या अधिकाऱ्यांच्या बैठकीच्या खोलीत ब्लॅकबर्न गार्विनला भेटला. तिथं मिटिंगला स्टेफनी कॅपलान आणि बिल एव्हर्टस हेही उपस्थित होते. बिल, 'डिजिकॉम'च्या 'ह्यूमन रिसोर्सेस' विभागाचा प्रमुख होता.

ब्लॅकबर्ननं मिटिंगला सुरुवात केली. ''टॉम सँडर्सनं बाहेरचा सल्लागार नेमलाय आणि मेरेडिथ जॉन्सनवर खटला भरण्याची धमकी देतोय.''

''बापरे,'' गार्विन म्हणाला.

''तो लैंगिक छळाचा आरोप ठेवतोय.''

गार्विननं टेबलाच्या पायावर लाथ मारली.

''हलकट साला.''

कॅपलान म्हणाली, ''तो काय घडलं म्हणतो?''

''अजून सगळे तपशील माझ्याकडे आलेले नाहीत,'' ब्लॅकबर्न म्हणाला,

''पण थोडक्यात त्याचा दावा असा आहे की, मेरेडिथनं काल रात्री तिच्या ऑफिसात त्याला लैंगिक संबंधांची अपेक्षा सूचित केली, त्यानं तिला नाकारलं आणि आता मात्र ती खुनशीपणानं वागत्येय.''

गार्विननं एक मोठा उसासा टाकला. ''छे;'' तो म्हणाला, ''मला घडायला नको होतं, ते हेच. एखाद्या वेळेला त्यामुळे अनर्थ ओढवेल.''

''मला कल्पना आहे, बॉब.''

स्टेफनी कॅपलान म्हणाली, ''तिनं तसं केलं?''

''बापरे,'' गार्विन म्हणाला, ''अशा प्रसंगांमध्ये कोणाला काय कळणार? तो नेहमी एक प्रश्नच असतो.'' तो एव्हर्टस्‌कडे वळला. ''सँडर्स तुझ्याकडे या बाबतीत आलाय?''

''अजून नाही, नाही. मला वाटतं, तो येईल.''

''आपल्याला हा वाद कंपनीतच ठेवावा लागेल,'' गार्विन म्हणाला, ''ते महत्त्वाचं आहे.''

''महत्त्वाचं आहे,'' स्टेफनी होकारार्थी मान हलवत म्हणाली. ''तो वाद कंपनीतच राहील, यांची फिलनं खात्री करून घेतली पाहिजे.''

''मी प्रयत्न करतोय,'' ब्लॅकबर्न म्हणाला.

''पण सँडर्स उद्या 'मानवी हक्क आयोगा'कडे अर्ज दाखल करण्याबद्दल बोलतोय.''

''तो जाहीर अर्ज झाला.''

''हो.''

''तो किती लौकर जाहीर होतो?''

''बहुधा अठ्ठेचाळीस तासांच्या आत. 'मानवी हक्क आयोग' किती वेगानं कागदपत्रं तयार करतो, त्यावर ते अवलंबून आहे.''

''बापरे,'' गार्विन म्हणाला, ''अठ्ठेचाळीस तास? त्याला झालंय काय? आपण काय करतोय, हे त्याच्या लक्षात नाही येत?''

ब्लॅकबर्न म्हणाला, ''मला वाटतं, त्याला ते कळतंय. अगदी नेमकेपणानं.''

''धमकी देऊन पैसा उकळण्याचा प्रकार?''

''हं. दबाव.''

गार्विन म्हणाला, ''तू मेरेडिथशी बोललास?''

''आज सकाळपासून नाही.''

''कुणीतरी तिच्याशी बोलायला हवं. मी तिच्याशी बोलेन. पण आपण सँडर्सला कसे रोखणार आहोत?''

ब्लॅकबर्न म्हणाला, ''आपल्या चौकशीनुसार तीस दिवसांसाठी मी त्याला

आयोगाकडचा अर्ज स्थगित करण्याची विनंती केली. तो नाही म्हणाला. तो म्हणाला, आपल्याला आपली चौकशी एका दिवसात चालवणं जमायला हवं.''

''हं. त्याचा तो हक्क आहे,'' गार्विन म्हणाला.

''कारण कुठलंही असो, आपण चौकशी एका दिवसात संपवलेलंच हिताचं होईल.''

''बॉब, ते शक्य आहे का नाही, मला शंका आहे,'' ब्लॅकबर्न म्हणाला, ''आपल्या इथं महत्त्वाचा गौप्यस्फोट झालाय. एक सखोल आणि निःपक्षपाती चौकशी आयोजित करणं कंपनीला कायद्यानं आवश्यक आहे. आपण घाई केल्यासारखं वाटता कामा नये, किंवा...''

''पुरे रे!'' गार्विन म्हणाला, ''मला ही कायदेशीर पिरपिर आणि विव्हळणं नकोय. आपण कशाबद्दल बोलतोय? दोन व्यक्तींबद्दल, बरोबर? म्हणजे यात फक्त दोन माणसं आहेत. दोन माणसांच्या मुलाखती घ्यायला किती वेळ लागतो?''

''हं, कदाचित ते तितकं सोपं नसेलही.'' ब्लॅकबर्न महत्त्वाचं काहीतरी बोलल्याच्या मुद्रेनं म्हणाला.

''काय सोपं आहे, ते मी तुला सांगेन,'' गार्विन म्हणाला, ''सोपं आहे ते हे. कॉनले-व्हाईट ही एक आपल्या सार्वजनिक प्रतिमेचा सदैव विचार करणारी कंपनी आहे. ख्रिश्चन धर्मग्रंथांवर विश्वास ठेवणाऱ्या शिक्षणसंस्थांना ते पुस्तकं विकतात. ते मुलांसाठी मासिकं विकतात. त्यांची एक व्हिटॅमिन कंपनी आहे. अगदी लहान मुलांसाठी खाद्य विकणारी त्यांची एक पौष्टिक आहार बनवणारी कंपनी आहे. रेन्बो का काहीतरी. आता कॉनले-व्हाईट आपली कंपनी विकत घेत आहे आणि ती ताब्यात घेत असतानाच, आणखी दोन वर्षांत कंपनीच्या प्रमुखपदी येऊ घातलेल्या एका उच्चपदस्थ स्त्री अधिकाऱ्यावर एका विवाहित माणसानं, त्याच्याकडून तिनं लैंगिक सुख मागितल्याचा आरोप ठेवलाय. हे प्रकरण जाहीर झालं तर कॉनले-व्हाईटचे लोक काय करतील तुला माहिताय? ते यातून अंग काढून घेणार आहेत. निकोलस या चक्रातून बाहेर पडायचं निमित्तच शोधतोय. त्याला हे प्रकरण अगदी योग्य आहे. बापरे.''

''पण सँडर्सनं आपल्या निःपक्षपातीपणाबद्दल आधीच शंका उपस्थित केलीय. आणि मला खात्री नाही, किती लोकांना आधीच्या प्रश्नांबद्दल कल्पना आहे की जे आपण...''

''बऱ्यापैकी,'' कॅपलान म्हणाली, ''आणि अधिकाऱ्यांच्या गेल्या वर्षीच्या मिटिंगमध्ये तो मुद्दा उपस्थित झाला नव्हता का?''

''मिटिंगचा वृत्तांत तपासून पाहा,'' गार्विन म्हणाला, ''ह्या बाबतीत कंपनीतल्या सध्याच्या अधिकाऱ्यांच्या संदर्भात कसलीही कायदेशीर समस्या नाही, बरोबर?''

“बरोबर,” ब्लॅकबर्न म्हणाला, “ ह्या प्रकरणांवरून कंपनीतल्या अधिकाऱ्यांची चौकशी करता येणार नाही वा त्यांना काढूनही टाकता येणार नाही.”

“आणि गेल्या वर्षी आपण एकही कंपनीचा अधिकारी गमावलेला नाही? कोणी निवृत्त झालं किंवा बदलून गेलं?”

“नाही.”

“ठीक आहे. मग खड्ड्यात जाऊ दे त्याला.” गार्विन एव्हर्टस्‌कडे वळला. “बिल, ‘तू ह्यूमन रिलेशन्स’– एचआरची मागची सगळी कागदपत्रं नीट बघ आणि सँडर्सवर काळजीपूर्वक लक्ष ठेव. त्याच्या विषयीच्या नोंदी स्वच्छ आहेत का नाहीत, ते बघ. नसतील, तर त्यांची मला माहिती हवीय.”

“ठीक,” एव्हर्टस म्हणाला, “पण माझा अंदाज आहे की तो निष्कलंक आहे.”

“ठीक आहे,” गार्विन म्हणाला, “तो आहे असं गृहीत धरू या. सँडर्सला इथून घालवण्याची काय किंमत पडेल? त्याला काय हवंय?”

ब्लॅकबर्न म्हणाला, “मला वाटतं, त्याला त्याची नोकरी हवीय, बॉब.”

“त्याला त्याची नोकरी मिळवणं शक्य नाही.”

“हं. अडचण तीच आहे.” ब्लॅकबर्न म्हणाला.

गार्विन फुरफुरला. “त्यानं खटला लढवला असं गृहीत धरलं तर आपल्यावर किती शेकेल?”

“त्या ऑफिसमध्ये ते घडलं त्या आधारे तरी त्याला खटला लढवता येईल असं वाटत नाही. योग्य प्रक्रियांचा मान राखण्यात आणि सखोल चौकशी चालवण्यात आपल्याला कोणतंही जाणीवपूर्वक अपयश आलं तर त्यातून उद्भवणारी जबाबदारी सगळ्यात मोठी असेल. आपण काळजी घेतली नाही, तर केवळ त्या मुद्द्यावरच सँडर्स जिंकू शकेल. माझा मुद्दा तो आहे.”

“मग आपण काळजी घेऊ. बस्स.”

“आता. मंडळी,” ब्लॅकबर्न म्हणाला, “इथं एक सावधगिरीचा इशारा देणं माझं परमकर्तव्य आहे असं मला वाटतं. या परिस्थितीच्या आत्यंतिक नाजूकपणाचा अर्थ हाच की, आपल्याला सर्व तपशिलांकडे लक्ष ठेवायला हवं. जसं पास्कलनंच म्हटलंय, ‘God is in the details.’ आणि या प्रकरणाबाबत, दोन योग्य कायदेशीर दाव्यांमधील तुल्यबळ तोलामुळे मला हे कबूल करणं भाग पडतंय, की, नेमकी सगळ्यात चांगली खेळी कोणती, ते अस्पष्ट...”

“फिल्...” गार्विन म्हणाला, “भंकस आवर.”

स्टेफनी म्हणाली. “माईज्.”

ब्लॅकबर्ननं विचारलं, “काय?”

''माईज् व्हॅन दे रोहनं 'God is in the details' असं म्हटलं होतं.''

''कोणाचा काय संबंध आहे?'' गार्विन टेबलावर मूठ दणकावत म्हणाला. ''मुद्दा हा आहे की सँडर्सच्या खटल्यात दम नाही... त्यानं आपल्याला फक्त वेठीला धरलंय आणि ते त्याला माहिती आहे''

ब्लॅकबर्नचा चेहरा पडलेला. ''मी अगदी तसंच काही म्हणणार नाही, पण...''

''पण साली परिस्थिती तशीच आहे ना.''

''हो.''

स्टेफनी म्हणाली, ''टॉम हुशार आहे. थोडासा भाबडा, पण हुशार.''

''अति हुशार,'' गार्विन म्हणाला, ''लक्षात ठेव, मी त्याला तयार केलं. त्याला जे माहिती आहे, ते सगळं मी त्याला शिकवलं. तो एक मोठी समस्या होऊन बसणार आहे.'' तो ब्लॅकबर्नकडे वळला. ''शेवटच्या मुद्द्यावर ये. आपल्याला नेमका कोणता मुद्दा हाताळायचाय? निःपक्षपातीपणा, बरोबर?''

''हो.''

''आणि आपल्याला त्याला बाहेर काढायचंय.''

''बरोबर.''

''ठीक आहे. मध्यस्थी त्याला मान्य होईल?''

''मला कल्पना नाही. शंका आहे.''

''का नाही?''

''साधारणपणे जे कंपनी सोडून जातात अशा कर्मचाऱ्यांचे हिशोबाचे व्यवहार मिटवण्यासाठी आपण मध्यस्थी वापरतो.''

''मग?''

''तो त्याच्याकडे त्या दृष्टीनं बघेल, असं मला वाटतं.''

''कसंही असलं तरी प्रयत्न करू या. ते बंधनकारक नसल्याचं त्याला सांग आणि त्या आधारावर त्याला ते स्वीकारायला लावता येतं का ते पहा. तीन नावं त्याच्यासमोर ठेव आणि त्यांतलं एक त्याला निवडू दे. उद्याच मध्यस्थी होऊ दे. मी त्याच्याशी बोलायला पाहिजे?''

''बहुधा, आधी मला प्रयत्न करू दे आणि तुम्ही मागून बोला.''

''ठीक आहे.''

कॅपलान म्हणाली, ''अर्थात आपण बाहेरच्या मध्यस्थाकडे गेलो तर आपण ज्याचा अंदाज वर्तवता येणार नाही असा एक घटक या परिस्थितीत आणतोय.''

''म्हणजे मध्यस्थ आपल्यावर ठपका ठेवू शकेल? मी धोका पत्करेन,'' गार्विन म्हणाला, ''हा पेच सोडवणं ही गोष्ट महत्त्वाची आहे. शांतपणे आणि वेगानं. एड् निकोलसनं माझ्याकडे पाठ फिरवलेलं मला चालणार नाही. शुक्रवारी दुपारी आपण

एक पत्रकार परिषद ठरवलीय. तोपर्यंत मला हे प्रकरण निकालात निघालेलं हवंय. आणि शुक्रवारी, मेरेडिथ जॉन्सनची डिव्हिजनची नवी प्रमुख म्हणून नियुक्ती झाल्याची घोषणा मला करायचीय. काय घडणार आहे, ते प्रत्येकाला स्पष्ट झालंय?''

त्यांनी स्पष्ट झाल्याचं सांगितलं.

''मग ते करून टाका,'' गार्विन म्हणाला आणि पावलं टाकत खोलीबाहेर पडला. ब्लॅकबर्नही त्याच्या पाठोपाठ लगबगीनं गेला.

■

बाहेर हॉलच्या मार्गावर गार्विन ब्लॅकबर्नला म्हणाला, ''छे: काय घोळ आहे! तुला सांगायला हवं, मी फार नाराज आहे.''

''मला कल्पना आहे.'' ब्लॅकबर्न सुतकीपणानं म्हणाला. वाईट वाटून तो डोकं हलवत होता.

''फिल्, तू या बाबतीत खरंच नको इतकं ताणलंस. तू हे प्रकरण आणखी चांगल्या प्रकारे हाताळू शकत होतास. आणखी बऱ्याच चांगल्या प्रकारे.''

''कसं? मी काय करू शकत होतो? तो म्हणतो की तिनं त्याला भुलवलं. बॉब, हे प्रकरण गंभीर आहे.''

''विलिनीकरणाच्या यशाच्या दृष्टीनं मेरेडिथ जॉन्सन महत्त्वाची आहे.'' गार्विन स्पष्टपणे म्हणाला.

''हो. बॉब. अर्थातच.''

''आपण तिला ठेवायलाच हवं.''

''हो. बॉब. पण आपल्याला दोघानांही माहिताय की भूतकाळात तिनं...''

''आपण एक अधिकारीपदासाठी आवश्यक असणारे गुण असलेली असामान्य व्यक्ती असल्याचं तिनं सिद्ध केलंय,'' गार्विन त्याचं बोलणं तोडत म्हणाला, ''या हास्यास्पद आरोपांमुळे तिची कारकीर्द मी धोक्यात येऊ देणार नाही.''

मेरेडिथला असलेल्या गार्विनच्या अढळ पाठिंब्याची ब्लॅकबर्नला जाणीव होती. बरीच वर्षे, गार्विनला मेरेडिथबद्दल आंधळं म्हणता येईल असं प्रेम होतं. जेव्हा जेव्हा मेरेडिथवर टीका व्हायची, तेव्हा गार्विन काहीतरी करून विषय बदलायचा आणि दुसऱ्या कुठल्या विषयाकडे वळायचा. त्याच्याशी कोणताही युक्तिवाद करता यायचा नाही. पण आता आपल्याला प्रयत्न केला पाहिजे असं ब्लॅकबर्नला वाटलं. ''बॉब,'' तो म्हणाला, ''मेरेडिथही माणूसच आहे. आपल्याला माहिताय, तिला तिच्या मर्यादा आहेत.''

''हो,'' गार्विन म्हणाला, ''तिच्यापाशी तारुण्य आहे. उत्साह, प्रामाणिकपणा आहे. कंपनीतल्या राजकारणाबद्दलची अनिच्छा आहे. आणि अर्थात ती एक बाई

आहे. बाई असणं हीच तिची एक खरी मर्यादा आहे.''

''पण बॉब...''

''मी तुला सांगून ठेवतोय, मी आणखी पळवाटा सहन करू शकत नाही,'' गार्विन म्हणाला. ''आपल्या इथं कंपनीतल्या मोठ्या पदांवर बायका नसतात. अमेरिकेतल्या औद्योगिक क्षेत्रात सगळ्या जागा पुरुषांनी भरलेल्या आहेत. आणि जेव्हा जेव्हा मी एखादी बाई नेमण्याविषयी बोलतो, तेव्हा हे 'पण बॉब...' नेहमीच उपटतं. पुरे झालं हे, फिल. कधीतरी आपल्याला ही काचेच्या छतांसारखी ताठर बंधनं तोडायला हवीत.''

ब्लॅकबर्ननं उसासा टाकला. गार्विन पुन्हा विषय बदलत होता. तो म्हणाला, ''बॉब, त्यावर कुणाचे मतभेद नाहीत...''

''हो, आहेत. फिल, तू मतभेद दाखवतोयस. मेरेडिथ योग्य का नाही, त्याबद्दल तू सबबी सांगतोस. आणि मी तुला सांगून ठेवतोय, की, मी दुसऱ्या कुठल्या बाईचं नाव ठरवलं असतं तरी ती बाई योग्य का नाही, ते सांगणाऱ्या आणखी सबबी उपटल्या असत्या. आणि तुला सांगतो, मला याचा उबग आलाय.''

ब्लॅकबर्न म्हणाला, ''आपल्याकडे स्टेफनी आहे. आपल्याकडे मेरी ॲन आहे.''

''नुसती प्रतीकं,'' गार्विन तो विषय निकालात काढल्यासारखा म्हणाला, ''खरंच, चीफ फायनान्स ऑफिसर म्हणून एखादी बाई असू दे. मध्यम दर्जाच्या अधिकारीपदावर दोन बायका असू देत! बायकांना काहीतरी दिल्यासारखं दाखवायचं फक्त! पण वस्तुस्थिती तशीच राहते. औद्योगिक क्षेत्रात सुरुवात करणाऱ्या एखाद्या हुषार, सक्षम बाईला शेकडो चिल्लर कारणं मागे ओढत नाहीत, हे तू मला सांगू शकत नाहीस. आणि कारणंसुद्धा किती छान छान! तिला पुढे का आणलं जाऊ नये, तिला महत्त्वाचं अधिकारपद का मिळू नये, त्याची छानशी कारणं! पण शेवटी तो फक्त पूर्वग्रह असतो. आणि तो थांबला पाहिजे. या हुषार, तरुण बायकांना एक छान संधी आपण दिली पाहिजे.''

ब्लॅकबर्न म्हणाला, ''हं, बॉब, मला एवढंच वाटतं, की, या परिस्थितीबद्दलचा मेरेडिथचा दृष्टिकोन समजून घेणं तुझ्या दृष्टीनं धोरणीपणाचं ठरेल.''

''मी घेईन. काय घडलं ते मी शोधून काढेन. ती मला सांगेल, हे मला माहिताय. पण हे प्रकरण अजूनही निकालात काढलंच पाहिजे.''

''हो, बॉब.''

''आणि तू स्पष्ट असायला हवंय मला. ते सोडवण्यासाठी जे आवश्यक आहे, ते तू करशील अशी माझी अपेक्षा आहे.''

''ठीक आहे. बॉब.''

''जे जे आवश्यक आहे ते,'' गार्विन म्हणाला, ''सॅंडर्सवर दबाव आण. तो

त्याला जाणवेल याची खात्री करून घे. त्याच्या पिंजऱ्याला हादरा दे, फिल.''

''ठीक आहे, बॉब.''

''मेरेडिथला मी हाताळेन. तू फक्त सँडर्सची काळजी घे. तो भीतीनं काळानिळा पडेपर्यंत त्याचा पिंजरा हलवून सोड.''

■

''बॉब.'' मेरेडिथ 'डिझाईन ग्रुप लॅबोरेटरी'त मध्यभागी असलेल्या टेबलांपैकी एका टेबलापाशी उभी होती. सुट्या करून ठेवलेल्या ट्विंकल ड्राईव्हवर ती मार्क ल्युईनशी चर्चा करत होती. गार्विनला एका बाजूला उभं राहिलेलं पाहून ती त्याच्यापाशी गेली. ''सँडर्सबरोबरच्या या सगळ्या प्रकरणानं मला किती वाईट वाटलं ते मी तुला शब्दात सांगू शकत नाही.''

''त्या बाबतीत आमच्या पुढे काही समस्या आहेत,'' गार्विन म्हणाला.

''जे घडलं त्यावर मी विचार करत्येय.'' ती म्हणाली, ''मी काय करायला हवं होतं, याचं नवल करत. पण तो रागावलेला होता, आणि त्याचा स्वतःवर ताबा राहिलेला नव्हता. तो खूप प्यायलाही होता आणि तो बेतालपणे वागला. आपल्या आयुष्यात आपण सगळे कधी असे वागलोच नाही असं नाही, पण...'' तिनं खांदे उडवले. ''काहीही असो. मला वाईट वाटतंय.''

''सकृद्दर्शनी तरी तो छळाचा आरोप दाखल करणार आहे.''

''ते दुर्दैवी आहे,'' ती म्हणाली, ''पण मला वाटतं, तो एक वागण्याच्या पद्धतीचा भाग आहे. माझा पाणउतारा करणं, डिव्हिजनमधल्या लोकांमध्ये माझी बदनामी करणं.''

''मी ते घडू देणार नाही,'' गार्विन म्हणाला.

''मला बढती मिळाल्याची त्याला चीड होती. आणि मला त्याची वरिष्ठ म्हणून स्वीकारणं त्याला जड गेलं. मला माझी जागा दाखवण्यासाठी त्याला धडपडावं लागलं. काही पुरुष असतात तसे.'' तिनं दुःखानं डोकं नकारार्थी हलवलं. ''नवीन पुरुषी संवेदनशीलतेच्या गप्पांच्या पार्श्वभूमीवर, मला तर वाटतं, बॉब, तुझ्यासारखे पुरुष फार थोडे असतात.''

गार्विन म्हणाला, ''मला आता काळजी आहे मेरिडिथ, ती याची की, त्याच्या अर्ज दाखल करण्यामुळे विलिनीकरणात अडथळा येऊ शकेल.''

''ती समस्या का व्हावी, मला समजत नाही.'' ती म्हणाली, ''मला वाटतं, आपण ते प्रकरण नियंत्रणात ठेवू शकतो.''

''त्यानं राज्य पातळीवरच्या 'मानवी हक्क आयोगा'कडे दावा दाखल केला तर ती एक समस्या आहे.''

"म्हणजे तो बाहेर जायचं म्हणतोय?'' तिनं विचारलं.

"हो. मला अगदी तेच म्हणायचंय.''

मेरेडिथ शून्यात नजर खिळवून राहिली. पहिल्यांदाच तिच्या मनाची स्थिरता तिनं गमावल्यासारखं वाटलं. तिनं ओठ चावला. "ते फारच अडचणीचं होईल.''

"मीही तेच म्हणेन. मी फिलला त्याला भेटायला पाठवलंय. आपल्याला मध्यस्थी करता येईल का ते विचारायला. बाहेरच्या एखाद्या अनुभवी व्यक्तीची मध्यस्थी. जज्ज मर्फीसारखं कोणीतरी. मी उद्या याची व्यवस्था करण्याचा प्रयत्न करतोय.''

"छान,'' मेरेडिथ म्हणाली. "उद्या दोन तासांसाठी मी माझा कार्यक्रम मोकळा ठेवू शकते. पण यातून काय निष्पन्न होण्याची अपेक्षा आपण ठेवू शकतो, ते मला ठाऊक नाही. जे घडलं ते तो कबूल करणार नाही, याची मला खात्री आहे. आणि त्याची कसली नोंद नाही किंवा कुणी साक्षीदारही नाहीत.''

"तू मला सांगावंस असं मला वाटतं,'' गार्विन म्हणाला, "काल रात्री जे नेमकं घडलं त्याबद्दल.''

"बॉब,'' तिनं उसासा टाकला. "प्रत्येक वेळी मी त्यावर विचार करते तेव्हा मलाच दोष देते.''

"तू तसं करता कामा नये.''

"मला माहिताय पण मी करते. माझी सहाय्यिका तिचं अपार्टमेंटचं भाडं देण्यासाठी गेली नसती तर मी बेल दाबून तिला आत बोलवू शकले असते आणि यातलं काहीच घडलं नसतं.''

"मला वाटतं, तू मला सांगितलंस तर बरं होईल, मेरेडिथ.''

"अर्थात, बॉब.'' ती त्याच्या बाजूला झुकली आणि शांतपणे, स्थिरपणे पुढची काही मिनिटं बोलत राहिली. ते ऐकत असताना रागानं डोकं हलवत गार्विन तिच्याशेजारी उभा राहिला.

▪

डॉन चेरीनं ल्युईनला विचारलं, "हो? म्हणजे गार्विन आत आला. मग काय घडलं?''

"म्हणजे गार्विन तिथं कोपऱ्यात या पायावरून त्या पायावर भार टाकत खाली-वर होत उभा आहे, तो नेहमी करतो तसं. त्याच्याकडे लक्ष जाण्याची वाट बघत. तो पुढे येणार नाही. तिथंच लक्ष वेधून घेण्यासाठी वाट पाहत थांबलाय. आणि सगळ्या टेबलभर मी पसरून ठेवलेल्या ट्विंकल ड्राईव्हबद्दल मेरेडिथ माझ्याशी बोलत असलेली आणि लेसर हेडस्मध्ये आम्हाला सापडलेला दोष मी तिला

दाखवतोय...''

''तिला ते सगळं कळतं?''

''हो, ती ठीक वाटते. ती काही सँडर्स नाही; पण ठीक आहे. लवकर शिकून घेणारी.''

''आणि सँडर्सपेक्षा चांगले परफ्यूम वापरणारी,'' चेरी म्हणाली.

''हो. मला तिचा सुगंध आवडतो.'' ल्युईन म्हणाला, ''कसंही असो...''

''सँडर्सचा परफ्यूम आणखी चांगला असायला हवा असं वाटतं.''

''हो. तर लवकरच गार्विनला त्या उड्यांचा कंटाळा येतो आणि तो एकदा जाणवेलसं हलकंच खोकतो. मेरेडिथचं गार्विनकडे लक्ष जातं आणि ती 'ओह्' करते... थोड्याशा थरारलेल्या आवाजात. तो आत घेतलेला लहानसा पण तीव्र श्वास तुला माहिताय?''

''ओह.'' चेरी म्हणाला, ''म्हणजे आपण इथं 'त्या' खोल खोल श्वासांबद्दल बोलतोय का काय?''

''हं. अगदी तीच गोष्ट,'' ल्युईन म्हणाला. ''ती धावत त्याच्याकडे जाते आणि तो तिच्या समोर आपले हात पसरतो आणि मी तुला सांगतो. एकमेकांकडे संथपणे धावत जाणारे दोन प्रेमिक असलेल्या त्या जाहिरातीसारखंच ते दृश्य दिसतं.''

''ओ,'' चेरी म्हणाला, ''गार्विनच्या बायकोची हवा तंग होणार आहे.''

''पण ते दृश्य दिसतं तसंच,'' ल्युईन म्हणाला, ''शेवटी जेव्हा ते एकत्र येतात आणि शेजारी-शेजारी उभे राहतात, तेव्हा ते दृश्य अजिबात तसं नसतं. ते बोलतायत. आणि ती कुजुबुजल्यासारखं मंदपणे बोलतीय. त्याच्याकडे पाहत डोळ्यांची उघडझाप करतेय आणि तो असा कडक माणूस आहे की तो तिच्या बोलण्याला दाद देत नाही पण त्याचा त्याच्यावर परिणाम होतोय.''

''ती भयंकर देखणी आहे म्हणून,'' चेरी म्हणाला, ''म्हणजे मला म्हणायचंय, तू बघच, तिचा बांधा अतिशय घडीव, असामान्य असा आहे, दर्जेदार वळणं आणि वळसे असलेला.''

''पण मुद्दा हा आहे की ते दोघं प्रेमिकांसारखे अजिबात वाटत नाहीत. मी न बघण्याचा प्रयत्न करत त्यांच्याकडे बघतोय आणि तुला सांगतो, ते प्रेमिकांसारखे दिसतच नाहीत. काहीतरी वेगळेच, जवळजवळ बाप-मुलीसारखेच दिसतात. डॉन.''

''हेऽ मुलीशी संभोग करता येतो. लाखो करतात.''

''नाही. मला काय वाटतं, माहिताय? मला वाटतं, बॉब तिच्यात स्वतःचं रूप बघतो. तो असं काहीतरी बघतो की त्याला तो अधिक तरुण होता तेव्हाच्या स्वतःची आठवण येते. कुठल्याही प्रकारची शक्ती किंवा काहीतरी आणि मी तुला सांगतो, तीही त्याचं अनुकरण करते. तो हातांची घडी घालतो, ती तिच्या हातांची घडी

घालते. तो भिंतीवर झुकतो, ती भिंतीला टेकते. ती तंतोतंत त्याच्याशी आपल्या हालचाली जुळवते. आणि दुरून, मी तुला सांगतोय, ती त्याच्यासारखी दिसते, डॉन.''

''नाही...''

''हो. यावर विचार कर.''

''तसं अगदी फारच दूरच्या अंतरावरून वाटत असणार,'' चेरी म्हणाला, त्यानं टेबलावरून आपले पाय काढले आणि तो जायला निघाला.

''मग आपण इथं कशावर बोलतोय? छुपी वशिलेबाजी?''

''मला ठाऊक नाही. पण मेरेडिथचा त्याच्याबरोबर कुठल्या तरी प्रकारचा जवळचा संबंध आहे. हे काही निखळ व्यावसायिक संबंध नाहीत.''

''हेऽ,'' चेरी म्हणाला. 'विशुद्ध व्यावसायिक काहीच नसतं. मला ते फार पूर्वीच कळलंय.''

■

लुईस फर्नांदेझ तिच्या ऑफिसात आली आणि तिनं आपली ब्रीफकेस खाली फरशीवर टाकली. फोनवरून आलेल्या निरोपांची चळत तिनं अंगठ्यानं चाळली आणि ती सँडर्सकडे वळली. ''काय चाललंय काय? आज दुपारी फिल ब्लॅकबर्नचे मला तीन फोन आले.''

''त्याचं कारण मी त्याला सांगितलं की माझी वकील म्हणून मी तुझी नियुक्ती केलीय आणि माझी खटला लढवण्याची तयारी आहे. आणि मी अं... सुचवलं की सकाळी तू ''मानवी हक्क आयोगा''कडे दावा दाखल करतोयस.''

''उद्या मी कदाचित दावा दाखल करू शकणार नाही.'' ती म्हणाली, ''आणि कोणत्याही परिस्थितीत आत्ता आपण तसं करावं, असा सल्ला मी देणार नाही. मि. सँडर्स, खोटी विधानं मी फार गंभीरपणे घेते. पुन्हा कधी माझ्या कृतीचं स्पष्टीकरण करू नका.''

''सॉरी,'' तो म्हणाला, ''पण घटना फार वेगानं घडतायत.''

''तरीसुद्धा आपण स्पष्ट करून घेतलेलं चांगलं. मला ते आवडत नाही आणि पुन्हा जर ते घडलं तर तुम्हाला नवा वकील बघावा लागेल.'' पुन्हा तो थंडपणा... आकस्मिक थंडपणा. ''मग तुम्ही ब्लॅकबर्नला सांगितलंत. त्याची प्रतिक्रिया काय होती?''

''त्यानं, माझी मध्यस्थीला तयारी आहे का, विचारलं.''

''अजिबात नाही.'' लुईस म्हणाली.

''का नाही?''

“मध्यस्थी बहुधा कंपनीच्या फायद्याची असते.”

“तो म्हणाला, ते बंधनकारक नसेल.”

“तरीही. त्यामुळे त्यांच्या बाजूनं शोध घेण्याची मोकळीक राहते. ती त्यांना देण्याचं काहीच कारण नाही.”

“आणि तो म्हणाला, त्या वेळी तू हजर राहू शकशील.” त्यानं सांगितलं.

“अर्थातच मी हजर राहू शकते, मि. सँडर्स. ती काही शक्यता नाहीये. तुमच्याबरोबर नेहमी वकील पाहिजेच अन्यथा मध्यस्थी कायद्यानं रद्द ठरेल.”

“संभाव्य मध्यस्थ म्हणून त्यानं ही तीन नावं दिलीयत.” सँडर्सनं तिच्याकडे यादी दिली.

तिनं क्षणभर त्या यादीवर नजर टाकली. “नेहमीचेच संशयित. त्यांच्यापैकी एकजण बाकीच्या दोघांपेक्षा चांगला आहे. पण मला अजूनही...”

“त्याला मध्यस्थी उद्या करायचीय.”

“उद्या?” लुईसनं त्याच्याकडे टक लावून पाहिलं आणि ती तिच्या खुर्चीत मागे टेकून बसली. “मि. सँडर्स, मीही पूर्णपणे या प्रकरणाचं वेळच्या वेळी निराकरण होण्याच्या बाजूनं आहे. पण हे हास्यास्पद आहे. उद्यापर्यंत आपण तयार होऊ शकणार नाही. आणि मी म्हटलं तसं, कोणत्याही परिस्थितीत तुम्ही मध्यस्थीला मान्यता द्यावी असा माझा सल्ला नाही. मला माहिती नसलेलं असं काही यात आहे?”

“हो.” तो म्हणाला.

“मग त्यावर बोलू या तर.”

तो किंचितसा थांबला.

ती म्हणाली, “तुम्ही मला जे काही सांगाल, ते विशेषाधिकार असलेलं आणि गोपनीय आहे.”

“ठीक आहे.” न्यूयॉर्कच्या ‘कॉनले-व्हाईट’ नामक कंपनीकडून ‘डिजिकॉम’ ताब्यात घेतली जाण्याच्या बेतात आहे.”

“म्हणजे अफवा खऱ्या आहेत.”

“हो,” तो म्हणाला, “शुक्रवारी एका पत्रकार परिषदेत विलिनीकरणाची घोषणा करण्याचा त्यांचा इरादा आहे. शुक्रवारीच मेरेडिथची कंपनीची नवी व्हाईस प्रेसिडेंट म्हणून नियुक्ती झाल्याची घोषणा करण्याचा त्यांचा विचार आहे.”

“अच्छा,” ती म्हणाली, “म्हणून फिलची एवढी घाई चाललीय.”

“हो.”

“आणि तुमच्या आरोपामुळे एक निकडीची आणि गंभीर समस्या त्याच्यासमोर उभी राहत्येय.”

त्यानं होकारार्थी मान हलवली. "असं म्हणू या की ती एका फार नाजूक क्षणी येतेय."

ती क्षणभर गप्प होती. तिच्या वाचायच्या चष्म्यावरून त्याच्याकडे निरखून पाहत राहिलेली. "मि. सँडर्स, मी तुमच्याबद्दल चुकीचा ग्रह करून घेतला होता. तुम्ही भित्रे असल्याचं माझं मत झालं होतं."

"ते मला हे करायला भाग पाडतायत."

"ते भाग पाडतायत?" तिनं त्याच्याकडे त्याला जोखत असल्यासारखी नजर टाकली. मग तिनं इंटरकॉमचं बटन दाबलं. "बॉब, मला माझं कॅलेंडर बघू दे. मला काही गोष्टी हातावेगळ्या करायच्या आहेत. आणि हर्ब आणि ॲलनला आत यायला सांग. ते जे काही करत असतील, ते त्यांना बाजूला ठेवायला सांग. हे महत्त्वाचं आहे." तिनं कागद बाजूला सारले. "या यादीतले सगळे मध्यस्थ उपलब्ध आहेत?"

"मला वाटतं तसं."

"मी बार्बरा मर्फीला विनंती करणार आहे. जज्ज मर्फी. तुला ती आवडणार नाही, पण बाकीच्यांपेक्षा ती अधिक चांगलं काम करेल. मी प्रयत्न करेन आणि जर शक्य झालं तर ते उद्या दुपारी ठरवेन. आपल्याला वेळ हवाय. किंवा, सकाळी उशिरानं. तुम्ही जो धोका पत्करताय, त्यांची जाणीव आहे तुम्हाला? ती आहे असं मी गृहीत धरते. तुम्ही खेळायचं ठरवलेला हा एक फार धोकादायक खेळ आहे." तिनं इंटरकॉम दाबला. 'बॉब? रॉजर रोझेनबर्गची भेट रद्द कर. सहा वाजताची एलेनची भेटही रद्द कर. माझ्या नवऱ्याला फोन करून मी रात्री जेवायला घरी येणार नसल्याचं सांगायची मला आठवण कर." तिनं सँडर्सकडे पाहिलं. "तुम्हालाही जमणार नाही. तुम्हाला घरी फोन करावा लागेल."

"माझी बायको आणि मुलं आज रात्री गाव सोडतायत."

तिनं तिच्या भुवया उंचावल्या. "तुम्ही तिला सगळं सांगितलंत?"

"हो."

"तुम्ही गंभीर आहात."

"हो." तो म्हणाला. "मी गंभीर आहे."

"छान," ती म्हणाली, "तुम्हाला तसं राहण्याची गरज पडणारच आहे. मि. सँडर्स, आपण स्पष्टपणे बोलू या. तुम्ही जे आरंभलंय, ती काही अगदी कायदेशीर कार्यपद्धती नाहीये. थोडक्यात, तुम्ही दबावतंत्र वापरताय."

"बरोबर."

"आत्ता आणि शुक्रवार दरम्यान कंपनीवर लक्षणीय दबाव आणण्याच्या स्थितीत तुम्ही आहात."

"बरोबर."

"आणि ते तुमच्यावर, मि. सँडर्स. ते तुमच्यावर."

■

आपण एका कॉन्फरन्स रूममध्ये असल्याचं त्याच्या लक्षात आलं. त्याच्यासमोर पाचजण होते. सगळे टिपणं काढत असलेले... लुईसच्या दोन्ही बाजूंना दोन तरुण वकील बसले होते : एलीन नावाची एक बाई आणि रिचर्ड नावाचा एक माणूस. तिथं आणखी दोघं चौकशी करणारे होते, ॲलन आणि हर्ब: एक उंच आणि देखणा, दुसरा गुबगुबीत, देवीचे व्रण चेहऱ्यावर असलेला. त्याच्या गळ्याभोवती एक कॅमेरा लटकत होता.

लुईसनं सँडर्सला त्याचं कथन पुन्हा आणखी तपशिलात सांगायला लावलं. मध्येच प्रश्न विचारण्यासाठी, वेळा, नावं आणि विशिष्ट तपशील लिहून घेण्यासाठी ती मध्ये बऱ्याचदा थांबायची. त्या दुसऱ्या तरुणीची आपल्याला सहानुभूती नसल्याचं सँडर्सचं जोरदार मत झालं असलं तरी ते दोन वकील कधीच काही बोलले नाहीत. चौकशी करणारे दोघेही विशिष्ट मुद्दे सोडले तर शांत होते. सँडर्सनं मेरेडिथच्या सहाय्यिकेचा उल्लेख केला तेव्हा ॲलननं– तो देखणा तरुण– विचारलं, 'तिचं नाव पुन्हा सांगता?'

"बेट्सी रॉस."

"ती पाचव्या मजल्यावर असते?"

"हो."

"ती घरी केव्हा जाते?"

"काल संध्याकाळी ती सव्वासहाला गेली."

"मला तिला सहज भेटावंसं वाटलं तर मी पाचव्या मजल्यावर जाऊ शकतो?"

"नाही. खालच्या मजल्यावरच्या प्रतीक्षालयातल्या स्वागत कक्षात भेटायला येणाऱ्या सगळ्यांना थांबवलं जातं."

"मला जर एखादं पार्सल द्यायचं असलं तर? ते पार्सल बेट्सी घेईल?"

"नाही. पार्सलं मध्यवर्ती स्वीकार कक्षाकडे जातात."

"ठीक आहे. फुलांचं काय? ती थेट दिली जातील?"

"हो, मला वाटतं तसं. म्हणजे मेरेडिथला आलेल्या फुलांसारखी फुलं म्हणायचंय तुला?"

"हो." ॲलन म्हणाला.

"मला वाटतं, ती तुम्ही स्वतःही देऊ शकता."

"छान," ॲलन म्हणाला, आणि त्यानं नोंद केली.

मेरेडिथच्या ऑफिसमधून बाहेर पडताना त्यानं पाहिलेल्या सफाई करणाऱ्या बाईचा त्यानं उल्लेख केला तेव्हा त्यांनी त्याला दुसऱ्यांदा थांबवलं.

"डिजिकॉम सफाई सेवा वापरते?"

"हो. अमेरिकन मॅनेजमेंट सर्विसेस. ते..."

"आम्हाला माहिती आहेत ते. सफाई करणारे कामगार बिल्डिंगमध्ये केव्हा येतात?"

"साधारणपणे सात वाजता."

"आणि या बाईला तुम्ही ओळखलं नाहीत. तिचं वर्णन करा."

"चाळीसीच्या आसपास. काळा रंग. अतिशय कृश, कुरळे म्हणता येईल असे करडे केस."

"उंच? बुटकी?"

त्यानं खांदे उडवले. "मध्यम."

हर्ब म्हणाला, "हे फारच झालं. तुम्हाला आणखी काही सांगता येईल?"

सँडर्स थांबला. त्यानं त्यावर विचार केला. "नाही मी खरं तर तिला पाहिलं नाही."

"तुमचे डोळे मिटून घ्या." लुईस म्हणाली.

त्यानं डोळे बंद केले.

"आता एक खोल श्वास घ्या. आणि पुन्हा मागे जा. ही कालची संध्याकाळ आहे. तुम्ही मेरेडिथच्या ऑफिसात आहात, दार जवळजवळ तासभर बंद आहे, तुम्ही तिच्याबरोबरच्या त्या अनुभवातून गेला आहात. आता तुम्ही खोलीतून निघताय, तुम्ही बाहेर पडताय... दार कसं उघडतं, आत का बाहेर?"

"ते आत उघडतं."

"मग तुम्ही दार उघडता. तुम्ही बाहेर पडता. झपाझप का हळू?"

"मी झपाझप चालतोय."

"आणि तुम्ही बाहेरच्या खोलीत जाता. तुम्हाला काय दिसतं?"

दारातून... बाहेरच्या खोलीत, लिफ्टस्, अगदी समोरच. त्याला अस्ताव्यस्त, मनाचा तोल ढळल्यासारखं वाटत असलेलं. आपल्याला बघायला तिथं कुणी नसावं अशी तो आशा करत असलेला. उजवीकडे असलेल्या बेट्सी रॉसच्या टेबलावर नजर. टेबल स्वच्छ, मोकळं, खुर्ची टेबलाच्या कडेपर्यंत ओढलेली. टिपणवही... कॉम्प्युटरवर प्लॅस्टिकचं कव्हर. टेबलावरचा दिवा अजून जळत असलेला... डोळे डावीकडे वळत असलेले... दुसऱ्या सहाय्यिकेच्या टेबलापाशी एक सफाई करणारी बाई. तिची मोठी करडी कचऱ्याची ढकलगाडी तिच्याशेजारी उभी असलेली. ती सफाई करणारी बाई एक कचऱ्याची बादली उचलून गाडीच्या एका बाजूला, तोंड

उघडं असलेल्या प्लॅस्टिकच्या पोत्यात टाकत असलेली... बादली उचलत असताना मध्येच ती थांबते, त्याच्याकडे कुतूहलानं बघते. ती तिथं किती वेळ आहे, खोलीतून तिनं काय ऐकलंय याचा तो विचार करतोय... गाडीवर असलेल्या एका छोट्या रेडिओवरून संगीत ऐकू येत असलेलं...

"मी याबद्दल तुला ठार मारेन!" मेरेडिथ त्याच्या पाठीमागून ओरडते.

सफाई करणारी बाई ते ऐकते, तो तिच्यापासून दुसरीकडे बघतो, तो अवघडलेला आणि घाईनं लिफ्टकडे जातो. त्याला घाबरल्यासारखं वाटत असलेलं. तो लिफ्टचं बटण दाबतो.

"तुम्हाला ती बाई दिसतीय?" लुईसनं विचारलं.

"हो, पण ते इतकं चटकन घडलं होतं... आणि मला तिच्याकडे पाहायचं नव्हतं." सँडर्सनं त्याचं डोकं नकारार्थी हलवलं.

"तुम्ही आता कुठे आहात? लिफ्टपाशी?"

"हो."

"तुम्हाला बाई दिसतेय?"

"नाही. मला पुन्हा तिच्याकडे बघायचं नव्हतं."

"ठीक आहे. पुन्हा मागे जाऊ या. नाही नाही. तुमचे डोळे बंद ठेवा. हं, आपण ते पुन्हा करू. एक खोल श्वास घ्या आणि तो हळूहळू बाहेर सोडा... छान... आता तुम्ही एखाद्या चित्रपटासारखं सगळं संथ वेगात पाहणार आहात... आता... दारातून बाहेर या... आणि तिला तुम्ही पहिल्यांदा पाहाल तेव्हा मला सांगा..."

दारातून बाहेर येणं, सगळं हळू. प्रत्येक पावलाबरोबर त्याचं डोकं हळूच वर-खाली होत असलेलं. बाहेरच्या खोलीत उजवीकडे टेबल... व्यवस्थित... टेबलावर दिवा चालू... डावीकडे दुसरं टेबल... सफाई करणारी बाई उचलत असलेली...

"ती मला दिसत्येय."

"ठीक आहे, आता तुम्हाला दिसतंय ते दृश्य तसंच खिळवून ठेवा. एखाद्या छायाचित्रासारखं."

"ठीक आहे."

"आता तिच्याकडे पहा. आता तुम्हाला तिच्याकडे बघता येईल."

ती तिच्या हातात कचऱ्याची टोपली धरून उभी असलेली. त्याच्याकडे टक लावून पाहत असलेली. तिच्या चेहऱ्यावर सौम्य भाव. ती चाळिशीच्या आसपासची आहे. आखूड, कुरळे केस. हॉटेलातल्या सेविकेसारखा निळा गणवेष. मानेभोवती एक रुपेरी साखळी... नाही, लटकता चष्मा.

"तिनं मानेभोवती चष्मा लटकवलाय धातूच्या साखळीत अडकवलेला..."

"छान सावकाश. कसलीही घाई नाही. तिला वरपासून खालपर्यंत पहा."

"मी तिचा चेहराच पाहत राहतो." ती त्याच्याकडे रोखून पाहत असलेली. चेहऱ्यावर सौम्य भाव.

"तिच्या चेहऱ्यापासून दुसरीकडे पहा. आता तिच्याकडे नखशिखान्त पहा."

गणवेष... फवाऱ्याची बाटली तिच्या कमरेला बांधलेली... गुडघ्यापर्यंत आलेला निळा स्कर्ट... पांढरे बूट... एखाद्या नर्ससारखे... नाही... रबरी तळव्यांचे बूट... नाही... त्यापेक्षा जाड... धावण्याचे बूट... जाड तळ... गडद बंद... बंदांबद्दल काहीतरी...

"तिच्या पायांत... धावण्याच्या बुटांसारखे बूट आहेत. त्या छोट्या म्हाताऱ्या बाईच्या पायांत धावण्याचे बूट..."

"छान."

"त्या बुटाच्या बंदांबद्दल काहीतरी चमत्कारिक आहे."

"काय चमत्कारिक आहे, ते तुम्हाला दिसतंय?"

"नाही. ते गडद आहेत. काहीतरी चमत्कारिक. मी सांगू शकत नाही."

"ठीक आहे. डोळे उघडा."

त्यानं त्या पाचजणांकडे पाहिलं. त्याला पुन्हा त्या खोलीचं भान आलेलं. "तो अनुभव विलक्षण होता," तो म्हणाला.

"वेळ असता तर," लुईस म्हणाली, "मी एका व्यावसायिक संमोहनतज्ज्ञाला तुम्हाला पुन्हा त्या सगळ्या संध्याकाळमधून न्यायला सांगितलं असतं. ते फार उपयुक्त ठरू शकतं असं माझ्या लक्षात आलंय. पण तेवढा वेळ नाहीये. मग पोरांनो, पाच वाजले आहेत. तुम्ही निघालेलं बरं."

चौकशी करणाऱ्या दोघांनी त्यांची टिपणं गोळा केली आणि ते निघाले.

"ते काय करणार आहेत?"

"आपण खटला लढवत असतो तर," लुईस म्हणाली, "संभाव्य साक्षीदारांच्या शपथेवर साक्षी घेण्याचा हक्क आपल्याला मिळाला असता... या प्रकरणाबाबत माहिती असू शकेल अशा कंपनीतल्या माणसांना प्रश्न विचारता आले असते. सध्याच्या परिस्थितीत आपल्याला कोणाची चौकशी करण्याचा हक्क नाही कारण तुम्ही खाजगी मध्यस्थीत जात आहात. पण जर 'डिजिकॉममधल्या' एखाद्या सहाय्यिकेनं कामाच्या वेळेनंतर पार्सलं पोचवणाऱ्या देखण्या माणसाबरोबर एखादं पेय घ्यायचं ठरवलं आणि संभाषण ऑफिसमधल्या सेक्सवरच्या गप्पांकडे वळलं तर त्यातून खरी गोष्ट बाहेर येते."

"आपण ती माहिती वापरू शकतो?"

लुईसनं स्मित केलं. "आपल्यासमोर आधी काय येतं, ते पाहू या. आता

तुमच्या कथनातल्या बऱ्याच मुद्द्यांचा मला पुन्हा परामर्श घ्यायचाय. विशेषतः तुम्ही मेरेडिथबरोबर संभोग करायचा नाही असं ठरवलेल्या क्षणापासून.''

"पुन्हा?''

"हो. पण आधी मला काही गोष्टी केल्या पाहिजेत. मला फिल ब्लॅकबर्नला फोन करून उद्याची मिटिंग ठरवावी लागेल. आणि मला इतर काही गोष्टी तपासून पाहायच्या आहेत. आता आपण निघू या आणि पुन्हा दोन तासांनी भेटू. दरम्यान, तुम्ही तुमचं ऑफीस साफसूफ केलंय का?''

"नाही.'' तो म्हणाला.

"तुम्ही ते साफ केलं तर बरं होईल. वैयक्तिक किंवा तुमच्यावरच्या आरोपाला पुष्टी देईल असं सगळं बाहेर हलवा. इथून पुढे तुमच्या टेबलाचे खण धुंडाळले जातील, फायली शोधल्या जातील. तुमचा पत्रव्यवहार वाचला जाईल. तुम्हाला फोनवरून आलेले निरोप तपासले जातील असं धरून चाला. तुमच्या आयुष्याचं प्रत्येक अंग आता सार्वजनिक आहे.''

"ठीक आहे.''

"म्हणून तुमचं टेबल आणि तुमच्या फायली एकदा नजरेखालून घाला. वैयक्तिक स्वरूपाचं असं काहीही असलं तर ते काढून घ्या.''

"ठीक आहे.''

"तुमच्या ऑफिसमधल्या कॉम्प्युटरवर तुमचे काही परवलीचे शब्द असतील तर ते बदला. कॉम्प्युटरमधल्या फायलींमध्ये काही वैयक्तिक स्वरूपाचं असेल तर ते काढून घ्या.''

"ठीक आहे.''

"नुसतं काढू नका. ते पुन्हा कोणाला मिळू नये म्हणून ते खोडलं गेलंय, याची खात्री करून घ्या.''

"ठीक आहे.''

"हेच घरी करण्याची कल्पनाही वाईट नाही. तुमचे खण, फायली आणि कॉम्प्युटर.''

"ठीक.'' तो विचार करत होता. घरी? खरंच ते त्याच्या घरात शिरकाव करतील?

"तुम्हाला सुरक्षित ठेवावंसं वाटण्यासारखं महत्त्वाचं संवेदनाक्षम असं काही असेल तर ते इथं रिचर्डकडे आणून द्या,'' ती त्या तरुण वकिलाकडे निर्देश करत म्हणाली. "तो त्या वस्तू एका सेफ डिपॉझिट बॉक्सकडे घेऊन जाईल. जिथं त्या तुमच्यासाठी ठेवल्या जातील. त्याबद्दल मला काही सांगू नका. मला त्याबद्दल काही माहिती करून घ्यायची नाहीये.''

"बरं."

"आता टेलीफोनबद्दल बोलू या. इथून पुढे तुम्हाला काही महत्त्वाचे फोन करायचे असतील तर तुमचा ऑफिसमधला फोन, सेल्युलर वा घरचा फोन वापरू नका. बाहेरचा फोन वापरा आणि तो नंबर फोनच्या बिलावर येऊ देऊ नका. अगदी तुमच्या स्वतःच्याही."

"हे आवश्यक आहे, असं खरंच तुला वाटतं?"

"ते आवश्यक आहे, हे मला माहिती आहे. या कंपनीतल्या याआधीच्या तुमच्या वर्तणुकीत ज्याला नियमबाह्य म्हणता येईल असं काही आहे?" ती तिच्या चष्म्यावरून त्याच्याकडं रोखून पाहत होती.

त्यानं खांदे उडवले. "मला तसं वाटत नाही."

"काहीही नाही? तुमच्या मूळच्या नोकरीच्या अर्जावर तुम्ही तुमची पात्रता वाढवून लिहिली होती? तुम्ही एखाद्या कर्मचाऱ्याला तडकाफडकी काढून टाकलं होतं? तुमचं वर्तन किंवा तुमच्या निर्णयांबद्दल तुमची कधी चौकशी झालीय? कंपनीच्या अंतर्गत अशा एखाद्या चौकशीला तुम्हाला कधी तोंड द्यावं लागलंय? आणि नसेल तरी तुमच्या माहितीप्रमाणे तुम्ही काही अयोग्य कृत्य केलंय? अगदी लहान वा वरकरणी क्षुल्लक स्वरूपाचं?"

"बापरे," तो म्हणाला, "मी बारा वर्षं काम करतोय."

"साफसफाई करताना तुम्ही याचा विचार करा. तुमच्याबद्दल काही खुसपट काढता येण्यासारखं असेल तर त्याची माहिती मला लागेल. कारण तसं करणं त्यांना शक्य असेल तर ते करतीलही."

"ठीक."

"आणि आणखी एक मुद्दा. तुम्ही जे सांगितलंय त्यावरून माझं असं मत झालंय की, कंपनीतल्या सगळ्या अधिकाऱ्यांमध्ये मेरेडिथला एवढ्या झपाट्यानं वर येण्याचा लाभ कसा झाला, याबाबत कंपनीतल्या कुणालाही स्पष्ट कल्पना नाहीये."

"बरोबर."

"ते शोधून काढा."

"ते सोपं असणार नाही," सँडर्स म्हणाला, "सगळेजण त्याबद्दल बोलतायत आणि कोणालाच माहिती नाही असं वाटतं."

"पण बाकीच्या प्रत्येकाच्या दृष्टीनं," लुईस म्हणाली, "ती केवळ गप्प आहे. तुमच्या दृष्टीनं ते महत्त्वाचं आहे. तिचे संबंध कुठे आहेत आणि ते का टिकून आहेत, याची माहिती आपल्याला असणं जरुरीचं आहे. ते जर आपल्याला माहीत झालं तर हे प्रकरण आपल्या बाजूनं वळवण्याची आपल्याला संधी आहे. पण ते जर

आपल्याला माहीत झालं नाही मि. सँडर्स, तर ते बहुतेक आपल्या चिंधड्या उडवणार आहेत.''

तो सहा वाजता 'डिजिकॉम' मध्ये परतला होता. सिंडी तिचं टेबल आवरत होती आणि निघण्याच्या बेतात होती.

"कुठले फोन?'' त्याच्या ऑफिसमध्ये जाताना त्यानं विचारलं.

"एकच,'' ती म्हणाली. तिचा आवाज ताणलेला.

"कोण होतं?''

"जॉन लेवीन. तो 'महत्त्वाचं आहे' म्हणाला. हार्ड ड्राईव्ह पुरवणाऱ्या एका कंपनीत लेवीन अधिकारी होता. लेवीनला काय हवं होतं, ते नंतर बघता आलं असतं.

सँडर्सनं सिंडीकडे पाहिले. ती ताणाखाली असावी तशी दिसत होती. जवळजवळ रडायला आलेली.

"काही गडबड?''

"नाही. दिवस मोठा होता.'' तिनं खांदे उडवले. बेपर्वाईचा आव आणत.

"मला ज्याबद्दल माहिती असायला हवं असं काही?''

"नाही. तसं शांतच आहे. तुला आणखी कुठले फोन आले नव्हते.'' ती थांबली. "टॉम, मला फक्त तुला सांगायचंय की ते जे बोलतायत त्यावर माझा विश्वास नाही.''

"काय म्हणतायत ते?'' त्यानं विचारलं.

"मेरेडिथ जॉन्सनबद्दल.''

"तिच्याबद्दल काय?''

"की तू तिचा लैंगिक छळ केलास.''

ती बोलून मोकळी झाली. आणि थांबली. त्याच्याकडे बघत... तिची नजर त्याच्या चेहऱ्यावर फिरत असलेली. त्याला तिची अनिश्चितता जाणवलेली. उलट, ही एवढी वर्षं ज्या बाईबरोबर त्यानं काम केलं होतं, त्या बाईनं त्याच्यावर एवढ्या उघडपणे अविश्वास दाखवल्यानं सँडर्सला अस्वस्थ वाटलं.

तो ठामपणे म्हणाला, "सिंडी, ते खरं नाही.''

"ठीक आहे. ते खरं असेल असं मलाही वाटलं नव्हतं. फक्त एवढंच की प्रत्येकजण...''

"त्याच्यात अजिबात तथ्य नाहीये.''

"बरं छान.'' तिनं होकारार्थी मान हलवली आणि टेलिफोनची वही टेबलाच्या खणात टाकली. ती निघण्यासाठी अधीर झाल्यासारखी वाटत होती.

“तुला मी थांबायला हवी होते?”

“नाही.”

“गुडनाईट, टॉम.”

“गुडनाईट, सिंडी.”

तो त्याच्या ऑफिसमध्ये गेला आणि आपल्यामागे त्याने दार बंद केले. टेबलामागे बसल्यावर त्यानं क्षणभर नजर टाकली. कशालाही कोणी हात लावल्यासारखे वाटत नव्हते. त्याने त्याच्या कॉम्प्युटरचा मॉनिटर चालू केला आणि तो टेबलाचे ड्रॉवर तपासून बघू लागला, उसकाउसक करत आणि त्यातलं काय बाहेर काढायचं, ते ठरवण्याचा प्रयत्न करत त्यानं वर मॉनिटरकडे नजर टाकली आणि पाहिलं तर मॉनिटरवरच्या इ-मेलच्या चिन्हाची उघडझाप होत होती. आरामात त्यानं त्यावर ‘क्लिक’ केलं.

वैयक्तिक संदेशांची संख्या: इ “तुम्हाला ते आता वाचायचे आहेत?” त्यानं बटण दाबलं. क्षणभरानं पहिला संदेश झळकला.

> आज डिएच्एल् (कुरिअरद्वारा) पाठवलेले सीलबंद ट्विंकल ड्राईव्ह (तुमच्या) मार्गावर आहेत. ते उद्या तुला मिळावेत. तुला काहीतरी सापडेल अशी आशा आहे. जाफर अजून गंभीररीत्या आजारी आहे. तो वाचणार नाही असं म्हणतायत.
>
> – आर्थर कान (कौलालंपूर)

त्यानं बटण दाबलं आणि आणखी एक संदेश झळकला.

> तपास अधिकारी अजून इथं झुंडीनं येतायत. एवढ्यात काही बातमी?
>
> – एडी (ऑस्टीन)

सँडर्सला आता एडीची काळजी करणं शक्य नव्हतं. त्यानं बटण दाबलं आणि तिसरा संदेश झळकला.

> मला वाटतं तू ‘कॉमलाईन’ (नियतकालिकाचे) अलीकडचे अंक वाचत नाहीयेस. चार वर्षांपूर्वी सुरू झालेलं.
>
> – एक मित्र

सँडर्स कॉम्प्युटरच्या पडद्याकडे डोळे विस्फारून पाहत राहिला. ‘कॉमलाईन’ हे ‘डिजिकॉम’चं अंतर्गत आठपानी मासिक वार्तापत्र होतं. नवीन भरतीच्या, बढतीच्या आणि कर्मचाऱ्यांना मुलं झाली तर त्याविषयीच्या गप्पागोष्टींसारख्या बातम्यांनी हे वार्तापत्र भरलेलं असे. किंवा सॉफ्टबॉलच्या संघाचा उन्हाळ्यातील कार्यक्रम वा

तत्सम गोष्टी त्यात भरलेल्या असत. सँडर्सनं कधीच तिकडे लक्ष दिलं नव्हतं. आणि आता त्यानं ते का द्यावं, याची कल्पना त्याला येऊ शकली नाही.

''आणि 'एक मित्र' कोण होता?

त्यानं पडद्यावरच्या 'रिप्लाय' बटणावर क्लिक केलं.

''उत्तर देऊ शकत नाही. पाठवणाऱ्याचा पत्ता उपलब्ध नाही.

...असं उत्तर पडद्यावर आलं.

त्यानं संदेश पाठवणाऱ्याची माहिती मागवण्यासाठी असलेल्या बटणावर क्लिक केलं. त्यामुळे त्याला इ-मेल पाठवणाऱ्या व्यक्तीचा नाव-पत्ता मिळाला असता. पण उलट अक्षरांच्या भरगच्च ओळी त्याला दिसल्या.

FROM UU5.PSI. COM! UWA.PCM.COM.EDU!
CHARON TUE JUN 16
04:43:31 REMOTE FROM DCCSYS
RECEIVED : FROM UUPSI5 BY DCCSYS.DCC.
COM ID AA02599;
TUE, 16 JUN 4:42:19 PST
RECEIVED : FROM UWA.PCM.COM.EDU BY
UU5.PSI.COM (5.65B/4.0.071791-PSI/PSINET)
ID AA28153; TUE, 16 JUN 04:24:58-0500
RECEIVED : FROM RIVERSTYX.PCM.COM.
EDU BY UWA.PCM.COM.EDU (4.1/SMI-4.1)
ID AA15969; TUE, 16 JUN 04:24:56 PST
RECEIVED : BY RIVERSTYX.PCM.COM.EDU
(920330.SGI/5.6)
ID AA00448; TUE, 16 JUN 04:24:56-0500
DATE : TUE, 16 JUN 04:24:56-0500
FROM : CHARON @ UWA.PCM.COM.EDU (AFRIEND)
MESSAGE-ID : < 9212220924.AA90448 @
RIVERSTYX.PCM.COM.EDU >
TO : TSANDERS @ DCC.COM

त्या ओळींकडे सँडर्स डोळे विस्फारून पाहत राहिला. त्याला तो संदेश कंपनीतून अजिबात आलेला नव्हता. तो इंटरनेटच्या एका मार्गावर बघत होता. इंटरनेट हे एक विशाल जगभर पसलेलं कॉम्प्युटरचं जाळं होतं. या जाळ्यानं विद्यापीठं, कंपन्या, सरकारी संस्था आणि खाजगी कॉम्प्युटर वापरणारे लोक जोडले गेले होते. सँडर्सला इंटरनेटची फारशी माहिती नव्हती, पण 'CHARON' नामक कॉम्प्युटर जाळ्याशी संबंधित असलेला. 'एका मित्रा'कडून आलेला तो संदेश UWA, PCM, COM, EDU, हे जिथे असेल तिथून आलेला होता. त्यानं 'प्रिंट स्क्रीन' बटन दाबलं (हे बटण दाबल्यावर कॉम्प्युटरच्या पडद्यावर जेवढा मजकूर वा माहिती असेल, तेवढा प्रिंटरवर लावलेल्या कागदावर छापला जातो) आणि मनातल्या मनात हा कागद बोसॅकला दाखवला पाहिजे अशी नोंद करून ठेवली. नाहीतरी त्याला बोसॅकशी बोलायचं होतंच.

तो हॉलच्या दुसऱ्या बाजूला गेला आणि प्रिंटरमधून कागद बाहेर आल्यावर तो काढून घेतला. मग तो पुन्हा आपल्या ऑफिसात परतला आणि त्यानं कॉम्प्युटरच्या पडद्याकडे पाहिलं. त्यानं त्याला संदेश पाठवणाऱ्या या व्यक्तीला उत्तर देऊन पाहायचं ठरवलं.

प्रेषक : टी सँडर्स @ DDC, COM

प्रति : CHARON @ UWA. PCM. COM. EDU.

कोणतीही मदत मिळाल्यास ती फार मोलाची ठरेल.

सँडर्स

त्यानं 'SEND' बटण संदेश पाठवण्यासाठी दाबलं. मग त्यानं आधीचे दोन्ही संदेश आणि त्याचं उत्तर कॉम्प्युटरमधून काढण्यासाठी बटण दाबलं तर कॉम्प्युटरवर अक्षरं आली :

क्षमस्व तुम्ही हे संदेश काढू शकत नाही.

काही वेळा इ-मेल कॉम्प्युटरमधून काढता येऊ नये म्हणून ते एका खुणेसह कॉम्प्युटरच्या स्मरणकुपीत कायमचं बंदिस्त केलं जात असे. ते बंधन काढण्यासाठी त्यानं टाईप केलं. UNROTECT MAIL

कॉम्प्युटरवर अक्षरं आली :

संदेश बंदिस्त केलेले नाहीत.

त्यानं टाईप केलं. DELETE MAIL

पुन्हा कॉम्प्युटरवर अक्षरं आली :

क्षमस्व, तुम्ही हे संदेश

काढू शकत नाही.

त्याला वाटले, ही काय भानगड आहे? कॉम्प्युटर यंत्रणेत काहीतरी बिघाड झाला असणार. इंटरनेटच्या पत्त्यामुळे त्यात काहीतरी अडथळा उद्भवला असणार. त्यानं नियंत्रण पातळीवर यंत्रणेतून तो संदेश काढून टाकायचं ठरवलं.

त्यानं टाईप केलं; SYSTEM

कॉम्प्युटरवर अक्षरं आली :

कोणती पातळी?

त्यानं टाईप केलं : SYSOP

कॉम्प्युटरच्या पडद्यावर अक्षरं उमटली :

क्षमस्व, तुम्हाला मिळणाऱ्या अधिकारांमध्ये 'सिसॉप' पातळी समाविष्ट नाही.

''बापरे,'' तो म्हणाला, त्यांनी आत येऊन त्याला मिळणारे कॉम्प्युटरविषयक अधिकार काढून घेतले होते.

त्यानं टाईप करून कॉम्प्युटरला त्याला असलेले अधिकार दाखवायचा आदेश दिला.

कॉम्प्युटरवर माहिती आली :

SANDERS, THOMAS L.

PRIOR USER LEVEL :   S (SYSOP)

USER LEVEL CHANGE : मंगळवार जून १६

                                     ४.५० वाजता

                            PST

CURRENT USER LEVEL : O (ENTRY)

आणखी बदल नाहीत.

एकूण असं होतं : त्यांनी त्याचा कॉम्प्युटर यंत्रणेशी असलेला संपर्कच रोखला होता. ''झिरो'' पातळी कंपनीतल्या सहाय्यकांना दिली जाणारी पातळी होती.

सँडर्सनं खुर्चीतच मागे अंग टाकलं. आपल्याला कामांवरून काढून टाकल्यासारखंच त्याला वाटलं. पहिल्यांदाच हा संघर्ष कसा असणार होता, याची जाणीव त्याला होऊ लागली.

आता वेळ घालवून चालणार नव्हतं, हे उघड होतं. त्यानं आपल्या टेबलाचा कप्पा उघडला आणि पाहिलं तर पेनं आणि पेन्सिली व्यवस्थित लावून ठेवली होती. कुणीतरी आधीच तिथं आलेलं होतं. त्यानं खालच्या फायलींचा कप्पा बाहेर ओढला. त्यात फक्त सहाएक फायली होत्या. बाकीच्या गायब झालेल्या.

त्यांनी त्याचं टेबल आधीच धुंडाळलं होतं.

लगेच तो उठला आणि सिंडीच्या टेबलामागे असलेल्या फायलींच्या मोठ्या

कपाटांपाशी गेला. ही कपाटं कुलूपबंद होती पण सिंडी तिच्या टेबलात त्या कपाटांची किल्ली ठेवायची, हे त्याला माहिती होतं. त्यानं किल्ली शोधून काढली आणि चालू वर्षाच्या फायलींचं कपाट उघडलं.

कपाट रिकामं होतं. तिथं एकही फाईल नव्हती. त्यांनी सगळं काढून नेलं होतं.

त्यानं गेल्या वर्षीच्या फायलींचं कपाट उघडलं– रिकामं.

त्याआधीच्या वर्षाचं– रिकामं

बाकीची सगळी कपाटं– रिकामी

बापरे! सिंडी एवढी थंड होती, यात आश्चर्य नव्हतं. त्यांनी ट्रॉलींसह कामगारांचा एक गटच आणला असणार आणि दुपारच्या वेळात सगळं साफ केलं असणार.

सँडर्सनं पुन्हा कपाटं कुलूपबंद केली. किल्ली सिंडीच्या टेबलात जागच्या जागी ठेवली आणि तो खाली जायला निघाला.

■

प्रसिद्धी विभागाचं ऑफिस तिसऱ्या मजल्यावर होतं. हा विभाग एक सहाय्यिका सोडली तर निर्मनुष्य होता. ती ऑफीस बंदच करत होती.

''अरे, मि. सँडर्स. मी निघायचीच तयारी करत होते.''

''तुला थांबावं लागणार नाही. मला फक्त काही गोष्टी तपासून पहायच्या होत्या. 'कॉमलाईन'चे जुने अंक तुम्ही कुठे ठेवता?''

''ते सगळे त्या शेल्फवर तिथं ठेवले आहेत.'' तिनं अंकांच्या गठ्ठयांच्या रांगेकडे निर्देश केला. ''काही विशेष होतं?''

''नाही. तू नीघ घरी.''

सहाय्यिका नाखूष वाटली पण तिनं आपली पर्स उचलली आणि ती दारातून बाहेर निघाली. सँडर्स शेल्फपाशी गेला. अंक सहा-सहा महिन्यांच्या गठ्ठयांमध्ये लावून ठेवले होते. केवळ खात्री करून घेण्यासाठी म्हणून त्यानं गेल्या दहा गठ्ठयांपासून सुरुवात केली. पाच वर्षांपूर्वीपासूनचे.

त्यानं पानं चाळायला सुरुवात केली. खेळांच्या सामन्यांमधील आकडेवारीचे अनेक तपशील आणि उत्पादनाच्या आकडेवारीवरची प्रसिद्धी निवेदनं तो डोळ्यांखालून घालत राहिला. काही मिनिटांनी तिकडे लक्ष देणं त्याला असह्य वाटू लागलं. आणि अर्थात आपण मेरेडिथ जॉन्सनबद्दल काहीतरी शोधतोय, हे त्यानं गृहित धरलेलं असलं तरी आपण नेमकं काय शोधतोय याची त्याला कल्पना नव्हती.

दोन ढीग बघून झाल्यावर त्याला पहिला लेख सापडला.

नवीन मार्केटिंग असिस्टंटची नियुक्ती क्युपर्टिनो, मे १० : 'डिजिकॉम'चे अध्यक्ष बॉब गार्विन यांनी आज मेरेडिथ जॉन्सन यांची 'असिस्टंट डायरेक्टर ऑफ

मार्केटिंग अँड प्रमोशन फॉर टेलिकम्युनिकेशन्स' म्हणून नियुक्ती झाल्याचे घोषित केले. त्या विभागाचे प्रमुख हॉवर्ड गॉटफ्राइड यांच्या मार्गदर्शनाखाली त्या काम पाहतील. मेरेडिथ जॉन्सन (३०), सनीव्हेल येथील 'कॉनराड कॉम्प्युटर' मधील मार्केटिंग विभागाच्या 'व्हाईस प्रेसिडेंट' पदाचा राजीनामा देऊन आपल्याकडे आल्या. त्याआधी त्या 'माऊंटन व्ह्यू' मधील 'नॉव्हेल नेटवर्क डिव्हिजन' मध्ये वरिष्ठ प्रशासन सहाय्यक म्हणून काम करत होत्या.

'व्हॅसार कॉलेज' आणि 'स्टॅनफोर्ड बिझनेस स्कूल'च्या पदव्या घेतलेल्या मेरेडिथ जॉन्सन या अलीकडेच 'कोस्टार' कंपनीतील एक मार्केटिंग अधिकारी गॅरी हेनले यांच्याशी विवाहबद्ध झाल्या. 'डिजिकॉम' मधील एक नवागत म्हणून मेरेडिथ जॉन्सनला...

त्यानं बाकीचा लेख वाचायचं सोडून दिलं. ती सगळी 'जनसंपर्क' विभागाची भरताड होती. त्यासोबत छापलेला फोटो, ती पदवीधर झाली त्या काळात असायचे तसा ठराविक पद्धतीचा होता. फोटोत करड्या पार्श्वभूमीवर तिच्या एका खांद्यामागून प्रकाशझोत येत होता. त्यात खांद्यावर केस रुळणारी एक तरुणी दिसत होती. तिची नजर थेट व्यावसायिक स्वरूपाची दृष्टी असलेली, पण कठोरपणाला हूल देणारी होती. तिची तोंडाची ठेवणं खंबीरपणा दाखवणारी होती. पण ती आत्तापेक्षा बरीच तरुण दिसत होती.

हाताच्या अंगठ्यानं सँडर्स अंक चाळत राहिला. त्यानं घड्याळावर नजर टाकली. सात वाजायला आले होते आणि त्याला बोसॅकला फोन करायचा होता. तो वर्षाच्या शेवटापर्यंत आला. बाकी पानांमध्ये ख्रिसमसविषयीच्या मजकुराशिवाय काही नव्हतं. गार्विन आणि त्याच्या कुटुंबाच्या एका छायाचित्रानं त्याचं लक्ष वेधून घेतलं ('बॉस' कडून ख्रिसमस शुभेच्छा) कारण त्यात बॉब, त्याची आधीची बायको आणि कॉलेजच्या वयाच्या तीन मुलांबरोबर, एका मोठ्या झाडाभोवती उभा असेलला दिसत होता.

गार्विन अजून एमिलीला भेटत होता का? कोणालाच कधी कळायचं नाही. गार्विन मोकळ्या स्वभावाचा नव्हता. त्याच्या मनात काय आहे, ते कधीच कळायचं नाही.

सँडर्स त्यानंतरच्या वर्षाच्या पुढच्या गठ्ठ्याकडे वळला. जानेवारीतल्या विक्रीचे अंदाज त्यात होते. शिवाय सेल्युलर फोन्सचं उत्पादन करण्यासाठी ऑस्टीनच्या कारखान्याचं उद्घाटनः फीत कापतानाचा गार्विनचा प्रखर सूर्यप्रकाशातला फोटो, मेरी ॲन हंटरचा परिचय करून देणारा लेख...

सँडर्स पानं चाळत राहिला. कॉर्कमध्ये उत्पादन सुरू करण्यासाठी आयरिश सरकारबरोबर झालेला करार. दुसऱ्या तिमाहीतले विक्रीचे आकडे... बास्केटबॉलच्या

संघाच्या धावा. मग एक काळी चौकट...

जेनिफर गार्विन

बर्कले येथील 'बोल्ट हॉल स्कूल' मधील तिसऱ्या वर्षातील विद्यार्थिनी जेनिफर गार्विन, ५ मार्च रोजी सॅन फ्रान्सिस्कोमध्ये एका वाहन अपघातात मरण पावली. ती चोवीस वर्षांची होती. पदवी मिळाल्यानंतर काम करण्यासाठी 'हार्ले वेन आणि मायर्स' या फर्मनं जेनिफरला निवडले होते. पालो आल्टो येथील प्रेस्बिटेरियन चर्चमध्ये कुटुंबाचे स्नेही आणि तिच्या वर्गमित्रांसाठी एक शोकसभा आयोजित करण्यात आली होती. तिच्या स्मरणार्थ देणगी देऊ इच्छिणाऱ्यांनी आपल्या देणग्या, "मद्यपी वाहन चालकविरोधी माता संघटनेकडे पाठवाव्यात. 'डिजिकॉम कम्युनिकेशन्स' मधील आम्ही सर्वजण गार्विन कुटुंबियांना गाढ सहानुभूती व्यक्त करत आहोत.

सगळ्यांच्या दृष्टीनं अवघड असा काळ म्हणून तो काळ सँडर्सच्या स्मरणात होता. गार्विन चिडखोर आणि एकलकोंडा झाला होता. तेव्हा तो खूप पीत असे. बऱ्याचदा कामावरही येत नसे. त्यानंतर लगेचच त्याच्या वैवाहिक समस्या जगजाहीर झाल्या. पुढच्या दोन वर्षात त्याचा घटस्फोट झाला. पाठोपाठ त्यानं एमिली चेनशी लग्न केलं. ती एक विशीतली अधिकारी होती. पण नंतर इतरही बदल झाले. सगळ्यांचं एकमत होतं. : मुलीच्या मृत्यूनंतर गार्विन 'बॉस' म्हणून पहिल्यासारखा राहिला नव्हता.

गार्विन पहिल्यापासून धसमुसळा होता. पण आता तो संरक्षण देणारा झाला, त्याचा निर्दयपणा कमी झाला. काहीजण म्हणायचे, गार्विनला विरक्ती आलीय. पण तसं अजिबात नव्हतं. आयुष्यातल्या मनमानीपणाची त्याला नव्यानंच जाणीव झाली होती आणि त्यामुळं त्याआधी कधी प्रत्यक्षात न आलेल्या पद्धतीनं तो गोष्टींवर नियंत्रण ठेवू लागला. गार्विन नेहमीच 'Mr. Evolution' होता. त्यामुळे प्रभुत्व हा त्याचा स्थायीभाव होता. परिणामतः तो एक हृदयशून्य प्रशासक झाला. तरी तो एक लक्षणीयरीत्या चांगला 'बॉस'ही होता. तुम्ही चांगलं काम केलंत, तर तुमच्या चांगल्या कामाची जाणीव ठेवली जाणार. चांगलं काम केलं नाहीच तर तुमची उचलबांगडी झालीच म्हणून समजा. प्रत्येकजण त्याचे हे नियम ओळखून होता. पण जेनिफरच्या मृत्यूनंतर ते सगळं बदललं. आता कर्मचारी आणि अधिकाऱ्यांमध्ये त्याची काही उघड अशी लाडकी माणसं होती. त्याच्या डोळ्यासमोर पुरावा असूनही तो ह्या त्याच्या आवडत्या लोकांची काळजी घ्यायचा आणि बाकीच्यांकडे दुर्लक्ष करायचा. व्यवसायातले निर्णय तो अधिकाधिक मनमानीपणे घेऊ लागला. गार्विनला त्यानं मनात योजल्याप्रमाणे घटना घडायला हव्या असत. त्यानं त्याला एक नव्या प्रकारचं भावनिक सामर्थ्य, कंपनी कशी हवी ह्याची नवी जाणीव मिळाली. पण

कामाच्या दृष्टीनं ही जागा अधिक अवघडही होती. एक अधिक राजकारणग्रस्त जागा.

सँडर्सकडून हा बदलता कल दुर्लक्षिला गेला होता. अजून पूर्वीच्या 'डिजिकॉम'मध्ये असल्यासारखाच तो काम करत राहिला होता-जिथं महत्त्वाची होती ती फलनिष्पत्ती.. परिणाम! पण 'ती' कंपनी आता उघडपणे इतिहासजमा झाली होती.

सँडर्स मासिकं चाळत राहिला. "मलेशियातल्या एका कारखान्यासाठी सुरुवातीला झालेली बोलणी, कॉर्क शहराबरोबरच्या करारावर सही करतानाच फिल ब्लॅकबर्नचा आयर्लंडमधला फोटो... ऑस्टीनमधल्या कारखान्यासाठी असलेली उत्पादनाची नवी आकडेवारी... २२ सेल्युलर मॉडेलच्या उत्पादनाची सुरुवात... जन्म, मृत्यू आणि बढत्या... 'डिजिकॉम'च्या बेसबॉल संघाच्या खेळाची आणखी आकडेवारी...

जॉन्सनला 'ऑपरेशन्स' विभागातील पद मिळणार

क्युपर्टिनो, ऑक्टोबर २० : क्युपर्टिनोतील 'ऑपरेशन्स' विभागाच्या 'असिस्टंट मॅनेजर' पदावर मेरेडिथ जॉन्सन ह्यांची, पंधरा वर्षांच्या सेवेनंतर निवृत्त झालेल्या अतिशय लोकप्रिय अशा हॅरी वॉर्नर ह्यांच्या जागी नियुक्ती करण्यात आली आहे. 'ऑपरेशन्स' विभागात असिस्टंट मॅनेजर म्हणून त्यांची नियुक्ती झाल्यानं, कंपनीत रुजू झाल्यापासून गेलं वर्षभर जिथं त्या अतिशय कार्यक्षमपणे काम करत होत्या, त्या 'मार्केटिंग' विभागातून त्या आता बाहेर पडत आहेत. त्यांच्या नव्या पदावर, त्या 'डिजिकॉम'साठी आंतरराष्ट्रीय कामकाजावर बॉब गार्विन ह्यांच्या बरोबर जवळून काम पाहतील.

पण सँडर्सचं लक्ष वेधून घेतलं, ते त्या बातमीसोबत दिलेल्या फोटोनं! पुन्हा एकदा तो औपचारिक असा, फक्त चेहऱ्याचाच फोटो होता. पण आता जॉन्सन पूर्णपणे वेगळी दिसत होती. तिचे केस मंद पिंगट छटा असलेले होते. व्यवस्थापकीय महाविद्यालयात असतानाचा तिचा तो पूर्वीचा केसांचा व्यवस्थित असा 'पेजबॉय' कट् गेला होता. आता तिचे केस आखूड, कुरळे, मोकळ्याचाकळ्या स्टाईलचे होते. तिनं चेहऱ्याचं सौंदर्यप्रसाधन खूपच कमी केलं होतं आणि ती आनंदानं स्मित करीत होती. एकूण ती अधिक तरुण, मोकळी, निरागस वाटावी असा परिणाम साधलेला होता.

सँडर्सच्या कपाळावर आठ्या पडल्या. चटकन् त्यानं आधी पाहिलेले अंक पुन्हा चाळून पाहिले. मग तो त्याआधीच्या गठ्ठ्याकडे वळला. वर्षअखेरीच्या ख्रिसमसचे फोटो असलेला : 'गार्विन साहेबांकडून ख्रिसमसच्या शुभेच्छा!'

त्यानं त्यातलं गार्विनच्या कुटुंबाचं छायाचित्र पाहिलं. गार्विन त्याची दोन मुलं आणि एका मुलीमागे उभा असलेला. ती जेनिफर असणार. त्याची बायको, हॅरिएट एका बाजूला उभी होती. छायाचित्रात गार्विन हसत होता. त्याचा हात त्याच्या

मुलीच्या खांद्यावर विसावलेला... ती उंच आणि बांदेसूद दिसत होती... केस आखूड, मंद पिंगट छटा असलेले, कुरळे...

'असं आहे तर' तो मोठ्यानं म्हणाला. मूळचं जॉन्सनचं छायाचित्र बघण्यासाठी त्वरेनं त्यानं पहिला लेख पुन्हा अंक चाळून उघडला. त्या छायाचित्राची त्यानं तिच्या नंतरच्या छायाचित्राशी तुलना केली. तिने जे केलं होतं, त्याबद्दल शंका राहिली नव्हती. त्यानं पहिल्या लेखाचा बाकीचा भाग वाचला...

'डिजिकॉम'मधील एक नवागत म्हणून येताना कु. जॉन्सन तिच्याबरोबर उल्लेखनीय चातुर्य आणि खळाळती विनोदबुद्धी घेऊन आली आहे. तिच्यामुळे 'डिजिकॉम'च्या संघात मोठी भर पडली आहे. सुस्वागतम, मेरेडिथ!

कनेक्टीकटमधल्या 'सुंदर किशोरी' स्पर्धेत मेरेडिथ एकदा विजयी ठरली होती हे कळल्यावर तिच्याबद्दल कौतुक असलेल्या तिच्या मित्रांना कधीच आश्चर्य वाटलं नाही. व्हॅसारमध्ये मेरेडिथ तिच्या विद्यार्थिदशेत टेनीस संघ आणि वादविवाद मंडळ अशा दोन्हीची एक महत्त्व असलेली सभासद होती. 'फि बेटा कॅप्पा'ची सभासद असलेल्या मेरेडिथचा पदवी घेताना मुख्य विषय 'मानसशास्त्र' होता, तर पूरक विषय 'Abnormal Psychology' होता. मेरेडिथ, तुला त्याची इथं गरज पडणार नाही अशी आशा आहे. स्टॅनफोर्डमध्ये तिच्या वर्गात वरचा क्रमांक पटकावून तिनं ऑनर्स श्रेणीत 'एमबीए' ची पदवी मिळवली. मेरेडिथनं आम्हाला सांगितलं, 'डिजिकॉम'मध्ये येताना मला खूप आनंद झालाय आणि ह्या द्रष्ट्या कंपनीबरोबर माझी कारकीर्द रोमांचकारी होईल अशी मला आशा आहे.' आम्ही ह्यापेक्षा चांगल्या शब्दात आमच्या भावना व्यक्त करू शकलो नसतो, मेरेडिथ!

''मुद्द्याचं आहे,'' सँडर्स म्हणाला. ह्यापैकी त्याला जवळजवळ काहीच माहिती नव्हतं. मेरेडिथची नेमणूक क्युपर्टिनोमध्ये झाली होती, सँडर्सला ती कधीच दिसली नाही. एकदा ती त्याला ओझरती भेटली होती, ते ती आल्यावर लगेचच, तिनं केशरचना बदलण्याआधी. तिचे केस... आणखी काय?

त्यानं त्या दोन्ही छायाचित्रांकडे काळजीपूर्वक पाहिलं. आणखी काहीतरी सूक्ष्मपणे वेगळं होतं. तिनं प्लॅस्टिक सर्जरी करून घेतली होती का? ते कळणं अवघड होतं. पण त्या दोन छायाचित्रांमधली तिची छबी निश्चितपणे बदललेली होती.

आता मासिकाच्या बाकीच्या अंकांवरून त्यानं भराभर नजर टाकली आणि माहिती मिळण्यासारखी होती तेवढी माहिती आपल्याला मिळाली, ह्याबाबत त्याची खात्री झाली. आता त्यानं फक्त मथळे नजरेखालून घातले :

– ऑस्टीनमधल्या कारखान्याच्या पाहणीसाठी गार्विनने जॉन्सनला पाठविले.
– नवीन कामकाज परीक्षण विभागांचे नेतृत्व जॉन्सन करणार.
– थेट गार्विनबरोबर काम करण्यासाठी जॉन्सनची 'कामकाज विभागा'ची

व्हाईस प्रेसिडेंट म्हणून नियुक्ती.

– जॉन्सन : मलेशियात विजय. कामगार प्रश्न आता सुटला.

– आपला उगवता तारा–मेरेडिथ जॉन्सन

उत्कृष्ट व्यवस्थापक : तांत्रिक क्षेत्रातील तिचं कौशल्य अतिशय समर्थ.

ह्या शेवटच्या शीर्षकाखाली जॉन्सनचा विस्तृत परिचय दिला होता आणि त्याला मासिकाच्या दुसऱ्या पानावर ठळक जागा दिलेली होती. तो परिचय 'कॉमलाईन'मध्ये दोन अंकांपूर्वीच्याच अंकात प्रसिद्ध झाला होता. आता तो पाहताना सँडर्सच्या लक्षात आलं की, तो कंपनी अंतर्गत उपयोगाच्या हेतूनं दिलेला आहे...जूनमधल्या ह्या महत्त्वाच्या घटनांआधी मोर्चे थंड व्हावेत म्हणून. तो लेख म्हणजे सीॲटलमधल्या 'टेक्निकल डिव्हिजन्स'च्या प्रमुखपदी मेरेडिथचं नाव स्वीकारलं जाईल का नाही ते पाहण्यासाठी क्युपर्टिनोनं सोडलेला चाचणी फुगा होता. अडचण एकच होती, सँडर्सनं तो कधीच पाहिला नव्हता. आणि त्याच्यापाशी कोणी त्याचा उल्लेखही केला नव्हता.

ह्या कंपनीतल्या सेवेच्या काळात जॉन्सननं आत्मसात केलेल्या तांत्रिक ज्ञानावर लेखात भर दिलेला होता. तिच्या एका विधानाचं अवतरण दिलेलं होतं. 'पूर्वी नॉव्हेल कंपनीत मी माझ्या कारकीर्दीची सुरुवात तांत्रिक क्षेत्रात काम करूनच केली. कामावरच्या प्रेमात तांत्रिक क्षेत्रांना मी नेहमीच पहिलं स्थान देत आले आहे. पुन्हा तिकडे वळायला मला आवडेल. शेवटी, समर्थ आणि नवीन तांत्रिक उपक्रमच 'डिजिकॉम'सारख्या भविष्यवेधी कंपनीच्या केंद्रस्थानी असतात. इथल्या कुठल्याही व्यवस्थापकाला तांत्रिक विभाग चालवणं जमायलाच हवं.'

होतं ते असं होतं.

त्यानं अंकाची तारीख पाहिली . २ मे. सहा आठवड्यांपूर्वी प्रसिद्ध झालेला. ह्याचा अर्थ, तो लेख त्यापूर्वी निदान दोन आठवडे तरी आधी लिहिला गेला होता.

मार्क ल्युईननं शंका व्यक्त केल्याप्रमाणे, आपण 'ॲडव्हान्स्ड' प्रॉडक्टस् डिव्हिजन'च्या प्रमुखपदी निवडले जाणार, हे मेरेडिथ जॉन्सनला किमान दोन महिने तरी आधी माहिती होतं. उलट, ह्याचाच अर्थ असा होता की विभागाच्या प्रमुखपदासाठी सँडर्सचं नाव कधीच विचाराधीन नव्हतं. त्याला कधीच संधी नव्हती.

हा एक पूर्वनियोजित व्यवहार होता.

काही महिन्यांपूर्वीच जुळवलेला.

शिव्या घालत सँडर्स तो लेख घेऊन झेरॉक्स मशीनपाशी गेला आणि त्या लेखाची त्यानं एक नक्कल करून घेतली. मग ते गठ्ठे त्यानं पुन्हा शेल्फवर ठेवले आणि तो 'प्रसिद्धी विभागा'च्या ऑफिसमधून बाहेर पडला.

■

सँडर्स लिफ्टमध्ये शिरला. तिथं मार्क ल्युईन होता. सँडर्सनं त्याला म्हटलं, "हाय मार्क." ल्युईननं त्याला प्रतिसाद दिला नाही. सँडर्सनं तळमजल्याचं बटण दाबलं.

लिफ्टची दारं बंद झाली.

"तू जे करतोयस ते तुला कळतंय अशी मला आशा आहे" ल्युईन रागानं म्हणाला.

"हो, मला वाटतं."

"कारण तू काड्या घातल्यामुळं सगळ्यांनाच खड्ड्यात घालशील. तुला माहिताय ते?"

"कसल्या काड्या घातल्या?"

"शेण तू खाल्लयस, ती आमची समस्या नाहीये."

"तशी ती असल्याचं कोणीच म्हणालं नाही."

"तुला काय झालंय, तेच कळत नाही," ल्युईन म्हणाला, "तू कामावर उशिरा येतोस, मला फोन करशील म्हणून सांगून फोन करत नाहीस...काय आहे काय, घरी कटकट? सुसानबरोबर आणखी भांडणं?"

"ह्याचा सुसानशी काही संबंध नाहीये."

"असं? आहे असं मला वाटतं. दोन दिवस तू उशिरा येतोयस आणि इथं असलास तरी स्वप्न पाहत असल्यासारखा इकडेतिकडे हिंडतोस. तू कल्पनाराज्यात आहेस, टॉम. म्हणजे मला म्हणायचंय, बाकी जाऊ दे, संध्याकाळी मेरेडिथच्या ऑफिसमध्ये जाऊन तू काय करत होतास?"

"तिनं मला तिच्या ऑफिसमध्ये यायला सांगितलं. ती बॉस आहे. तुला काय म्हणायचंय, मी जायला नको होतं?"

ल्युईननं तिटकारा आल्यासारखं डोकं हलवलं. "हा निष्पापतेचा आव म्हणजे शुद्ध सारवासारवी आहे. तू कसलीही जबाबदारी घेत नाहीस?"

"काय?"

"हे बघ टॉम, कंपनीतले सगळे मेरेडिथला एक वखवखलेली बाई म्हणून ओळखतात. तिला गार्विनचं संरक्षण आहे आणि तिला हवं ते ती करू शकते. हे सगळ्यांना माहिताय. संध्याकाळी तिच्या ऑफिसात येणाऱ्या देखण्या पुरुषांबरोबर तिला खेळायला हवं असतं. तिच्यापाशी वाईनचे दोन ग्लास आहेत, ते पिऊन ती उत्तेजित होते आणि मग तिला सुख हवं असतं. पार्सल घेऊन येणारा एखादा मुलगा, एखादा शिकाऊ, अकौंटसमधला एखादा तरुण. कोणीही. आणि कोणी तिच्याबद्दल शब्दही बोलू शकत नाही. कारण गार्विनला ती कोणीतरी असामान्य आहे असं वाटतं. मग हे बाकीच्यांना माहिताय आणि तुला माहिती नाही, हे कसं काय?"

सँडर्स सुन्न झाला. काय उत्तर द्यावं, त्याला कळत नव्हतं. त्यानं त्याच्या अगदी जवळ उभ्या असलेल्या ल्युईनकडे निरखून पाहिलं. त्यानं पोक काढलेला, हात खिशात घातलेले... आपल्या चेहऱ्यावर त्याला ल्युईनचा श्वास जाणवत असलेला...पण ल्युईनचं बोलणं त्याला जसं ऐकूच येत नव्हतं. ते शब्द जणू खूप दूरवरून त्याच्याकडे येत होते.

"हो, टॉम. तू त्याच हॉलमधून जातोस, येतोस. आम्ही घेतो त्याच हवेवर राहतोस. कोण काय करतंय, ते तुला माहीत असतं. तू छाती पुढे काढून तिच्या ऑफिसात जातोस....आणि काय घडणार आहे, ते तुला पक्कं माहीत असतं. तुझं लिंग तोंडात घ्यायचंय एवढंच तिनं जगजाहीर करण्याचं बाकी ठेवलंय. दिवसभर ती तुझ्या हाताला हात लावत्येय, तुझ्याकडे अर्थपूर्ण कटाक्ष टाकत्येय, चिमटे काढत्येय,... 'ओ टॉम, तू पुन्हा भेटलास म्हणून इतकं छान वाटलं.' म्हणत्येय, आणि आता तू सांगतोयस, तिच्या ऑफिसात काय घडणार आहे, त्याची तुला कल्पना नव्हती म्हणून? लाज वाटली पाहिजे साल्या. टॉम, तू बनेल आहेस."

लिफ्टची दारं उघडली. त्यांच्यासमोर आलेलं तळमजल्यावरचं प्रतीक्षालय निर्मनुष्य. जूनमधल्या संध्याकाळच्या अंधुक होत चाललेल्या प्रकाशात ते अंधारत चाललेलं...बाहेर हलका पाऊस पडत असलेला. ल्युईन बाहेर जाणाऱ्या दाराकडे निघाला. मग मागे वळला. त्याचा आवाज प्रतीक्षालयात घुमला.

"ह्या अशा प्रकरणात एखादी बाई नाटक करते. तसा तू नाटक करतोयस, हे लक्षात घे. तशा बायका नेहमी म्हणतात, 'कोण? मी? माझा तसा हेतू कधीच नव्हता.' किंवा त्या म्हणतात तसं 'त्याला मी जबाबदार नाही. मी जर प्यायले, त्याचं चुंबन घेतलं, त्याच्या खोलीत गेले आणि त्याच्या पलंगावर पडले तर तो माझ्याशी संभोग करेल, असं मला कधी वाटलं नव्हतं. कधीच नाही.' ही सगळी भंकस आहे, टॉम. बेजबाबदार बकवास. आणि मी काय म्हणतोय त्यावर तू विचार केलेला बरा. कारण ह्या कंपनीत तू जितका खपलायस तितकेच कष्ट घेतलेले बरेचजण इथं आहेत. हे विलिनीकरण आणि नंतरचे शेअर्सचे फायदे तू आमच्यापासून हिरावून घेतलेलं आम्हाला बघायचं नाहीये. एखादी बाई तुझ्या गळ्यात केव्हा पडणार आहे, हे तू सांगू शकत नाहीस असं ढोंग तुला करायचंय. तुझं आयुष्य तुला बरबाद करायचं असेल तर तो तुझा निर्णय आहे. पण तू माझ्या आयुष्याला धक्का लावलास तर मी तुला वेड्यांच्या इस्पितळात भरती करणार आहे."

ल्युईन झपाट्यानं लिफ्टच्या बाहेर पडला. लिफ्टची दारं बंद होऊ लागली. सँडर्सनं त्याचा हात मध्ये घातला. दारं त्याच्या बोटांपाशी बंद झाली. त्यानं आपला हात झटकला. तशी दारं पुन्हा उघडली. तो घाईघाईनं ल्युईनच्या पाठोपाठ गेला.

त्यानं ल्युईनचा खांदा पकडला. "मार्क, थांब, ऐक."

''मला काही बोलायचं नाहीये. मला मुलं आहेत. माझ्यावर जबाबदाऱ्या आहेत.''

ल्युईननं खांदा उडवत सँडर्सचा हात झटकला. दार ढकललं आणि तो बाहेर पडला. तो रस्त्यावरून झपाझप पावलं टाकत.

काचेची दारं बंद झाली. त्यावरच्या हलत्या प्रतिबिंबात एकदम पिंगट रंग चमकून गेलेला त्याला दिसला. तो वळला.

''मला वाटतं ते अन्याय्य होतं,'' मेरेडिथ म्हणाली. त्याच्यापासून वीस-एक फूट अंतरावर मागे लिफ्टपाशी ती उभी होती. तिनं व्यायामाचे कपडे– तंग तुमान आणि जाड शर्ट– घातले होते. तिच्या हातात एक व्यायामविषयक सामानाची बॅग होती. ती सुंदर, उघडउघड मादक दिसत होती. सँडर्सला ताण जाणवला. प्रतीक्षालयात बाकी कोणी नव्हतं. ते एकटेच होते.

''हो,'' सँडर्स म्हणाला, ''मला वाटतं ते अन्याय्य होतं.''

''मला बायकांच्या दृष्टीनं म्हणायचं होतं,'' मेरेडिथ म्हणाली. तिनं हातातली बॅग खांद्यावर घेतली. त्या हालचालीमुळे तिचा शर्ट वर सरकला आणि तिच्या तुमानीवरची पोटाची बाजू अनावृत झाली. तिनं डोकं हलवून चेहऱ्यावर आलेले केस मागे घेतले. ती क्षणभर थांबली आणि तिनं बोलायला सुरुवात केली- ''मला तुला सांगायचंय की ह्या सगळ्याबद्दल मला वाईट वाटतंय.'' ती म्हणाली. ती संथ, आत्मविश्वासपूर्ण ढंगात, काहीशा तोऱ्यात त्याच्या दिशेनं पुढे सरकली. तिचा आवाज खालच्या पट्टीतला. ''मला ह्यातलं काही नको होतं, टॉम.'' तो एखादा घाबरवता येईल असा प्राणी असल्यासारखी ती हळूहळू पावलं टाकत त्याच्या आणखी जवळ आली. ''माझ्या मनात तुझ्याबद्दल फक्त अतिशय प्रेमळ अशाच भावना आहेत.'' आणखी जवळ, ''फक्त अतिशय प्रेमळ अशा'' जवळ. ''मला तू अजून हवासा वाटत असलास, टॉम, तर मी त्याबाबतीत काही करू शकत नाही.'' जवळ. ''तुला दुखावणारं असं मी काही केलं असेल तर मी माफी मागते.'' आता ती खूपच जवळ आलेली. तिचं शरीर त्याच्या शरीराला स्पर्श करू पाहत असलेलं. तिचे स्तन त्याच्या दंडापासून काही इंचांवर...''मला खरंच वाईट वाटतंय, टॉम.'' ती मृदुलपणे म्हणते.

ती भारावल्यासारखी वाटत होती. तिचे स्तन खाली-वर होत असलेले. ओलसर डोळ्यांनी तिनं त्याच्याकडे वर पाहिलं, तेव्हा ते त्याला आर्जविणारे वाटले ''मला माफ करशील? प्लीज? मला तुझ्याबद्दल किती वाटतं, तुला माहिताय.''

त्याला पूर्वीचे सगळे क्षोभ, उत्तेजना जाणवल्या. त्याचा चेहरा ताठरला. ''मेरेडिथ, The past is past हे पुरे कर!''

लगेच तिनं तिचा सूर बदलला आणि रस्त्याकडे खूण केली. ''हे बघ,

माझ्यापाशी इथं गाडी आहे. मी तुला सोडू कुठे?''

"नको. थँक्स.''

"पाऊस पडतोय. मला वाटलं, तुला लिफ्ट हवी असेल.''

"ही कल्पना चांगली आहे असं मला वाटत नाही.''

"फक्त पाऊस पडतोय म्हणून.''

"हे सीॲटल आहे,'' तो म्हणाला. "इथं सारखाच पाऊस पडतो.''

तिनं खांदे उडवले. ती दारापर्यंत गेली आणि नितंब उंचावत तिनं आपला भार दारावर टाकला. मग तिनं मागं वळून पाहिलं आणि स्मित केलं. "तुझ्या आसपास असताना कधी तंग पँट न घालण्याची मला आठवण कर! मला फार अवघडल्यासारखं वाटतं, ओलसरपणा जाणवतो.''

मग ती बाजूला वळली. दारातून झपकन बाहेर पडली आणि शांतपणे बाहेर थांबलेल्या गाडीत मागे बसली. गाडीचं दार बंद करून तिनं त्याच्याकडं मागं वळून पाहत त्याला आनंदानं हात केला. पाठोपाठ गाडी सुरू झाली.

सँडर्सनं हाताच्या मुठी सैल सोडल्या. त्यानं एक खोल श्वास घेतला आणि तो सावकाश बाहेर सोडला. त्याचं सगळं शरीर ताणलं गेलं होतं. गाडी जाईपर्यंत तो थांबला. मग बाहेर पडला. त्याला चेहऱ्यावर पावसाचे थेंब आणि संध्याकाळच्या थंड झुळकी जाणवल्या.

त्यानं एका टॅक्सीला मोठ्यानं हाक मारून ती थांबवली. "फोर सीझन्स हॉटेल.'' त्यानं ड्रायव्हरला सांगितलं.

■

टॅक्सीतून जाताना दीर्घ श्वास घेत सँडर्स खिडकीबाहेर पाहत होता. श्वास घेता येत नसल्यासारखंच त्याला वाटत होतं. मेरेडिथबरोबरच्या भेटीमुळं त्याला फारच दुबळं असल्यासारखं वाटत होतं. विशेषतः ल्युईनबरोबरच्या संभाषणानंतर तिच्या एवढ्या जवळ येण्यामुळे.

ल्युईन जे म्हणाला होता, त्यामुळे सँडर्स दुखावला होता. पण मार्ककडे कोणी तितकं गंभीरपणे पाहत नसे. ल्युईन हा एक कलाप्रिय, गरम डोक्याचा माणूस होता. आपल्यावरचे सर्जनशील कामांचे ताण तो रागावून मोकळे करत असे. तो बहुतेक वेळा कशामुळे तरी रागावलेला असे. ल्युईनला रागवायला आवडायचं. सँडर्स त्याला फार पूर्वीपासून ओळखत होता. व्यक्तिशः मार्कची बायको, ॲडले त्याच्या रागाला तोंड देत कशी राहते हे त्याला कधीच समजलं नव्हतं. मुलं अंगावर चढत असताना, ओढाओढी करत असताना काहीतरी प्रश्न विचारत असतानाही फोनवर बोलू शकणाऱ्या, नवल वाटावं इतक्या शांत, जवळजवळ अतिशांत अशा बायकांपैकी

ॲडले एक होती. त्याच पद्धतीनं आपली कामं चालू ठेवताना एकीकडे ल्युईनला रागवू द्यायची. खरं तर सगळेच ल्युईनला रागवू द्यायचे. कारण शेवटी त्या रागावण्याला काही अर्थ नसल्याचं प्रत्येकाला ठाऊक असायचं.

तरीसुद्धी हेही खरं होतं की, ल्युईनला लोकांची दृष्टी आणि कल ह्यांची उपजत जाण होती. Designer म्हणून त्यानं मिळवलेल्या यशाचं ते रहस्य होतं. ल्युईननं पेस्टल कलर्स, असं म्हटलं की सगळेजण कुरकुरायला लागायचे. नवीन रचनेचे रंग भयंकर दिसतायत म्हणायचे. पण दोन वर्षांनी उत्पादनं कारखान्यातून बाहेर आली की सगळ्यांना तसेच रंग हवे असायचे. त्यामुळे ल्युईन त्याच्याबद्दल जे बोलला होता, तेच बाकीचेही लवकरच बोलू लागतील हे कबूल करणं सँडर्सला भाग पडलं. ल्युईननं कंपनीचीच प्रातिनिधिक प्रतिक्रिया व्यक्त केली होती. सँडर्स बाकीच्या सगळ्यांना आलेली संधी हिरावून घेत होता.

हं, खड्ड्यात जाऊ दे त्यांना. त्यानं विचार केला.

मेरेडिथबाबत विचार करायचा तर, ती प्रतीक्षालयात त्याला खेळवत असल्याची त्याला ठळक जाणीव झाली होती. ती त्याला डिवचत असलेली, त्याच्याशी खेळत असलेली. तिला एवढा आत्मविश्वास का वाटत होता, ते त्याला समजू शकलं नाही. सँडर्स तिच्यावर एक फार गंभीर आरोप करत होता. तरीही जणू त्यात काही दम नसल्यासारखीच ती वागली. तिच्यात एक प्रकारची बेपर्वाई, आडमुठेपणा होता. त्यामुळे तो आतून अस्वस्थ झाला होता. ह्याचा अर्थ एवढाच होता की आपल्याला गार्विनचा पाठिंबा असल्याचं तिला माहिती होतं.

टॅक्सी हॉटेलच्या वळणावरून आत शिरली. त्यानं पुढे मेरेडिथची गाडी पाहिली. ती ड्रायव्हरशी बोलत होती. तिनं मागे वळून पाहिलं तर तिला तो दिसला.

गाडीच्या बाहेर पडून प्रवेशद्वाराकडे जाण्याशिवाय सँडर्सला दुसरं काही करता येण्यासारखं नव्हतं.

"तू माझा पाठलाग करतोयस?" ती हसत म्हणाली.

"नाही."

"नक्की?"

"हो, मेरेडिथ. नक्की."

ते रस्त्यापासून प्रतीक्षालयापर्यंत सरकत्या जिन्यावरून गेले. तो जिन्यावर तिच्या पाठीमागे उभा राहिला. तिनं मागे वळून त्याच्याकडे पाहिलं. "तू करायला हवा होतास."

"हं. मी पाठलाग करीत नाहीये."

"ते छान झालं असतं." ती म्हणाली. तिनं मनमोकळं स्मित केलं. त्या हसण्यात एक प्रकारचा आकर्षकपणा होता.

त्यावर काय बोलावं, सँडर्सला सुचलं नाही.

त्यानं फक्त डोकं हलवलं. भरपूर सजावट केलेल्या प्रतीक्षालयापाशी येईपर्यंतच्या बाकीच्या मार्गावर ते गप्प होऊन चालत राहिले. मेरेडिथ म्हणाली, "मी चारशे तेवीस नंबरच्या खोलीत आहे. केव्हाही मला येऊन भेट." ती लिफ्टच्या दिशेनं निघाली.

ती जाईपर्यंत तो थांबला. मग प्रतीक्षालय ओलांडून तो डावीकडच्या भोजनकक्षाकडे वळला. प्रवेशद्वारापाशी उभं राहिल्यावर त्याला दिसलं, डॉर्फमन एका कोपऱ्यातल्या टेबलापाशी गार्विन आणि स्टेफनी कॅपलानबरोबर जेवत होता. मॅक्स डॉर्फमन बोलताना जोराने हातवारे करत पुढे झुकला होता. गार्विन आणि कॅपलान त्याचं बोलणं ऐकत पुढं झुकलेले. डॉर्फमन कधीकाळी कंपनीचा डायरेक्टर होता, हे सँडर्सला पुन्हा आठवलं. सँडर्सनं ज्या गोष्टी ऐकल्या होत्या, त्याप्रमाणे तो फार समर्थ डायरेक्टर होता. ज्या काळात कॉम्प्युटर आणि टेलिफोन ह्यांच्यात काही संबंध असल्याचं कोणाला दिसू शकत नव्हतं, त्या काळात मॉडेम्स पलीकडे जाऊन सेल्युलर फोन आणि बिनतारी संचार यंत्रणेपर्यंत कंपनीचा विस्तार करण्यासाठी गार्विनला तयार करणारा होता, तो डॉर्फमनच. हा संबंध आता उघड झालेला असला तरी त्यानंतरच्या सुरुवातीच्या वर्षात तो अंधुक होता. तेव्हा डॉर्फमन म्हणाला होता, 'तुझा उद्योग हार्डवेअरचा नाहीये. तुझा उद्योग संचारयंत्रणेचा आहे, माहितीची कवाडं खुली करण्याचा आहे."

डॉर्फमननं कंपनीतल्या कर्मचाऱ्यांच्या पदरचनेलाही आकार दिला होता. त्याच्याच चमकदार शिफारशीमुळे स्टेफनीला सध्याचं पद मिळाल्याचं मानलं जात होतं. डॉर्फमनच्या सल्ल्यावरूनच सँडर्स सीॲटलला आला होता. मार्क ल्युईनला कंपनीत पाचारण करण्यात आलं होतं, ते डॉर्फमनमुळेच. आणि गेल्या काही वर्षांत बरेच व्हाईस प्रेसिडेंट कंपनीतून दिसेनासे झाले होते, तेही डॉर्फमनला त्यांच्यात असामान्य दृष्टी किंवा धमक ह्यांचा अभाव आढळल्यामुळेच. तो कणखर मित्र तरी होता किंवा विखारी शत्रू तरी.

आणि विलिनीकरणाच्या वेळीही त्याचं स्थान तेवढंच भक्कम होतं. डॉर्फमननं बऱ्याच वर्षांपूर्वी डायरेक्टर पदाचा राजीनामा दिलेला असला तरी अजूनही त्याच्याकडे 'डिजिकॉम'चे बरेच शेअर्स होते. गार्विनकडे त्याच्या शब्दाला अजूनही मान होता. अजूनही औद्योगिक आणि आर्थिक वर्तुळात त्याचे संबंध आणि पत टिकून होती, ज्यामुळे 'डिजिकॉम'सारखं विलिनीकरण बरंच सुलभ व्हायचं. डॉर्फमननं विलिनीकरणाच्या अटींना मान्यता दिली तर 'गोल्डमन', 'सॅक्स' आणि 'फर्स्ट बोस्टन' अशा बँकांमधले त्याचे चाहते पैसा सहजपणे उभारणार होते. पण डॉर्फमन असंतुष्ट असता, ह्या दोन कंपन्यांमधल्या विलिनीकरणाला अर्थ नाही असं

त्यानं सूचित केलं असतं, तर विलिनीकरण फिसकटण्याची शक्यता होती. सगळ्यांना ते माहिती होतं. त्याची चालत असलेली सत्ता सगळेजण चांगली समजून होते. विशेषतः डॉर्फमन स्वतः!

सँडर्स भोजनकक्षाच्या प्रवेशद्वारापाशी घोटाळत उभा राहिला. पुढे यायला तो उत्सुक नव्हता. थोड्या वेळानं मॅक्सनं वर पाहिलं तेव्हा त्याला सँडर्स दिसला. बोलता बोलताच 'नाही' अशा अर्थानं त्यानं डोकं किंचित हलवलं. मग त्यानं पुन्हा बोलायला सुरुवात केली तसं हाताची सूक्ष्म हालचाल करून त्याच्या घड्याळावर थापटी मारली. सँडर्सनं होकारार्थी मान हलवली.तो पुन्हा प्रतीक्षालयात जाऊन बसला. त्याच्या मांडीवर 'कॉमलाईन' अंकांमधल्या पानांच्या काढलेल्या नकलांचा ढीग होता. मेरेडिथनं ज्या पद्धतीनं आपला चेहरामोहरा बदलला होता, ती पद्धत निरखीत. तो ते कागद चाळत राहिला.

काही मिनिटांनी डॉर्फमन त्याची चाकांची खुर्ची ढकलत आला. "मग थॉमस, तू जीवनाला कंटाळलेला नाहीस, त्याचा मला आनंद झालाय."

"याचा अर्थ?"

डॉर्फमन हसला आणि त्यानं भोजनकक्षाकडे बोट केलं. "ते तिथं दुसरं काही बोलतच नाहीयेत. आज संध्याकाळचा एकमेव विषय आहे, तू आणि मेरेडिथ. जो तो एवढा उत्तेजित झालाय. एवढा चिंतातुर झालाय."

"बॉबसकट?"

"हो, अर्थातच. बॉबसकट," तो चाकं ढकलत सँडर्सच्या आणखी जवळ आला. "आता खरं तर तुझ्याशी बोलता येणार नाही मला. काही खास असं होतं?"

"मला वाटतं, तू हे पाहायलाच हवंस' सँडर्स त्या नकलांचे कागद डॉर्फमनला देत म्हणाला. तो विचार करत होता की डॉर्फमन हे फोटो गार्विनला देऊन प्रत्यक्षात काय चाललंय, ते गार्विनच्या लक्षात आणून देणे डॉर्फमनला शक्य होते.

डॉर्फमनने क्षणभर शांतपणे ते कागद बारकाईने पाहिले. "किती मोहक आहे बाई." तो म्हणाला. "किती सुंदर..."

"त्या दोन फोटोतले फरक पहा, मॅक्स. तिनं स्वतःत बदल कसे करून घेतले आहेत. ते बघ."

डॉर्फमनने खांदे उडवले. "तिने केसांची ठेवण बदलली. फारच खुलून दिसतीय. मग?"

"मला वाटतं, तिनं प्लॅस्टिक सर्जरीही करून घेतलीय."

"मला त्याचं आश्चर्य वाटणार नाही," डॉर्फमन म्हणाला. "अलीकडे बऱ्याच बायका करून घेतात. त्यांना ते दात घासण्यासारखं सहज वाटतं."

'माझ्या अंगावर त्यामुळे शहारे येतायत.'

"का?" डॉर्फमनने विचारले.

"कारण त्यामागे लबाडी आहे म्हणून."

"कसली लबाडी?" डॉर्फमन खांदे उडवत म्हणाला, "ती हिकमती आहे. तिच्या दृष्टीनं चांगलं आहे."

"ती त्याच्याबाबत काय करत्येय ह्याची गार्विनला कल्पना नसल्याची मला खात्री आहे."

डॉर्फमननं नकारार्थी डोकं हलवलं. "मला गार्विनची काळजी नाहीये." तो म्हणाला, "मला काळजी आहे ती तुझी, थॉमस आणि तुझ्या हिंसकतेची, हं?"

"मी हिंसक का झालोय, ते तुला सांगतो," सँडर्स म्हणाला. "कारण अशा प्रकारची लबाडी एखादी बाई करू शकते. पण पुरुष करू शकत नाही. तिनं आपला चेहरामोहरा, पेहराव बदलला. ती गार्विनच्या मुलीसारखी वागते. त्याचा तिला फायदा मिळतो. कारण मी त्याच्या मुलीसारखा नक्कीच वागू शकत नाही."

डॉर्फमननं डोकं नकारार्थी हलवत उसासा टाकला. "थॉमस, थॉमस."

"हो. मला हे शक्य नाही. आहे का?"

"तुला ह्यातून आनंद मिळतोय? ह्या हिंसकतेतून तुला आनंद मिळतोय असं वाटतं?"

"मला मिळत नाहीये."

"मग ती सोडून दे," डॉर्फमन म्हणाला. सँडर्सच्या समोर येण्यासाठी त्यानं आपली चाकांची खुर्ची वळवली. "निरर्थक काहीतरी बोलू नकोस आणि जे वास्तव आहे, त्याला सामोरा जा. कंपन्यांमधले तरुण लोक समर्थ, वरिष्ठ लोकांशी सख्य जोडून प्रगती करतात. खरं?"

"हो."

"आणि ते नेहमीच तसं असतं. एके काळी हे सख्य औपचारिक होतं−शिकाऊ आणि शिक्षक किंवा गुरु-शिष्य असं ते नियोजित असायचं. बरोबर? पण आज ते औपचारिक नाहीये. आज आपण सल्लागारांबद्दल बोलतो. औद्योगिक क्षेत्रातल्या तरुण लोकांचे सल्लागार असतातच."

"ठीक आहे."

"मग? तरुण लोक एखाद्या सल्लागाराशी सख्य कसं जुळवतात? ती प्रक्रिया काय आहे? आधी वरिष्ठांच्या कलानं घेत, त्यांना मदत करीत, जी करायला हवीत अशी कामं करत. दुसरं म्हणजे मोठ्यांचं लक्ष वेधून घेत... त्यांचे दृष्टिकोन आणि त्यांच्या आवडीनिवडीचं अनुकरण करत... तिसरं, कोणाचा तरी पाठिंबा मिळवून कंपनीतला त्यांचा कार्यक्रम स्वीकारत."

"ते सगळं चांगलं आहे" सँडर्स म्हणाला, "त्याचा प्लॅस्टिक सर्जरीशी काय संबंध?"

"तू क्यूपर्टिनोत डिजिकॉममध्ये केव्हा प्रवेश केलास ते तुला आठवतंय?"

"हो. आठवतंय."

"तू 'डिइसी' कंपनीतून आलास. एकोणीसशे ऐंशीमध्ये?"

"हो."

"डिइसीमध्ये तू रोज कोट आणि टाय घालायचास. पण तू 'डिजिकॉम'मध्ये आलास तेव्हा गार्विन जीन वापरत असल्याचं तू पाहिलंस आणि लवकरच तूसुद्धा जीन घालायला लागलास."

"बरोबर. ती कंपनीतली स्टाईल होती."

"आणि गार्विनला गोल्फ आवडायचं म्हणून तुला आवडत नसलं तरी तू गोल्फ खेळायला लागलास, तुला त्याचा किती तिटकारा वाटायचा त्याची तू माझ्यापाशी तक्रार केलेली मला आठवतंय..."

"हे बघ. मी त्याच्या मुलीसारखं दिसण्यासाठी स्वतःवर प्लॅस्टिक सर्जरी करून घेतली नव्हती."

"Because you didn't have to, Thomas" डॉर्फमन म्हणाला. त्याने भडकून हात बाजूला फेकले. "तुला हा मुद्दा दिसत नाही? गार्विनला बीअर पिणारे, शिवीगाळ करणारे, बायकांच्या मागे लागणारे असे बिनधास्त, आक्रमक तरुण आवडायचे. आणि त्या काळात तू त्या सगळ्या गोष्टी केल्यास."

"मी तरुण होतो. तरुण पुरुष तेच तर करतात."

"नाही, थॉमस. गार्विनला तरुण पुरुषांनी तसं केलेलं आवडायचं." डॉर्फमनने डोके हलवले. "ह्यापैकी किती तरी गोष्टी नकळत घडत असतात. मनंही नकळत जुळत असतात, थॉमस. पण मनाचे सूर जुळवण्याचं काम अवघड असतं. ते तुम्ही त्या व्यक्तीच्याच लिंगाचे आहात का नाही, ह्यावर अवलंबून असतं. तुमचा सल्लागार पुरुष असेल तर तुम्ही कदाचित त्याचा मुलगा, भाऊ किंवा त्याच्या वडिलांसारखे वागाल. किंवा तो माणूस तरुण असताना जसा वागायचा तसे वागाल. तुम्ही कदाचित त्याला स्वतःचीच आठवण करून द्याल, खरं? हो, तुला कळतंय ते, छान.

पण तुम्ही बाई असाल तर सगळं वेगळं असतं. आता तुम्हाला तुमच्या सल्लागाराची मुलगी किंवा प्रेयसी किंवा बायको व्हावंच लागेल. किंवा कदाचित बहीण, काहीही असलं तरी अगदी वेगळं."

सँडर्सच्या कपाळावर आठ्या.

"आता पुरुष बायकांच्या हाताखाली काम करायला सुरवात करतायत, तेव्हा

मी हे बऱ्याचदा पाहतो. बऱ्याचदा पुरुष नातं जोडू शकत नाहीत कारण एका बाईचा सहाय्यक म्हणून कसं वागायचं, ते त्यांना माहिती नसतं. अवघडतात, पण इतर काही उदाहरणांमध्ये पुरुष एखाद्या बाईबरोबर सहजपणे एखाद्या भूमिकेत शिरतात. ते आज्ञाधारक मुलगा असतात किंवा बदली प्रेमिक किंवा नवरा, आणि ती भूमिका त्यांनी चांगली वठवली तर कंपनीतल्या बायका रागावतात कारण त्या बॉसपुढे मुलगा, प्रेमिक किंवा नवरा म्हणून स्पर्धा करू शकत नाहीत. त्यामुळे त्यांना पुरुष फायदा घेतायत असं वाटतं.''

सँडर्स गप्प होता.

''तुला समजतंय?'' डॉर्फमनने विचारले.

''म्हणजे तुझं म्हणणं आहे, ते दोन्ही बाजूंनी घडतं.''

''हो, थॉमस, ते अटळ असतं. त्याची तीच प्रक्रिया असते.''

''हे बघ मॅक्स, त्यात अटळ काहीही नाही. गार्विनची मुलगी वारली तेव्हा ती एक वैयक्तिक शोकांतिका होती. तो अस्वस्थ होता आणि मेरेडिथनं त्याचा फायदा...''

''Stop'' डॉर्फमन रागावून म्हणाला, ''आता तुला मनुष्यस्वभाव बदलायचाय? शोकांतिका नेहमीच घडतात आणि लोकांनी त्याचा नेहमीच फायदा उठवला. हे काही नवीन नाही. मेरेडिथ हुषार आहे. इतकी हुषार, हिकमती बाई सुंदरही आहे हे बघून आनंद वाटतो. ती एक देवाघरची देणगी आहे. ती आनंददायी आहे. ती तुझी समस्या आहे, थॉमस. आणि ते बऱ्याच दिवसांपासून अपेक्षित होतं.''

''त्याचा अर्थ...''

''आणि तुझी समस्या सोडवण्याऐवजी तू तुझा वेळ ह्या नगण्य गोष्टींमध्ये घालवतोयस,'' त्याने ते फोटो परत केले. ''ही छायाचित्रं महत्त्वाची नाहीत, थॉमस.''

''मॅक्स तू...''

''थॉमस, तू कधीच चांगला सांघिक खेळाडू नव्हतास, ती तुझी ताकद नव्हती. एखादी तांत्रिक समस्या घेऊन तिच्यावर चिकाटीनं मेहनत घ्यायची, तंत्रज्ञांना कामाला लावायचं, त्यांना प्रोत्साहन द्यायचं, धाक दाखवायचा आणि शेवटी ती समस्या सोडवायची, ही तुझी ताकद होती. तू ते कार्यरत करायचास, नाही का?''

सँडर्सने होकारार्थी मान हलवली.

''पण आता तुला न शोभणाऱ्या एका डावासाठी तू तुझ्या शक्ती सोडून देतोयस?''

''म्हणजे?''

''तुला वाटतंय की खटल्याची धमकी देऊन तू तिच्यावर आणि कंपनीवर

दबाव आणतोयस. प्रत्यक्षात तू सूत्रं तिच्याकडे दिलीस. ह्या डावाचे नियम तिला ठरवू दिलेस, थॉमस.''

"मला काहीतरी करणं भाग होतं. तिनं कायद्याचं उल्लंघन केलं होतं.''

"तिनं कायद्याचं उल्लंघन केलं!'' डॉर्फमनने उपरोधिक सुरात त्याची नक्कल केली. "बापरे!, बापरे!... आणि तू किती असहाय्य आहेस! तुझ्या ह्या अवस्थेमुळे मला दुःखानं गदगदून येतंय.''

"ते सोपं नाहीये. तिचे हात वरपर्यंत पोचलेयत. तिला भक्कम समर्थक आहेत.''

"असं? भक्कम पाठिराखे असलेल्या प्रत्येक अधिकाऱ्याचे जोरदार टीकाकारही असतात. आणि मेरेडिथचेही टीकाकार आहेत.''

"मी तुला सांगतो, मॅक्स,'' सँडर्स म्हणाला, "ती धोकादायक आहे. ती 'एमबीए' प्रतिमा असलेल्या लोकांपैकी एक आहे. सगळा भर त्या प्रतिमेवर... महत्त्वाची ती प्रतिमा, ठोस असं कधीच नसतं.''

"हो,'' डॉर्फमन संमतीदर्शक मान हलवत म्हणाला. "आजकालच्या अनेक तरुण अधिकाऱ्यांप्रमाणे. प्रतिमेच्या बाबतीत फारच तरबेज. ते वास्तव वापरून घेण्यात भयंकर रस असलेले, एक भुलवणारी फॅशन.''

"ती डिव्हिजन चालवायला लायक आहे, असं मला वाटत नाही.''

"आणि नसली तर?'' डॉर्फमन वस्कन बोलला. "तुला काय फरक पडतो? ती नालायक असेल तर गार्विन शेवटी तिची दखल घेईल आणि तिला बदलेल. पण त्याच्या किती तरी आधी तू गेलेला असशील. कारण तिच्याबरोबरचा हा डाव तू हरशील, थॉमस. राजकारण खेळण्यात ती तुझ्यापेक्षा चांगली आहे. ती नेहमीच होती.''

सँडर्सने होकारार्थी मान हलवली. "ती निर्दय आहे.''

"निर्दय, निष्ठुर. पण ती skilled आहे. तिला उपजत जाण आहे. तुझ्यात त्याचा अभाव आहे. तू असाच हेका चालू ठेवलास तर सगळं गमावशील. आणि मग तुझ्या वाट्याला येणारं नशीब तुला साजेसंच असेल कारण तू एखाद्या मूर्खासारखा वागलायस.''

सँडर्स शांत होता. "मी काय करावं असा तुझा सल्ला आहे?''

"ओहो. म्हणजे आता तुला सल्ला हवाय?''

"हो.''

"खरंच?'' त्याने स्मित केले. "मला शंका आहे.''

"हो. मॅक्स. मला हवाय.''

"ठीक आहे. माझा सल्ला आहे, परत जा. मेरेडिथची क्षमा माग, गार्विनची क्षमा माग आणि कामावर रुजू हो.''

"मला शक्य नाही."

"तर मग तुला माझा सल्ला नकोय!"

"मी ते करू शकत नाही, मॅक्स."

"फाजील अभिमान?"

"नाही, पण..."

"तू रागानं वेडापिसा झालायस. ही बाई असं वागू शकते कशी! तिनं कायदा मोडलाय, तिला शासन व्हायलाच हवं. ती धोकादायक आहे, तिला आवरलं पाहिजे. तू delicious, सात्त्विक संतापानं भरून गेलायस. खरं?"

"बस्स्, मॅक्स. मी ते करूच शकत नाही, बस्स एवढंच."

"अर्थात तू करू शकतोस. पण तुला म्हणायचंय, तू तसं करणार नाहीस."

"ठीक आहे. मी करणार नाही."

डॉर्फमनने खांदे उडवले. "मग तुला माझ्याकडून काय हवंय? तू माझा सल्ला विचरायला आलायस तो न मानण्यासाठी? ह्यात विशेष काही नाही." तो हसला, "माझ्याकडे तू मानणार नाहीस असे इतरही सल्ले बरेच आहेत."

"जसे?"

"तू मानणार नाहीस तर तुला काय फिकीर आहे?"

"पुरे, मॅक्स."

"मी गंभीर आहे. तू तो मानणार नाहीस. आपण इथं आपला वेळ वाया घालवतोय. नीघ तू."

"सांग तर मला, सांगशील?"

डॉर्फमनने उसासा टाकला. "तुझी अक्कल ठिकाणावर होती त्या दिवसांपासून तू माझ्या लक्षात आहेस म्हणूनच फक्त, पहिला मुद्दा, तू ऐकतोयस?"

"हो, मॅक्स. मी ऐकतोय."

"पहिला मुद्दा : मेरेडिथ जॉन्सनबद्दल तुला असायला हवी ती सगळी माहिती आहे. म्हणून आता तिला विसर. तिच्याशी तुझा संबंध नाही."

"त्याचा अर्थ काय?"

"व्यत्यय नको. दुसरा मुद्दा : तुझा स्वतःचा डाव खेळ, तिचा नाही."

"म्हणजे?"

"म्हणजे, समस्या सोडव."

"कुठली समस्या सोडवायची? खटला?"

डॉर्फमन फुरफुरला आणि त्याने हात वर फेकले. "तू एक असह्य माणूस आहेस. मी माझा वेळ वाया घालवतोय."

"म्हणजे, खटला मागे घ्यायचा?"

"तुला माझी भाषा कळते ना? समस्या सोडव. तुला जे चांगलं वाटेल, ते कर. तुझं काम कर. आता नीघ."

"पण मॅक्स..."

"मी तुझ्यासाठी काही करू शकत नाही." डॉर्फमन म्हणाला. "ते तुझं आयुष्य आहे. तुला तुझ्या स्वतःच्या चुका करायच्यात. आणि मला आता माझ्या पाहुण्यांकडे परत गेलंच पाहिजे. पण लक्ष द्यायचा प्रयत्न कर, थॉमस. झोपून जाऊ नकोस. आणि लक्षात ठेव, सगळ्या मानवी वर्तनामागे एक तर्कसंगती असते. All behavior is solving a problem. अगदी तुझं वागणंसुद्धा, थॉमस."

आणि त्याच्या चाकांच्या खुर्चीत वळून तो पुन्हा भोजनगृहाकडे गेला.

■

त्या ओलसर संध्याकाळी 'थर्ड स्ट्रीट'वरून जाताना तो स्वतःशीच म्हणाला, खड्ड्यात गेला तो मॅक्स. त्याला जे नेमके म्हणायचेय ते कधीच न सांगण्याची त्याची पद्धत चीड आणणारी होती.

This is your trouble. And it has been a long time coming.

त्याचा अर्थ काय असावा?

मॅक्स भयंकर होता. चीड आणणारा, निराश करणारा आणि दमवूनही टाकणारा. मॅक्स 'डिजिकॉम'च्या व्यवस्थापकीय मंडळावर असताना मॅक्सबरोबर ज्या भेटी झाल्या होत्या; त्यांच्याबद्दल सँडर्सच्या मनात बऱ्याचशा अशाच आठवणी होत्या. सँडर्सची दमछाक व्हायची. क्युपर्टिनोमधल्या त्या दिवसांत, कनिष्ठ अधिकारी डॉर्फमनला 'कोडीपटू' म्हणायचे.

All human behaviour is solving a problem. Even your behaviour, Thomas.

सँडर्सने नकारार्थी मान हलवली. त्याचा काहीच अर्थ लागत नव्हता. दरम्यान त्याला काही कामे होती. रस्त्याच्या टोकाला, तो एका फोन बूथमध्ये शिरला आणि त्याने गॅरी बोसॅकचा नंबर फिरवला. आठ वाजले होते. बोसॅक घरी असणार, नुकताच झोपेतून उठून, कॉफी घेऊन त्याच्या कामाच्या दिवसाला सुरुवात करत असणार. आत्ता ह्या क्षणी अर्धा एक डझन मॉडेम्स आणि कॉम्प्युटरच्या पडद्यांसमोर कामाला सुरुवात करताना तो जांभया देत असणार.

फोन वाजला आणि एका मशीनने उत्तर दिले. "एनई प्रोफेशनल सर्व्हिसेसशी आपण संपर्क साधला आहात. निरोप ठेवून द्या." आणि बीप् बीप् असा आवाज.

"गॅरी, टॉम सँडर्स बोलतोय, तू तिथं आहेस; मला माहिताय, फोन उचल."

एक आवाज आणि मग बोसॅक म्हणाला, "तुझा फोन असेल अशी अपेक्षा

नव्हती. कुठून फोन करतोयस?''

''सार्वजनिक फोन.''

''छान. तुझं कसं चाललंय, टॉम?''

''गॅरी, मला काही गोष्टी करून हव्या आहेत. थोडा डाटा बघायचाय.''

''अं... काम कंपनीचं आहे का खासगी?''

''खासगी.''

''उह्... टॉम. सध्या मी फार कामात आहे. पुढल्या आठवड्यात आपण त्याबद्दल बोललो तर चालेल?''

''फार उशीर होईल.''

''पण मुद्दा असा आहे की मी आत्ता फार गुंतलोय.''

''गॅरी, हा काय प्रकार आहे?''

''टॉम, काय आहे, ते तुला माहिताय.''

''मला मदतीची गरज आहे, गॅरी.''

''हेऽ... आणि मला तुला मदत करायला आवडेल. पण मला नुकताच ब्लॅकबर्नचा फोन आला होता. त्यानं सांगितलं, मी तुझं काही काम केलं, काहीही, तर उद्या सकाळी सहा वाजता एफबीआयचे लोक माझ्या अपार्टमेंटची झडती घेतील.''

''बापरे! हा फोन केव्हा आला होता?''

''सुमारे दोन तासांपूर्वी.''

Two hours ago,ब्लॅकबर्नने त्याच्यावर बरीच आघाडी घेतली होती. ''गॅरी...''

''हेऽ... टॉम, तुला माहिताय तू नेहमीच मला आवडत आलायस. पण ह्या वेळी नाही. ठीक आहे? मला गेलं पाहिजे.''

फोन ठेवल्याचा आवाज.

■

''स्पष्ट सांगायचं तर ह्यातल्या कशाचंच मला आश्चर्य वाटत नाही.'' एक कागदी प्लेट बाजूला सारत लुईस म्हणाली. ती आणि सँडर्स तिच्या ऑफिसात सँडविच खात होते. रात्रीचे नऊ वाजले होते. आणि त्यांच्या भोवतीच्या ऑफिसांमधून अंधार झालेला असला तरी तिचा फोन अजूनही वाजत होता... त्यांच्या संभाषणात बऱ्याचदा व्यत्यय आणत. बाहेर पुन्हा पाऊस पडायला लागला होता. ढग गडगडले आणि खिडकीतून सँडर्सला उन्हाळ्यातल्या आकाशात चमकून गेलेल्या विजेची झगमग दिसली.

वकिलांच्या त्या निर्मनुष्य ऑफिसात बसलेले असताना, लुईस आणि तिथला

वाढता अंधार सोडले तर जगात आपण अगदी एकटे आहोत अशी सँडर्सची भावना झाली. घटना वेगाने घडत होत्या; आजच्या दिवसापर्यंत कधीच न भेटलेली ही व्यक्ती वेगाने, त्याच्या दृष्टीने एक प्रकारच्या जीवनरेषेचे रूप धारण करू पाहात होती. ती बोलत असलेला शब्द न् शब्द आपण आतुरतेने ऐकतोय असे त्याच्या लक्षात आले.

"आपण पुढे जाण्याआधी मला एका गोष्टीवर भर द्यायचाय," फर्नांदिझ म्हणाली. "मेरेडिथबरोबर तुम्ही गाडीत बसला नाहीत, ते बरोबर केलंत. पुन्हा कधी तुम्ही तिच्याबरोबर एकटं राहायचं नाही. अगदी काही क्षणसुद्धा. कधीच नाही, कोणत्याही परिस्थितीत. हे स्पष्ट झालंय?"

"हो."

"राहिलात, तर तुमचा खटला मोडून पडेल."

"मी तिच्याबरोबर एकटा राहणार नाही."

"ठीक आहे," ती म्हणाली. "मी ब्लॅकबर्नशी बराच वेळ बोलले. तुम्हाला वाटलं तसं हे प्रकरण सोडवण्याचा त्याच्यावर भयंकर दबाव आलाय. मध्यस्थीची मिटिंग दुपारपर्यंत ढकलण्याचा मी प्रयत्न केला. कंपनी करार करायला तयार आहे आणि त्यांना ही बैठक लगेच सुरू व्हायला हवी असल्याचं त्यानं सूचित केलं. बोलणी पूर्ण व्हायला किती वेळ लागेल, ह्याची त्याला चिंता आहे. म्हणून उद्या नऊ वाजता आपण सुरुवात करू."

"ठीक आहे."

"हर्ब आणि ॲलनचं काम चांगलं चाललंय. मला वाटतं, उद्या त्यांची आपल्याला मदत होऊ शकेल. आणि मेरेडिथबद्दलचे हे लेखही कदाचित उपयोगी पडतील." 'कॉमलाईन'मधल्या लेखांच्या नकलांकडे नजर टाकत ती म्हणाली.

"का? डॉर्फमनच्या मते त्यांचा काही संबंध नाही."

"हो, पण त्यात कंपनीतल्या तिच्या इतिहासाची नोंद आहे आणि त्याचा आपल्याला फायदा होतो. त्यावर काम करण्यासारखं आहे. हं... तुमच्या मित्राकडून आलेलं इ-मेल हेच ना." प्रिंटरमधून छापून बाहेर पडलेल्या त्या कागदाकडे तिने भुवया उंचावून पाहिले. "हा इंटरनेटचा पत्ता आहे."

"हो," तिला ते माहिती असल्याचे आश्चर्य वाटून तो म्हणाला.

"आम्ही उच्च तंत्रज्ञान असलेल्या कंपन्यांबरोबर बरंच काम करतो. मी कोणाला तरी ते तपासून बघायला सांगेन." तिने तो संदेश बाजूला ठेवला." आता आपण कुठे आहोत, त्याची उजळणी करू या. ते आधीच तुमच्या ऑफिसात येऊन गेल्यामुळे तुम्ही तुमचं टेबल साफ करू शकला नाहीत."

"बरोबर."

“आणि तुम्ही तुमच्या कॉम्प्युटरमधल्या फायली काढून टाकल्या असत्या पण तुमचा यंत्रणेशी संबंध तोडलाय.”

“हो.”

“ह्याचाच अर्थ तुम्ही त्या फायलींमध्ये काहीही बदलू शकत नाही.”

“बरोबर. मी काहीही करू शकत नाही. मी एखादा सहाय्यक असल्यासारखा आहे.”

तिने विचारले, “तुम्ही कुठल्या फायली बदलणार होतात?”

तो थांबला. “नाही, पण मी त्या जरा बघून घेतल्या असत्या.”

“तुम्हाला जाणवण्यासारखं विशेष काहीही नव्हतं?”

“नव्हतं.”

“मि. सँडर्स,” ती म्हणाली, “मला एका मुद्द्यावर भर द्यायचाय तो म्हणजे इथं काही निर्णय मी देऊ शकत नाही. मी फक्त उद्याच्या संभाव्य घटनांची तयारी करण्याचा प्रयत्न करत्येय. आपल्याला ते कोणते आश्चर्याचे धक्के देऊ शकतील, ते मला जाणून घ्यायचंय.”

त्याने होकारार्थी मान हलवली. “मला अडचणीत आणेल असं फायलींमध्ये काही नाहीये.”

“त्यावर तुम्ही नीट विचार केलाय?”

“हो.”

“ठीक आहे.” ती म्हणाली. “मग उद्याची मिटिंग लवकर सुरू होईल हे लक्षात घेता मला वाटतं, तुम्ही थोडी झोप काढलीत तर बरं होईल. उद्या तुम्ही मला उत्साहित हवे आहात. तुम्हाला झोप लागेल ना?”

“बापरे, कोणास ठाऊक!”

“गरज वाटली तर एखादी झोपेची गोळी घ्या.”

“मी ठीक असेन.”

“तर मग घरी जा आणि झोप काढा, मि. सँडर्स. मी उद्या सकाळी तुम्हाला भेटेन. उद्या कोट-टाय घालून या. तुमच्याकडे एखादा निळ्या रंगातला कोट आहे का?”

“एक ब्लेझर आहे.”

“छान, एक जुन्या पद्धतीचा टाय आणि पांढरा शर्ट घाला. No after-shave.”

“मी ऑफिसात तसे कपडे कधीच घालत नाही.”

“हे ऑफिस नाहीये, मि. सँडर्स. मुख्य मुद्दा तो आहे.” ती उभी राहिली आणि तिने त्याच्याशी हस्तांदोलन केले. “थोडी झोप घ्या. आणि काळजी न करण्याचा प्रयत्न करा. मला वाटतं सगळं व्यवस्थित होणार आहे.”

"तसं तुम्ही तुमच्या प्रत्येक अशीलाला म्हणता ह्याची मला खात्री आहे.''

"हो, मी म्हणते," ती म्हणाली. "पण माझं म्हणणं सामान्यपणे बरोबर असतं. झोप घे, टॉम. मी उद्या तुला भेटेन."

सँडर्स घरी परतला तेव्हा घर अंधारलेले, रिते. एलायझाची बार्बी बाहुली किचनमधल्या ओट्यावरच्या अस्ताव्यस्त ढिगात पडलेली होती. त्याच्या मुलाचे हिरव्या बेबी फूडने माखलेले एक लाळेरे ओट्याशेजारच्या बेसीनवर होते. सकाळसाठी त्याने कॉफीमेकर तयार करून ठेवला आणि तो वर गेला. तो आन्सरिंग मशीनच्या जवळून गेला पण त्याने तिकडे दुर्लक्ष केले. त्यामुळे उघड-मीट करणाऱ्या दिव्याकडे त्याचे लक्ष गेले नाही.

वर गेल्यावर बाथरूममध्ये त्याने कपडे काढले तेव्हा त्याला सुसानने आरशावर टेपने चिकटवून ठेवलेली चिठ्ठी दिसली. "दुपारी जेवणाच्या वेळी जे झालं, त्याबद्दल सॉरी. माझा तुझ्यावर विश्वास आहे आणि प्रेमही."

हे सुसानचं नेहमीचंच होतं. आधी रागवायचं आणि मग क्षमा मागायची. पण त्या चिठ्ठीमुळे तो सुखावला आणि आत्ता तिला फोन करायचा विचार त्याच्या मनात डोकावला. पण फिनिक्समध्ये ही जवळजवळ मध्यरात्रीची वेळ होती म्हणजेच फार उशीर झाला होता. ती झोपली असणार. कसेही असले तरी त्याने विचार केला तसे आपल्याला तिला फोन करायचा नसल्याचे त्याने ओळखले. ती रेस्टॉरंटमध्ये म्हणाली होती तसे ह्याचा तिच्याशी संबंध नव्हता. ह्या घटनाचक्रात तो एकटा होता. एकटा राहणार होता.

फक्त शॉर्ट घालून तो त्याच्या घरातल्या छोट्या ऑफिसात आला. तिथे फॅक्स वगैरे आलेले नव्हते. त्याने कॉम्प्युटरचा स्विच खाली केला आणि तो चालू होईपर्यंत थांबला.

त्यावरचं इ-मेलचं चिन्ह उघडमीट करत होते. त्यावर त्याने क्लिक केले. पडद्यावर संदेश झळकला :

TRUST NOBODY!

—एक मित्र

सँडर्सने कॉम्प्युटर बंद केला आणि तो झोपायला गेला.

■■■

बुधवार

सकाळी सँडर्सने आपल्या रोजच्या कामांमध्ये मन रमवले. रिते झालेले घर आवाजाने भरून जावे म्हणून वाढवलेल्या आवाजातल्या टीव्हीवरच्या बातम्या ऐकत त्याने झटपट कपडे चढवले. आपल्या गाडीतून तो साडेसहाला गावात आला. फेरीबोटीकडे जाण्याआधी बेनब्रिज बेकरीपाशी तो काही खाण्याचे पदार्थ घेण्यासाठी थांबला.

विन्स्लो सोडून फेरीबोट पुढे निघाली तसा तो सीॲटलजवळ येताना ते दृष्टीस पडू नये म्हणून तो फेरीबोटीच्या मागच्या बाजूकडे तोंड करून बसला. विचारात हरवून तो खिडकीतून उपसागराच्या काळ्या पाण्यावर खालपर्यंत झुकलेल्या करड्या ढगांकडे नजर लावून राहिला. आज पुन्हा पाऊस पडण्याची चिन्हं दिसत होती.

“अगदी खराब दिवस?” एका बाईचा आवाज.

त्याने वर पाहिले तर मेरी ॲन हंटर. सुरेखशी, लहानखुरी– नीटनेटकी, हात पाठीमागे घेऊन त्याच्याकडे चिंतातुर नजरेनं पाहत उभी असलेली. मेरी ॲन बेनब्रिजमध्येही राहायची. तिचा नवरा तिथल्या विद्यापीठात सागरी जीवशास्त्रज्ञ होता. ती आणि सुसान चांगल्या मैत्रिणी होत्या. बऱ्याचदा त्या पळायला जायच्या. पण मेरी त्याला फेरीबोटीवर फारशी भेटायची नाही कारण ती नेहमी लवकर जायची.

“मॉर्निंग, मेरी ॲन,”

“मला हे समजत नाही की त्यांनी ते मिळवलं कसं?” ती म्हणाली.

“काय मिळवलं?”

“म्हणजे तू ते अजून पाहिलं नाहीस? बापरे! तुझ्याबद्दल वर्तमानपत्रात छापून आलंय, टॉम.” तिनं काखोटीला लावलेले वर्तमानपत्र त्याला दिले.

“तू चेष्टा करतीयस.”

''नाही. पुन्हा एकदा कॉनी वॉल्श.''

सँडर्सने पहिले पान पाहिले, पण त्याला काही दिसले नाही. त्याने भराभर पाने चाळायला सुरुवात केली.

''ती बातमी 'मेट्रो' विभागात आहे,'' ती म्हणाली.

''दुसऱ्या पानावर वाच आणि रड. मी आणखी कॉफी घेऊन येते.'' ती निघून गेली.

मला दिसते तसे

कॉन्स्टन्स वॉल्श

श्रीयुत पिगी कार्यरत

पितृसत्ताक पद्धतीची दृष्टी पुन्हा एकदा प्रकट झाली आहे. ह्या वेळी एका स्थानिक उच्च तंत्रज्ञानभूषित कंपनीत. ह्या कंपनीला मी 'क्ष' कंपनी म्हणेन. ह्या कंपनीनं एका हुषार, अतिशय लायक स्त्रीची एका महत्त्वाच्या अधिकारपदावर नियुक्ती केली आहे. पण कंपनीतले बरेच पुरुष तिला घालवण्यासाठी शर्थ करत आहेत.

विशेषतः एक माणूस, त्याला आपण श्रीयुत पिगी म्हणूया, सूडभावनेनं पेटलाय. श्रीयुत पिगी एका बाईला आपल्यापेक्षा वरच्या पदावर सहन करू शकत नाहीत आणि गेले काही आठवडे ते हे घडू नये म्हणून कंपनीअंतर्गत वक्रोक्तीची कडवट मोहीम चालवत आहेत. ती अयशस्वी ठरली तेव्हा श्री. पिगी ह्यांनी आपल्या नव्या 'बॉस'ने तिच्या ऑफिसात आपला लैंगिक छळ केल्याचा आणि आपल्यावर जवळजवळ बलात्कार केल्याचा दावा केला.

स्त्रियांचाच विचार केला तर बायका पुरुषांवर जुलूम करतच नाहीत. पुरुषांच्या ताब्यात असलेल्या स्त्रिया दुर्बळ असतात. असं असताना एका बाईने बलात्कार केल्याचा आरोप करणे मूर्खपणाचे आहे. पण श्रीयुत पिगी तेवढ्यावरच थांबले नाहीत. त्यांना फक्त त्यांच्या नव्या वरिष्ठ अधिकाऱ्याची नालस्ती करण्यात रस आहे. ते तिच्याविरुद्ध लैंगिक छळ केल्याचा आरोप औपचारिकरीत्याही ठेवत आहेत इ. इ.

''बापरे!'' सँडर्स म्हणाला. त्याने तो मजकूर पुन्हा वाचला.

हंटर दोन कागदाच्या कपमधून कॅपॅसिनो घेऊन आली. तिनं एक कप त्याच्या दिशेने सरकवला. ''घे, तुला ह्याची गरज असल्यासारखं वाटतंय.''

''त्यांना बातमी मिळाली कशी?'' त्यानं विचारलं.

हंटरने नकारार्थी मान हलवली. ''मला ठाऊक नाही. कंपनीतच कुठेतरी गळती आहे असं मला वाटतंय.''

''पण कोण?'' सँडर्स विचार करत होता की बातमी वर्तमानपत्रात आली

म्हणजे काल दुपारी तीन-चारच्या सुमारास ती कंपनीतून गेली असली पाहिजे. तो छळाच्या आरोपाचा विचार करत असल्याचंसुद्धा त्या वेळी कोणाला माहिती असेल?

"ते कोण असेल ते माझ्या लक्षात येत नाहीये," हंटर म्हणाली. "मी विचारेन इकडे-तिकडे."

"आणि कॉन्स्टन्स वॉल्श कोण आहे?"

"तू कधी ऐकलं नाहीस तिच्याबद्दल? 'पोस्ट-इंटलिजन्सर'मध्ये ती नियमितपणे स्तंभलेखन करते." हंटर म्हणाली.

"स्त्रीमुक्तीवादी दृष्टिकोन वगैरे." तिनं नकारार्थी मान हलवली. "सुसान कशी आहे? मी सकाळी तिला फोन लावण्याचा प्रयत्न केला, पण तुझ्या घरातून काही उत्तरच नाही."

"सुसान काही दिवसांसाठी दुसरीकडे गेलीय, मुलांबरोबर."

हंटरने हळूहळू मान हलवली. "हो, मला वाटतं, चांगली कल्पना आहे."

"आम्हाला तसं वाटलं."

'तिला ते माहिताय?"

"हो."

"आणि ते खरंय? तू छळाचा आरोप ठेवतोयस?"

"हो."

"बापरे!"

"हो," तो होकारार्थी मान हलवत म्हणाला. ती बराच वेळ काही न बोलता नुसती त्याच्या शेजारी बसून राहिली. शेवटी ती म्हणाली, "मी तुला आता बरीच वर्षं ओळखतेय, हे सगळं व्यवस्थित निभावेल अशी मला आशा आहे."

"मलाही."

पुन्हा प्रदीर्घ शांतता. शेवटी ती टेबलापासून दूर झाली आणि उठली.

"नंतर भेटू, टॉम."

"भेटू, मेरी ॲन."

तिला काय वाटत होते, त्याची त्याला कल्पना होती. त्यामुळे कंपनीतल्या इतरांवर छळ केल्याचा आरोप ठेवण्यात आला होता, तेव्हा त्याला स्वतःलाही तसेच वाटले होते. तेव्हा अचानक एक अंतर पडले होते. त्या माणसाला किती काळ ओळखताय, ह्याला अर्थ राहायचा नाही. तुम्ही मित्र असलात तरी त्याला अर्थ राहायचा नाही. एकदा आरोप ठेवला गेला की सगळे दूर व्हायचे. कारण सत्य हे होते की काय घडले ते कोणालाच कधी माहिती नसायचे. कुठलीही बाजू घेणे परवडायचे नाही. अगदी मित्राचीसुद्धा.

त्यानं तिला दूर जाताना पाहिले... त्याला आठवले, तिने एकदा सुसानला सांगितले होते की तिला वाटणाऱ्या बलात्काराच्या भीतीमुळे ती पळायला जायची. "मी फक्त त्यांना मागे टाकून जोरानं पळून जाईन."

पण पुरुषांनाच जाणवणारी दुसऱ्या प्रकारचीही एक भीती होती.

खुनशी... कडवट... एका बाईला सहन करू शकत नाहीत... शत्रुत्व... बलात्कार... पुरुषांचा गुन्हा... वरिष्ठांची निंदानालस्ती करणे... तरुणींबरोबर प्रकरणे... अतिरिक्त मद्यपान... कामावर उशिरा येणे... अप्रामाणिकपणे धोक्यात येणे... कोंडवाड्यातली डुकरे...

त्या बातमीत त्याला चिकटवलेली ही स्वभाववैशिष्ट्ये केवळ चुकीची, दुखावणारी नव्हती तर त्यापेक्षाही जास्त काहीतरी होती. ती धोकादायक होती. जॉन मास्टर्सचे जे काही झाले होते त्याने त्या धोकादायक गोष्टीचा वस्तुपाठच घालून दिला होता. सीॲटलमधल्या वरिष्ठ अधिकारी असलेल्या बऱ्याच पुरुषांमध्ये मास्टर्सच्या कहाणीचे पडसाद उमटले होते.

मास्टर्सचे वय पन्नास होते. तो 'मायक्रोसिम' कंपनीत 'मार्केटिंग मॅनेजर' होता. एक स्थिरावलेला गृहस्थ आणि प्रामाणिक नागरिक असे वर्णन लागू पडेलसा मास्टर्स होता. त्याला दोन मुली होत्या. मोठी कॉलेजात होती आणि धाकटी हायस्कूलमध्ये जात होती. तर धाकट्या मुलीला शाळेबाबत काही समस्या उद्भवतात, तिची अभ्यासात घसरगुंडी होते म्हणून मास्टर्स पति-पत्नी तिला एका बाल मानसशास्त्रज्ञाकडे पाठवतात. ती बालमानसशास्त्रज्ञ त्या मुलीचे म्हणणे ऐकून घेते आणि म्हणते, हे कथन लैंगिक अत्याचार झालेल्या मुलीचे आहे. पूर्वी तसे काही घडलेय का?

ती मुलगी म्हणते, मला तसं वाटत नाही.

पुन्हा आठवून बघ, ती मानसशास्त्रज्ञ म्हणते. आधी ती मुलगी विरोध करते पण मानसशास्त्रज्ञ तिला पुन्हा पुन्हा सांगत राहिली– आठवून बघ. आठवण्याचा प्रयत्न कर. आणि थोड्या वेळाने, त्या मुलीला अंधुक स्मृती आठवू लागतात. ठळक असं काही नाही, पण आता ते शक्य आहे असं तिला वाटतं. कदाचित डॅडींनी तिच्या बाबतीत काही तरी वावगं केलं होतं, फार मागे, कधी कोणास ठाऊक.

मानसशास्त्रज्ञ मास्टर्सच्या बायकोला कसली शंका येतीय, ते सांगते. पंचवीस वर्षं एकत्र काढल्यावर मास्टर्स आणि त्याच्या बायकोमध्ये भडका उडतो. बायको मास्टर्सकडे जाते आणि म्हणते, "तू जे केलंस ते कबूल कर." त्याचं काही ऐकून न घेता ती त्याला घराबाहेर पडायला लावते.

राज्याच्या कायद्यानुसार मुलांवर लैंगिक अत्याचार झाल्याचा संशय असेल तर मानसशास्त्रज्ञांना शासनाला तसे कळवणे आवश्यक असते. मानसशास्त्रज्ञ मास्टर्सचे

नाव शासनाला कळवते. अशा प्रकरणांची चौकशी करणे राज्यावरही कायद्याने बंधनकारक असते. आता एक सामाजिक कार्यकर्ती त्या मुलीशी, बायकोशी आणि मास्टर्सशी बोलतीय. मग त्यांच्या फॅमिली डॉक्टरशी. मग शाळेतल्या नर्सशी, लवकरच हे प्रकरण सगळ्यांना कळतं.

मास्टर्सवरच्या आरोपाचा सुगावा 'मायक्रोसिम' कंपनीला लागतो. कंपनी ह्या प्रकरणाचा निकाल लागेपर्यंत त्याला कामावरून निलंबित करते. ते म्हणतात, आम्हाला नकारात्मक प्रसिद्धी नको आहे.

मास्टर्सला आपल्याच डोळ्यांनी आपलंच आयुष्य बरबाद होताना बघावे लागतेय. तो इतका उद्ध्वस्त झालाय, इतका अनिश्चिततेच्या भोवऱ्यात सापडलाय की तो स्वतःच ह्या प्रकरणाची चौकशी करायला सुरुवात करतो.

त्याचा वकील चौकशी करतो तेव्हा धक्कादायक तपशील बाहेर येतात. असे उघडकीस येते की, मास्टर्सवर तो आरोप ठेवणाऱ्या स्त्री मानसशास्त्रज्ञाकडून हाताळल्या जाणाऱ्या प्रकरणांमध्ये ती मुलांवर लैंगिक अत्याचार होण्याची प्रकरणे जास्त प्रमाणात दाखवते. शासकीय संस्थेला ती पूर्वग्रहदूषित असल्याची शंका यावी एवढी प्रकरणं तिनं नोंदवली आहेत. पण ती संस्था काही करू शकत नाही; कायद्यानं सर्व प्रकरणांची चौकशी होणं आवश्यक असतं. ह्या प्रकरणासाठी नेमलेल्या सामाजिक कार्यकर्तीला त्याआधी, शंकास्पद प्रकरणांचा पाठपुरावा अतिरेकी उत्साहाने करण्याबद्दल समज देण्यात आलीय. ती अकार्यक्षम असल्याचे बहुतांशी मानले जाते. पण नेहमीच्याच कारणांमुळे शासन तिला काढून टाकू शकत नाही.

ह्या विशिष्ट दोषारोपात– अधिकृतपणे कधीच ठेवल्या न गेलेल्या– असे दिसते की मास्टर्सने आपल्या मुलीशी ती तिसरीत असतानाच्या उन्हाळ्यात विकृत चाळे केले आहेत. नंतर मास्टर्सने सादर केलेल्या पुराव्यांवरून असं दिसून येते की त्या सबंध उन्हाळ्यात त्याची मुलगी मोंटानामधल्या एका शिबिरात होती. ती ऑगस्टमध्ये घरी परतली तेव्हा मास्टर्स कंपनीच्या कामासाठी जर्मनीला गेलेला होता. शाळा पुन्हा सुरू होईपर्यंत तो जर्मनीहून परत आलेला नव्हता.

ह्या चौकशीचा निष्कर्ष असा निघतो की त्याच्या मुलीला एकाकी वाटलं आणि त्यामुळे तिनं आणलेला एकाकीपणा ह्या आरोपांमध्ये रूपांतरित केला. मास्टर्स बायकोला आणि मुलीला विरोध करतो. ते पुरावे ऐकून घेतात आणि त्यांनी तारीख चुकीची सांगितल्याचे कबूल करतात, पण मुलीचा लैंगिक छळ झाला असल्याच्या दाव्याबाबत ताठर राहतात.

तरीसुद्धा वस्तुस्थितीमुळे शासनाला चौकशी सोडून देणे भाग पडते आणि मायक्रोसिम कंपनी मास्टर्सला पुन्हा कामावर घेते. पण तोपर्यंत मास्टर्सच्या काही बढत्या हुकलेल्या असतात आणि प्रतिकूल मतांचे एक अस्पष्टसे सावट त्याच्यावर

तरंगत राहते, त्याच्या कारकीर्दीचे कायमचे नुकसान झालेय. त्याची बायको त्याच्याशी कधीच समेट करत नाही आणि शेवटी घटस्फोटाचा अर्ज दाखल करते. त्याची धाकटी मुलगी त्याला पुन्हा कधीच भेटत नाही. काळ जातो तसा परस्परविरोधात ठाकलेल्या कौटुंबिक तटांमध्ये अडकलेली त्याची मोठी मुलगी त्याला भेटणे कमी करते. मास्टर्स एकटा राहतो, आयुष्य नव्याने बांधण्यासाठी धडपडत राहतो आणि मृत्यूच्या दारात नेऊन आणणारा हृदयविकाराचा धक्काही सोसतो. त्यातून बाहेर पडल्यावर तो थोड्याफार मित्रांना भेटतो पण आता तो विषण्ण मनःस्थितीत असलेला... नको इतका पितो... त्याची सोबत कोणाला नकोशी असलेली... बाकीचे लोक त्याला टाळतात. त्याच्या नेहमीच्या प्रश्नांना कोणाकडेच उत्तर नसतं... माझं काय चुकलं? नाही तर मी काय करायला हवं होतं? मी हे कसं टाळू शकलो असतो?

कारण अर्थातच तो ते टाळू शकला नसता. सध्याच्या वातावरणात तर नाहीच. जिथं पुरुषांवर आरोप ठेवल्या गेलेल्या कोणत्याही प्रकरणात ते दोषी असल्याचंच गृहित धरलं जात होतं.

त्यांच्यापैकी काही पुरुष खोटा आरोप ठेवल्याबद्दल त्या बायकांविरुद्ध कोर्टात जायच्या गोष्टी करत. त्या आरोपांमुळे झालेल्या नुकसानीच्या भरपाईबद्दल बोलत. पण ते निव्वळ बोलणं होतं. दरम्यान, ते सगळे आपले वागणे बदलत. आता वागण्यासंबंधीचे नवे नियम पडले होते आणि प्रत्येक पुरुषाला ते माहीत होते.

तुमची बायको बरोबर असल्याशिवाय रस्त्यात एखाद्या मुलाकडे पाहून हसू नका. अनोळखी मुलाला स्पर्श करू नका. दुसऱ्या कोणाच्या मुलाबरोबर अगदी क्षणभरही कधी एकटे राहू नका. त्या मुलाने वा मुलीने तुम्हाला त्याच्या वा तिच्या खोलीत बोलावलं तर दुसरी कोणी प्रौढ व्यक्ती विशेषतः स्त्री– असल्याशिवाय जाऊ नका. कुठल्या पार्टीत एखाद्या लहान मुलीला तुमच्या मांडीवर बसू देऊ नका. तिनं तसा प्रयत्न केला तर हळूच तिला बाजूला करा. एखाद्या नग्न मुलाला वा मुलीला बघण्याचा प्रसंग आलाच तर झटकन नजर दुसरीकडे वळवा. तिथून निघून जाणे तर आणखीनच चांगले. असे हे अलिखित नियम होते.

आणि तुमची स्वतःची मुले आजूबाजूला असताना ही काळजी घेणेही शहाणपणाचे होते. कारण तुमचे लग्न फिस्कटले तर कदाचित तुमची बायको तुमच्यावर आरोप ठेवू शकेल आणि मग तुमचे पूर्वीचे वागणे एका विरोधी दृष्टीने बघितले जाईल : ''तो इतका प्रेमळ बाप होता... कदाचित् जरा जादाच प्रेमळ होता.'' किंवा ''तो मुलांबरोबर इतका वेळ घालवायचा. तो नेहमी घराभोवती घोटाळत असायचा...''

हे निर्बंधाचे आणि भरपायांचे जग बायकांना संपूर्णपणे अज्ञात होते. सुसानने रस्त्यावर एखाद्या मुलाला जाताना पाहिले तर ती त्या मुलाला उचलून घ्यायची. ती

ते आपोआप करायची, काही विचार न करता. सँडर्सला तसे कधीच करता येणार नव्हते. हल्लीच्या दिवसात नाहीच.

आणि अर्थातच नोकऱ्यांच्या बाबतीतही नवे निर्बंध पडले होते. नोकरीतल्या कामासाठी एखाद्या बाईबरोबर दौऱ्यावर न जाणारे, विमानात एखाद्या स्त्री सहकाऱ्याशेजारी कधी न बसणारे, आणखी कुणीतरी उपस्थित असल्याशिवाय एखाद्या बारमध्ये पेयपान करण्यासाठी एखाद्या बाईला न भेटणारे पुरुष सँडर्सला माहीत होते. सँडर्सला नेहमीच ही सावधगिरी टोकाची, अगदी विकृतही वाटायची, पण आता त्याला तेवढी खात्री नव्हती.

फेरीबोटीच्या भोंग्याच्या आवाजाने सँडर्सला त्याच्या विचारचक्रातून जाग आली. त्याने वर पाहिले आणि त्याला 'कोलमन' बंदराच्या काळ्या इमारती दिसल्या. अजूनही पावसाचा धाक घातल्यासारखे ढग काळेशार होते. रेनकोटचा पट्टा लावून तो उभा राहिला आणि त्याच्या गाडीच्या दिशेने खाली जायला निघाला.

■

सँडर्स 'Mediation Centre' कडे जायला निघालेला असताना काही मिनिटं, ट्विंकल ड्राईव्हच्या पार्श्वभूमीसंबंधीची कागदपत्रे घेण्यासाठी त्याच्या ऑफिसपाशी थांबला. सकाळच्या कामात ते कदाचित लागतील असे त्याला वाटले. पण आपल्या ऑफिसमध्ये जॉन कॉनलेला सिंडीबरोबर बोलताना बघून त्याला आश्चर्य वाटले. सकाळचे सव्वाआठ वाजले होते.

"अरेच्च्या, टॉम," कॉनले म्हणाला "मी तुझ्याबरोबरच्याच एका भेटीची वेळच ठरवण्याच्या प्रयत्नात आहे. सिंडी म्हणत्येय की आज तुझा भरगच्च कार्यक्रम आहे आणि बहुतेक वेळ तू ऑफिसबाहेर असशील म्हणून."

सँडर्सने सिंडीकडे पाहिले. तिचा चेहरा ताणलेला. "हो," तो म्हणाला, "निदान सकाळी तरी."

"हं, मला फक्त काही मिनिटं हवी आहेत."

सँडर्सने त्याला ऑफिसच्या दिशेने हात केला. कॉनले आत गेला आणि सँडर्सने दार बंद केले.

"आमचा चीफ एक्झिक्युटीव्ह ऑफिसर जॉन मार्डेन ह्याला उद्या तुमच्याकडून दिल्या जाणाऱ्या माहितीचा मी विचार करतोय," कॉनले म्हणाला, "मला वाटतं, तेव्हा तू बोलणार असशील."

सँडर्सने संदिग्धपणे मान हलवली. त्याला त्या माहितीसत्राबद्दल काहीच माहिती नव्हती आणि उद्याचा दिवस फारच दूरवरचा वाटत होता. कॉनलेच्या बोलण्यावर मन एकाग्र करताना त्याला त्रास होत होता.

''आणि अर्थातच उद्यासाठी ठरलेल्या विषयांपैकी काही विषयांवर आम्हा सगळ्यांना एखादी भूमिका घेण्याबाबत विचारणा होईल,'' कॉनले म्हणाला, ''आणि विशेषतः ऑस्टीनबद्दल मला काळजी आहे.''

''ऑस्टीन?''

''म्हणजे ऑस्टीनचा कारखाना विकण्याबद्दल.''

''अस्सं,'' सँडर्स म्हणाला, ''म्हणजे ते खरं होतं तर!''

''तुला माहितीच आहे, मेरेडिथ जॉन्सननं कारखाना विकण्याच्या बाजूनं आधीपासून निश्चित भूमिका घेतलेली आहे,'' कॉनले म्हणाला. ''ह्या व्यवहाराला आकार देण्याच्या सुरुवातीच्या अवस्थेत तिनं आधीच केलेल्या काही शिफारशींपैकी ती एक होती. डिजिकॉम ताब्यात घेतल्यानंतरच्या वित्तप्रवाहाबद्दल मार्डेनला काळजी वाटतेय; ह्या व्यवहारानं देणी वाढणार आहेत आणि उच्च तंत्रज्ञान विकसित करण्यासाठी पुरवाव्या लागणाऱ्या पैशाची त्याला चिंता वाटतेय. जॉन्सनला वाटलं की ऑस्टीनचा कारखाना विकून हा देण्यांचा भार आपण कमी करू शकू. पण ह्या विषयावर साधकबाधक मत देण्याएवढी माझी क्षमता आहे, असं मला वाटत नाही. तुझा दृष्टीकोन काय असेल ह्याचं मला कुतूहल होतं.''

''ऑस्टीनचा कारखाना विकण्याबाबत?''

''हो. सकृद्दर्शनी मोटोरोला आणि हिताची ह्या दोन्ही कंपन्यांना त्यात साधारण रस आहे. त्यामुळे लगेचच तो कारखाना विकला जाण्याची बरीच शक्यता आहे. मला वाटतं, मेरेडिथचा तसा विचार आहे. तिनं त्याबाबत तुझ्याशी चर्चा केलीय?''

''नाही,'' सँडर्स म्हणाला.

''ती नव्या पदावर जम बसवण्याच्या प्रयत्नात असल्यानं तिला बहुधा अजून बऱ्याच गोष्टी हाताळायच्या आहेत,'' कॉनले म्हणाला. तो बोलताना सँडर्सकडे बारकाईनं पाहत होता.

''तुला कारखाना विकण्याबद्दल काय वाटतं?''

सँडर्स म्हणाला, ''त्यासाठी तितकं सबळ कारण आहे असं मला वाटत नाही.''

''वित्तप्रवाहाच्या मुद्द्यांशिवाय मला वाटतं, सेल्युलर फोनचं उत्पादन करण्याचा व्यवसाय आता पूर्णत्वाला पोचलाय.'' कॉनले म्हणाला, ''तंत्रज्ञानाच्या दृष्टीनं हा व्यवसाय प्रातिनिधिक म्हणता येईल अशी विकासाची अवस्था ओलांडून गेलाय आणि आता तो उपयुक्त वस्तू बनवणाऱ्या व्यवसायासारखा होऊ पाहत आहे. त्यातल्या मोठ्या फायद्याचं प्रमाण आता राहिलेलं नाहीये.''

''ते सगळं खरंय,'' सँडर्स म्हणाला. ''पण ते मूळ मुद्द्याला बगल देणारं आहे. पहिली गोष्ट म्हणजे सेल्युलर फोन्सची बाजारपेठ पूर्णत्वाला पोचत असण्याची

शक्यता असली तरी बिनतारी संदेशवहनाचं सर्वसाधारण क्षेत्र अजूनही प्राथमिक अवस्थेत आहे. भविष्यकाळात आपल्याला अधिकाधिक बिनतारी ऑफिसांची जाळी आणि बिनतारी क्षेत्रसंपर्क दिसणार आहेत. त्यामुळे टेलिफोनचं क्षेत्र वाढत नसलं तरी बाजारपेठ अजूनही वाढत्येय. दुसरं म्हणजे कंपनीच्या भविष्यातल्या हितसंबंधाच्या दृष्टीनं बिनतारी उपकरणांचं उत्पादन हा एक मुख्य भाग आहे असं मी म्हणेन आणि स्पर्धेत टिकून राहण्याचा एक मार्ग म्हणजे उत्पादन चालू ठेवून त्याची विक्री करत राहणं. त्यामुळे तुमच्या ग्राहककेंद्राशी संपर्क ठेवणं, त्यांच्या भविष्यातल्या आवडीनिवडींची जाणीव ठेवणं तुम्हाला भाग पडतं. मी तरी आता माघार घेणार नाही. मोटोरोला आणि हिताचीसारख्या कंपन्यांना त्यात फायदा दिसतो. मग आपल्याला का दिसत नाही? तिसरं म्हणजे आपल्यावर एक उत्तरदायित्व आहे... एक सामाजिक उत्तरदायित्व... ते आहे मोठा पगार देणारी कुशल कामं अमेरिकेतच ठेवण्याचं... बाकीचे देश चांगल्या नोकऱ्यांची निर्यात करत नाहीत. आपण का करावी?''

तो थांबला. किंचितशी शांतता. सँडर्सचा इतके ठासून वक्तव्य करण्याचा हेतू नव्हता. ते सहजच त्याच्या तोंडून बाहेर पडले. पण कॉनलेने फक्त विचारमग्न अवस्थेत मान हलवली, ''म्हणजे ऑस्टीनचा कारखाना विकण्यामुळे धक्का बसेल असं तुला वाटतं?''

''त्याबाबत प्रश्नच नाही. शेवटी उत्पादन ही एक शाखा आहे.''

कॉनलेने खुर्चीतली आपली बैठक बदलली. ''मेरेडिथ जॉन्सनला ह्या मुद्द्यांवर काय वाटतं असं तुझं मत आहे?''

''मला माहिती नाही.''

''कारण ह्या सगळ्यातून एक संबंधित मुद्दा उपस्थित होतो,'' कॉनले म्हणाला, ''वरिष्ठ अधिकाऱ्यांच्या निर्णयासंबंधीचा. स्पष्टच सांगायचं तर तिच्या नेमणुकीबद्दल डिव्हिजनमध्ये थोडी कुरकुर आहे असं मी ऐकलंय. एक तांत्रिक विभाग चालवण्यासाठी आवश्यक असलेली प्रश्नांची पुरेशी समज तिला आहे का नाही ह्याबाबत.''

सँडर्सने हात पसरले, ''त्याबाबत मी काही बोलू शकेन असं मला वाटत नाही.''

''मी तुला बोलायला सांगतही नाहीये,'' कॉनले म्हणाला, ''मला वाटतं, तिला गार्विनचा पाठिंबा आहे.''

''हो, तिला पाठिंबा आहे.''

''आणि आमच्या दृष्टीनं ते बरंय. पण मला म्हणायचंय काय की,'' कॉनले म्हणाला, ''कंपन्या ताब्यात घेण्यातली सर्वश्रुत समस्या म्हणजे जी कंपनी दुसरी कंपनी ताब्यात घ्यायला निघालेली असते तिला खरं तर आपण काय विकत घेतोय ह्याची कल्पना नसते आणि ते सोन्याचं अंडं देणारी कोंबडीच मारतात. त्यांचा तसा

हेतू नसतो, पण ते मारतात. त्यांना जे ताब्यात घ्यायचं असतं तीच गोष्ट ते नष्ट करतात. कॉनले-व्हाईटनं तशी चूक करू नये ह्याची मला चिंता आहे.''

''उह्.''

''फक्त आपल्या दोघातच. उद्याच्या मिटिंगमध्ये हा मुद्दा आला तर आत्ता तू घेतलेली भूमिका घेशील?''

''मेरेडिथविरुद्ध?'' सँडर्सने खांदे उडवले. ''ते अवघड होऊ शकेल.'' तो विचार करत होता की उद्याच्या मिटिंगला तो कदाचित असणारही नाही. पण तो कॉनलेला तसं म्हणू शकला नाही.

''छान.'' कॉनलेने हात पुढे केला. ''तुझ्या स्पष्टवक्तेपणाबद्दल धन्यवाद. मला आवडलं ते.''

तो जाण्यासाठी वळला. ''एक शेवटची गोष्ट. उद्यापर्यंत ट्विंकल ड्राईव्हचा प्रश्न आपल्याला सोडवता आला तर ते फार उपयोगी पडेल.''

''मला कल्पना आहे,'' सँडर्स म्हणाला. ''माझ्यावर विश्वास ठेव, आम्ही त्याच्यावर काम करतोय.''

''छान.''

कॉनले वळला आणि निघून गेला. सिंडी आत आली. ''आज कशी आहेस तू?''

''बेचैन.''

''तुला माझ्याकडून काय हवंय?''

''ट्विंकल ड्राईव्हसंबंधीची सगळी माहिती गोळा कर. सोमवारी रात्री मी मेरेडिथकडे घेऊन गेलो होतो, त्या सगळ्याच्या प्रती मला हव्या आहेत.''

''त्या तुझ्या टेबलावर आहेत.''

त्यानं फोल्डर्सचा एक ढीग उचलला. सगळ्यात वर एक छोटी 'डीएटी' कॅसेट होती. ''हे काय आहे?''

''सोमवारी आर्थरशी तुझं व्हिडिओवर झालेलं बोलणं.''

त्यानं खांदे उडवले आणि ती कॅसेट त्याच्या ब्रीफकेसमध्ये टाकली.

त्यानं तिचे आभार मानले आणि तो ऑफिसमधून बाहेर पडला. ∎

'Magnuson Mediation Centre' शहराच्या जरासे बाहेरच्या बाजूला एका टेकडीवर होते. इथून शहराचा देखावा दिसायचा. मध्यभागी असलेल्या एका पटांगणाभोवतीच्या तीन बैठ्या इमारतींनी हे केंद्र तयार झालं होतं. पटांगणातील कारंजी आणि कृत्रिम तळ्यांमध्ये पाणी नाचत होते. एकूण वातावरण शांत,

मनमोहक वाटावे अशा पद्धतीने त्याची रचना केलेली होती. पण गाड्या ठेवायच्या जागेपासून निघाल्यावर त्याला येरझाऱ्या घालणारी लुईस भेटली तेव्हा सँडर्सवर ताण होता.

"तू आजचा पेपर पाहिलास?" तिने विचारले.

"हो, मी पाहिला तो."

"त्यानं अस्वस्थ होऊ नकोस. त्यांनी ही फारच वाईट चाल खेळलीय." ती म्हणाली. "तुला कोनी वॉल्श माहिताय?"

"नाही."

"ढालगज आहे ती," लुईस झटकन म्हणाली, "अतिशय तापदायक आणि अतिशय लायक. पण त्यावर जज मर्फी बैठकीत खंबीर भूमिका घेईल अशी माझी अपेक्षा आहे. आता मी फिल ब्लॅकबर्नबरोबर बोलून ठरवलेला कार्यक्रम असा आहे. सोमवारी रात्री घडलेल्या घटनांच्या तुझ्या वृत्तांपासून आपण सुरवात करू. मग मेरेडिथ तिची बाजू सांगेल."

लुईस फर्नांडिझ पुढे म्हणाली, "ह्याच पद्धतीनं मेरेडिथ शेवटी साक्ष देईल, जेवणाच्या वेळेआधी." ते केंद्राच्या इमारतीकडे जायला निघाले. "आता सांगायचं म्हणजे फक्त दोनच गोष्टी तुला लक्षात ठेवाव्या लागणार आहेत. पहिली म्हणजे नेहमी खरं तेच सांग. काहीही घडलं तरी फक्त खरंच सांग. त्यामुळे तुझी बाजू कमजोर होईल असं तुला वाटत असलं तरी तुला जसं आठवतंय अगदी तसंच सांग. ठीक आहे?"

"ठीक आहे."

"दुसरी गोष्ट म्हणजे बिथरून जाऊ नकोस. तिचा वकील तुला चिडवून शब्दात पकडायचा प्रयत्न करेल. त्या जाळ्यात सापडू नकोस. अपमान झालाय असं वाटलं किंवा राग येतोय असं वाटलं तर माझ्याशी विचारविनिमय करण्यासाठी पाच मिनिटांची सुट्टी देण्याची विनंती कर, जेव्हा हवं तेव्हा तशी विनंती करायचा तुला हक्क आहे. अशा वेळी आपण बाहेर जाऊ आणि शांत होऊ. पण तू जे काही करशील ते शांतपणे कर, डोकं शांत ठेव."

"ठीक आहे."

"छान." तिनं दार उघडलं. "आता कामाला लागू."

■

Mediation Room लाकडी आणि ऐसपैस होती. एक पाण्याचे भांडे, ग्लास आणि काही टिपणवह्या ठेवलेले, एक पॉलिश केलेले लाकडाचे टेबल त्याला दिसले. कोपऱ्यात एका बाजूच्या टेबलावर कॉफी आणि एका प्लेटमध्ये पॅस्ट्रीज्

ठेवल्या होत्या. खिडकीबाहेर कारंजे असलेले एक छोटे तळे दिसत होते. तिथे मंदपणे खळखळणाऱ्या पाण्याचा आवाज त्याला ऐकू आला.

'डिजिकॉम'चे कायदेशीर काम बघणारी मंडळी आधीच तिथे पोचली होती. टेबलाच्या एका बाजूला ते सगळे बसले होते. फिल ब्लॅकबर्न, मेरेडिथ जॉन्सन, बेन हेलर म्हणून एक वकील आणि आणखी दोघी मख्ख चेहऱ्याच्या वकील. प्रत्येकीच्या पुढ्यात टेबलावर झेरॉक्स प्रतींचा मोठा ढीग होता.

लुईस फर्नांदेझने मेरेडिथला आपली ओळख करून दिली आणि दोघींनी हस्तांदोलन केलं. मग बेन हेलरनं सँडर्सशी हस्तांदोलन केले.

मेरेडिथ म्हणाली, "हॅलो, टॉम."

"मेरेडिथ."

ती एवढी सुंदर दिसत होती की तो थक्क झाला. तिनं पिवळसर पांढऱ्या रंगाचा ब्लाऊज आणि निळा सूट परिधान केला होता. चष्मा आणि मागे फिरवलेल्या तिच्या पिंगट केसांमुळे ती एखाद्या मोहक पण अभ्यासू अशा कॉलेज विद्यार्थिनीसारखी दिसत होती. सँडर्सशी बोलणे हे एक भयंकर कृत्य असल्यासारखे हेलरने जॉन्सनच्या हातावर सावध करावे तसे थोपटले.

सँडर्स आणि लुईस, मेरेडिथ आणि हेलरच्या समोर बसले. सगळ्यांनी कागदपत्रे आणि टिपणे बाहेर काढली. मग हेलरने फर्नांदेझला "त्या अलिकडच्या खटल्याचं कसं काय?" विचारेपर्यंत चमत्कारिक शांतता होती.

"आम्ही खूष झालो." फर्नांदेझ म्हणाली.

"त्यांनी अजून भरपाईची रक्कम ठरवली का नाही?"

"पुढच्या आठवड्यात, बेन."

"तू किती मागतेयस?"

'Two Million.'

"Two Million?"

"लैंगिक छळ हा गंभीर गुन्हा आहे, बेन. भरपाईच्या रकमा आता वेगाने वाढतायत. सध्या सरासरी निकाल दहा लाखाच्या वरचा असतो. विशेषतः कंपनीची वर्तणूक तेवढी वाईट असते तेव्हा."

त्या खोलीच्या दुसऱ्या टोकाला एक दार उघडले आणि पंचेचाळीशीच्या आसपास असलेल्या एका बाईने आत प्रवेश केला. ती ताठ आणि चपळ होती. तिने मेरेडिथच्या सूटपेक्षा फार वेगळा नसलेला असा गडद निळा सूट परिधान केला होता.

"गुड मॉर्निंग," ती म्हणाली. "मी बार्बरा मर्फी. कृपया मला जज् मर्फी किंवा मिस मर्फी असं संबोधलं जावं." खोलीत एक फेरी मारून तिनं सगळ्यांशी

हस्तांदोलन केले आणि टेबलाच्या अग्रभागी असलेल्या एका खुर्चीत ती स्थानापन्न झाली. तिने तिची ब्रीफकेस उघडली आणि टिपणे बाहेर कढली.

''इथल्या आपल्या बैठकीचे मूलभूत नियम मी तुम्हाला सांगते.'' जज् मर्फी म्हणाली. ''हे न्यायालय नाहीये आणि आपले कामकाज अधिकृतपणे नोंदले जाणार नाही. मी प्रत्येकाला सुसंस्कृत आणि शिष्टाचाराचा सूर सांभाळण्याचे आवाहन करते. आपण इथे असंस्कृत दोषारोप करण्यासाठी वा दूषणे देण्यासाठी जमलेलो नाही आहोत. दोन पक्षांमधील वादाचं स्वरूप निश्चित करणं आणि तो वाद शक्य तितक्या उत्तमप्रकारे कसा सोडवता येईल, ते ठरवणं, हे आपलं उद्दीष्ट आहे.''

''मला पुन्हा एकदा प्रत्येकाला स्मरण करून द्यायचंय की दोन्ही पक्षांवर केले गेलेले आरोप अत्यंत गंभीर आहेत आणि त्याचे सर्व संबंधितांच्या दृष्टीनं कायदेशीर परिणाम होऊ शकतील. या बैठकी गुप्त ठेवाव्यात अशी तुम्हाला विनंती आहे. इथल्या संभाषणाची चर्चा बाहेरच्या कोणत्याही व्यक्तीशी वा वृत्तपत्रांशी न करण्याची खबरदारी घ्यावी अशी माझी सूचना आहे. मिस् वॉल्शचा लेख आज प्रसिद्ध झालेल्या 'पोस्ट इंटलिजन्सर' या वृत्तपत्राचे संपादक मि. डोनॅडिओ यांच्याशी गुप्तपणे चर्चा करण्याचा अधिकार मी वापरला आहे. मी मि. डोनॅडिओ यांना स्मरण करून दिलं की 'क्ष कंपनी'तील सर्व पक्षकार या त्यांचं असं वैयक्तिक जीवन असलेल्या व्यक्ती आहेत आणि मिस् वॉल्श ही त्या वृत्तपत्राची पगारी कर्मचारी आहे. या वृत्तपत्राविरुद्धच्या अब्रुनुकसानीच्या दाव्याचा धोका वस्तुस्थितीला धरून आहे. मि. डोनॅडिओ यांनी माझ्या मुद्द्याची दखल घेतलीय असं वाटलं.''

ती टेबलावर तिचे कोपरे विसावत पुढे झुकली. ''आता मुख्य विषयाकडे वळू. दोन्ही पक्षांनी मान्य केलं आहे की मि. सँडर्स आधी बोलतील आणि नंतर मि. हेलर त्यांना प्रश्न विचारतील. त्यानंतर मिस् जॉन्सन बोलतील आणि त्यांना मिस् फर्नांडिझ प्रश्न विचारतील. वेळेच्या दृष्टीनं दोन्ही पक्षांची साक्ष चालू असताना प्रश्न विचारण्याचा अधिकार फक्त माझ्याकडे राहील आणि विरोधी वकिलांच्या प्रश्नांची मर्यादा मी ठरवेन. काही चर्चा व्हायला माझी हरकत नाही. पण मला निकालाप्रत पोचण्याच्या दृष्टीनं आणि कामकाज ओघवतेपणानं होण्यासाठी मी तुम्हाला सहकार्याची विनंती करते. आपण सुरुवात करण्याआधी कोणाला काही प्रश्न विचारायचे आहेत?''

कोणालाच काही प्रश्न नव्हते.

''ठीक आहे. मग सुरुवात करू या. मि. सँडर्स, तुमच्या दृष्टिकोनातून जे घडलं ते तुम्ही आम्हाला सांगाल?''

■

पुढचा अर्धा तास सँडर्स शांतपणे तपशीलवार सांगत राहिला.

बोलत असताना, आदल्या दिवशी लुईसने हे कथन पुन्हापुन्हा करण्यावर भर का दिला होता ते त्याच्या लक्षात आले. घटनांचा प्रवाह त्याच्यासमोर सहजपणे उलगडत गेला. लिंग आणि योनीमार्ग अशा विषयांवर आपण न 'चाचपडता' बोलू शकतो, हेही त्याला कळून चुकलं, तरीसुद्धा एकूण हा प्रकार म्हणजे एक दिव्य होतं. त्या दिवशी खोलीच्या बाहेर पडताना बाहेर सफाई काम करणाऱ्या बाईला पाहिल्याचं सांगेपर्यंत त्याला दमछाक झाल्यासारखं वाटलं.

मग त्यानं लैंगिक छळाचा आरोप दाखल करण्याच्या निर्णयापर्यंत घडलेल्या घटनांबद्दल सांगितलं.

"आहे हे असं आहे." त्यानं समारोप केला.

जज् मर्फी म्हणाली, "आपण पुढे जाण्याआधी मला काही प्रश्न विचारायचे आहेत. मि. सँडर्स, मिटिंगमध्ये वाईन घेतल्याचा उल्लेख तुम्ही केलात."

"हो."

"तुम्ही किती वाईन घेतली होती असं सांगाल तुम्ही?"

"अर्धा ग्लास."

"आणि मिस् जॉन्सन? त्यांनी किती घेतली?"

"निदान तीन ग्लास तरी."

"ठीक आहे." तिनं तशी नोंद केली. "मि. सँडर्स, कंपनीबरोबर तुमचा सेवा करार झाला आहे?"

"हो."

"तुमची बदली करणं किंवा तुम्हाला काढून टाकणं याविषयी करारात काय म्हटलंय, असं तुम्हाला वाटतं?"

"कारणाशिवाय ते मला कामावरून काढून टाकू शकत नाहीत." सँडर्स म्हणाला, "बदलीविषयी त्यात काय म्हटलंय, ते मला माहिती नाही. पण माझा मुद्दा हा आहे की माझी बदली करून ते मला काढूनही टाकू शकतील."

"तुमचा मुद्दा लक्षात आला माझ्या." मर्फी त्याचं बोलणं तोडत मध्येच म्हणाली, "मी तुमच्या कराराबद्दल विचारते, मि. ब्लॅकबर्न?"

ब्लॅकबर्न म्हणतो, "संबंधित कलम 'समान पदावरील बदली' सूचित करते."

"अच्छा. म्हणजे ते चर्चा करता येण्यासारखं आहे. छान आपण पुढे जाऊया. मि. हेलर? कृपया मि. सँडर्सना तुम्ही प्रश्न विचारा."

बेन हेलरनं त्याची कागदपत्रं चाळली आणि घसा खाकरून मोकळा केला. "मि. सँडर्स, तुम्हाला थोडा वेळ विश्राम हवाय?"

"नाही, मी ठीक आहे."

"ठीक. मि. सँडर्स, तुम्ही उल्लेख केलात की सोमवारी सकाळी जेव्हा मि.

ब्लॅकबर्ननी, मिस् जॉन्सन नवी विभागप्रमुख होणार असल्याचं सांगितलं, तेव्हा तुम्हाला आश्चर्य वाटलं.''

"हो.''

"नवीन प्रमुख कोण असेल असं तुम्हाला वाटलं होतं?''

"मला कल्पना नव्हती. खरं तर त्या पदासाठी माझं नाव विचाराधीन असेल असं मला वाटत होतं.''

"तुम्हाला तसं का वाटलं?''

"मी फक्त तसं गृहित धरलं होतं.''

"मि. ब्लॅकबर्न वा कंपनीतल्या आणखी कोणी असं काही बोलले की ज्यामुळे तुम्हाला ते पद आपल्याला मिळेल असं वाटलं?''

"नाही.''

"तुम्हाला ते पत्र मिळेल असं सूचित करणारं लेखी स्वरूपात काही होतं?''

"नाही.''

"म्हणजे तुम्ही जेव्हा ते गृहित धरल्याचं म्हणालात तेव्हा तुम्हाला जशी कंपनीतली सर्वसाधारण परिस्थिती दिसली त्यावरून तुम्ही एक निष्कर्ष काढत होतात.''

"हो.''

"पण प्रत्यक्ष पुराव्यावर आधारित नव्हे?''

"नाही.''

"ठीक आहे. आता तुम्ही म्हणालात की मि. ब्लॅकबर्न यांनी मिस् जॉन्सनना ते पद मिळणार असल्याचं सांगितलं तेव्हा त्यांनी हेही सांगितलं की मिस् जॉन्सनना हवं असेल तर त्या नवे विभागप्रमुख निवडू शकतील आणि त्याचा अर्थ, मिस् जॉन्सनना तुम्हाला कामावरून काढून टाकण्याचा अधिकार आहे, असा तुम्ही घेतल्याचं त्यांना सांगितलंत.''

"हो, मी तसं म्हणालो.''

"त्यांनी कोणत्याही प्रकारे त्याचं वर्णन केलं? उदा. ते शक्य वा अशक्य असल्याचं ते म्हणाले?''

"तशी शक्यता नसल्याचं ते म्हणाले.''

"आणि तुमचा त्यांच्या बोलण्यावर विश्वास बसला?''

"त्या वेळी कशावर विश्वास ठेवायचा याविषयी माझी खात्री नव्हती.''

"कंपनीसंबंधीच्या बाबींवरचं मि. ब्लॅकबर्न यांचं मत विश्वासार्ह असतं?''

"हो, सर्वसाधारणपणे.''

"पण कसंही असलं तरी मिस् जॉन्सनना तुम्हाला कामावरून काढून टाकण्याचा

अधिकार असल्याचं मि. ब्लॅकबर्न म्हणाले.''

''हो.''

''मिस् जॉन्सन तशा स्वरूपाचं तुम्हाला कधी काही म्हणाल्या?''

''नाही.''

''तुमच्या कामगिरीवर, अगदी लैंगिकही, अधिष्ठित असा एखादा प्रस्ताव केल्याचा अर्थ लावता येईल असं विधान त्यांनी कधीही केलं नाही?''

''नाही,'' सँडर्स म्हणाला, ''पण ते अव्यक्तपणे परिस्थितीत दडलेलं होतं.''

''ते सुप्तपणे परिस्थितीत असल्याचा तुमचा दृष्टिकोन होता.''

''हो.''

''म्हणजे आधी बढतीसाठी तुमचं नाव विचाराधीन असल्याचं तुम्हाला वाटलं होतं. पण प्रत्यक्षात त्या शर्यतीत तुम्ही नव्हतात, तसं? तीच बढती की जी शेवटी मिस् जॉन्सननं मिळवली?''

''तुमचं बोलणं माझ्या लक्षात आलं नाही.''

''मी फक्त भाष्य नोंदवतोय'' हेलर म्हणाला, ''की, दृष्टिकोन व्यक्तिसापेक्ष असतात आणि त्यांना वस्तुस्थितीचं वजन नसतं.''

''या विधानाला माझा आक्षेप आहे,'' लुईस म्हणाली, ''कर्मचाऱ्यांचे दृष्टिकोन अशा गोष्टींच्या संदर्भात योग्य समजले जातात की, जिथं तार्किक अपेक्षा....''

''मिस् फर्नांदेझ,'' मर्फी म्हणाली, ''मि. हेलर यांनी तुमच्या अशीलाच्या दृष्टिकोनाच्या सत्यतेला आव्हान दिलेलं नाही. त्यांनी त्या दृष्टिकोनाच्या निर्दोषत्वाबद्दल शंका व्यक्त केली आहे.''

''पण नक्कीच ते निर्दोष आहेत. कारण मिस् जॉन्सन मि. सँडर्सच्या वरिष्ठ होत्या आणि त्यांना हवं असतं तर त्या त्यांना काढू शकत होत्या.''

''त्याबद्दल वाद नाहीये. पण मि. सँडर्स यांच्यात अतार्किक अपेक्षा बाळगण्याची प्रवृत्ती आहे का ते मि. हेलर विचारताहेत.''

''पण अगदी योग्य तो मान राखूनही, युवर ऑनर...''

''मिस् फर्नांदेझ'' मर्फी म्हणाली, ''आपण इथं हा वाद निवळवण्यासाठी जमलो आहोत. मी मि. हेलर यांना त्यांचे प्रश्न चालू ठेवायची परवानगी देणार आहे. मि. हेलर?''

''धन्यवाद, युवर ऑनर. तर थोडक्यात म्हणायचं मि. सँडर्स, तर तुम्हाला तुमचं नाव नव्या पदासाठी विचाराधीन असेल असं वाटलं तरी मिस् जॉन्सन यांच्याकडून तुम्हाला तशी जाणीव झाली नाही?''

''नाही.''

''किंवा मि. ब्लॅकबर्न यांच्याकडून?''

''नाही.''

''किंवा खरं तर बाकी कोणाकडून?''

''नाही.''

''ठीक आहे. आता आणखी कशाकडे तरी वळू. सहा वाजताच्या भेटीच्या वेळी तिथं वाईन कशी आली?''

''आपण वाईनची एक बाटली मागवू असं मिस् जॉन्सन म्हणाल्या होत्या.''

''तुम्ही त्यांना तसं करायला सांगितलं नाहीत?''

''नाही. त्यांनी स्वेच्छेनंच ते केलं.''

''आणि तुमची प्रतिक्रिया काय होती?''

''मला माहिती नाही.'' त्यानं खांदे उडवले. ''खास अशी काही नाही.''

''तुम्हाला आनंद झाला?''

''मी त्याबद्दल कुठल्याही प्रकारे विचार केला नाही.''

''हे मी वेगळ्या प्रकारे मांडेन. मि. सँडर्स, मिस् जॉन्सन यांच्यासारखी एक देखणी स्त्री ऑफिसचं काम संपल्यावर तुमच्याबरोबर पेयपान करायचं ठरवतेय, हे ऐकल्यावर तुम्हाला काय वाटलं?''

''मला वाटतं, तसं केलेलं बरं. कारण ती माझी बॉस आहे.''

''तुम्ही तेवढाच विचार केला?''

''हो.''

''एका रोमांचक वातावरणात तुम्हाला मिस् जॉन्सनबरोबर एकांतात राहायचं असल्याचं तुम्ही कोणापाशी बोललात?''

आश्चर्यचकित होऊन सँडर्स पुढे झुकला. ''नाही.''

''तुम्हाला खात्री आहे त्याची?''

''हो.'' सँडर्सनं नकारार्थी मान हलवली. ''तुमचा रोख कशावर आहे, ते माझ्या लक्षात येत नाहीये.''

''मिस जॉन्सन या तुमच्या पूर्वीच्या प्रेयसी आहेत?''

''हो.''

''आणि तुमचे जवळिकीचे संबंध तुम्हाला पुन्हा सुरू करावेसे वाटत नव्हते?''

''नाही, मला करायचे नव्हते. एकत्र काम करणं शक्य होईल असा कुठलासा मार्ग आम्हाला शोधून काढता येईल, एवढीच माझी अपेक्षा होती.''

''ते अवघड आहे? मी विचार केला असता की एकत्र काम करणं बरंच सोपं होईल कारण पूर्वी तुम्ही दोघं एकमेकांना चांगले ओळखत होतात.''

''हं. ते तसं नाहीये. ते बरंच चमत्कारिक असतं.''

''असं? का बरं?''

"हं. ते तसंच असतं. मी तिच्याबरोबर काम कधीच केलं नव्हतं. मी तिला एका संपूर्णपणे वेगळ्या संदर्भात ओळखत होतो आणि मला ते जरा विचित्रच वाटलं."

"मिस् जॉन्सनबरोबरच्या तुमच्या याआधीच्या संबंधाची अखेर कशी झाली, मि. सँडर्स?"

"आमच्या म्हटलं तर... वाटा वेगळ्या झाल्या."

"त्या वेळी तुम्ही एकत्र राहत होतात?"

"हो, आणि आमच्या संबंधामध्ये साधारण स्वरूपाचे चढउतार होते. शेवटी जमेनासं झालं, म्हणून आम्ही वेगळे झालो."

"कसल्याही दुखावलेल्या भावना नाहीत?"

"नाही."

"कोणी कोणाला सोडलं?"

"मला जे आठवतंय ते म्हटलं तर उभयपक्षी सोडलं."

"राहती जागा सोडून देण्याची कल्पना कोणाची होती?"

"मला वाटतं... मला खरं तर आठवत नाहीये. मला वाटतं, ती कल्पना माझी होती."

"म्हणजे दहा वर्षांपूर्वी तुमचं प्रेमप्रकरण ज्याप्रकारे संपुष्टात आलं, त्यामध्ये अवघडलेपणा किंवा ताण नव्हता."

"नाही."

"आणि तरीही आता अवघडलेपणा असल्याचं तुम्हाला जाणवलं?"

"नक्कीच," सँडर्स म्हणाला, "कारण भूतकाळात आमचे संबंध एका प्रकारचे होते आणि आताचे आमचे संबंध त्यापेक्षा वेगळ्या प्रकारचे असणार होते."

"म्हणजे मिस् जॉन्सन आता तुमच्या वरिष्ठ अधिकारी होणार होत्या?"

"हो."

"त्याबद्दल तुम्ही रागावला नाहीत? त्यांच्या नेमणुकीबद्दल?"

"थोडंफार... मला वाटतं."

"फक्त थोडं? का कदाचित थोड्यापेक्षा जास्त?"

लुईस पुढे झुकून हेलरच्या विधानाला विरोध नोंदवू पाहत होती. तोच मर्फीनं तिच्याकडे एक इशाऱ्यादाखल नजर टाकली. फर्नांदेझनं तिच्या मुठींवर हनुवटी टेकवली आणि ती गप्प राहिली.

"मला बरंच काही झालं होतं." सँडर्स म्हणाला, "मी संतापलो होतो, निराश झालो होतो, गोंधळलो होतो आणि चिंतातुरही झालो होतो."

"म्हणजे मनातून तुम्ही अनेक वेगवेगळ्या आणि गोंधळवून टाकणाऱ्या भावना अनुभवत असलात तरी कुठल्याही परिस्थितीत त्या रात्री मिस् जॉन्सनबरोबर संभोग

करण्याचा विचार तुमच्या मनात आला नाही.''

''नाही.''

''त्या विचाराचा तुमच्या मनाला स्पर्शही झाला नाही.''

''नाही.''

मग एक विराम. हेलरनं त्याची टिपणं चाळली, मग वर पाहिलं. ''तुम्ही विवाहित आहात, नाही, मि. सँडर्स?''

''हो. मी विवाहित आहे.''

''तुम्हाला उशिरानं एक मिटिंग असल्याचं कळवण्यासाठी तुम्ही तुमच्या पत्नीला फोन केला होतात?''

''हो.''

''मिटिंग कोणाबरोबर होती, हे तुम्ही तिला सांगितलं?''

''नाही.''

''का नाही सांगितलं?''

''माझ्या भूतकाळातल्या संबंधाबद्दल माझ्या बायकोला काही वेळा मत्सर वाटतो, तिला काळजीत टाकण्याचं वा अस्वस्थ करण्याचं काही कारण नव्हतं.''

''म्हणजे तुम्हाला म्हणायचंय, मिस् जॉन्सनबरोबर तुमची उशिरानं मिटिंग असल्याचं तुम्ही तिला सांगितलं असतंत तर तुम्ही तुमचे लैंगिक संबंध पुन्हा सुरू कराल असं तिला वाटलं असतं.''

''बायकोला काय वाटलं असतं, ते मला माहिती नाही.''

''पण कसंही असलं तरी तुम्ही तिला मिस् जॉन्सनबद्दल सांगितलं नाहीत.''

''नाही.''

''तुम्ही तिला काय सांगितलं?''

''मला मिटिंग आहे आणि घरी यायला उशीर होईल असं मी तिला सांगितलं.''

''किती उशीर?''

''मी बायकोला सांगितलं, मिटिंग जेवणापर्यंत किंवा नंतरही चालेल.''

''अस्सं. मिस् जॉन्सनने तुम्हाला जेवणाबद्दल सूचित केलं होतं?''

''नाही.''

''म्हणजे तुम्ही तुमच्या पत्नीला फोन केलात तेव्हा तुम्ही गृहित धरलं की मिस् जॉन्सनबरोबरची तुमची मिटिंग प्रदीर्घ असेल?''

''नाही.'' सँडर्स म्हणाला, ''मी गृहित धरलं नाही. पण ती नेमकी किती वेळ चालेल, हे मला माहिती नव्हतं आणि माझ्या बायकोला मी एकदा फोन करून एक तास उशीर होईल, मग पुन्हा फोन करून दोन तास उशीर होईल असं सांगितलेलं आवडत नाही. त्यामुळे ती चिडते. म्हणून रात्री कदाचित मी जेवणानंतर घरी येईन

एवढंच तिला सांगितलं तर तिला ते अधिक सोयीचं होतं. तसं केलं म्हणजे ती माझी वाट पाहत नाही आणि मी लवकर घरी पोचलो तर फारच छान.''

''म्हणजे तुमच्या बायकोशी वागण्याची ही तुमची नेहमीची पद्धत आहे.''

''हो.''

''त्यात विशेष काही नाही.''

''नाही.''

''दुसऱ्या शब्दात सांगायचं तर, तुमच्या दृष्टीनं ती सत्य स्वीकारू शकत नसल्यामुळे बायकोला थाप मारायची तुमची नेहमीची पद्धत आहे.''

''या विधानाला माझा आक्षेप आहे,'' लुईस फर्नांदिझ म्हणाली, ''याचा संबंध काय?''

''तसं अजिबात नाहीये.'' सँडर्सनं रागानं उत्तर देणं चालू ठेवलं.

''मग कसं आहे, मि. सँडर्स?''

''हे पहा. प्रश्न सोडवण्याची प्रत्येक जोडप्याची त्यांची अशी एक पद्धत असते. ही आमची पद्धत आहे. त्यामुळे सगळ्या गोष्टी अधिक सुरळीतपणे होतात, एवढंच. ती पद्धत आहे, घराच्या व्यवस्थापनासाठी, खोटं बोलण्यासाठी नाही.''

''पण तुम्ही त्या रात्री मिस् जॉन्सनला भेटणार असल्याचं तुमच्या पत्नीला सांगू शकला नाहीत तेव्हा तुम्ही खोटं बोललात असं नाही वाटत तुम्हाला?''

''आक्षेप.'' फर्नांदिझ म्हणाली.

मर्फी म्हणाली, ''मला वाटतं, हे बरंच झालंय, मि. हेलर.''

''युवर ऑनर, मिस् जॉन्सनबरोबरची भेट तडीला न्यायचा मि. सँडर्स यांचा हेतू होता, हे दाखवायचा मी प्रयत्न करतोय. आणि त्यांचं संपूर्ण वर्तन त्याच्याशी सुसंगत आहे, त्याबरोबरच ते नेहमी स्त्रियांना तुच्छतेनं वागवतात, हेही दाखवायचा मी प्रयत्न करतोय.''

''ते तुम्ही दाखवलं नाहीयेत, त्यासाठी तुम्ही अगदी प्राथमिक गोष्टीसुद्धा मांडलेल्या नाहीत.'' मर्फी म्हणाली, ''मि. सँडर्स यांनी त्यांची कारणं स्पष्ट केली आहेत आणि विरोधी पुराव्याअभावी मी ती स्वीकारत आहे. तुमच्यापाशी विरोधी पुरावा आहे?''

''नाही, युवर ऑनर.''''

''छान. एक लक्षात ठेवा की प्रक्षोभक आणि निराधार वर्णनांची, प्रश्न सोडवण्याच्या उभयपक्षी प्रयत्नांना मदत होणार नाही.''

''होय, युवर ऑनर.''

''इथं असलेल्या सगळ्यांनी स्पष्ट असायला मला हवंय; केवळ परिणामांच्या दृष्टीनंच नव्हे, तर हे कामकाज चालवण्याच्या दृष्टीनंही. सर्व पक्षांचं ह्या कामकाजामुळे

नुकसान होऊ शकतं. निकाल काय लागेल त्याप्रमाणे मिस् जॉन्सन आणि मि. सँडर्स भविष्यकाळात कदाचित् कुठल्याशा भूमिकेत एकत्रही काम करतील. ह्या कामकाजानं असे भविष्यकाळातले संबंध मी निष्कारण बिघडू देणार नाही. ह्यापुढे कुठल्याही असमर्थनीय आरोपांमुळे मला कामकाज रोखणं भाग पडेल. मी आत्ताच जे काय म्हणाले, त्याबद्दल कोणाला काही प्रश्न आहेत?''

कोणालाच प्रश्न नव्हते.

''ठीक आहे. मि. हेलर?''

हेलर मागे रेलून बसला. ''मला आणखी प्रश्न विचारायचे नाहीयेत, युवर ऑनर.''

''ठीक आहे,'' जज् मर्फी म्हणाली, ''आपण पाच मिनिटांचा विराम घेऊ आणि मिस् जॉन्सनची बाजू ऐकायला पुन्हा येऊ.''

''तुझं छान चाललंय,'' लुईस सँडर्सला म्हणाली, ''तू तुझं काम फारच छान करतोयस. तुझा आवाज खणखणीत होता. तुझी उत्तरं स्पष्ट आणि संतुलित होती. मर्फी प्रभावित झाली होती. तू हे छान हाताळतोयस.'' पटांगणातल्या कारंज्यापाशी ते दोघे उभे होते. मुष्टीयुद्धातल्या फेऱ्या थांबल्यावर प्रशिक्षकाकडून समाचार घेतल्या जाणाऱ्या मुष्टीयोद्ध्यासारखे सँडर्सला वाटले. ''तुला कसं वाटतंय?'' तिने विचारले. ''दमल्यासारखं?''

''थोडंसं. तेवढं वाईट नाही.''

''तुला कॉफी हवीय?''

''नाही. मी ठीक आहे.''

''छान. कारण आता अवघड भाग सुरू होतोय. ती तिची बाजू सांगेल तेव्हा तुला फार खंबीर राहावं लागणार आहे. ती जे सांगेल, ते तुला आवडणार नाही. पण तू शांत राहाणं महत्त्वाचं आहे.''

''ठीक आहे.''

तिने त्याच्या खांद्यावर हात ठेवला. ''बरं, जाता जाता आपल्या दोघात म्हणूनच विचारते, तुमचे संबंध कसे संपुष्टात आले?''

''खरं सांगायचं तर, मला नेमकं आठवतही नाही.''

लुईसला शंका आल्यासारखी ती दिसली. ''पण हे महत्त्वाचं होतं, नक्कीच...''

''त्याला जवळजवळ दहा वर्षं झाली,'' सँडर्स म्हणाला. ''तो माझा वेगळाच जन्म असावा असं मला वाटतं.''

तिला अजूनही शंका होती.

''हे बघ,'' सँडर्स म्हणाला. ''हा जूनमधला तिसरा आठवडा आहे. दहा

वर्षांपूर्वी जूनमधल्या तिसऱ्या आठवड्यात तुझ्या प्रेमजीवनात काय चाललं होतं? तू मला सांगू शकतेस?''

लुईस गप्प, तिच्या भुवया उंचावलेल्या.

''तू विवाहित होतीस?'' सँडर्सने तिची आठवण चाळवली.

''नाही.''

''तोपर्यंत तुझा नवरा तुला भेटला होता?''

''अं... पाहू या... नाही... माझा नवरा जवळपास एका वर्षानंतर भेटला असणार.''

''ठीक आहे. त्याच्याआधी तू कोणाला भेटत होतीस, तुला आठवतंय?''

लुईस फर्नांदिझ गप्प होती. विचार करत.

''दहा वर्षांपूर्वी जूनमध्ये तू आणि तुझ्या प्रियकरामध्ये काहीही घडलं असेल. त्याबद्दल काही आठवतंय?''

ती अजूनही गप्प होती.

''मला काय म्हणायचंय कळतंय?'' सँडर्स म्हणाला. ''दहा वर्षांचा काळ खूपच होतो. मला मेरेडिथबरोबरचं प्रेमप्रकरण आठवतं, पण त्यातले शेवटचे काही आठवडे मला स्पष्टपणे आठवत नाहीत. ते प्रेमप्रकरण कसं संपलं, ह्याचे तपशील मला आठवत नाहीत.''

''तुला काय आठवतं?''

त्याने खांदे उडवले. ''आमची आणखी भांडणं, आरडाओरडा व्हायचा. आम्ही अजूनही एकत्र राहात होतो पण कसे तरी. आम्ही पुन्हा एकमेकांना दिसणार नाही अशा प्रकारे आमचे कार्यक्रम आखायला सुरवात केली. ते कसं घडत जातं, तुला माहिताय? कारण आम्ही समोरासमोर आलो की भांडायचो.

आणि शेवटी एका रात्री एका पार्टीला जाण्यासाठी आम्ही कपडे चढवत असताना आमचा कडाक्याचा वाद झाला. 'डिजिकॉम'साठीच कुठलीशी औपचारिक पार्टी होती. मला आठवतं, मला काळं जाकिट घालायचं होतं. मी माझ्या कफलिंक्स तिच्या दिशेनं फेकल्या आणि मग त्या मला सापडल्या नाहीत. मला फरशीवर वाकून त्या शोधाव्या लागल्या. पण एकदा पार्टीला जायला लागल्यावर आम्ही म्हटलं तर शांतच झालो आणि वेगळं होण्याबद्दल बोलायला सुरुवात केली. अगदी अशा साध्यासुध्या पद्धतीनं, अगदी अशा समंजस पद्धतीनं. ते घडून गेलं सहज. आम्हा दोघांकडूनही. कोणी ओरडलं नाही आणि शेवटी आम्ही वेगळे झालो तर बरं होईल असं आम्ही ठरवलं.''

लुईस विचारमग्न होऊन त्याच्याकडे बघत होती. ''एवढंच?''

''हो.'' त्यानं खांदे उडवले. ''एवढंच की आम्ही त्या पार्टीला गेलोच नाही.''

त्याच्या मनात पार्श्वभूमीवर काहीतरी तरळत चाललेले... गाडीत एक जोडपे, एका पार्टीला चाललेले... सेल्युलर फोनबद्दल काही तरी... सगळ्यांनी कपडे घातलेले... पार्टीला चाललेले आणि ते एक फोन करतात. आणि.....

त्याला ते नीटपणे आठवू शकले नाही. त्याच्या स्मरणपटलावर ते अधांतरी अवस्थेत राहिले, आठवण्याच्या पलीकडे.

... त्या स्त्रीने सेल्युलर फोनवरून एक फोन केला. आणि मग... काहीतरी अवघडून टाकणारे...

"टॉम?" लुईस त्याचा खांदा हलवत म्हणाली.

"आपला वेळ संपत आल्यासारखं वाटतंय. पुन्हा जाण्यासाठी तयार आहेस?"

"मी तयार आहे," तो म्हणाला.

ते 'मेडिएशन रूम'कडे जात असताना हेलर पुढे आला. त्याने सँडर्सकडे बघून अतिनम्र असे स्मित केले आणि तो लुईस फर्नांदिझकडे वळला. "फर्नांदिझ," तो म्हणाला, "म्हटलं, वाद मिटवण्याबद्दल बोलायची हीच तर वेळ नाही?"

"मिटवण्याबद्दल?" फर्नांदिझ काळजीपूर्वकपणे आश्चर्य दाखवत म्हणाली. "का?"

"तुझ्या अशीलाच्या दृष्टीनं गोष्टी चांगल्या चाललेल्या नाहीयेत, आणि..."

"माझ्या अशीलाच्या दृष्टीनं गोष्टी चांगल्या चालल्या आहेत..."

"आणि ही सगळी चौकशी जेवढी लांबेल तेवढी त्याला अडचणीची आणि अवघडून टाकणारी होईल."

"माझा अशील अजिबात अवघडलेला नाहीये...."

"आणि ती आत्ताच संपवणं कदाचित प्रत्येकाच्याच फायद्याचं आहे."

लुईस हसली. "माझ्या अशीलाची तशी इच्छा आहे असं मला वाटत नाही, बेन, पण तुला प्रस्ताव मांडायचा असेल तर अर्थातच आम्ही त्यावर विचार करू."

"हो, माझ्यापाशी एक प्रस्ताव आहे."

"ठीक आहे."

हेलरने घसा साफ केला. "टॉमला सध्या मिळू शकणाऱ्या भरपाईचा आधार आणि इतर संबंधित फायद्यांचा विचार करून तसंच कंपनीतली त्याची प्रदीर्घ सेवा विचारात घेऊन अनेक वर्षांच्या भरपाईच्या रकमेएवढ्या रकमेवर मिटवायला आम्ही तयार आहोत. तुझी फी आणि चौकशी थांबवण्याचे इतर किरकोळ खर्च ह्यापोटीच्या भत्त्याची आम्ही त्यात भर घालू. तसंच त्यात त्याला नवीन नोकरी मिळवून देण्यासाठी येणारा खर्च, घर हलवण्यासंबंधी असू शकतील असे सगळे प्रत्यक्ष खर्च धरून सगळे मिळून चार लाख डॉलर्स होतात. मला वाटतं, ती रक्कम बरीच भरघोस आहे."

“माझा अशील काय म्हणतोय, ते बघते,” लुईस म्हणाली. तिने सँडर्सच्या दंडावर हात ठेवला आणि त्याला घेऊन ती थोडे अंतर चालत गेली. “मग सँडर्स?”

“नाही,” सँडर्स म्हणाला.

“एवढी घाई नको,” ती म्हणाली. “तो प्रस्ताव बराचसा समंजस असा आहे. कोर्टात तुला मिळण्याची शक्यता आहे तेवढीच ती रक्कम आहे, वेळ न लागता आणि खर्चाशिवाय.”

“नाही.”

“घासाघीस करायचीय?”

“नाही. खड्ड्यात जाऊ दे त्याला.”

“मला वाटतं, आपण घासाघीस करावी.”

“शक्य नाही.”

फर्नांदेझने नकारार्थी मान हलवली. “जरा हुषारीनं घे, संतापून चालणार नाही. ह्या सगळ्यातून तुला काय मिळेल असं वाटतं, टॉम? तुला स्वीकारावीशी वाटेल अशी एखादी रक्कम असणारच.”

“त्यांना कंपनी ‘पब्लिक’ केल्यावर जे मला मिळेल, तेवढं हवंय मला,” सँडर्स म्हणाला. “आणि ती रक्कम पन्नास लाख ते एक कोटी वीस लाख डॉलर्सच्या दरम्यान येते.”

“You think. It's a speculative estimate for a future event.”

“माझ्यावर विश्वास ठेव, ती रक्कम तेवढीच असेल.”

लुईसने त्याच्याकडे पाहिले. “तू आत्ता पन्नास लाख डॉलर्स घेशील?”

“हो.”

“किंवा त्याला पर्याय म्हणून त्यानं काढलेली भरपाईची रक्कम अधिक कंपनीचे शेअर्स तुला देय होतील तेव्हा मिळतील एवढे शेअर्स?”

सँडर्सने त्यावर विचार केला. “हो.”

“ठीक आहे. मी सांगेन त्याला.”

पटांगण ओलांडून ती पुन्हा हेलरपाशी आली. थोडा वेळ दोघे जण बोलले. क्षणभराने हेलर वळला आणि तोऱ्यात तिथून निघून गेला.

लुईस हसत परत आली. “तो त्याला तयार झाला नाही.” ते पुन्हा आत गेले. “पण मी तुला एक गोष्ट सांगेन. हे एक सुचिन्ह आहे.”

‘असं?”

“हो. मेरेडिथनं तिची जबानी देण्याआधी त्यांना मिटवायचं असेल तर ते एक फारच चांगलं लक्षण आहे.”

मेरेडिथ म्हणाली, "विलिनीकरणाच्या दृष्टीनं सोमवारी सगळ्या विभागप्रमुखांना भेटणं महत्त्वाचं होतं असं मला वाटलं." टेबलाभोवती बसलेल्या सगळ्यांकडे आळीपाळीने पाहत ती शांतपणे आणि सावकाशपणे बोलत होती. सँडर्सला एखाद्या अधिकाऱ्यानं त्याच्याजवळची माहिती सादर करावी तसं वाटलं. "दुपारच्या सुमारास मी डॉन चेरी, मार्क ल्युईन आणि मेरी ॲन हंटर ह्यांना भेटले. पण टॉम सँडर्सनं त्याचा कार्यक्रम फार व्यस्त असल्याचं सांगितलं. आणि दिवस संपताना आपण भेटायचं का असं विचारलं. त्याच्या विनंतीप्रमाणे मी टॉमबरोबरची मिटिंग सहा वाजता ठरवली."

ती ज्या थंडपणे खोटे बोलली त्याने तो आश्चर्यचकित झाला होता. ती प्रभाव पाडेल अशी त्याला अपेक्षा होती, पण तिला प्रत्यक्ष बोलताना पाहून तो आणखीनच अचंबित झाला होता.

"टॉमनं सुचवलं की आपल्याला पेयही घेता येईल आणि जुन्या आठवणींना उजाळा देता येईल. ते खरं तर माझ्या पद्धतीत बसणारं नव्हतं, पण मी तयार झाले. विशेषतः टॉमबरोबर चांगले संबंध प्रस्थापित करण्याकडे माझं लक्ष होतं कारण मला बढती मिळाल्यानं तो निराश झालाय हे मला माहिती होतं आणि आमच्या संबंधांना गतेतिहास होता. आमचे कामातले संबंध मला सलोख्याचे हवे होते. त्याच्याबरोबर पेयपान करायला नकार देणं मला... सांगता नाही येणार... पण शिष्टपणाचं आणि आढ्यतेखोरपणाचं वाटलं. म्हणून मी हो म्हणाले.

टॉम सहा वाजता माझ्या ऑफिसमध्ये आला. आम्ही एक ग्लासभर वाईन घेतली आणि ट्विंकल ड्राईव्हबद्दलच्या समस्यांबद्दल बोललो. तरीसुद्धा सुरवातीपासून तो वैयक्तिक स्वरूपाची टिप्पणी करत राहिला जी मला अयोग्य वाटली... उदा. माझ्या दिसण्याबद्दल आणि आमच्या आधीच्या संबंधांबद्दल त्यानं किती विचार केला ह्याबद्दलची वक्तव्यं. भूतकाळातल्या लैंगिक प्रसंगांसंबंधी आणि अशाच स्वरूपाचं."

सँडर्सचे सगळे शरीर ताठ झाले, मुठी आवळलेल्या, जबडा ताणलेला. लुईस पुढे झुकली आणि तिने त्याच्या मनगटावर हात ठेवला.

मेरेडिथ जॉन्सन सांगत होती, "... मला गार्विन आणि इतरांकडून काही फोन आले. मी ते माझ्या टेबलापाशी घेतले. मग माझी सहाय्यिका आत आली आणि तिनं काही खासगी कामासाठी लौकर निघू का म्हणून विचारलं. मी तिला हो म्हणाले. ती खोलीतून बाहेर पडली. त्याच वेळी टॉम पुढे आला आणि अचानक त्यानं माझी चुंबनं घ्यायला सुरुवात केली."

ती त्या खोलीभर नजर टाकत क्षणभर थांबली. आपली स्थिर नजर तिने सँडर्सच्या नजरेला भिडवली.

"त्याच्या ह्या अचानक आणि अनपेक्षित प्रास्ताविकानं मी चकित झाले," ती

स्थिर नजरेने त्याच्याकडे पाहत म्हणाली, ''सुरुवातीला मी विरोध करायचा आणि परिस्थिती आटोक्यात आणायचा प्रयत्न केला, पण टॉम माझ्यापेक्षा बराच मोठा आहे. माझ्यापेक्षा खूपच ताकदवान. त्यानं मला कोचावर ओढलं आणि कपडे उतरवायला सुरुवात केली... माझेही कपडे काढायला... आपण कल्पना करू शकताच. मी भयचकित झाले होते. घाबरून गेले होते. परिस्थिती आटोक्याबाहेर गेली होती आणि तसं घडत होतं त्या वस्तुस्थितीमुळे आमचे भविष्यातले कामाच्या ठिकाणचे संबंध फार अडचणीचे झाले असते. एक बाई म्हणून व्यक्तिशः मला कसं वाटलं, ते वेगळंच... म्हणजे अशा प्रकारे बळजबरी होणं...''

आपला राग आवरण्याचा आटोकाट प्रयत्न करत सँडर्सने तिच्याकडे टक लावून पाहिले. त्याला आपल्या कानापाशी लुईसचा आवाज ऐकू आला. ''श्वास घे.'' त्याने एक खोल श्वास घेतला आणि सावकाश बाहेर सोडला. तोपर्यंत त्याला आपण श्वास रोखून धरलाय हे जाणवले नव्हते.

''मी हे वातावरण हलकं फुलकं ठेवण्याचा प्रयत्न करत राहिले.'' मेरेडिथ पुढे सांगत राहिली, ''विनोद करत, सुटका करून घेण्याचा प्रयत्न करत. मी त्याला सांगण्याच्या प्रयत्नात होते... टॉम, हे बघ, आपण असं नको करायला. पण तो हट्टालाच पेटला होता. आणि जेव्हा त्यानं माझी अंडरवेअरच फाडून काढली, जेव्हा कपडा फाटत असल्याचा आवाज मी ऐकला तेव्हा मला कळून चुकलं की ह्या प्रसंगातून कुठल्याही प्रकारच्या चातुर्यानं सुटणं मला शक्य नव्हतं. मि. सँडर्स माझ्यावर बलात्कार करत होते हे सत्य मला स्वीकारावं लागलं आणि मी फार घाबरून गेले. फार संतापले. पँटमधून आपलं लिंग बाहेर काढण्यासाठी तो कोचावर माझ्यापासून बाजूला झाला तेव्हा मी त्याच्या मध्यभागी माझ्या गुडघ्यांनी प्रहार केला. त्यानं कोचावरून फरशीवर लोळण घेतली. मग आम्ही दोघंही उभे राहिलो. मी त्यांच्या आवाहनाला नकार दिल्यानं मि. सँडर्स संतापले. ते माझ्यावर ओरडू लागले आणि मग त्यांनी मला लाथ मारली. मी खाली फरशीवर पडले. पण तोपर्यंत मीही रागावले होते. मी ''तू माझ्याशी असं वागू शकत नाहीस.'' असं म्हटल्याचं आणि त्याला शिव्या दिल्याचं मला आठवतंय. पण तो जे म्हणाला किंवा मी जे म्हणाले, ते सगळं मला आठवतंय असं मी म्हणू शकत नाही. आणखी एकदा तो माझ्याकडे आला पण तोपर्यंत माझ्या हातात माझे बूट होते आणि त्याला दूर लोटण्यासाठी मी माझ्या उंच टाचांच्या बुटांनी त्याला छातीवर मारलं. मला वाटतं, मी त्याचा शर्ट फाडला. नक्की सांगता येणार नाही. तोपर्यंत मी एवढी रागावले होते की मला त्याला मारून टाकायचं होतं. मी त्याला ओरखाडलं नक्कीच. मला आठवतंय, मी त्याला मारून टाकायचंय असं म्हणाले. मी इतकी संतापले होते. माझा इथं या पदावरचा पहिला दिवस होता, मी इतकी दडपणाखाली होते. मी हे काम चांगलं

करण्याच्या प्रयत्नात होते, आणि ही... ही गोष्ट घडली... तिनं आमचे संबंध बिघडवले आणि कंपनीतल्या प्रत्येकाला त्याचा खूप त्रास होणार होता. तो रागाच्या भरात निघून गेला. तो निघून गेल्यावर माझ्यापुढे प्रश्न होता, हे हाताळायचं कसं?'' ती सकृद्दर्शनी त्या क्षणाच्या भावनांमध्ये हरवून गेल्यासारखी डोकं नकारार्थी हलवत थांबली.

हेलर हळूच म्हणाला, "तू ते हाताळायचं कसं ठरवलंस?''

"हं, ती एक समस्याच होती. टॉम हा एक महत्त्वाचा कर्मचारी आहे आणि त्याच्या जागी दुसरं कोणी आणणं अवघड होतं. त्यात, विलिनीकरण चालू असतानाच अशी बदली करणं माझ्या मते शहाणपणाचं होणार नव्हतं. माझी पहिली तीव्र इच्छा अशी होती की तो सगळा प्रकार आम्ही विसरू शकलो तर पाहावं. शेवटी आम्ही दोघेही प्रौढ आहोत. व्यक्तिशः मी दडपणाखाली होते, पण मला वाटतं, की कदाचित शांत झाल्यावर आणि त्यावर विचार करायला संधी मिळाल्यावर टॉमलाही अवघडल्यासारखं वाटेल आणि मी विचार केला की, कदाचित तिथूनच आम्हाला पुढे जाता येईल. शेवटी असे अडचणीचे प्रसंग कधीकधी घडतात. लोक अशा प्रसंगांकडे दुर्लक्ष करू शकतात.

म्हणून मिटिंगची वेळ बदलली तेव्हा मी त्याला सांगण्यासाठी त्याच्या घरी फोन केला. तो घरी नव्हता, पण त्याच्या बायकोशी माझ्या छान गप्पा झाल्या. आमच्या गप्पांवरून हे उघड होतं की टॉम मला भेटणार असल्याची किंवा टॉम आणि मी पूर्वीपासून एकमेकांना ओळखत होतो, त्याची तिला कल्पना नव्हती. मी त्याच्या बायकोला मिटिंगची बदललेली वेळ सांगितली आणि टॉमला सांगण्याची विनंती केली.

"दुसऱ्या दिवशी मिटिंगमध्ये गोष्टी काही ठीकपणे पार पडल्या नाहीत. टॉम उशिरा आला आणि त्यानं ट्विंकल ड्राईव्हबद्दलच्या समस्यांचं स्वरूप सौम्य करून माझ्या विरोधात विधानं करत ट्विंकल ड्राईव्हबद्दलची त्याची माहिती बदलली. उघडपणे तो मिटिंगमध्ये माझा अधिकार कमी लेखत होता आणि तो चालवू देणं मला शक्य नव्हतं. मी सरळ फिल ब्लॅकबर्नकडे गेले आणि त्याला जे घडलं होतं, ते सगळं सांगितलं. मी म्हणाले, मला औपचारिक पद्धतीनं आरोप ठेवायचे नाहीत, पण टॉमबरोबर काम करणं मला शक्य नसल्याचं आणि ह्यामुळे बदल करावा लागणार असल्याचं मी सांगितलं. फिल टॉमशी बोलेन म्हणाला. आणि शेवटी आम्ही ह्यावर निर्णय घेण्यासाठी मध्यस्थीचा प्रयत्न करण्याचं ठरवलं.''

ती मागे टेकून बसली आणि तिनं आपले हात टेबलावर आडवे ठेवले. "मला वाटतं, माझं सांगून झालंय. आहे ते सगळं असं आहे.''

तिनं भोवतालच्या सगळ्यांकडे नजर टाकली. त्यांचे डोळे तिच्यावर रोखलेले.

ती अगदी शांत, अगदी संतुलित होती.

तिची ही कामगिरी प्रेक्षणीय होती आणि त्याचा सँडर्सवर अनपेक्षित परिणाम झाला. त्याला अपराधी वाटलं. त्यानं केलेल्या म्हणून ज्या गोष्टी तिनं सांगितल्या होत्या त्या गोष्टी जणू काही आपण केल्या असल्यासारखं त्याला वाटलं. लज्जेनं त्याला अचानक घेरलं आणि त्यानं डोकं खाली झुकवत टेबलाकडे पाहिलं.

लुईसने पायाने त्याला जोरात घोट्यापाशी ढोसले. अंग चोरत त्याने डोके झटकन वर केले. ती त्याच्याकडे आठ्या घालून पाहत होती. तो ताठ बसला.

जज् मर्फीनं घसा खाकरला. ती म्हणाली, ''हे स्पष्ट आहे, की, आपल्यासमोर दोन संपूर्ण वेगळे वृत्तांत सादर झाले आहेत. मिस् जॉन्सन, आपण पुढे जाण्याआधी मला अगदी मोजकेच प्रश्न तुम्हाला विचारायचे आहेत.''

''ठीक आहे. युवर ऑनर.''

''तुम्ही एक आकर्षक स्त्री आहात. माझी खात्री आहे की तुमच्या व्यावसायिक कारकीर्दीत तुमच्या वाट्याला आलेल्या, नकोशी जवळीक साधू पाहणाऱ्यांना तुम्हाला दूर ठेवावं लागलं असणार.''

मेरेडिथनं स्मित केलं. ''येस, युवर ऑनर.''

''आणि माझी अशी खात्री आहे, की, त्यात तुम्ही थोडंफार कौशल्य विकसित केलंय.''

''येस, युवर ऑनर.''

''मि. सँडर्सबरोबरच्या तुमच्या भूतकाळातल्या संबंधातल्या तणावांची तुम्हाला जाणीव होती असं तुम्ही सांगितलंय. ते तणाव विचारात घेऊन, दिवसाच्या वेळात केव्हातरी वाईनशिवाय घेतलेली मिटिंग अधिक व्यावसायिक ठरली असती. त्यामुळे अधिक चांगला सूर जुळला असता, असा मी विचार केला असता.''

''मला खात्री आहे, की, मागे वळून पाहिलं तर ते बरोबर आहे. पण त्या वेळी, हे सगळं विलिनीकरणाच्या मिटिंगच्या संदर्भात होतं. सगळे व्यस्त होते. दुसऱ्या दिवशी कॉनले-व्हाईटबरोबर मिटिंग होण्याआधी मि. सँडर्सबरोबर मिटिंग ठरवण्याचा फक्त मी प्रयत्न करत होते. मी विचार करत होते ते फक्त त्याचाच. कार्यक्रमांचा.''

''अच्छा. आणि मि. सँडर्स तुमच्या ऑफिसातून बाहेर पडल्यानंतर जे घडलं होतं ते कळवण्यासाठी मि. ब्लॅकबर्न किंवा कंपनीतल्या आणखी कोणाला फोन का केला नाही?''

''मी म्हणाले तसं, त्या सगळ्याकडे दुर्लक्ष करता येईल असं मला वाटत होतं.''

''तरीसुद्धा तुम्ही वर्णन करताय ती घटना,'' मर्फी म्हणाली, ''म्हणजे सर्वसाधारण व्यावसायिक वर्तनाचा भंग आहे. एक अनुभवी व्यवस्थापक म्हणून मि. सँडर्सबरोबर

कामाचे चांगले संबंध असण्याची शक्यता नव्हती, हे तुम्हाला माहिती असणारच. मी विचार केला असता की जे घडलं होतं, ते ताबडतोब एखाद्या वरिष्ठ अधिकाऱ्याला कळवणं तुम्हाला आवश्यक वाटलं असेल आणि व्यावहारिक दृष्टिकोनातून, मी विचार केला असता, शक्य तितकं लवकर तुम्हाला ते कागदोपत्री नोंदवणं आवश्यक वाटलं असेल.''

''मी म्हणाले तसं मला अजूनही आशा होती.'' विचार करत तिने कपाळाला आठ्या घातल्या. ''आपल्याला कल्पना आहे, मला वाटतं.... टॉमला मी जबाबदार असल्यासारखं मला वाटलं. त्याची एक जुनी मैत्रीण म्हणून मला त्याची नोकरी सुटण्याचं कारण व्हायचं नव्हतं.''

''उलट त्यांची नोकरी सुटण्याचं कारण तुम्हीच आहात.''

''हो. पुन्हा मागे वळून पाहिल्यावर मला तसं वाटतं.''

''अच्छा... ठीक आहे. मिस् फर्नांदेझ?''

''थँक्स, युवर ऑनर.'' लुईस मेरेडिथला सामोरी होण्यासाठी तिच्या खुर्चीतच वळली.

''मिस् जॉन्सन, जेव्हा खासगीतलं वागणं बंद दारांमागे घडतं अशा ह्या प्रसंगात, जिथं शक्य आहे तिथं त्या प्रसंगाभोवतालच्या घटनांकडे आपण पाहिलं पाहिजे. म्हणून मी त्याभोवतीच्या घटनांबद्दल थोडे प्रश्न विचारेन.''

''छान.''

''तुम्ही म्हणालात की तुम्ही मि. सँडर्सबरोबरची भेट ठरवलीत, तेव्हा त्यांनी त्या भेटीच्या वेळी वाईन असावी अशी विनंती केली.''

''हो.''

''तुम्ही काल रात्री प्यायलात ती वाईन आली कुठून?''

''मी माझ्या सहाय्यिकेला ती आणायला सांगितली.''

''मिस् रॉसना?''

''हो.''

''त्या बराच काळ तुमच्याबरोबर काम करतायत?''

''हो''

''त्या तुमच्याबरोबर क्युपर्टिनोहून आल्या?''

''हो.''

''त्या एक विश्वासू कर्मचारी आहेत?''

''हो.''

''तुम्ही मिस् रॉसना किती बाटल्या विकत आणायला सांगितलंत?''

''मी नेमकी अशी एखादी संख्या सांगितली का ते मला आठवत नाही.''

"ठीक आहे. त्यांनी किती बाटल्या आणल्या?"

"तीन, मला वाटतं."

"तीन. तुम्ही तुमच्या सहाय्यिकेला आणखी काही विकत आणायला सांगितलंत?"

"म्हणजे कोणत्या प्रकारचं?"

"तुम्ही त्यांना कन्डोम विकत आणायला सांगितलंत?"

"नाही."

"त्यांनी कंडोम खरेदी केले का ते तुम्हाला माहिताय?"

"नाही, मला माहिती नाही."

"प्रत्यक्षात त्यांनी खरेदी केले. 'सेकंड ॲव्हेन्यू' ड्रग स्टोअरमधून त्यांनी कंडोम विकत घेतले."

"हं, तिनं कंडोम विकत घेतले," मेरेडिथ म्हणाली, "ते स्वतःसाठीच असणार."

"तुमच्यासाठी आपण कंडोम विकत घेतले असं तुमच्या सहाय्यिकेनं का सांगावं ह्याचं एखादं कारण तुम्हाला माहिताय?"

"नाही," मेरेडिथ म्हणाली. ती सावकाश बोलत असलेली. ती त्यावर विचार करत होती.

"ती तसं करेल ह्याची मी कल्पनाही करू शकत नाही."

"फक्त एकच क्षण," मर्फी मध्येच म्हणाली. "मिस् फर्नांदिझ, आपण मिस जॉन्सनसाठी कंडोम खरेदी केले असं सहाय्यिका म्हणाल्याचा आरोप तुम्ही करत आहात का?"

"हो, युवर ऑनर. आम्ही आरोप करतोय."

"त्या दृष्टीनं तुमच्यापाशी एखादा साक्षीदार आहे?"

"हो, आमच्यापाशी आहे."

मेरेडिथशेजारी बसलेल्या हेलरने ओठाखाली बोट घासलं. मेरेडिथनं अजिबात कुठलीही प्रतिक्रिया दर्शविली नाही. तिनं डोळ्याचे पातेसुद्धा हलवले नाही. ती पुढच्या प्रश्नाच्या प्रतीक्षेत लुईस फर्नांदिझकडे शांतपणे पाहत राहिली.

"मिस् जॉन्सन, मि. सँडर्स तुमच्याबरोबर असताना तुम्ही तुमच्या सहाय्यिकेला, तुमच्या ऑफिसच्या दाराला कुलूप लावण्याची सूचना दिलीत?"

"मी बहुतांशी निश्चितपणे तशी सूचना दिली नाही."

"तिनं दार लावलं का ते तुम्हाला माहिताय?"

"नाही, मला माहिती नाही."

"तुम्ही त्यांना दाराला कुलूप लावायचा आदेश दिल्याचं त्यांनी का सांगावं, ह्याची तुम्हाला कल्पना आहे?"

"नाही."

"मिस् जॉन्सन. मि. सँडर्सबरोबरची तुमची मिटिंग सहा वाजता होती. त्या दिवशी नंतर तुमच्या काही भेटी ठरल्या होत्या?"

"नाही. त्यांची शेवटची होती."

"तुम्ही आधी सात वाजता ठरवलेली भेट नंतर रद्द केलीत, हे खरं आहे ना?"

"ओह. हो, खरं आहे. माझी स्टेफनी कॅपलानबरोबर भेट ठरली होती. पण मी ती रद्द केली कारण चर्चेसाठी तिच्याकरिता मी आकडेवारी तयार करून घेणार होते. ती तयार करायला वेळ नव्हता."

"उशिरापर्यंत चालेल अशी दुसरी एक मिटिंग असल्यामुळे तुम्ही स्टेफनी कॅपलानबरोबरची मिटिंग रद्द करत असल्याचं तुमच्या सहाय्यिकेनं मिस् कॅपलानला सांगितलं ह्याची तुम्हाला कल्पना आहे?"

"माझी सहाय्यिका तिला काय म्हणाली ह्याची मला कल्पना नाही." पहिल्यांदाच उतावीळपणा दाखवत मेरेडिथनं उत्तर दिलं.

"आपण माझ्या सहाय्यिकेबद्दल फारच बोलतोय असं वाटतंय, बहुधा हे प्रश्न तुम्ही तिला विचारायला हवेत."

"बहुधा हवेतच. त्याची व्यवस्था करता येईल ह्याची मला खात्री आहे. ठीक आहे. दुसऱ्या कशाकडे तरी वळू. मि. सँडर्स म्हणाले, ते जेव्हा तुमच्या ऑफिसमधून बाहेर पडले तेव्हा त्यांनी सफाई करणाऱ्या एका बाईला पाहिलं. तुम्हीही तिला पाहिलंत?"

"नाही. ते गेल्यावर मी माझ्याच ऑफिसात थांबले."

"सफाई करणारी बाई, मेरिअन वाल्डेन म्हणते, मि. सँडर्स निघून जाण्याआधी तिला मोठ्या आवाजातले वादविवाद ऐकू आले. ती म्हणते, 'ही चांगली कल्पना नाहीये, मला हे करायचं नाहीये.' असं एका माणसाला म्हणताना तिनं ऐकलं. आणि 'हलकट, तू मला असं सोडून जाऊ शकत नाहीस.' असं एका बाईला म्हणताना ऐकलं. तसं काही म्हणाल्याचं तुम्हाला आठवतं?"

"नाही. मला 'तू मला असं करू शकत नाहीस' असं म्हणाल्याचं आठवतं."

"पण तुम्हाला, 'तू मला असं सोडून जाऊ शकत नाहीस,' असं म्हणाल्याचं आठवत नाही."

"नाही, मला आठवत नाही."

"तुम्ही तसं म्हटल्याची मिस् वाल्डेनची बरीच खात्री आहे."

"मिस् वाल्डेनना आपण काय ऐकलं असं वाटलं, ते मला माहिती नाही," जॉन्सन म्हणाली. "त्या सगळ्या वेळात दारं बंद होती."

"तुम्ही बऱ्याच मोठ्यानं बोलत नव्हतात?"

"मला कल्पना नाही. शक्य आहे."

"मिस् वाल्डेन म्हणाल्या, तुम्ही ओरडत होतात आणि तुम्ही ओरडत होतात असं मि. सँडर्स म्हणाले होते."

"मला माहिती नाही."

"ठीक आहे, आता मिस् जॉन्सन, मंगळवार सकाळच्या बिघडलेल्या मिटिंगनंतर, मि. सँडर्सबरोबर काम करणं तुम्हाला शक्य नसल्याचं तुम्ही मि. ब्लॅकबर्नना कळवलंत असं तुम्ही म्हणालात ते बरोबर आहे?"

"हो. ते बरोबर आहे."

सँडर्स पुढे झुकला. अचानक त्याच्या लक्षात आलं की मेरेडिथ तिची मूळची जबानी देत असताना त्याचे तिकडे दुर्लक्ष झाले होते. तो एवढा अस्वस्थ झाला होता की ब्लॅकबर्नला आपण केव्हा भेटलो ते तिने खोटे सांगितले होते. कारण त्या मिटिंगनंतर लगेच सँडर्स ब्लॅकबर्नच्या ऑफिसात गेला होता आणि ब्लॅकबर्नला सगळं आधीच माहिती होतं.

"मिस् जॉन्सन, मि. ब्लॅकबर्नना भेटायला तुम्ही केव्हा गेलात?"

"मला कल्पना नाही. मिटिंगनंतर."

"साधारण वेळ काय होती?"

"दहा वाजता."

"त्याआधी नाही?"

"नाही."

टेबलाच्या टोकाशी ताठरपणे बसलेल्या ब्लॅकबर्नकडे सँडर्सने पाहिले.

लुईस म्हणाली, "त्याची खात्री करून घेण्यासाठी मी मि. ब्लॅकबर्नना विचारू? मला वाटतं, त्यांना नेमकं आठवण्यात अडचण असेल, तर त्यांच्या सहाय्यिकेकडे एक नोंदवही आहे."

थोडा वेळ शांतता. तिनं ब्लॅकबर्नकडे पाहिले. "नाही," मेरेडिथ म्हणाली. "नाही. मी गोंधळले होते. मला म्हणायचं होतं, मी फिलला आधीच्या मिटिंगनंतर आणि दुसऱ्या मिटिंगआधी भेटले."

"आधीची मिटिंग म्हणजे जिला सँडर्स उपस्थित नव्हता, ती?"

"हो."

"मग जिथं मि. सँडर्सनं तुमच्याशी विसंगत विधान केलं त्या दुसऱ्या मिटिंगच्या वेळच्या मि. सँडर्सच्या वागण्याचं, मि. ब्लॅकबर्नशी बोलण्याच्या तुमच्या निर्णयाशी संबंध असणं शक्य नव्हतं. कारण ती मिटिंग व्हायच्या आधीच तुम्ही मि. ब्लॅकबर्नशी बोलला होतात."

"मी म्हटलं तसं, मी गोंधळले होते."

"मला आणखी प्रश्न विचारायचे नाहीत, युवर ऑनर."

जज् मर्फीनं तिची टिपणवही बंद केली. तिच्या चेहऱ्यावरचा भाव सौम्य आणि काही थांग लागेलसा नव्हता. तिने आपल्या घड्याळाकडे नजर टाकली. "आत्ता साडेअकरा वाजले आहेत. आपण जेवणासाठी दोन तास सुटी घेऊ. परिस्थितीचा आढावा घेण्यासाठी वकिलांना भेटता यावं आणि संबंधित पक्षांना पुढे कामकाज कसं करावंसं वाटतं ते ठरवण्यासाठी मी जादा वेळ देत आहे." ती उभी राहिली.

"कुठल्या कारणासाठी वकिलांना मला भेटावंसं वाटलं तर मी उपलब्ध आहे. अन्यथा, मी तुम्हा सगळ्यांना पुन्हा बरोबर दीड वाजता इथं भेटेन. छान आणि इथल्या कामाला उपयोगी पडेल असं जेवण घ्या."

ती वळली आणि खोलीबाहेर गेली.

ब्लॅकबर्न उभा राहिला आणि म्हणाला, "व्यक्तिशः विरोधी वकिलाला मला आत्ताच भेटायला आवडेल."

सँडर्सने लुईसकडे पाहिले. लुईसने अगदी पुसटसे स्मित केले.

"मी त्याला तयार आहे, मि. ब्लॅकबर्न," ती म्हणाली.

तिघं वकील कारंज्याशेजारी उभे होते. लुईस हेलरशी उत्साहाने बोलत होती... त्यांची डोकी जवळ जवळ आलेली. काही पावलांवरच ब्लॅकबर्न होता... एक सेल्युलर फोन त्याच्या कानाला चिकटलेला. पटांगणापलीकडे रागानं हातवारे करत मेरेडिथ बोलत होती.

सँडर्स एका बाजूला एकटाच उभा राहून पाहत होता. ब्लॅकबर्न मिटवून टाकायचा प्रयत्न करेल ह्याबद्दल त्याच्या मनात शंका नव्हती. लुईसने मेरेडिथच्या बाजूच्या चिंधड्या उडवल्या होत्या. तिने दाखवून दिले होते की जॉन्सनने आपल्या सहाय्यिकेला वाईन आणि कंडोम विकत आणायला सांगितले होते. सँडर्स तिथे असताना तिला दाराला कुलूप लावायला आणि नंतरच्या भेटी रद्द करायलाही सांगितले होते. मेरेडिथ लैंगिक प्रास्ताविकाने आश्चर्यचकित होण्यासारखी वरिष्ठ अधिकारी नव्हती. ती दुपारभर त्याचीच योजना आखत होती. तिची महत्त्वाची प्रतिक्रिया... "तू मला सोडून जाऊ शकत नाहीस" हे तिने रागावून म्हटलेले वाक्य... सफाई करणाऱ्या बाईला ऐकू आले होते. आणि ब्लॅकबर्नला ह्या घटनेबद्दल कळवण्याची वेळ आणि हेतू ह्याबद्दल मेरेडिथ खोटे बोलली होती.

मेरेडिथ खोटे बोलत होती त्याबद्दल कोणाच्याही मनात शंका असणे शक्य नव्हते. आता ह्याबद्दल ब्लॅकबर्न आणि डिजिकॉम काय करणार एवढाच प्रश्न होता. त्यातली कंपनीची जबाबदारी काय होती, हे माहिती असण्याएवढ्या लैंगिक छळावरच्या 'व्यवस्थापन संवेदनक्षमता चर्चासत्रां'ना तो आजवर उपस्थित राहिलेला होता. त्यांच्यापुढे खरे तर पर्याय नव्हता.

त्यांना मेरेडिथला काढावे लागणार होते. पण सँडर्सबाबत त्यांनी काय करायला हवे होते? तो सर्वस्वी वेगळा प्रश्न होता. त्याला अशी तीव्र अंतःप्रेरणा होती, की, हा आरोप ठेवून त्याने कंपनीबरोबरचे संबंध संपवले आहेत; पुन्हा कंपनीत कधी त्याचे स्वागत होणार नव्हते. सँडर्सने गार्विनच्या पाळीव पक्ष्याचाच वेध घेतला होता आणि गार्विन त्याबद्दल त्याला क्षमा करणार नव्हता.

त्यामुळे ते त्याला पुन्हा परत कंपनीत येऊ देणार नव्हते. त्यांना त्याला नुकसानभरपाई द्यावी लागणार होती.

"ते आत्ताच सोडून द्यायला निघाले आहेत, अं?"

सँडर्स वळला आणि त्याने एका अन्वेषकाला- ॲलनला पार्किंगच्या जागेतून त्याच्याकडे येताना पाहिले. ॲलनने वकिलांकडे नजर टाकली होती आणि लगेचच परिस्थितीचे तानमान ओळखले होते.

"मला तसं वाटतंय," सँडर्स म्हणाला.

ॲलनने त्या वकिलांकडे बारीक नजरेने पाहिले.

"त्यांनी तसंच करायला हवं. मेरेडिथपुढे अडचण आहे. आणि कंपनीतल्या बऱ्याच लोकांना त्याची कल्पना आहे. विशेषतः तिच्या सहाय्यिकेला."

सँडर्स म्हणाला, "तू काल तिच्याशी बोललास?"

"हो," तो म्हणाला. "हर्बनं सफाई करणाऱ्या बाईला शोधून काढलं आणि तिचं बोलणं टेप केलं. आणि रात्री उशिरानं मी बेट्सी रॉसला भेटलो. ह्या शहराला नवी असलेली ती एक एकाकी बाई आहे. ती फार पिते आणि मी ते सगळं टेप केलं."

"तिला ते माहिती होतं?"

"तिला माहिती असण्याचं कारण नाही," ॲलन म्हणाला. "ते अजून चालण्यासारखं आहे." त्याने क्षणभर वकिलांकडे पाहिले. "एव्हाना ब्लॅकबर्नची पच्ची झाली असेल."

पटांगण ओलांडून लुईस येत होती... तिचा चेहरा ताणलेला. तिने पोक काढलेले.

"छे," ती त्यांच्या दिशेने येत म्हणाली.

"काय झालं?" सँडर्सने विचारले.

फर्नांदिझने नकारार्थी मान हलवली. "ते मिटवणार नाहीत."

"ते मिटवणार नाहीत?"

"बरोबर. ते फक्त प्रत्येक मुद्दा नाकारतायत. तिच्या सहाय्यिकेनं वाईन विकत घेतली? ती सँडर्ससाठी होती. तिच्या सहाय्यिकेनं कंडोम विकत आणले? ते तिच्या स्वतःसाठी होते. सहाय्यिका ते मेरेडिथसाठी आणल्याचं सांगतेय? ती एक विश्वास

ठेवणं अशक्य असलेली दारूडी बाई आहे. सफाई करणाऱ्या बाईचं वृत्त? तिनं जे ऐकलं ते तिला कळणं शक्य नव्हतं, तिनं रेडिओ चालू ठेवला होता. आणि सतत ते ठाम पालुपद, 'लुईस, हे कोर्टात उभं राहणार नाही.' आणि निगरगट्ट फोनवर आहे, सगळं सांगत. सगळ्यांना काय करायचं ते सांगत.'' लुईसने एक शिवी घातली. ''मला तुला एक सांगितलं पाहिजे. पुरुष अधिकारी करतात तसलं हे नाटक आहे. ते अगदी डोळ्यात बघत म्हणतात, 'ते कधी घडलंच नाही, ते अस्तित्वातच नाही. तुमच्या खटल्यात दम नाही.' असा संताप येतो, शी!''

''आपण जरा जेवण घेतलं तर बरं होईल,'' ॲलन म्हणाला. सँडर्सला तो म्हणाला, ''कधीकधी ती खायलाच विसरते.''

''हो, छान. खरंच. खाऊ या.'' ते गाड्या ठेवायच्या जागेकडे निघाले. ती तिचं डोकं नकारार्थी हलवत झपाट्यानं चालत होती. ''ते ही भूमिका कशी घेऊ शकतात, ते मला समजत नाही,'' ती म्हणाली. ''कारण मला माहिताय– जज् मर्फीच्या नजरेत मला दिसत होतं– पुन्हा दुपारी आपली मिटिंग होईल असं तिला वाटलंच नाही. जज् मर्फीनं साक्ष ऐकली आणि सगळं संपल्याचा निष्कर्ष काढला. मीसुद्धा. पण ते संपलेलं नाही. ब्लॅकबर्न आणि हेलर इंचभरही मागे सरकत नाहीयेत. ते मिटवणार नाहीयेत. मुळात ते आपल्याला खटला लढवायचं आव्हान देतायत.''

''मग आपण खटला लढवू.'' सँडर्स खांदे उडवत म्हणाला.

''आपल्याला डोकं असेल तर नाही,'' लुईस म्हणाली. ''आत्ता नाही. मला जे घडण्याची भीती वाटत होती, ती नेमकी त्याचीच. त्यांनी मुक्तपणे बरेच शोध लावले आणि आपण काहीच नाही. आपण पुन्हा होतो तिथंच आहोत आणि ती सहाय्यिका, ती सफाई करणारी बाई आणि आपण जे उभं करू त्याच्याकडे बघायला त्यांच्यापाशी पुढची तीन वर्षं आहेत. आणि तुला एक सांगते : तीन वर्षांत त्या सहाय्यिकेला आपण शोधूही शकणार नाही.''

''पण आपण तिची साक्ष टेप केलीय...''

''तिला अजून कोर्टात उभं राहायचंय. आणि माझ्यावर विश्वास ठेव, ती कधीच कोर्टात उभी राहणार नाही. हे बघ, डिजिकॉमला काहीही करायला प्रचंड वाव आहे. आपण जर असं दाखवलं की मेरेडिथबद्दल त्यांना जे माहिती होतं, त्याबद्दल 'डिजिकॉम'नं तत्परतेनं आणि योग्य पद्धतीनं प्रतिसाद दिला नाही, तर अतिशय मोठी नुकसानभरपाई देणं त्यांना भाग पडेल. असाच एक खटला गेल्या महिन्यात कॅलिफोर्नियामध्ये झाला : फिर्यादीला एकोणीस कोटी चाळीस लाख डॉलर्स मिळाले. त्यांच्यापाशी असलेला वाव विचारात घेता, मी सांगते, ती सहाय्यिका पुन्हा उपलब्ध असणार नाही. तिच्या राहिलेल्या आयुष्यभर ती कोस्टारिकामध्ये सुट्टीवर असेल.''

"मग आपण काय करायचं?" सँडर्स म्हणाला.

"चांगल्यासाठी म्हणा वा वाईटासाठी, आता आपण बांधील आहोत. आपण ही बाजू घेतलीय आणि आपल्याला ती चालू ठेवली पाहिजे. कसंतरी, आपल्याला त्यांना जमवून घ्यायला भाग पाडलं पाहिजे." ती म्हणाली. "पण ते करण्यासाठी आपल्याला आणखी काहीतरी लागणार आहे. तुला आणखी काही मिळालं?"

सँडर्सने नकारार्थी डोके हलवले. "नाही, काही नाही."

"बापरे!" लुईस म्हणाली. "काय चाललंय काय? मला वाटलं होतं, विलिनीकरण संपण्याआधी ह्या आरोपाला प्रसिद्धी मिळण्याची 'डिजिकॉम'ला चिंता असेल. मला वाटलं होतं, त्यांना प्रसिद्धी अडचणीची वाटत असेल."

सँडर्सने होकारार्थी मान हलवली. "मलाही तसं वाटलं होतं."

"मग आपल्या लक्षात येत नाहीये असं त्यात काहीतरी आहे. कारण आपण जे काय करू त्याची फारशी पर्वा नसल्यासारखे हेलर आणि ब्लॅकबर्न वागतायत, ते का?"

एक वजनदार, मिशाळ माणूस त्यांच्याजवळून हातात कागदांचा गठ्ठा घेऊन गेला. तो एखाद्या पोलिसासारखा दिसत होता.

"तो कोण आहे?" फर्नांदेझ म्हणाली.

"मी ह्याआधी कधीच त्याला पाहिलेलं नाही."

"ते फोनवरून कोणाला तरी बोलवत होते. कोणाचा तरी शोध घ्यायचा प्रयत्न करत, म्हणून मी विचारत्येय."

सँडर्सने खांदे उडवले. "आता आपण काय करायचं?"

"आपण खाऊन घेऊ." ॲलन म्हणाला.

"बरोबर. जेवायला जाऊ," फर्नांदेझ म्हणाली, "आणि थोडा वेळ सगळं विसरू."

त्याच क्षणी एक विचार सँडर्सच्या मनात डोकावला– "तो फोन विसर." एखाद्या आदेशासारखा अचानक तो आल्यासारखाच वाटला.

"तो फोन विसर."

त्याच्या शेजारून चालताना फर्नांदेझने उसासा टाकला. "आपण खुलवू शकतो अशा गोष्टी अजूनही आपल्यापाशी आहेत. वेळ अजून गेलेली नाहीये. तुझ्यापाशी अजून काही गोष्टी आहेत, बरोबर, ॲलन?"

"अगदी बरोब्बर!" ॲलन म्हणाला. "आपण जेमतेम सुरुवात केलीय. अजून आपण जॉन्सनच्या नवऱ्याशी किंवा तिच्या आधीच्या कंपनीशी संपर्क साधलेला नाही. अजून बरेच दगड उचकटून त्याखालून काय सरपटत बाहेर येतं, ते बघायचंय."

... "तो फोन विसर...."

"मी माझ्या ऑफिसमध्ये एकदा चाचपून पाहिलं तर बरं होईल," सँडर्स म्हणाला आणि त्याने सिंडीला फोन करण्यासाठी आपला सेल्युलर फोन बाहेर काढला.

पावसाची भुरभुर सुरू झाली. ते गाड्या ठेवायच्या जागेत ठेवलेल्या गाड्यांपाशी आले. लुईस म्हणाली, "गाडी कोण चालवणार आहे?"

"मी चालवेन," ॲलन म्हणाला.

ते त्यांच्या साध्या फोर्ड गाडीपाशी गेले. ॲलनने दार उघडले आणि लुईस जाऊ लागली. "आणि मला वाटलं होतं, आज दुपारी जेवायच्या वेळी आपण मेजवानी घेत असू," ती म्हणाली.

"एका पार्टीला जाणं..."

पाऊस पडत असलेल्या काचेमागे, पुढच्या सीटवर बसलेल्या लुईसकडे सँडर्सने पाहिले. त्याने फोन आपल्या कानापाशी धरला आणि तो सिंडीपर्यंत पोचण्याची वाट पाहत थांबला. आपला फोन बरोबर चालत असल्याचे बघून त्याला सुटल्यासारखे वाटले. तो सोमवारी रात्री बंद पडल्यापासून त्याने तो पूर्णपणे वापरला नव्हता. पण आता तो चांगला चालत असल्यासारखे वाटत होते. त्याच्यात काहीच बिघाड वाटत नव्हता.

.... ते जोडपे एका पार्टीला जात होते आणि तिने सेल्युलर फोनवरून एक फोन केला. गाडीतून...

तो फोन विसर.

सिंडी म्हणाली, "मि. सँडर्सचं ऑफिस."

.... आणि तिने फोन केला तेव्हा आन्सरिंग मशीनने तो घेतला. तिने त्या आन्सरिंग मशीनवर निरोप ठेवला. आणि मग तिनं फोन बंद केला...

"हॅलो? मि. सँडर्सचं ऑफिस. हॅलो?"

"सिंडी, मी बोलतोय."

"ओह, हाय टॉम!" ती अजूनही आक्रसलेली.

"काही निरोप?" तो म्हणाला.

"अं, हो, फोनच्या वहीत बघते. कौलालंपूरहून तुला एक फोन आला होता. त्याला ड्राईव्हज पोचले का त्याची माहिती हवी होती. मी डॉन चेरीच्या माणसांशी बोलले, त्यांना ड्राईव्हज् मिळाले आहेत. ते आता त्याच्यावर काम करतायत. आणि तुला ऑस्टीनहून एडीचा फोन आला होता. तो काळजीत पडल्यासारखा वाटला. आणखी एक फोन जॉन लेविनकडून आला होता. त्यानं कालही तुला फोन केला. तो महत्त्वाचं असल्याचं तो म्हणाला."

हार्ड ड्राईव्ह पुरवणाऱ्या कंपनीत लेविन एक अधिकारी होता. त्याच्या मनात

काय असेल ते नंतर कळले तरी चालण्यासारखे होते.

"ठीक आहे, थँक्स, सिंडी."

"आज तू ऑफिसात परत येणार आहेस? बरेच लोक विचारतायत."

"मला कल्पना नाही."

"कॉनले-व्हाईटमधून जॉन कॉनलेनं फोन केला होता. त्याला चार वाजता भेटायचं होतं तुला."

"मला सांगता नाही येणार. मी बघेन, तुला नंतर फोन करेन."

"ठीक आहे." तिनं फोन ठेवून दिला.

त्याला डायल टोन ऐकू आला.

... आणि मग तिनं फोन ठेवून दिला होता...

त्याच्या मनाच्या पार्श्वभूमीवर ती गोष्ट ताण देत राहिली. गाडीत बसलेले दोघेजण. पार्टीला निघालेले. त्याला ती गोष्ट कुणी सांगितली होती? ती कशी पुढे घडत गेली?

पार्टीला जात असताना वाटेत ॲडलेने गाडीतून एक फोन केला होता आणि नंतर तिने तो ठेवून दिला होता.

सँडर्सने चुटकी वाजवली. अर्थातच ॲडले! गाडीतले ते जोडपे म्हणजे मार्क आणि ॲडले ल्युईन होते आणि एका अडचणीच्या प्रसंगाला त्यांना तोंड द्यावे लागले होते. आता त्याला ती घटना आठवू लागली होती.

... ॲडलेने कोणाला तरी फोन केला होता आणि आन्सरिंग मशीनने तो घेतला होता. तिने एक निरोप ठेवला आणि मग फोन बंद केला. मग ॲडलेने ज्या व्यक्तीला नुकताच फोन केला होता, तिच्याबद्दल ती आणि मार्क गाडीत बोलत राहिले. त्यांनी जवळजवळ पंधरा मिनिटे विनोद, टिंगलटवाळी केली. आणि नंतर ते फार अडचणीत आले...

फर्नांदिझ म्हणाली, "तू फक्त तिथं पावसातच उभा राहणार आहेस का?"

सँडर्सने उत्तर दिले नाही. त्याने कानाजवळचा फोन खाली घेतला. बटणांची जागा आणि पडदा चमकदार हिरव्या प्रकाशाने उजळले. बरीच ऊर्जा होती. तो फोनकडे पाहत थांबला. पाच सेकंदांनंतर, तो आपोआप बंद झाला. पडदा कोरा झाला. कारण ह्या नव्या प्रकारच्या फोन्समध्ये बॅटरीची ऊर्जा वाचवण्यासाठी फोन्स आपोआप बंद होण्याची सोय होती. पंधरा मिनिटे फोन वापरला नाही किंवा बटणे दाबली नाहीत तर फोन आपोआप बंद व्हायचा. म्हणजे तो बंद पडणार नव्हता.

पण त्याचा फोन मेरेडिथ जॉन्सनच्या ऑफिसात बंद पडला होता.

का?

... तो फोन विसर...

त्याचा सेल्युलर फोन आपोआप बंद का होऊ शकला नव्हता? त्याचे कोणते संभाव्य स्पष्टीकरण असू शकत होते? यांत्रिक समस्या : एखादे बटण अडकल्यामुळे फोन चालू राहिला होता. मेरेडिथने पहिल्यांदा त्याचे चुंबन घेतले तेव्हा त्याच्या हातून तो खाली पडल्यावर त्याला धक्का पोचला होता. बॅटरी उतरली होती कारण आदल्या रात्री तो बॅटरी चार्ज करायला विसरला होता.

नाही, त्याला वाटले, फोन विश्वासार्ह होता. त्यात यांत्रिक दोष नव्हता. आणि तो पूर्णपणे चार्ज होता.

नाही.

फोनने बरोबर काम केले होते.

... त्यांनी जवळजवळ पंधरा मिनिटे विनोद, टिंगलटवाळी केली.

त्याचे मन धावू लागले... संभाषणांचे विस्कळित तुकडे त्याला आठवत असलेले...

"हे बघ काल रात्री तू मला फोन का केला नाहीस?"

"मी केला होता, मार्क."

मेरेडिथच्या ऑफिसमधून आपण मार्क ल्युईनला फोन केल्याची सँडर्सला खात्री होती. पावसातच गाड्या ठेवायच्या जागेत उभे राहत त्याने बटणांपैकी L-e-w ही बटणे दाबली. फोन पुन्हा चालू झाला. छोट्या पडद्यावर मार्क ल्युईनचे नाव आणि त्याच्या घरचा फोन नंबर झळकले.

"मी घरी आलो तेव्हा एकही निरोप नव्हता."

"मी सव्वासहाच्या सुमारास तुझ्या आन्सरिंग मशीनशी बोललो."

"मला निरोप मिळालाच नाही."

आपण ल्युईनला फोन केल्याची आणि त्याच्या आन्सरिंग मशीनशी बोलल्याची सँडर्सला खात्री होती. एका माणसाचा ठराविक निरोप देणारा आवाज त्याला आठवला. "तुम्हाला टोन ऐकू आल्यावर निरोप ठेवा."

फोन हातात घेऊन तिथेच उभे राहात, ल्युईनच्या फोननंबरकडे बघत त्याने बटण दाबले. क्षणभराने आन्सरिंग मशीनने फोन घेतला. "हाय, मार्क आणि ॲडलेला तुम्ही घरी फोन केला आहात. आत्ता आम्हाला फोनवर येणं शक्य नाही, पण तुम्ही निरोप ठेवलात तर आम्ही तुम्हाला फोन करू." बीप.

तो निरोप वेगळा होता.

त्यानं रात्री मार्क ल्युईनला फोन केला नव्हता.

ह्याचा अर्थ एवढाच की त्याने रात्री एल–ई–डब्ल्यू ही बटणे दाबली नव्हती. मेरेडिथच्या ऑफिसात अस्वस्थ अवस्थेत त्याने दुसरीच कुठली तरी बटणे दाबली असणार. त्याने आणखी कोणाच्या तरी आन्सरिंग मशीनची बटणे दाबली होती.

आणि त्याचा फोन बंद पडला होता.

कारण...

... तो फोन विसर...

"बापरे!" तो म्हणाला. अचानक त्याच्या मनात सगळे जुळले. नेमके काय घडले होते, ते त्याच्या लक्षात आले. आणि त्याचा अर्थ, अशी शक्यता होती की...

"टॉम, तू ठीक आहेस?" लुईस म्हणाली.

"मी छान आहे," तो म्हणाला. "एकच मिनिट. मला वाटतं, मला काही तरी महत्त्वाचं मिळालंय."

त्याने एल–इ–डब्ल्यू ही बटणे दाबली नव्हती. त्याने आणखी कुठलीतरी बटणे दाबली होती. अगदी जवळची अशी, कदाचित् एक अक्षर सोडून... चाचपडत्या बोटांनी सँडर्सने एल्– इ– एल दाबली. पडदा कोरा राहिला... त्या अक्षरांसाठी त्याने कुठलाही नंबर फोनच्या स्मरणकुपीत भरलेला नव्हता. एल्– इ– एम्. नंबर भरलेला नव्हता. एल्– इ– एस्. नंबर भरलेला नव्हता. एल-इ-व्ही. अरेच्च्या!

छोट्या पडद्यावर अक्षरे उमटली होती...

लेविन.

आणि जॉन लेविनचा फोन नंबर.

सँडर्सने त्या रात्री जॉन लेविनच्या आन्सरिंग मशीनला फोन लावला होता.

"जॉन लेविनने फोन केला होता. तो महत्त्वाचा असल्याचे तो म्हणाला."

सँडर्सला वाटले, तो करणारच.

आता अचानक सगळे स्पष्ट झाल्यासारखे त्याला मेरेडिथच्या ऑफिसात घडलेल्या घटनांचा नेमका क्रम आठवला. तो फोनवर बोलत होता आणि ती म्हणाली, "तो फोन विसर."

तिने त्याचे चुंबन घ्यायला सुरुवात केल्यावर त्याचा हात खाली ढकलला होता. ते चुंबन घेत असताना त्याने फोन खिडकीच्या चौकटीवर टाकला होता आणि त्याने तो तिथेच ठेवला होता.

नंतर आपल्या शर्टाची बटणे लावत तो मेरेडिथच्या ऑफिसमधून बाहेर पडला तेव्हा त्याने चौकटीवरून सेल्युलर फोन उचलला होता पण तोपर्यंत तो बंद पडला होता. त्याचा अर्थ एवढाच की, जवळजवळ तासभर तो सतत चालू राहिला होता. मेरेडिथबरोबरच्या त्या संपूर्ण प्रसंगात तो चालू राहिला होता.

... गाडीत ॲडलेचे फोनवर बोलून झाल्यावर तिने फोन परत फोनच्या जागी ठेवून दिला. तिने बोलणे संपवल्याचे दर्शवणारे बटण दाबले नाही त्यामुळे फोन चालू राहिला आणि त्यांचे सगळे संभाषण त्या व्यक्तीच्या आन्सरिंग मशीनवर

ध्वनिमुद्रित झाले. पंधरा मिनिटे चाललेले विनोद आणि वैयक्तिक टीका-टिप्पणी त्या आन्सरिंग मशीनवर नोंदवली गेली होती.

आणि लेविनबरोबरच्या फोनची लाईन चालू राहिल्याने सँडर्सचा फोन बंद पडला होता. सगळे संभाषण ध्वनिमुद्रित झाले होते.

गाड्या ठेवायच्या जागेत उभे राहात त्याने लगेच जॉन लेविनचा नंबर फिरवला. फर्नांदिझ गाडीबाहेर येऊन त्याच्यापाशी आली. "काय चाललंय?" लुईस म्हणाली. "आपल्याला जेवायला जायचंय का नाही?"

"फक्त एक मिनिट."

फोन लागला. फोन उचलण्याचा आवाज, मग एका माणसाचा आवाज : "जॉन लेविन."

"जॉन, टॉम सँडर्स बोलतोय."

"व्वा, टॉम का!" लेविन खो खो हसत सुटला. "मर्दा! सध्या तुझं लैंगिक जीवन भयंकर गरमागरम झालंय का काय? टॉम, माझी कानशिलं पेटली होती."

सँडर्स म्हणाला, "ते सगळं नोंदवलं गेलं?"

"बापरे! टॉम, तू त्यावर विश्वास ठेवशील तर बरं. मी मंगळवारी सकाळी मला आलेले निरोप चाचपायला आलो आणि तुला सांगतो, ते अर्धा तास मस्त चालू राहिलं, म्हणजे..."

"जॉन..."

"ज्या कोणी वैवाहिक जीवन कंटाळवाणं असल्याचं म्हटलं असेल..."

"जॉन, ऐक. तू ते अजून ठेवलंयस?"

क्षणभर स्तब्धता. लेविन हसायचा थांबला.

"टॉम, मी विकृत आहे असं तुला वाटतं का काय? अर्थातच मी ते ठेवलं. मी ते अख्ख्या ऑफिसला ऐकवलं. भयंकर खूष झाले ते."

"जॉन, मी गंभीरपणे बोलतोय."

लेविननं उसासा टाकला. "हो. मी ते तसंच ठेवलं. तुला काहीतरी त्रास असल्यासारखं वाटतं. आणि... कोणास ठाऊक काहीही असो, मी ते ठेवलंय."

"छान. ते आहे कुठं?"

"इथं माझ्या टेबलावर." लेविन म्हणाला.

"जॉन, मला ती टेप हवीय. आता माझं ऐक, मला तू करायला हवंयस ते असं आहे."

■

गाडीतून जाताना लुईस म्हणाली, "मी वाट बघत्येय."

सँडर्स म्हणाला, ''मेरेडिथबरोबरच्या सगळ्या मिटिंगची टेप होती. ती सगळी ध्वनिमुद्रित झाली होती.''

''कशी?''

''तो एक अपघात होता. मी एका आन्सरिंग मशीनशी बोलत होतो.'' तो म्हणाला, ''आणि जेव्हा मेरेडिथनं माझं चुंबन घ्यायला सुरुवात केली तेव्हा मी फोन खाली ठेवला, पण फोन तोडला नाही. त्यामुळं फोन त्या आन्सरिंग मशीनशी तसाच जोडलेला राहिला आणि आम्ही जे जे बोललो, ते सगळं थेट त्या आन्सरिंग मशीनवर गेलं.''

''वाहवा.'' ॲलन गाडी चालवताना स्टीअरिंग व्हीलवर थापटत म्हणाला.

''ही ध्वनिफीत आहे?''

''हो.''

''चांगल्या दर्जाची?''

''मला माहिती नाही. आपण पाहू. जॉन जेवणाच्या इथं घेऊन येतोय.''

लुईसनं आपले हात एकमेकांवर चोळले. ''मला आताच बरं वाटायला लागलंय.''

''अच्छा?''

''हो,'' ती म्हणाली, ''कारण ती टेप खरोखरच चांगली असेल तर आपण अक्षरशः त्यांना पळता भुई थोडी करू शकतो.''

■

भडक कपडे चढवलेल्या गमत्या जॉन लेविननं प्लेट बाजूला सारली आणि राहिलेली बीअर संपवून टाकली. 'जेवण असावं तर असं. मासा मस्त होता.' लेविनचं वजन तीनशे पौंडांच्या आसपास होतं आणि त्याची ढेरी टेबलाच्या कडेला भिडली होती.

पहिल्या ॲव्हेन्यूवरच्या 'मॅक्कॉर्मिक आणि श्मिक' मधल्या मागच्या खोलीतल्या एका गाळ्यात ते बसलेले होते. रेस्टॉरंट गजबजलेलं होतं... जेवणाच्या सुट्टीत आलेल्या व्यावसायिक लोकांनी भरलेलं... लुईस फर्नांडिस कानापाशी हेडफोन्स लावून वॉक्मनवर ती टेप ऐकत होती. एका पिवळ्या टिपणवहीवर टिपणं घेत अर्ध्या तासापेक्षाही जास्त वेळ ती ऐकत होती. तिचं खाणं तसंच राहिलेलं... शेवटी ती उठली. ''मला एक फोन केला पाहिजे.''

लेविननं फर्नांदिझच्या प्लेटकडे दृष्टीक्षेप टाकला. ''ओह... तुला हवंय ते?''

लुईसनं नकारार्थी मान हलवली आणि ती निघून गेली.

लेविन तोंडभर हसला. ''वाया घालवू नका! मागून घेऊ नका.'' तो म्हणाला

आणि त्याने प्लेट आपल्या पुढ्यात ओढली. त्याने खायला सुरुवात केली. "मग टॉम, तुझी गोची झालीय का काय?"

"भयंकर," सँडर्स म्हणाला. त्याने कपॉसिनो ढवळले. तो जेवू शकला नव्हता. कुस्करलेल्या बटाट्याचे मोठमोठे घास गिळंकृत करताना त्याने लेविनला पाहिले.

"मला ते वाटलंच होतं." लेविन म्हणाला. " 'आल्डस' कंपनीतल्या जॅक केरीनं आज सकाळी मला फोन केला आणि एका बाईबरोबर झोपायला नकार दिल्यानं तू कंपनीवर खटला भरत असल्याचं सांगितलं."

"केरी गाढव आहे."

"फार वाईट." लेविनने होकारार्थी मान हलवली. "टोकाचा वाईट. पण तू काय करू शकतोस? आज सकाळी कोनी वॉल्शचा लेख प्रसिद्ध झाल्यापासून जो तो हा मि. पिगी कोण त्याचा अंदाज घ्यायचा प्रयत्न करतोय." लेविननं आणखी एक प्रचंड घास गिळंकृत केला. "पण आधी तिला बातमी मिळालीच कशी? म्हणजे, त्या प्रकरणाला तिनंच तर वाचा फोडली."

सँडर्स म्हणाला, "एखाद्या वेळी तू सांगितलं असशील, जॉन."

"तू काय माझी फिरकी घेतोयस काय?" लेविन म्हणाला.

"तुझ्यापाशी टेप होती."

लेविनच्या कपाळावर आठ्या. "तू हे आवर हं टॉम, तू मला कटवतोयस" त्यानं नकारार्थी डोकं हलवलं. "नाही, मला विचारशील तर तिला सांगणारी एक बाई होती."

"कुठल्या बाईला माहिती होतं? फक्त मेरेडिथला. आणि ती सांगणार नाही."

"ती एक बाई असणार ह्यावर आपली कशाचीही पैज!" लेविन म्हणाला. "तुला कधी समजलंच तर... मला जरा शंका आहे." तो विचारमग्नपणे चावत होता. "स्वोर्डफिश जरा चिवट आहे. मला वाटतं आपण वेटरला सांगावं." त्याने खोलीत आजूबाजूला पाहिले. "उह्, टॉम."

"काय?"

"तिथं एक माणूस एका पायावरून दुसऱ्या पायावर उड्या मारत उभा आहे. मला वाटतं, तू त्याला ओळखत असशील."

सँडर्सने खांद्यावरून नजर टाकली. बॉब गार्विन त्याच्याकडे अपेक्षेने पाहत बारपाशी उभा होता. त्याच्यामागे काही पावलांवर फिल ब्लॅकबर्न उभा असलेला...

"मी निघतो हं," सँडर्स म्हणाला आणि तो टेबलापासून उठला.

गार्विनने सँडर्सशी हस्तांदोलन केले. "टॉम, तुला बघून बरं वाटलं. हे सगळं तू कसं सहन करतोयस्?"

"मी ठीक आहे," सँडर्स म्हणाला.

"छान, छान." गार्विनने वडीलकीच्या भावनेने आपला हात सँडर्सच्या खांद्यावर ठेवला. "तुला पुन्हा भेटून बरं वाटलं."

"मलाही तू भेटल्यानं छान वाटलं, बॉब."

गार्विन म्हणाला, "तिथं कोपऱ्यात एक शांत जागा आहे. मी त्यांना दोन कॅपॉसिनो आणायला सांगितलं आहे. आपण एक मिनिटभर बोलू शकतो. ठीक आहे?"

"छानच," सँडर्स म्हणाला. संतापी, व्यावहारिक गार्विन त्याच्या चांगल्या ओळखीचा होता. गार्विनच्या ह्या सावध, सुसंस्कृत पवित्र्यानं तो अस्वस्थ झाला.

ते बारच्या एका कोपऱ्यात बसले. गार्विन त्याच्या खुर्चीत बसला आणि त्याला सामोरा झाला.

"हं, टॉम. आपण फार वर्षं बरोबर आहोत, तू आणि मी."

"हो, आपण आहोतच."

"सेऊलला केलेले ते भयंकर दौरे, ते घाणेरडं खाणं आणि तुझं अंग ठणकणं... तुला ते सगळं आठवतं?"

"हो, मला आठवतं."

"हं, तसेही दिवस होते," गार्विन म्हणाला.

तो सँडर्सकडे काळजीपूर्वक पाहत होता. "कसंही असो, टॉम. आपण एकमेकांना ओळखतो म्हणून मी तुला जास्त काही बोलणार नाही. मला फक्त सगळे हेतू स्पष्ट करू देत." गार्विन म्हणाला. "इथं आपल्यासमोर एक समस्या आहे आणि सगळ्यांच्या दृष्टीनं ती पक्की गुंत्याची होण्याआधी सोडवावी लागेल. इथून पुढे आपण कसं जावं ह्याबाबत मला तुझ्या अधिक चांगल्या निर्णयशक्तीला आवाहन करायचंय."

"माझी अधिक चांगली निर्णयशक्ती?" सँडर्स म्हणाला.

"हो," गार्विन म्हणाला. "मला ह्या गोष्टीकडे सगळ्या बाजूंनी बघायचंय."

"त्याला बाजू किती आहेत?"

"किमान दोन आहेत," गार्विन स्मित करत म्हणाला. "हे बघ, टॉम, आपल्या कंपनीमध्ये मी मेरेडिथला पाठिंबा दिलाय, ह्यात काही गुपित नाहीये, ह्याची मला खात्री आहे. आपल्याला भविष्यकाळासाठी हवेत तसे गुण आणि एक प्रकारची अधिकारी दृष्टी तिच्यापाशी आहे असा मला नेहमीच विश्वास वाटत आलाय. ज्यातून दुसरं काही सूचित होईल असं ह्याआधी तिनं काही केल्याचं मी कधी पाहिलेलं नाही. मला कल्पना आहे, तीही केवळ मनुष्यमात्रच आहे, पण ती फार गुणी आहे आणि माझा तिला पाठिंबा आहे."

"उह्."

"आता कदाचित ह्या प्रकरणात... कदाचित हे खरं आहे की तिनं एक चूक केलीय. मला कल्पना नाही."

सँडर्स काही बोलला नाही. तो फक्त गार्विनच्या चेहऱ्याकडे नजर लावून थांबून राहिला. आपण एक मोकळ्या मनाची व्यक्ती असल्याबद्दल विश्वास वाटावा असे मत गार्विन तयार करत होता. सँडर्स त्याला बधला नाही.

"खरं तर, तिनं चूक केलीय," गार्विन म्हणाला. "तिनं चूक केली असं म्हणू या."

"तिनं चूक केली, बॉब," सँडर्स ठामपणे म्हणाला.

"ठीक आहे. तिनं केली असं म्हणू या. निर्णयातली चूक, असं म्हणू या. मर्यादांचं उल्लंघन. मुद्दा हा आहे टॉम की, अशी परिस्थिती समोर असताना माझा तिला जोरदार पाठिंबा आहे."

"का?"

"कारण ती एक स्त्री आहे."

"त्याचा ह्याच्याशी काय संबंध?"

"औद्योगिक क्षेत्रातल्या स्त्रियांना अधिकारपदांपासून परंपरेनं वगळण्यात आलंय, टॉम."

"मेरेडिथला वगळण्यात आलेलं नाहीये," सँडर्स म्हणाला.

"आणि शेवटी," गार्विन म्हणाला, "ती तरुण आहे."

"ती तेवढी तरुण नाहीये," सँडर्स म्हणाला.

"ती नक्कीच तरुण आहे. खरं तर ती एक कॉलेज युवती आहे. दोन वर्षांपूर्वीच तर तिनं एमबीए केलं."

"बॉब," सँडर्स म्हणाला. "मेरेडिथ जॉन्सन पस्तीस वर्षांची आहे. ती अजिबात लहान नाहीये."

गार्विनने ते न ऐकल्यासारखे केले. त्याने सँडर्सकडे सहानुभूतीपूर्वक पाहिले.

"टॉम, तुला ते पद न मिळाल्यानं तू निराश झालास हे मी समजू शकतो," तो म्हणाला. "आणि मी ते तुझ्या नजरेवरून ओळखू शकतो, मेरेडिथनं तशा पद्धतीनं तुझ्याशी जवळीक करण्यात चूक केली."

"तिनं माझ्याशी जवळीक केली नाही, बॉब, तिनं माझ्यावर जबरदस्ती केली."

गार्विनमध्ये संतापाची एक छटा चमकली. "तूही काही लहान नाहीस."

"ठीक आहे, मी नाहीये," सँडर्स म्हणाला, "पण मी तिचा कर्मचारी आहे."

"आणि मला माहिताय, तिचं तुझ्याबद्दल फार चांगलं मत आहे," गार्विन खुर्चीत मागे टेकत म्हणाला. "ज्याप्रमाणे कंपनीतल्या सगळ्यांचंच मत आहे, टॉम. आपल्या भवितव्याच्या दृष्टीनं तुला महत्त्व आहे. तुला ते माहिताय, मला ते

माहिताय. मला आपली माणसं एकत्र ठेवायची आहेत आणि स्त्रियांसाठी आपण सवलती दिल्या पाहिजेत, ह्या कल्पनेशी मी पुन्हाःपुन्हा येत राहतो. आपण त्यांच्या बाबतीत औदार्याचं धोरण ठेवलं पाहिजे.''

''पण आपण स्त्रियांबद्दल बोलत नाही आहोत,'' सँडर्स म्हणाला. ''आपण एका विशिष्ट स्त्रीबद्दल बोलतोय.''

''टॉम...''

''आणि तिनं जे केलं ते एखाद्या पुरुषानं केलं असतं तर त्याला औदार्य दाखवण्याची भाषा तू केली नसतीस. तू त्याला हाकलशील आणि भिरकावून देशील.''

''कदाचित.''

''तीच तर समस्या आहे,'' सँडर्स म्हणाला.

गार्विन म्हणाला. ''तुझा रोख माझ्या लक्षात आलायसं वाटत नाही, टॉम.'' त्याच्या स्वरात एक इशारा होता : गार्विनला त्याच्याशी मतभेद दाखवलेलं आवडत नसे. गेल्या काही वर्षांत त्याच्या कंपनीची सुबत्ता आणि यशस्वीता वाढत गेली तसे गार्विन दुसऱ्यांचे मत ऐकून घ्यायला सरावला होता. आता निवृत्ती जवळ येत असताना त्याला आज्ञापालन आणि एकवाक्यतेची अपेक्षा असायची. ''समानता साध्य करणं हे आपलं कर्तव्य आहे,'' गार्विन म्हणाला.

''छान. But equality means no special breaks'' सँडर्स म्हणाला. ''समानता म्हणजे लोकांना सारखेपणानं वागवणं. तू मेरेडिथला असमानता दाखवायला सांगतोयस कारण एका पुरुषाशी जसा तू वागशील... त्याला कामावरून काढणं... तसा तिच्याशी वागणार नाहीस...''

गार्विनने उसासा टाकला. ''हे एक सरळ प्रकरण असतं तर मी तसं वागलोही असतो. पण ही विशिष्ट परिस्थिती तेवढी स्पष्ट नाहीये, अशी माझी समजूत आहे.''

लेविनकडून मिळालेल्या टेपबद्दल त्याला सांगण्यासंबंधी सँडर्सनं विचार केला. पण काहीतरी जाणवून त्याला तसं करावंसं वाटलं नाही. तो म्हणाला, ''मला वाटतं, ती आहे.''

''पण ह्या प्रकरणांवर मतभेद नेहमीच असतात,'' गार्विन बाजूच्या दांडीवर झुकत म्हणाला. ''ती वस्तुस्थिती आहे, नाही का? नेहमीच मतभेद. टॉम. हे बघ : तिनं एवढं वाईट काय केलं? तिनं कामुकपणे तुझ्याशी जवळीक केली? छान. ती तुझी प्रशंसा आहे असं तुला ठरवता आलं असतं. शेवटी ती एक सुंदर स्त्री आहे. ह्यापेक्षाही वाईट गोष्टी घडू शकतात. एक सुंदर स्त्री तिचा हात तुझ्या गुडघ्यावर ठेवते. किंवा तुला फक्त 'नाही, धन्यवाद' म्हणता आलं असतं. असंख्य प्रकारे

तुला ते प्रकरण हाताळता आलं असतं. तू एक प्रौढ व्यक्ती आहेस. पण हा... खुनशीपणा. मला तुला सांगितलं पाहिजे, मला तुझं आश्चर्य वाटतंय."

सँडर्स म्हणाला. "बॉब, तिनं कायदा मोडला."

"ते अजून बघायचंय. नाही का?" गार्विन म्हणाला. "एखाद्या ज्यूरीला तपासण्यासाठी तू तुझं वैयक्तिक आयुष्य खुलं करू शकतोस, तुला तेच पाहिजे असेल तर, मला स्वतःला तसं करावंसं वाटणार नाही, आणि हे कोर्टात नेऊन उपयोग होतो असं मला वाटत नाही. सगळीकडून ही एक जीत होणं अशक्य असलेली अशी परिस्थिती आहे."

"तुला काय म्हणायचंय?"

"तुला कोर्टात जायचं नाहीये, टॉम," गार्विनचे डोळे किलकिले, धोकादायक.

"का नाही?"

"नाही, एवढंच." गार्विननं एक खोल श्वास घेतला. "हे बघ. आपण विषयाला धरून बोलू. मी मेरेडिथशी बोललोय. तिलाही माझ्यासारखंच वाटतं की हे प्रकरण हाताबाहेर गेलंय."

"उह्..."

"आणि आता मी तुझ्याशीही बोलतोय. कारण मला अशी आशा आहे टॉम, की, आपण हे प्रकरण थांबवून पुन्हा ह्या घटनेआधीच्या परिस्थितीपाशी जाऊ शकतो– आता प्लीज ऐकून घे– हा दुर्दैवी गैरसमज होण्याआधीच्या त्या परिस्थितीपाशी जायचं– तू तुझ्या पदावर कायम राहशील, मेरेडिथ तिच्या पदावर कायम राहील. कोणत्याही सुसंस्कृत प्रौढ व्यक्तींप्रमाणे तुम्ही दोघं एकत्र काम करत राहा. तुम्ही पुढे व्हा, कंपनी वर आणा, ती 'पब्लिक' करा आणि पुढच्या वर्षभरात प्रत्येक जण ढिगानं पैशाची कमाई करेल. त्यात गैर काय आहे?"

सँडर्सला परिस्थिती पहिल्याप्रमाणे सर्वसाधारण झाल्यासारखं आणि त्यामुळे सुटल्यासारखं वाटलं. गेल्या तीन दिवसांतला ताण आणि त्या वकिलांपासून सुटका करून घ्यावी असं त्याला तीव्रपणे वाटत होतं. आपलं दैनंदिन जीवन पहिल्यापासून सुरू करणं त्याला आता गरम पाण्याच्या आंघोळीसारखे मोहक वाटले.

"म्हणजे ह्या प्रकरणाकडे अशा प्रकारे बघ, टॉम. सोमवारी रात्री ही घटना घडल्यावर ताबडतोब कोणीच काही आरडाओरडा केला नाही. तू कोणाला फोन केला नाहीस, मेरेडिथनं कोणाला फोन केला नाही. मला वाटतं, तुम्हाला दोघांनाही ही गोष्ट सोडून द्यायची होती. मग दुसऱ्या दिवशी हा दुर्दैवी गोंधळ झाला आणि जो व्हायची आवश्यकता नव्हती असा वाद. तू मिटिंगला वेळेवर आला असतास, घटनेच्या वृत्तांतात तुझ्यात आणि मेरेडिथमध्ये एकवाक्यता असती, तर ह्यातलं काहीच घडलं नसतं. तुम्ही दोघांनी अजूनही एकत्र काम केलं असतं आणि तुम्हा

दोघांत जे घडलं ते तुमची खाजगी बाब राहिली असती. त्याऐवजी झाला प्रकार तो असा. खरं तर, ही सगळी एक फार मोठी चूक आहे. मग ती सरळ विसरून पुढे का जाऊ नये? आणि श्रीमंत व्हायचं. टॉम? त्यात चूक काय आहे?''

''काहीच नाही,'' सँडर्स शेवटी म्हणाला.

''छान.''

''एवढंच की त्याचा उपयोग होणार नाही,'' सँडर्स म्हणाला.

''का नाही?''

डझनभर उत्तरे त्याच्या मनात चमकून गेली : कारण तिची लायकी नाहीये. कारण ती एक नागीण आहे. कारण ती एक कंपनीच्या राजकारणात रस घेणारी बाई आहे, सगळा भर प्रतिमा उभी करण्यावर देणारी, आणि हा एक तांत्रिक विभाग आहे, ज्याला उत्पादन बाहेर आणावंच लागतं. कारण ती खोटारडी आहे. कारण तिला माझ्याबद्दल आदर नाहीये. कारण तू मला योग्य रीतीने वागवत नाहीस. कारण ती तुझी लायकी आहे. कारण मला डावलून तू तिची निवड केलीस. कारण...

''गोष्टी फार पुढे गेल्या आहेत,'' तो म्हणाला.

गार्विननं त्याच्याकडे टक लावून पाहिलं.

''गोष्टी पूर्ववत होऊ शकतात.''

''नाही, बॉब. त्या तशा होऊ शकत नाहीत.''

गार्विन पुढे झुकला. त्याचा आवाज खाली आला. ''चिल्लर माणसा, इथं नेमकं काय चाललंय, ते मला माहिताय, तुला कशातलं शष्प कळत नसताना मी तुला कंपनीत घेतलं. मी तुला सुरुवातीची संधी दिली, मी तुला मदत केली, मी तुला संधी उपलब्ध करून दिल्या. सतत. आता तुला माझ्याशी टक्कर घ्यायचीय? छान. मला टरकलेलं पाहायचंय? वाट पाहत रहा, टॉम.''

सँडर्स म्हणाला, ''मेरेडिथ जॉन्सन ह्या विषयावर काहीही समंजसपणे ऐकून घेण्याची तुझी इच्छा कधीच नसते.''

''अच्छा, मेरेडिथबद्दल मला काही समस्या आहे असं तुला वाटतं?'' गार्विन कडवट हसला. ''ऐक टॉम, ती तुझी मैत्रीण होती, पण ती हुषार आणि स्वतंत्र बुद्धीची होती आणि तू तिला हाताळू शकला नाहीस. तिनं तुला टाकलं तेव्हा तू दुखावलास. आणि आता, एवढ्या सगळ्या वर्षांनंतर तू आता त्याची परतफेड करायला निघालायस. हे सगळं चाललंय ते त्याच्यावरून, ह्याचा व्यावसायिक संबंध, कायदा मोडणं, लैंगिक छळ किंवा आणखी कुठल्याही गोष्टीशी संबंध नाहीये. हे सगळं खासगीतलं आणि क्षुद्र आहे. आणि तू इतका पिसाळलायस की तुझी नजर गढूळ झालीय.''

आणि तो ब्लॅकबर्नजवळून रागाने जात कुर्‍यात रेस्टॉरंटच्या बाहेर पडला. ब्लॅकबर्न क्षणभर सँडर्सकडे पाहत मागे राहिला आणि मग घाईघाईने आपल्या बॉसच्या मागून गेला.

■

सँडर्स त्याच्या टेबलापाशी परत जाताना एका गाळ्याजवळून गेला. तिथं 'मायक्रोसॉफ्ट' कंपनीचे बरेच लोक बसले होते. त्यात सिस्टम्स प्रोग्रॅमिंग विभागाचे दोघे जण होते. एकानं डुकरासारखा फुरफुर आवाज केला.

''काय मि. पिगी,'' एक दबलेला आवाज.

''सूवी... सूवी...''

''अरे ते उठलं नाही हं?''

सँडर्स काही पावलं पुढे गेला, मग मागे वळला. ''मंडळी,'' तो म्हणाला, ''निदान रात्रीच्या उशिराच्या मिटिंगच्या वेळी मी खाली वाकून माझे घोटे तरी पकडत नाही...'' आणि त्याने 'मायक्रोसॉफ्ट'मधल्या प्रोग्रॅमिंग विभागाच्या एका प्रमुखाचं नाव घेतलं. ते सगळे खदाखदा हसत सुटले.

''होऽऽ होऽऽ''

''मि. पिगी बोलले.''

''आँईं आँईं!''

सँडर्स म्हणाला, ''ते जाऊ दे, तुम्ही इथं गावात काय करताय पण?''

''हो... पिगी टरकलाय.''

ते कॉलेजमधल्या पोरांसारखे उधळले होते. त्यांच्यासमोर टेबलावर बीअरचे एक मोठे भांडे होते. त्यांच्यापैकी एक जण म्हणाला, ''मेरेडिथ जॉन्सननं माझ्यासाठी चड्डी काढली असती तर मी नक्कीच पोलिसांना बोलवलं नसतं.''

''अजिबात नाही, जोसे!''

''सस्मित सेवा!''

''एकदम कडक!''

''लेडीज् फर्स्ट!''

ते टेबलावर मुठी आपटत खिदळत असलेले.

सँडर्स तिथून निघून गेला.

■

रेस्टॉरंटच्या बाहेर फूटपाथवर गार्विन संतापाने मागे-पुढे येरझारे घालत होता. ब्लॅकबर्न कानापाशी फोन घेऊन उभा राहिलेला.

"साली ती गाडी कुठाय?" गार्विन म्हणाला.

"मला माहिती नाही, बॉब."

"मी ड्रायव्हरला थांबायला सांगितलं होतं."

"मला कल्पना आहे, बॉब. मी त्याच्याशीच संपर्क साधायचा प्रयत्न करतोय."

"छे, साध्यासाध्या गोष्टीत एवढा घोळ! गाड्यासुद्धा बरोबर चालू ठेवता येत नाहीत."

"एखादे वेळी त्याला बाथरूमला जावं लागलं असेल."

"मग? त्याला किती वेळ लागतो? हा साला सँडर्स. तुझा विश्वास बसला त्याच्यावर?"

"नाही, बॉब."

"मला समजतच नाहीये. तो माझ्याशी ह्या प्रकरणाबाबत सौदा करायला तयार नाही आणि मी इथं त्याच्यापुढे झुकतोय. त्याला त्याची नोकरी पुन्हा देऊ करतोय, त्याचे शेअर्स त्याला पुन्हा देऊ करतोय, सगळं काही. आणि तो काय करतो? छे!"

"तो एकांडा आहे, बॉब."

"हे तू बरोबर सांगितलंस. आणि त्याची आपल्याला भेटायची इच्छा नाहीये. आपल्याला त्याला समोर टेबलापाशी यायला भाग पाडलं पाहिजे."

गार्विनच्या पुन्हा येरझाऱ्या.

"ही गाडी आली," ब्लॅकबर्न रस्त्याच्या दिशेने इशारा करत म्हणाला. 'लिंकन' त्यांच्याच दिशेने येत होती.

"शेवटी," गार्विन म्हणाला. "हे बघ, फिल, सँडर्सवर वेळ घालवायचा मला कंटाळा आलाय. आपण चांगलं वागण्याचा प्रयत्न केला, पण त्याचा उपयोग झाला नाही. त्याची निष्पत्ती झाली ती तेवढीच. मग त्याला त्याची जाणीव व्हावी म्हणून आपण काय करणार आहोत?"

"मी त्याचाच विचार करतोय," फिल म्हणाला, "सँडर्स काय करतोय? म्हणजे खऱ्या अर्थानं काय करतोय? तो मेरेडिथची बदनामी करतोय, बरोबर?"

"अगदी बरोबर!"

"आणि तो तिच्याबद्दल सांगतोय, ते खरं नाहीये. पण नालस्तीबद्दलची एक गोष्ट म्हणजे ती खरी असावी लागत नाही. ती फक्त लोकांना खरी वाटण्यासारखी अशी काहीतरी लागते."

"मग?"

"मग एखादे वेळी त्यामुळे काय वाटतं, ते सँडर्सला बघायचं असेल."

"कशामुळे काय वाटतं? तू कशाबद्दल बोलतोयस?"

ब्लॅकबर्न विचारात पडून जवळ येणाऱ्या गाडीकडे पाहत राहिला. "मला

वाटतं, टॉम हा एक हिंसक माणूस आहे.''

''छे,'' गार्विन म्हणाला. ''अजिबात नाही. मी त्याला बरीच वर्षं ओळखून आहे. तो मवाळ स्वभावाचा आहे.''

''नाही,'' ब्लॅकबर्न त्याचं नाक चोळत म्हणाला, ''मला तसं वाटत नाही. मला वाटतं, तो हिंसक आहे. कॉलेजमध्ये तो फूटबॉल खेळाडू होता, तो एक आडदांड, धसमुसळ्या माणूस आहे. कंपनीच्या संघाकडून फूटबॉल खेळतो, लोकांना लाथा घालतो. त्याच्यात हिंसकपणाची झाक आहे. शेवटी बऱ्याच पुरुषांमध्ये ती असते. पुरुष हिंसक असतात.''

''हा काय प्रकार आहे?''

''आणि तो मेरेडिथशी हिंसकपणानं वागला, हे मान्य करावं लागेल.'' ब्लॅकबर्नने बोलणे चालू ठेवले. ''आरडाओरडा, तिला ढकलणं, खाली पाडणं, लैंगिक कृत्य आणि हिंसा. मनावरचा ताबा सुटलेला एक माणूस. तो तिच्यापेक्षा खूपच मोठा आहे. त्यांना शेजारीशेजारी उभं केलं तर त्यांच्यातला फरक कोणाच्याही लक्षात येऊ शकतो. तो खूपच मोठा आहे. खूप ताकदवान. तुम्ही फक्त त्याच्याकडे बघितलं तरी कळतं की तो एक हिंसक, शिवीगाळ करणारा माणूस आहे. ती बाहेरून दिसणारी सौम्यता हा फक्त एक बुरखा आहे. संरक्षण नसलेल्या स्त्रियांना मारहाण करून आपल्या शत्रुत्वाचं उट्टं काढणाऱ्या पुरुषांपैकी तो एक आहे.''

गार्विन शांत होता. त्याने डोळे किलकिले करून ब्लॅकबर्नकडे पाहिले. ''तुला ह्याचा कधीच उपयोग करता येणार नाही.''

''मला वाटतं, मी करू शकतो.''

''डोकं ठिकाणावर असलेल्या कुठल्याही माणसाला हे पटणार नाही.''

ब्लॅकबर्न म्हणाला. ''मला वाटतं, कोणाला तरी पटेल.''

''असं? कोणाला?''

''कोणी तरी,'' ब्लॅकबर्न म्हणाला.

गाडी फूटपाथपाशी आली. गार्विनने दार उघडले. ''हं, मला एवढंच माहिताय,'' तो म्हणाला, ''की आपल्याला त्याला सौदा करायला तयार करावं लागेल. त्याला बोलणी करण्यासाठी तयार करायला आपल्याला त्याच्यावर दडपण आणावं लागेल.''

ब्लॅकबर्न म्हणाला, ''मला वाटतं, ते जमवता येईल.''

गार्विनने होकारार्थी डोके हलवले. ''ते तुझं काम आहे, फिल. तसं घडेल एवढं फक्त बघ.'' तो गाडीत बसला. गार्विनपाठोपाठ ब्लॅकबर्न गाडीत बसला. गार्विन ड्रायव्हरला म्हणाला, ''कुठे कडमडला होतास?''

दार धडकन बंद झाले. गाडी वेगाने निघाली.

■

ॲलनच्या गाडीतून फर्नांदिझबरोबर सँडर्स 'Mediation Centre'कडे निघाला. नकारार्थी मान हलवत लुईसने गार्विनबरोबरच्या संभाषणाचे सँडर्सने केलेले वर्णन ऐकले.

"तू त्याला एकट्यानं अजिबात भेटायला नको होतं. मी तिथं असते तर तो असा वागला नसता. स्त्रियांना औदार्य दाखवायला पाहिजे असं तो खरंच म्हणाला?"

"हो."

"हा त्याचा उदात्तपणाच म्हणायला हवा. एका छळवादी बाईला संरक्षण देण्यासाठी त्यानं एक सद्गुणाचं आवरण असलेलं कारण शोधलंय. ही चांगली पद्धत आहे. ती एक बाई आहे म्हणून प्रत्येकानं गप्प बसायचं आणि तिला कायदा मोडू द्यायचा!"

तिचे बोलणे ऐकून सँडर्सला अधिक बळ आल्यासारखे वाटले. गार्विनबरोबरच्या संभाषणाने तो संतापला होता. लुईस फर्नांदिझ त्याच्यासाठी काम करतेय, त्याची बाजू भक्कम करतेय, हे माहीत असूनही व्हायचा तो परिणाम झालाच.

"सगळं संभाषण हास्यास्पद आहे," लुईस म्हणाली. "आणि मग त्यानं तुला धमकावलं?"

सँडर्सने होकारार्थी मान हलवली.

"ते विसरून जा. तो नुसता खळखळाट आहे."

"तुला खात्री आहे?"

"अगदी." ती म्हणाली. "नुसतं बोलणं. पण पुरुषांना संरक्षण मिळत नाही असं का म्हणतात, ते निदान आता तुला माहिती झालं. ह्या कंपन्यांमधला प्रत्येक माणूस वर्षानुवर्षं जी भाषा करत आलाय तीच गार्विननं तुला ऐकवली. छळ करणाऱ्याच्या दृष्टिकोनातून या गोष्टीकडे पहा. त्यांनी एवढं वाईट का केलं. झालं ते झालं. सगळ्यांनी पुन्हा कामाला लागायचं. पुन्हा आपण सगळे एखाद्या मोठ्या कुटुंबासारखे राहू."

"विश्वास बसत नाही," गाडी चालवत ॲलन म्हणाला.

"ते तसं आहे. आज, ह्या काळात," लुईस म्हणाली. "इथून पुढे तसली भाषा थांबवणं शक्य नाही. ते असो, गार्विनचं वय काय आहे?"

"साठीच्या आसपास."

"मग त्याचा उलगडा होतो. पण ते पूर्णपणे अस्वीकारार्ह आहे, ब्लॅकबर्ननं सांगायला हवं होतं. कायद्याप्रमाणे खरं तर गार्विनला कुठलाही पर्याय नाहीये. कमीत कमी त्याला मेरेडिथची बदली करावी लागेल, तुझी नाही. आणि बहुतांशी निश्चितपणे, त्यानं तिला काढून टाकायला हवं."

"मला नाही वाटत, तो तसं करेल."

"नाही, अर्थातच तो करणार नाही."

"ती त्याची लाडकी आहे." सँडर्स म्हणाला.

"त्याहीपेक्षा महत्त्वाचा मुद्दा म्हणजे ती त्याची व्हाईस प्रेसिडेंट आहे," फर्नांदेझ म्हणाली. 'मेडिएशन सेंटर'च्या दिशेने ते टेकडी चढून जाऊ लागले तशी तिने खिडकीबाहेर नजर टाकली. "तुला लक्षात घेतलं पाहिजे, हे सगळे निर्णय सत्तेसंबंधीचे आहेत. लैंगिक छळ सत्तेसंबंधी आहे आणि त्याचप्रमाणे तो हाताळायला कंपनीनं दिलेला नकारही. Power protects powr. आणि एकदा एखादी स्त्री सत्तेच्या रचनेत वर आली की तिला त्या रचनेकडून पुरुषाप्रमाणेच संरक्षण मिळू लागतं... डॉक्टर जसे दुसऱ्या डॉक्टरांविरुद्ध साक्ष देणार नाहीत तसं. तो डॉक्टर पुरुष आहे का स्त्री, हे महत्त्वाचं नसतं. डॉक्टरांना दुसऱ्या डॉक्टरांविरुद्ध साक्ष द्यायला नको असतं, एवढंच; आणि कंपनीतल्या अधिकाऱ्यांना दुसऱ्या अधिकाऱ्यांविरुद्ध झालेल्या आरोपांची चौकशी व्हायला नको असतं, मग अधिकारी स्त्री असो वा पुरुष."

"म्हणजे त्याचा अर्थ एवढाच की बायकांना तशा नोकऱ्या मिळालेल्या नाहीत."

"हो. पण आता त्या तशा नोकऱ्या मिळवायला सुरुवात करतायत. आणि आता त्या कुठल्याही पुरुषाएवढ्याच अन्यायकारक असू शकतात."

"ही म्हणजे अतिरेकी स्त्रीवादी पेरणी," ॲलन म्हणाला.

"तू आता तुझं सुरू करू नकोस," लुईस म्हणाली.

"त्याला आकडेवारी सांग," ॲलन म्हणाला.

"कसली आकडेवारी?"

"लैंगिक छळाच्या दाव्यांपैकी पाच टक्के दावे पुरुषांनी बायकांविरुद्ध केलेले असतात. तुलनेनं हा आकडा लहान आहे. पण मग कंपन्यांमधल्या अधिकाऱ्यांपैकी फक्त पाच टक्के बायका आहेत. त्यामुळे आकडेवारीवरून असं दिसतं की पुरुष बायकांना ज्या प्रमाणात छळतात त्याच प्रमाणात स्त्री अधिकारी पुरुषांना छळतात. आणि अधिकाधिक बायका कंपन्यांमध्ये नोकऱ्या मिळवतायत तसं पुरुषांकडून केल्या जाणाऱ्या दाव्यांची टक्केवारी वाढतेय. कारण वस्तुस्थिती ही आहे की छळ हा सत्तेचा विषय आहे. आणि सत्ता तशी स्त्री किंवा पुरुष नसते. जो कोणी टेबलामागे असेल त्याला सत्तेचा दुरुपयोग करण्याची संधी असते. आणि स्त्रिया त्याचा फायदा पुरुषांएवढाच नेहमी घेतील. आता त्या मोहिनी मेरेडिथ जॉन्सनचंच उदाहरण. तिचा बॉस तिला काढून टाकत नाहीये."

"गार्विन म्हणतो, त्याचं कारण परिस्थिती स्पष्ट नाहीये."

"मी म्हणेन की ती टेप बरीच स्पष्ट आहे," लुईस म्हणाली. तिच्या कपाळावर आठ्या. "तू त्याला टेपबद्दल सांगितलंस?"

"नाही."

"छान. मग मला वाटतं, आपण हे प्रकरण पुढच्या दोन तासांत गुंडाळू शकतो."

ॲलनने गाड्या ठेवायच्या जागेत गाडी आणून लावली. सगळे गाडीबाहेर पडले.

"ठीक आहे," लुईस म्हणाली. "तिच्याशी संबंधित इतर महत्त्वाच्या माणसांबाबत आपण कुठे आहोत, ते बघू या. ॲलन, अजून आपल्याला तिची आधीची कंपनी बघायचीय."

"कॉनराड कॉम्प्युटर. ठीक. आम्ही त्याच्यावर काम करतोय."

"आणि त्याआधीचीही."

"सीमँटेक."

"हो. आणि तिचा नवरा..."

"मी त्याच्यासाठी 'कोस्टार' कंपनीत फोन लावलाय."

"आणि ते इंटरनेट प्रकरण? एकमित्र?"

"त्यावर काम चालू आहे."

"आणि आपल्यापाशी तिचं बी-स्कूल आणि व्हॅसार आहे."

"ठीक."

"अलीकडचा इतिहास हा सगळ्यात महत्त्वाचा आहे. 'कॉनराड' आणि तिच्या नवऱ्यावर लक्ष केंद्रित कर."

"ठीक आहे," ॲलन म्हणाला, "'कॉनराड' कंपनी अडचणीची आहे कारण ती सरकार आणि सीआयएला सिस्टीम्स पुरवते. त्यांनी मला तटस्थ धोरण आणि पूर्वीच्या कर्मचाऱ्यांच्या माहितीच्या गोपनीयतेचं नाटक ऐकवलं."

"मग हॅरीला त्यांना फोन लावायला सांग. अशा लोकांना हाताळायला त्याला चांगलं जमतं. त्यांनी अडेलतट्टूपणा चालू ठेवला तर तो त्यांना हलवू शकतो."

"ठीक. त्याला एखादे वेळी तसं करावं लागेल." ॲलन पुन्हा गाडीत जाऊन बसला. लुईस आणि सँडर्स 'मेडिएशन सेंटर'च्या दिशेनं जाऊ लागले. सँडर्स म्हणाला, "तू तिच्या पूर्वीच्या कंपन्या तपासून बघतेयस?"

"हो. इतर कंपन्यांना आपल्या पूर्वीच्या कर्मचाऱ्यांबद्दल अपायकारक माहिती द्यायला आवडत नाही. बरीच वर्षं ह्या कंपन्या नोकरीच्या तारखांशिवाय कधीच काही द्यायच्या नाहीत. पण आता काही कायद्यांमुळे त्यावर बंधनं आली आहेत. आपल्या पूर्वीच्या कर्मचाऱ्याबद्दलची एखादी समस्या उघड केली नाही, तर एखादी कंपनी कायद्यानं त्याला बांधील असू शकते. त्यामुळे आपण त्यांना दमात घ्यायचा प्रयत्न करू शकतो. पण शेवटी आपल्याला हवी ती धक्कादायक माहिती ते आपल्याला कदाचित देणारही नाहीत."

"त्यांच्यापाशी धक्कादायक माहिती देण्यासारखी आहे, हे तुला कसं माहिती?"

लुईस म्हणाली, "कारण मेरेडिथ एक छळवादी बाई आहे आणि छळवाद्यांच्या बाबतीत वागण्याचा नेहमीच एक साचा असतो. ती पहिली वेळ कधीच नसते."

"तिनं ह्याआधीही हे केलंय असं वाटतं तुला?"

"एवढा निराश होऊ नकोस," लुईस म्हणाली. "तुला काय वाटलं? तिला तू भयंकर देखणा वाटलास म्हणून तिनं हे सगळं केलं? मी खात्रीपूर्वक सांगते, तिनं ह्याआधीही ते केलंय." ते पटांगणातल्या कारंज्याजवळून मधल्या इमारतीच्या दारापर्यंत आले. "आणि आता," लुईस म्हणाली, "आत जाऊ आणि मिस् जॉन्सनच्या चिंधड्या उडवू."

बरोबर दीड वाजता जज् मर्फीने 'Mediation Room'मध्ये प्रवेश केला. टेबलाभोवती शांतपणे बसलेल्या त्या सात जणांकडे तिनं पाहिलं आणि कपाळावर आठ्या घातल्या. "विरोधी वकील भेटले?"

"आम्ही भेटलो आहोत," हेलर म्हणाला.

"त्याचा परिणाम काय आहे?"

"मार्ग काढण्यात आम्हाला अपयश आलंय."

"छान. सुरवात करू या." ती खाली बसली आणि तिनं आपली टिपण वही उघडली. "सकाळच्या सत्रासंबंधी आणखी काही चर्चा आहे?"

"हो, युवर ऑनर," लुईस म्हणाली. "मला मिस् जॉन्सनना आणखी काही प्रश्न विचारायचे आहेत."

"ठीक आहे."

"मी सकाळच्या सत्राबद्दल-" जॉन्सन सावकाशपणे, सावधपणे बोलत म्हणाली, "आणि सोमवारच्या रात्रीच्या घटनेच्या मि. सँडर्स ह्यांच्या वर्णनाबद्दल विचार करत्येय. आणि मला असं वाटू लागलं आहे की, इथं प्रत्यक्षात गैरसमज झाला असू शकेल."

"अस्स." जज्ज् मर्फी अगदी निर्विकारपणे म्हणाली. तिनं मेरेडिथकडे पाहिलं. "ठीक आहे."

"जेव्हा टॉमनं आधी दिवस संपताना एक मिटिंग घेण्यासंबंधी आणि थोडी वाईन घेऊन जुन्या दिवसांबद्दल बोलण्याविषयी मला सुचवलं, तेव्हा मला अशी भीती आहे की त्याचा कदाचित हेतू नसेल अशा पद्धतीनं मी अभावितपणे त्याला प्रतिसाद दिला असावा."

जज् मर्फीवर परिणाम नव्हता. कोणावरच काही परिणाम नव्हता. ती खोली पूर्णपणे स्तब्ध होती.

"मला वाटतं, असं म्हणणं बरोबर आहे की, मी त्याच्या बोलण्याचा शब्दशः अर्थ घेतला आणि. .. अं... एका धुंद भेटीची, धुंद क्षणांची कल्पनाचित्रं रंगवू लागले. आणि स्पष्टच सांगायचं तर त्या शक्यतेला माझा विरोध नव्हता. मि. सँडर्स आणि माझ्यात काही वर्षांपूर्वी एक विशेष नातं होतं आणि वृत्ती फार उत्तेजित करणारं एक नातं म्हणून ते माझ्या आठवणीत होतं. म्हणून मला वाटतं असं म्हणणं योग्य आहे की मला आमच्या मिटिंगची अपेक्षा होती आणि ती कदाचित जवळिकीची होईल असा माझा अंदाज होता. तसं घडावं असं नकळतपणे मला बरंच वाटत होतं.''

मेरेडिथच्या बाजूला हेलर आणि ब्लॅकबर्न कोणतीही प्रतिक्रिया न दाखवता मख्ख चेहऱ्याने बसले होते. दोन स्त्री वकिलांनीही कसलीही प्रतिक्रिया दर्शवली नाही. सँडर्सने ओळखले, हे सगळे पूर्वनियोजित होते. नेमके काय चालले होते? ती तिची हकिगत का बदलत होती?

मेरेडिथने घसा साफ केला आणि मग त्याच सावधपणे तिने आपली हकीगत चालू ठेवली. ''मला वाटतं असं म्हणणं बरोबर आहे की, त्या संध्याकाळच्या सगळ्या घटनांमध्ये मी स्वेच्छेनं सहभागी झाले होते. आणि कदाचित असं असेल की एका विशिष्ट क्षणी मि. सँडर्सच्या अभिरुचीच्या मानानं मी जादा पुढाकार घेतला. त्या क्षणाच्या धुंदीत औचित्याच्या आणि कंपनीतल्या माझ्या स्थानाच्या मर्यादांचं उल्लंघन माझ्या हातून झालं असेल. ते शक्य आहे मला वाटतं. नंतर त्यावर गंभीरपणे विचार केल्यावर मला आधी वाटलं होतं त्यापेक्षा त्या घटनांचं माझं स्मरण आणि मि. सँडर्स ह्यांचं स्मरण बरंच जुळणारं आहे, असा माझा निष्कर्ष आहे.''

एक प्रदीर्घ शांतता. जज् मर्फी काही बोलली नाही. मेरेडिथने खुर्चीतच आपली बैठक बदलली, चष्मा काढला आणि तो पुन्हा डोळ्यांवर चढवला.

''मिस् जॉन्सन,'' मर्फी शेवटी म्हणाली, ''म्हणजे सोमवार रात्रीच्या घटनांच्या मि. सँडर्स यांनी मांडलेल्या बाजूला तुमची मान्यता आहे असं मी समजावं काय?''

''बऱ्याच बाबींबाबत हो. कदाचित बहुतेक मुद्द्यांवर.''

काय घडले होते ते अचानकपणे सँडर्सच्या लक्षात आले : त्यांना टेपबद्दल कळले होते. पण त्यांना कळणे कसे शक्य होते? सँडर्सला स्वतःला त्याबद्दल फक्त दोन तासांपूर्वी तर कळले होते. आणि लेविन त्याच्या ऑफिसबाहेर होता, त्यांच्याबरोबर जेवण घेत. म्हणजे लेविन त्यांना सांगणे शक्य नव्हते. त्यांना कळले कसे?

''आणि मिस् जॉन्सन,'' मर्फी म्हणाली, ''मि. सँडर्सनं केलेल्या छळाच्या आरोपालाही तुमची मान्यता आहे?''

''अजिबात नाही, युवर ऑनर, नाही.''

"माझ्या लक्षात येतंयसं वाटत नाही. तुम्ही तुमची हकीगत बदललीत. तुम्ही म्हणताय, मि. सँडर्स ह्यांचं त्या घटनांचं वृत्त बऱ्याच अंशी बरोबर असल्याचं आता तुम्हाला मान्य आहे. पण त्यांचा तुमच्यावर एक आरोप आहे, हे तुम्हाला मान्य नाही."

"नाही, युवर ऑनर. मी म्हटलं तसं मला वाटतं, हा सगळा एक गैरसमज होता."

"गैरसमज," मर्फीनं त्या शब्दाचा पुनरुच्चार केला... तिच्या चेहऱ्यावर अविश्वासाचा भाव...

"हो, युवर ऑनर. आणि असा की, ज्यात मि. सँडर्स ह्यांनी अतिशय सक्रीय भूमिका बजावली."

"मिस् जॉन्सन, मि. सँडर्स ह्यांच्या म्हणण्याप्रमाणे त्यांचा विरोध असताना तुम्ही चुंबनं घ्यायला सुरुवात केलीत, त्यांचा विरोध असताना तुम्ही त्यांना कोचावर ढकललंत, त्यांचा विरोध असताना तुम्ही त्यांच्या पँटची चेन उघडून त्यांचं लिंग बाहेर काढलंत आणि त्यांचा विरोध असतानाही तुम्ही तुमचे कपडे उतरवलेत. मि. सँडर्स तुमचे कर्मचारी आहेत आणि नोकरीसाठी तुमच्यावर अवलंबून आहेत. आणि म्हणूनच तुमच्याविरुद्ध हा एक उघडउघड आणि निर्विवाद असा लैंगिक छळाचा दावा का नाही ते कळणं मला अवघड आहे."

"मला समजतंय, युवर ऑनर," मेरेडिथ जॉन्सन शांतपणे म्हणाली. "आणि मी माझी हकिगत बदलली ह्याचीही मला कल्पना आहे. पण हा एक गैरसमज आहे असं मी म्हणत्येय त्याचं कारण हे की सुरुवातीपासून मि. सँडर्सना माझ्याबरोबर लैंगिक संबंध हवे असल्याचं मला खरंच वाटत होतं. त्या समजुतीमुळे माझ्या हातून ही घटना घडली."

"म्हणजे तुम्ही त्यांचा छळ केलात, हे तुम्हाला मान्य नाही."

"नाही, युवर ऑनर. कारण मि. सँडर्स ह्यांचा सक्रीय सहभाग असल्याची स्पष्ट शारीरिक चिन्हं मला जाणवल्यासारखं वाटलं. काही वेळा त्यांनी निश्चितच पुढाकार घेतला. म्हणून आता, त्यांनी पुढाकार का घ्यावा आणि मग अचानक माघार का घ्यावी, असा प्रश्न मी स्वतःलाच विचारला पाहिजे. त्यांनी ते का केलं, हे मला माहिती नाही. पण मला वाटतं, जे घडलं त्याच्या जबाबदारीत त्यांचा वाटा आहे. म्हणूनच मला वाटतं की, आमच्यात एक किमान पण खरा गैरसमज झाला होता आणि मला इथं सांगायचंय की ह्या गैरसमजातल्या माझ्या भागाबद्दल मला खरं अगदी तीव्रतेनं वाईट वाटतंय."

"तुम्हाला वाईट वाटतंय," मर्फीने खोलीत भोवताली रागाने नजर टाकली आणि विचारले, "काय चाललंय हे मला कुणी स्पष्ट करून सांगू शकेल का, मि. हेलर?"

हेलरने आपले हात पसरले, "युवर ऑनर, माझ्या अशीलानं तिला इथं काय करायचं होतं, ते मला सांगितलं. मला ते एक धीट कृत्य वाटतं. ती खरी सत्यशोधक आहे."

"पुरेऽऽ पुरेऽ..." लुईस म्हणाली.

जज् मर्फी म्हणाली, "मिस फर्नांदिझ, मिस् मेरेडिथ जॉन्सन ह्यांचं हे संपूर्णपणे वेगळं वक्तव्य विचारात घेऊन तुमचे प्रश्न सुरू करण्याआधी तुम्हाला थोडी सुट्टी हवी आहे का?"

"नाही, युवर ऑनर, आता पुढे जायला मी तयार आहे," लुईस म्हणाली.

"अस्सं," मर्फी कोड्यात पडल्यासारखी म्हणाली. "ठीक आहे. छान." आपल्याला माहिती नाही पण खोलीत उपस्थित असलेल्या सगळ्यांना माहिती आहे असे काही तरी असल्याचे जज् मर्फीला स्पष्टपणे जाणवले.

मेरेडिथला टेपबद्दल कसे कळले त्याचे सँडर्सला अजून आश्चर्य वाटत होते. त्याने फिल ब्लॅकबर्नकडे नजर टाकली. तो टेबलाच्या एका टोकाला बसलेला होता. त्याचा सेल्युलर फोन त्याच्यासमोर होता. तो अस्वस्थपणे फोनवरून हात फिरवत होता.

सँडर्सला वाटले, फोनच्या नोंदींवरून कळले असणार. नक्की तेच असणार.

सँडर्सविरुद्ध वापरता येतील अशा गोष्टींचा शोध घेण्यासाठी त्याच्या कागदपत्रांची तपासणी करायला, 'डिजिकॉम'ने कोणाला तरी सांगितलेले असणार... बहुधा गॅरी बोसॅकला. सँडर्सच्या सेल्युलर फोनवरून केलेले सगळे फोन बोसॅकने तपासले असणार. ते काम केल्यावर सोमवारी रात्री पंचेचाळीस मिनिटे चाललेला एक फोन त्याच्या लक्षात आला असणार आणि बोसॅकने नक्कीच फोनची वेळ बघितली असणार. त्यावरून काय घडले त्याचा अंदाज केला असणार. सोमवार रात्रीच्या त्या विशिष्ट पंचेचाळीस मिनिटांच्या फोनवर सँडर्स बोलत नव्हता हे तो ओळखणारच. त्यामुळे एकच स्पष्टीकरण असू शकत होते. तो फोन एका आन्सरिंग मशीनबरोबर चाललेला होता, त्याचाच अर्थ त्याची टेपही होती. आणि मेरेडिथला हे कळल्यावर त्याप्रमाणे तिने आपले वक्तव्य जुळवून घेतले होते. तिला बदल करावा लागला होता तो त्यामुळे.

"मिस् जॉन्सन," लुईस म्हणाली, "आधी काही वस्तुस्थितीसंबंधीचे मुद्दे स्पष्ट करून घेऊ. वाईन आणि कंडोम विकत आणायला तुम्ही तुमच्या सहाय्यिकेला पाठवलंत, तुम्ही तिला दाराला कुलूप लावायला सांगितलंत आणि मि. सँडर्सबरोबर लैंगिक भेट होण्याच्या अपेक्षेनं तुम्ही सात वाजता ठरलेली दुसरी एक भेट रद्द केलीत, असं आता तुमचं म्हणणं आहे का?"

"हो, मी ते सगळं केलं."

"दुसऱ्या शब्दात सांगायचं तर आधी तुम्ही खोटं बोललात."

"मी माझा दृष्टिकोन मांडला."

"पण आपण एका दृष्टिकोनाबद्दल बोलत नाही आहोत. आपण घटनांबद्दल बोलतोय. आणि ह्या घटनाक्रमाचा विचार करता, सोमवारी रात्री त्या खोलीत जे घडलं, त्याची जबाबदारी मि. सँडर्स ह्यांच्यावरही आहे असं तुम्हाला का वाटतं, ते जाणून घ्यायचं मला कुतूहल आहे."

"कारण मला वाटलं... मला वाटलं की मि. सँडर्स माझ्या ऑफिसात माझ्याबरोबर संभोग करण्याच्या स्पष्ट हेतूनं आले असतील आणि नंतर त्यांनी असा कुठलाही हेतू असल्याचं नाकारलं. मला वाटलं त्यांनी मला फशी पाडलं. त्यांनी मला भुलवलं आणि नंतर माझ्यावरच आरोप ठेवला, मी केवळ त्यांना प्रतिसाद देण्यापेक्षा जास्त काही केलेलं नसताना."

"त्यांनी तुम्हाला फशी पाडलं असं तुम्हाला वाटतं?"

"हो."

"आणि त्यामुळे त्यांचीही जबाबदारी आहे असं तुम्हाला वाटतं?"

"हो."

"त्यांनी कशा प्रकारे तुम्हाला फशी पाडलं?"

"मला वाटतं, ते स्पष्ट आहे. ते जेव्हा अचानक कोचावरून उठले आणि आपण आणखी पुढे जाणार नसल्याचं त्यांनी सांगितलं तेव्हा गोष्टी फार टोकाला गेलेल्या होत्या. ते फशी पाडणं होतं असंच मी म्हणेन."

"का?"

"कारण एवढं टोकाला गेल्यावर कोणी अचानक थांबू शकत नाहीय. उघडच मला अपमानित करण्याच्या आणि अडचणीत आणण्याच्या हेतूनं केलेलं ते एक शत्रुत्वाचं कृत्य आहे. म्हणजे... कोणाच्याही ते लक्षात येऊ शकतं."

"ठीक आहे. तो विशिष्ट क्षण आपण पुन्हा तपशीलवार पाहू," लुईस म्हणाली, "माझ्या समजुतीप्रमाणे तुम्ही जेव्हा मि. सँडर्सबरोबर कोचावर होतात आणि तुम्ही दोघंही अंशतः अनावृत अवस्थेत होतात, त्या वेळेबद्दल आपण बोलतोय. मि. सँडर्स कोचावर आपल्या गुडघ्यांवर ओणवे होऊन बसले होते, त्यांचं लिंग बाहेर आलेलं होतं आणि तुम्ही पँट काढलेल्या, पाय पसरलेल्या अवस्थेत पाठीवर झोपलेला होतात, बरोबर आहे?"

"मूलतः हो." तिनं डोकं नकारार्थी हलवलं, "तुम्ही ते सगळं इतकं... बटबटीत भासवताय."

"पण त्या क्षणी परिस्थिती तशीच होती, नाही?"

"हो. होती."

“आता, त्या क्षणी ‘नाही, नको, प्लीज’ असं तुम्ही म्हणालात का आणि तेव्हा ‘तुझं बरोबर आहे, आपण हे करता कामा नये,’ असं मि. सँडर्सनं उत्तर दिलं आणि मग ते कोचावरून उठले का?”

“हो,” ती म्हणाली. “ते तसंच म्हणाले.”

“मग यात गैरसमज काय होता?”

“मी जेव्हा ‘नाही, नको’ म्हणाले तेव्हा ‘थांबू नकोस’ असं म्हणायचं होतं, कारण ते मला चिडवल्यासारखं थांबलेले होते आणि मला त्यांनी पुढची हालचाल करायला हवी होती. उलट ते कोचावरून उठले. त्यामुळे मी फार संतापले.”

“का?”

“कारण मला त्यांनी ते करायला हवं होतं.”

“पण मिस् जॉन्सन, तुम्ही ‘नाही, नको’ म्हणालात.”

“मी काय म्हणाले, ते मला माहिताय,” तिनं चिडून उत्तर दिलं, “पण त्या परिस्थितीत मी खरं तर त्यांना काय म्हणत होते, ते पूर्णपणे स्पष्ट आहे.”

“असं?”

“अर्थातच. मी त्याला काय म्हणत होते ते त्याला नेमकेपणानं माहीत होतं. पण त्यानं तिकडे दुर्लक्ष करायचं ठरवलं.”

“मिस् जॉन्सन, तुम्ही कधी ‘नाही म्हणजे नाही’ हा शब्दप्रयोग ऐकलाय?”

“अर्थातच, पण ह्या परिस्थितीत...”

“माफ करा, मिस जॉन्सन, नाहीचा अर्थ नाही असतो का नाही?”

“ह्या घटनेच्या बाबतीत नाही. कारण त्या क्षणी त्या कोचावर पडलेलं असताना मी त्यांना काय म्हणत होते ते अगदी स्पष्ट होतं.”

“तुम्हाला म्हणायचंय, ते तुम्हाला स्पष्ट होतं.”

मेरेडिथ आता उघडउघड संतापली, “ते त्यालाही स्पष्ट होतं,” ती फट्‌कन म्हणाली.

“मिस् जॉन्सन, जेव्हा पुरुषांना ‘नाही म्हणजे नाही’ असं सांगितलं जातं तेव्हा त्याचा अर्थ काय होतो?”

“मला माहिती नाही,” तिनं आपले हात चिडून वर फेकले. “तुम्ही काय म्हणायचा प्रयत्न करताय, ते मला ठाऊक नाही.”

“मी हे म्हणण्याचा प्रयत्न करत्येय की बायकांचं बोलणं शब्दशः खरं धरून चालावं असंच पुरुषांना सांगितलं जातंय. म्हणजेच नाही म्हणजे नाही. म्हणजेच नाही म्हणजे कदाचित किंवा हो असं पुरुष गृहित धरू शकत नाहीत.”

“पण त्या विशिष्ट परिस्थितीत, आमचे सगळे कपडे उतरवलेले असताना, गोष्टी एवढ्या टोकाला गेलेल्या असताना...”

"त्याचा ह्याच्याशी काय संबंध?" लुईस म्हणाली.

"पुरे झालं," मेरेडिथ म्हणाली. "स्त्री-पुरुष एकत्र येतात, तेव्हा ते हळुवार स्पर्शानं सुरुवात करतात. नंतर थोडी चुंबनं घेतात. आलिंगनं देतात. मग आणखी थोड्या प्रणयक्रीडा करतात. मग कपडे उतरतात. शरीराच्या अनेक गुह्य भागांना स्पर्श होतात... आणि लवकरच काय घडणार आहे ह्याची अटकळ बांधली जाते आणि मग कोणी माघार घेत नाही. माघार घेणं हे शत्रुत्वाचं कृत्य आहे. त्यांनी तेच केलं... मला फशी पाडलं."

"मिस् जॉन्सन, प्रत्यक्ष संभोगाच्या क्षणापर्यंत केव्हाही माघार घेण्याचा हक्क आपल्याला असल्याचं स्त्रिया सांगतात हे खरंय की नाही? आपला विचार बदलण्याचा असंदिग्ध असा हक्क आपल्याला असल्याचं स्त्रिया सांगतात की नाही?"

"हो. पण ह्या उदाहरणाच्या बाबतीत..."

"मिस् जॉन्सन, बायकांना जर आपला विचार बदलण्याचा हक्क आहे, तर पुरुषांनाही तो आहे, नाही का? मि. सँडर्स त्यांचा विचार बदलू शकत नाहीत?"

"ते एक शत्रुत्वाचं कृत्य होतं," तिच्या चेहऱ्यावर कणखर हट्टी भाव होता. "त्यांनी मला फशी पाडलं."

"ह्या परिस्थितीतल्या बाईप्रमाणे मि. सँडर्सना अधिकार आहेत का, हे मी विचारत्येय. अगदी शेवटच्या क्षणीसुद्धा माघार घेण्याचा हक्क त्यांना आहे का?"

"नाही."

"का?"

"कारण पुरुष वेगळे असतात."

"ते कशा प्रकारे वेगळे असतात?"

"छे!" मेरेडिथ रागाने म्हणाली. "आपली इथं चर्चा कशाबद्दल चाललीय? ही सगळी 'ॲलीस इन वंडरलँड'सारखी अद्भुत कथा चाललीय, स्त्रिया आणि पुरुष वेगळे असतात. प्रत्येकाला ते माहिती असतं. पुरुष त्यांच्या वृत्ती आवरू शकत नाहीत."

"मि. सँडर्स तर उघडपणे करू शकले."

"हो. एक शत्रुत्वाची कृती म्हणून. माझा अपमान करण्याच्या इच्छेतून."

"पण त्या वेळी मि. सँडर्स म्हणाले ते हे की 'मला हे बरं वाटत नाही.' ते खरं आहे का नाही?"

"मला त्यांचे नेमके शब्द आठवत नाहीत. पण त्यांचं एक बाई म्हणून माझ्याशी वागणं फार शत्रुत्वाचं आणि अपमानकारक होतं."

"कोण कोणाशी शत्रुत्वानं आणि अपमानकारक वागलं, त्याचा विचार करू."

लुईस म्हणाली, "संध्याकाळी सुरुवातीला ज्या पद्धतीनं सगळं चाललं होतं, त्याला मि. सँडर्सनं विरोध केला नाही का?"

"नाही खरं तर. नाही."

"मला वाटतं, त्यांनी केला होता." फर्नांदिझने आपल्या टिपणांकडे पाहिले. "तू छान दिसतोस" आणि "तू नेहमीच छान रुबाबात अधीर असायचास" असं तुम्ही आधी मि. सँडर्सना म्हणालात का?"

"मला माहिती नाही. मी म्हणाले असेन, मला आठवत नाही."

"आणि त्यांनी काय उत्तर दिलं?"

"मला आठवत नाही."

लुईस म्हणाली, "मि. सँडर्स जेव्हा फोनवर बोलत होते तेव्हा तुम्ही त्यांच्यापाशी जाऊन त्यांच्या हातातून फोन ढकलून देत 'तो फोन विसर' असं म्हणालात का?"

"मी एखादे वेळी म्हणालेही असेन. मला खरं तर आठवत नाही."

"आणि त्या वेळी तुम्ही चुंबनं घ्यायला सुरुवात केली?"

"मला खरंच खात्री नाही. मला तसं वाटत नाही."

"बघू या तर. आणखी कशा प्रकारे ते घडू शकलं असतं? मि. सँडर्स त्यांच्या सेल्युलर फोनवर खिडकीपाशी बोलत होते. तुम्ही तुमच्या टेबलापाशी दुसऱ्या फोनवर होतात. त्यांनी त्यांचं फोनवरचं बोलणं मध्येच थांबवून फोन खाली ठेवून, तुमच्यापाशी येऊन तुमची चुंबनं घ्यायला सुरुवात केली का?"

ती क्षणभर थांबली, "नाही."

"मग चुंबनं घ्यायला कोणी सुरुवात केली?"

"मला वाटतं, मी केली."

"आणि 'मेरेडिथ' असं म्हणत त्यांनी विरोध केला तेव्हा तुम्ही त्यांच्याकडे दुर्लक्ष करत त्यांना गळ घालत, 'तू मला सबंध दिवसभरापासून हवा होतास. मी इतकी पेटलेय, बऱ्याच दिवसांत कोणी माझ्याशी छानसा संभोग केलेला नाही' असं म्हणालात का?" लुईसने ही वाक्यं वाचून दाखववावीत तशी नीरसपणे, आवाज निर्विकार ठेवत एका सुरात उच्चारली.

"मी म्हणाले असेन... मला वाटतं की ते कदाचित बरोबर असू शकेल... हो."

लुईस फर्नांदिझने पुन्हा आपल्या टिपणांकडे पाहिले. "आणि मग, ते जेव्हा, 'मेरेडिथ, थांब,' असं स्पष्टपणे विरोधाच्या सुरात पुन्हा म्हणाले. तेव्हा तुम्ही 'ओह काही बोलू नकोस... नाही... नाही.' असं म्हणालात का?"

"मला वाटतं... बहुतेक मी म्हणाले."

"त्यावर विचार केल्यावर, तुम्ही दुर्लक्ष केलेली मि. सँडर्सची ही वाक्यं विरोधदर्शक होती असं तुम्ही म्हणाल?"

"असली तरी ती तेवढी स्पष्टपणे विरोधाची नव्हती, नाही."

"मिस जॉन्सन, ह्या सबंध भेटीत मि. सँडर्स पूर्णपणे उत्कट होते असं तुम्ही त्यांचं वर्णन कराल का?"

जॉन्सन क्षणभर थांबली. त्या टेपमुळे किती गौप्यस्फोट होईल ते ठरवण्याचा प्रयत्न करत ती विचार करत असल्याचे सँडर्सला जवळजवळ दिसल्यासारखेच वाटत होते. शेवटी ती म्हणाली, "काही वेळा ते उत्कट होते, तर काही वेळा तेवढे उत्कट नव्हते. माझा मुद्दा तो आहे."

"ते परस्परविरोधी भावनांमध्ये सापडले होते असं तुम्ही म्हणाल का?"

"बहुतेक, काहीसे."

"ह्याचा अर्थ हो का नाही, मिस जॉन्सन?"

"हो."

"ठीक आहे. म्हणजे सबंध भेटीत मि. सँडर्स परस्परविरोधी भावनांमध्ये अडकले होते. का ते त्यांनी सांगितलं; कारण आता आपली 'बॉस' असलेल्या एका जुन्या मैत्रिणीबरोबर ऑफिसमधलं प्रकरण सुरू करण्याची विचारणा त्यांना केली जात होती. कारण आता ते विवाहित होते. त्यांच्या परस्परविरोधी भावनांची ती सबळ कारणं असल्याचं वाटतं तुम्हाला?"

"मला वाटतं तसं."

"आणि ह्या परस्परविरोधी अवस्थेत शेवटच्या क्षणी आपल्याला आणखी पुढे जायचं नाहीये ह्या विचारानं त्यांच्यावर मात केली. आणि त्यांना कसं वाटलं ते सरळपणे आणि थेटपणे त्यांनी तुम्हाला सांगितलं. मग तुम्ही त्याचं वर्णन 'फशी पाडणं' असं का करावं? उलट ते चित्र बरोबर उलटं असल्याचं दाखवणारा पुरेसा पुरावा आपल्यापाशी आहे असं मला वाटतं... म्हणजेच संपूर्णपणे तुम्ही नियंत्रित केलेल्या परिस्थितीला आलेली अभावित, काहीशी निराश अशी एक मानवी प्रतिक्रिया... मिस् जॉन्सन, हे पूर्वप्रेमिकांचं पुनर्मीलन नव्हतं, तुम्हाला तसं वाटत असलं तरी. ही दोन बरोबरीच्या व्यक्तींमधली भेटही अजिबात नव्हती. वस्तुस्थिती ही आहे की तुम्ही त्यांचे वरिष्ठ अधिकारी आहात आणि त्या भेटीची प्रत्येक बाजू तुम्ही नियंत्रित केलीत. तुम्ही वेळ ठरवलीत, वाईन विकत आणली, कंडोम्स विकत आणले, दाराला कुलूप लावलं... आणि मग तुमच्या कर्मचाऱ्याला तुम्हाला सुख देता आलं नाही तेव्हा तुम्ही त्याला दोष दिलात."

"आणि तुम्ही त्यांचं वागणं चांगल्या पद्धतीनं मांडण्याचा प्रयत्न करताय." मेरेडिथ म्हणाली, "पण मी म्हणतेय काय की शेवटच्या क्षणी थांबवल्यानं कोणालाही फार चीड येते."

"हो," लुईस म्हणाली, "स्त्रिया शेवटच्या क्षणी माघार घेतात तेव्हा बऱ्याच पुरुषांनाही असंच वाटतं. पण स्त्री कोणत्याही क्षणी माघार घेऊ शकत असल्यानं

पुरुषाला रागावण्याचा अधिकार नाहीये, असं स्त्रिया म्हणतात, ते खरं आहे का नाही?''

मेरेडिथनं आपली बोटं चिडून टेबलावर आपटली. ''हे पहा,'' ती म्हणाली. ''मूळ घटना झाकून टाकण्याचा प्रयत्न करत तुम्ही इथं खटल्याचं स्वरूप देऊ पाहत आहात. मी एवढं चुकीचं काय केलं? मी त्यांना प्रस्ताव केला एवढंच, सँडर्सना त्यात रस नव्हता तर त्यांना फक्त 'नाही' म्हणावं लागत होतं. पण ते कधी तसं म्हटलेच नाहीत. एकदाही नाही. कारण मला फशी पाडण्याचा त्यांचा हेतू होता. त्यांना बढती न मिळाल्यानं ते चिडले आहेत आणि त्यांना शक्य आहे अशाच एका मार्गानं ते सूड घेतायेत... हा मार्ग म्हणजे माझी नालस्ती करणं. हे बाकी काही नाही तर गनिमी कावा आणि चारित्र्यहनन आहे. मी उद्योगक्षेत्रातली एक यशस्वी स्त्री आहे आणि माझ्या यशाचा त्यांना तिरस्कार वाटत असल्यानं ते माझ्यामागं लागले आहेत. ती मध्यवर्ती आणि टाळता न येणारी वस्तुस्थिती टाळण्यासाठी तुम्ही सगळ्या गोष्टी सांगत सुटला आहात.''

''मिस जॉन्सन, मध्यवर्ती आणि टाळता न येणारी वस्तुस्थिती ही आहे की तुम्ही मि. सँडर्स ह्यांच्या वरिष्ठ अधिकारी आहात, आणि तुमचं त्यांच्याशी वागणं बेकायदेशीर होतं. आणि वास्तविक हा एक अधिकृत खटलाच आहे.''

किंचितशी शांतता.

ब्लॅकबर्नची सहाय्यिका खोलीत आली आणि तिने एक चिठ्ठी त्याला दिली. ब्लॅकबर्नने ती चिठ्ठी वाचली आणि पुढे हेलरकडे दिली.

मर्फी म्हणाली, ''मिस फर्नांदेझ? जे चाललंय ते मला स्पष्ट करायला आता तुम्ही तयार आहात?''

''हो, युवर ऑनर. असं आढळलंय की त्या भेटीची ध्वनिफीत आहे.''

''खरंच? तुम्ही ती ऐकलीय?''

''मी ऐकलीय, युवर ऑनर. यामुळे मि. सँडर्स ह्यांच्या वृत्तांताला पुष्टी मिळते.''

''मिस् जॉन्सन, तुम्हाला ह्या टेपची कल्पना आहे?''

''नाहीये.''

''एखादे वेळी मिस् जॉन्सन आणि त्यांच्या वकिलांनाही ती ऐकायची असेल. एखाद्या वेळी आपण सगळेच ती ऐकू,'' मर्फी थेटपणे ब्लॅकबर्नकडे पाहत म्हणाली.

हेलरने ती चिठ्ठी आपल्या खिशात ठेवली आणि म्हणाला, ''युवर ऑनर, दहा मिनिटांकरिता थांबावं अशी माझी विनंती आहे.''

''छान, मि. हेलर. मी तर म्हणेन, घटनांच्या ह्या प्रगतीमुळे ती सुट्टी समर्थनीयच ठरते.''

बाहेर पटांगणात काळे ढग जसे खाली उतरले होते. पुन्हा पावसाचा धाक दाखवत असावेत तसे. कारंज्यापाशी जॉन्सनची ब्लॅकबर्न आणि हेलरशी चर्चा चाललेली. फर्नांदिझने त्यांच्याकडे पाहिले. "मला हे कळतच नाहीये," ती म्हणाली. "तिथं ते सगळे आहेत... पुन्हा खल करत. त्यात चर्चा करण्यासारखं आहे काय? त्यांची अशील खोटं बोलली आणि मग तिनं आपली बाजू बदलली. लैंगिक छळ केल्याबद्दल जॉन्सन दोषी आहे, ह्याबद्दल प्रश्नच नाही. मग ते बोलतायत कशाबद्दल?"

फर्नांदिझनं कपाळाला आठ्या घालत क्षणभर पाहिले. "मला कबूल केलंच पाहिजे, जॉन्सन एक हुषार बाई आहे."

"हो," सँडर्स म्हणाला.

"ती चलाख आणि थंड डोक्याची आहे."

'हं."

"कंपनीतली हुद्द्यांची शिडी भराभर चढून गेली."

"हो."

"मग... ही परिस्थिती तिनं आपल्यावर कशी ओढवून घेतली?"

"म्हणजे?" सँडर्स म्हणाला.

"म्हणजे कामाच्या अगदी पहिल्याच दिवशी तुझ्या मागे ती का लागावी? तुझ्या दिशेनं एवढं जोरानं झेपावत? ह्या सगळ्या समस्या अंगावर ओढवून घेत? ती तेवढी हुषार आहे."

सँडर्सने खांदे उडवले.

"तू अतिशय देखणा आहेस एवढ्यासाठीच तिनं हे केलं असं वाटतं तुला?" लुईस म्हणाली. "तुझ्या व्यक्तिमत्त्वाबद्दल योग्य तो आदर राखूनही मला त्याबद्दल शंका वाटते."

मेरेडिथची त्याची पहिल्यांदा ओळख झाली तेव्हाच्या दिवसांबद्दल तो विचार करत राहिला... तेव्हाचे तिचे कॉम्प्युटरची प्रात्यक्षिके दाखवणे... आणि तिला उत्तर देता येणार नाही असा प्रश्न जेव्हा जेव्हा विचारला जायचा तेव्हाची तिची पायावर पाय घेण्याची पद्धत... "ती लोकांना विचलित करण्यासाठी तिची मादकता नेहमीच वापरायची. त्यात ती तरबेज आहे."

"मला ते खरं वाटतं," फर्नांदिझ म्हणाली. "मग आत्ता ती आपलं लक्ष कशापासून विचलित करत्येय?"

सँडर्सपाशी उत्तर नव्हतं. पण आणखी काही तरी चालले असल्याचे त्याला आतून वाटत होते. Who knows how people really are in private?" तो

म्हणाला, "कधी काळी मी ह्या बाईला ओळखत होतो, ती परीसारखी दिसायची. पण तिला पुरुषांनी तिच्यावर आक्रमण केलेलं आवडायचं."

"उह," फर्नांदिझ म्हणाली. "ते ठीक आहे. पण मेरेडिथच्या बाबतीत मला ते पटत नाही. पण मेरेडिथ मला फार संयमित वाटते आणि तुझ्याशी तिचं वागणं संयमित नव्हतं."

"तू स्वतःच ते म्हणालीस, तिच्या वागण्याचा एक ठराविकपणा आहे."

"हो, असेलही. पण पहिल्याच दिवशी का? लगेचच का? मला वाटतं, तिच्यापाशी वेगळंच कारण होतं."

सँडर्स म्हणाला, "आणि माझ्याबद्दल काय? माझ्यापाशी वेगळं कारण होतं असं तुला वाटतं?"

"तसं होतं असं मी गृहित धरते," ती त्याच्याकडे गंभीरपणे पाहत म्हणाली. "पण त्याबद्दल आपण नंतर बोलू."

ॲलन गाड्या ठेवायच्या जागेच्या इथून आपले डोके नकारार्थी हलवत आला.

"तू काय मिळवलंयस?" फर्नांदिझ म्हणाली.

"खास काही नाही. आम्ही प्रत्येक बाजूने हल्ला चढवतोय," तो म्हणाला, त्याने आपली टिपण वही चाळत उघडली. "ठीक आहे, आम्ही तो इंटरनेटवरचा पत्ता तपासलाय. तो संदेश 'यू' भागातून आला आणि 'एकमित्र' डॉ ऑर्थर ए. फ्रेंड असल्याचं आढळलंय. ते वॉशिंग्टन विद्यापीठात इनऑर्गेनिक केमिस्ट्रीचे प्राध्यापक आहेत. त्या नावावरून तुझ्या काही लक्षात येतंय?"

"नाही," सँडर्स म्हणाला.

"मला आश्चर्य वाटत नाहीये. सध्या प्रा. फ्रेंड नेपाळ सरकारसाठी सल्लागार म्हणून उत्तर नेपाळमध्ये आहेत. गेले तीन आठवडे ते तिथं आहेत. जुलैअखेरीपर्यंत ते इथं येण्याची शक्यता नाहीये. म्हणजे कसंही असलं तरी ते संदेश पाठवत असण्याची शक्यता नाहीये."

"कोणीतरी त्यांचा इंटरनेटचा पत्ता वापरतंय?"

"त्यांची सहाय्यक म्हणते, ते अशक्य आहे. प्राध्यापक इथं नसल्यानं त्यांचं ऑफिस बंद आहे. आणि तिथं तिच्याशिवाय कोणी जात नाही. त्यामुळे त्यांच्या कॉम्प्युटरपाशी कोणाला प्रवेश नाहीये. सहाय्यिका म्हणते की दिवसातून एकदा ती जाते आणि डॉ. फ्रेंड यांच्या इ-मेलला उत्तर देते पण इतर वेळी कॉम्प्युटर बंद असतो आणि त्याचा सांकेतिक शब्द तिच्याशिवाय कोणाला माहिती नाहीये. त्यामुळे मला माहिती नाही."

"कुलूपबंद ऑफिसातून येत असलेला हा संदेश आहे?" सँडर्स कपाळावर आठ्या चढवत म्हणाला.

“मला माहिती नाही. आम्ही अजून त्यावर काम करतोय. पण तूर्त ते एक गूढ आहे.”

“ठीक आहे, छान.” लुईस म्हणाली, “कॉनराड कॉम्प्युटरचं काय?”

“कॉनराड कंपनीनं फार कडक भूमिका घेतलीय. मेरेरिथला नेमणाऱ्या कंपनीला म्हणजे फक्त ‘डिजिकॉम’ला ते माहिती देतील. आपल्याला काही मिळणार नाही. आणि ते म्हणतात, त्या कंपनीनं तसं विचारलेलं नाही. आम्ही फारच लावून धरलं तेव्हा ‘कॉनराड’ कंपनीने खुद्द ‘डिजिकॉम’लाच फोनवरून विचारलं. ‘डिजिकॉम’नं त्यांना सांगितलं की ‘कॉनराड’कडे जी काय माहिती असेल त्यात त्यांना रस नाहीये.”

“हं...”

“नंतर तिचा नवरा,” ॲलन म्हणाला, “त्याच्या- कंपनीत- कोस्टरमध्ये काम केलेल्या एकाशी मी बोललो. तो म्हणतो, नवऱ्याला तिच्याबद्दल तिरस्कार वाटतो. त्याच्यापाशी तिच्याबद्दल सांगण्यासारख्या वाईट गोष्टी बऱ्याच आहेत. पण तो पुढच्या आठवड्यापर्यंत त्याच्या ताज्या मैत्रिणीबरोबर मेक्सिकोत सुट्टीवर आहे.”

“फार वाईट.”

“नॉव्हेल,” ॲलन म्हणाला. “ते फक्त गेल्या पाच वर्षांच्या नोंदी ठेवतात. त्याआधीची रेकॉर्डर्स ‘Utah’ मधल्या मुख्य कार्यालयातल्या गुदामात असतात. आपल्याला देता येण्यासारखं काय आहे, त्याची त्यांना कल्पना नाहीये, पण आपण त्यासाठी पैसे मोजले तर ती माहिती बाहेर काढायला ते तयार आहेत. त्याला दोन आठवडे लागतील.”

लुईसनं आपलं डोकं नकारार्थी हलवलं. “हे काही बरं नाही.”

“नाही.”

“ ‘कॉनराड’ कॉम्प्युटरवाले काहीतरी दडवून ठेवतायत असं मला तीव्रतेनं जाणवतंय.”

“असेलही, पण ते मिळवण्यासाठी आपल्याला पाठपुरावा करावा लागेल. आणि तेवढा वेळ नाहीये.” ॲलननं पटांगणाच्या दुसऱ्या बाजूला असलेल्या इतर मंडळींकडे पाहिलं. “आता काय चाललंय?”

“काही नाही. ते अजून अहंभावी आहेत.”

“अजून?”

“हो.”

“बापरे.” ॲलन म्हणाला. “तिच्या पाठीशी आहे तरी कोण?”

“ते जाणून घ्यायला आवडेल मला.” लुईस म्हणाली.

सॅंडर्सनं आपला सेल्युलर फोन उचलला आणि आपल्या ऑफिसला फोन लावला. “सिंडी, काही निरोप?”

''फक्त दोन आहेत, टॉम. तू आज भेटू शकशील का म्हणून स्टेफनी कॅपलाननं विचारलं.''

''कशासाठी ते तिनं सांगितलं का?''

''नाही. पण ती ते महत्त्वाचं नसल्याचं म्हणाली. आणि मेरी ॲन तुला शोधत दोनदा येऊन गेली.''

''बहुतेक माझी खरडपट्टी काढायला...'' सँडर्स म्हणाला.

''मला तसं वाटत नाही. टॉम, मला वाटतं, ती बहुतेक एकमेव व्यक्ती आहे जिला... तिला तुझ्याबद्दल फार काळजी वाटतेय मला वाटतं.''

''ठीक आहे. मी तिला फोन करेन.''

त्यानं मेरी ॲनचा नंबर फिरवायला सुरुवात केलेली असताना लुईसनं त्याला बरगडीत ढोसलं. त्यानं पाहिलं तर एक शिडशिडीत, मध्यमवयीन बाई गाड्या ठेवायच्या जागेच्या इथून त्यांच्या दिशेनं येत होती.

''सावध रहा,'' लुईस म्हणाली.

''का? कोण आहे ती?''

''ती आहे कोनी वॉल्श,'' लुईस म्हणाली.

कोनी वॉल्श पंचेचाळीस वर्षांच्या आसपासच्या वयाची होती. करड्या रंगाचे केस... चेहऱ्यावर तुसडा भाव... ''टॉम सँडर्स तुम्हीच का?''

''बरोबर.''

तिनं एक टेप रेकॉर्डर बाहेर काढला. ''मी कोनी वॉल्श, 'पोस्ट-इंटलेजन्सर'कडून आलेय. आपण थोडा वेळ बोललो तर चालेल का?''

''अजिबात नाही,'' लुईस म्हणाली.

वॉल्शनं तिच्याकडे पाहिलं.

''मी मि. सँडर्सची वकील आहे.''

''तुम्ही कोण आहात ते मला माहिती आहे.'' वॉल्श म्हणाली आणि पुन्हा सँडर्सकडे वळली. ''मि. सँडर्स, आमचा पेपर 'डिजिकॉम' मधल्या लैंगिक भेदभावासंबंधीच्या खटल्यावर एक बातमी देतोय. माझ्या सूत्रांकडून मला कळलंय की तुम्ही मेरेडिथ जॉन्सनवर लैंगिक भेदभाव केल्याचा आरोप ठेवत आहात. ते बरोबर आहे?''

''त्यांना कुठलंही वक्तव्य करायचं नाहीये.'' लुईस वॉल्श आणि सँडर्स यांच्यामध्ये येत म्हणाली.

वॉल्शनं मान वळवून पाहत विचारलं, ''मि. सँडर्स, तुम्ही आणि ती पूर्वीचे प्रेमिक आहात आणि तुम्ही ठेवलेला आरोप हा उट्टं काढण्याचा एक प्रकार आहे. हे खरं आहे का?''

"त्यांच्यापाशी सांगण्यासारखं काही नाहीये," लुईस म्हणाली.

"तसं आहे असं मला दिसतंय." वॉल्श म्हणाली. "मि. सँडर्स, तुम्हाला तिचं ऐकण्याचं कारण नाही. तुम्हाला हवं असेल तर तुम्ही काहीतरी सांगू शकता. आणि मला खरंच वाटतं, आपला बचाव करण्याची ही संधी तुम्ही घ्यायला हवी. कारण माझ्या सूत्रांकडून मला असंही समजलंय की तुमच्या भेटीच्या दरम्यान तुम्ही मिस जॉन्सनवर शारीरिक अत्याचार केलेत. लोक तुमच्याविरुद्ध करतायत ते हे आरोप फार गंभीर आहेत आणि मला वाटतं, तुम्हाला त्याला उत्तर द्यायचं असेल. तिनं केलेल्या आरोपांबद्दल तुम्हाला काय म्हणायचंय? तुम्ही तिच्यावर शारीरिक अत्याचार केलेत का?"

सँडर्स बोलू गेला पण तेवढ्यात लुईसनं त्याच्या दिशेनं एक इशाऱ्यादाखल कटाक्ष टाकला आणि आपला हात त्याच्या छातीवर ठेवला. ती वॉल्शला म्हणाली, "मिस् जॉन्सननं हे आरोप तुमच्यापाशी केले आहेत? कारण मि. सँडर्सशिवाय त्या एकट्याच तिथं होत्या."

"मला ते सांगायची मोकळीक नाहीये. चांगली माहिती असलेल्या सूत्रांकडून मला बातमी मिळालीय."

"कंपनीतल्या का कंपनीबाहेरच्या?"

"मी खरं तर सांगू शकत नाही."

"मिस् वॉल्श," फर्नांदिझ म्हणाली, "मि. सँडर्सना मी तुमच्याशी बोलायला मना करणार आहे. आणि ह्या पोकळ, बिनबुडाच्या आरोपांपैकी कुठलेही आरोप छापण्याआधी तुम्ही तुमच्या पेपरच्या वकिलाबरोबर बोललेलं बरं."

"ते बिनबुडाचे नाहीयेत, माझ्यापाशी अगदी विश्वासू..."

"तुमच्या वकिलाला काही शंका असेल तर तुम्ही तिला मि. ब्लॅकबर्नला फोन लावायला सांगू शकता. या बाबीबाबत तुमची कायदेशीर भूमिका काय आहे, ते तो तुम्हाला स्पष्ट करेल."

वॉल्शनं कंटाळवाणं स्मित केलं. "मि. सँडर्स, तुम्हाला वक्तव्य करायचंय?"

लुईस म्हणाली, " मिस् वॉल्श, तुम्ही तुमच्या वकिलाशी बोला फक्त."

"मी बोलेन, पण त्यानं फरक पडणार नाही. तुम्ही हे दडपू शकत नाही. मि. ब्लॅकबर्न हे दडपू शकत नाहीत. आणि व्यक्तिशः बोलायचं तर अशा खटल्यात तुम्ही तुमचा बचाव कसा करू शकता ते मला समजत नाही असं मी म्हटलं पाहिजे."

लुईस स्मित करत तिच्याजवळ झुकली आणि म्हणाली, "तू जरा माझ्याबरोबर का येत नाहीस म्हणजे मी तुला काहीतरी स्पष्ट करून सांगेन."

ती वॉल्शबरोबर पटांगण ओलांडून बाजूला थोड्या अंतरावर गेली.

ॲलन आणि सँडर्स होते तिथंच थांबले. ॲलननं उसासा टाकला. तो म्हणाला, "आता या क्षणाला ते काय बोलत असतील, ते जाणून घेण्यासाठी तू काहीही द्यायला तयार होशील नाही का?"

■

कोनी वॉल्श म्हणाली, "तुम्ही काय म्हणताय, याला महत्त्व नाही. मी तुम्हाला माझ्या सूत्राबद्दल सांगणार नाही."

"मी तुमच्या सूत्राबद्दल विचारत नाहीये. मी तुम्हाला फक्त सांगतेय की तुमची बातमी चुकीची आहे..."

"अर्थातच तुम्ही तसं म्हणाल..."

"आणि ती चुकीची असल्याचा लेखी पुरावा आहे."

कोनी वॉल्श थांबली. तिच्या कपाळावर आठ्या. "लेखी पुरावा?"

लुईसनं हळूच होकारार्थी मान हलवली. "बरोबर."

यावर वॉल्श विचारात पडली. "पण तसा पुरावा असणं शक्य नाही." ती म्हणाली, "तुम्ही स्वतःच म्हणालात, ते त्या खोलीत एकटे होते. इथं दोघांचीही वक्तव्यं परस्परविरोधी आहेत. कुठलाही लेखी पुरावा नाहीये."

लुईसनं आपलं डोकं नकारार्थी हलवलं आणि ती गप्प राहिली.

"मग ते काय आहे? एखादी टेप?"

लुईसनं किंचितसं स्मित केलं. "मी खरं तर सांगू शकत नाही."

"अगदी जरी असली तरी त्यातून काय दिसेल? की तिनं त्याच्या पार्श्वभागाचा बारीकसा चिमटा काढला हे? तिनं दोन-चार विनोद केले हे? त्यात विशेष काय आहे? गेली कित्येक शतकं पुरुष तेच करत आले आहेत."

"ह्यात वादाचा मुद्दा तो नाहीये..."

"मला बोलू दे. म्हणजे ह्या माणसाला बारीकसा चिमटा काढला जातो आणि तो 'खून, खून' म्हणून मोठ्यानं ओरडत सुटतो. पुरुषांच्या दृष्टीनं ते काही नैसर्गिक वागणं नाही. हा माणूस उघडपणे स्त्रियांचा तिरस्कार करतो आणि त्यांना कमी लेखतो. त्याच्याकडे बघितलं तरी ते स्पष्ट दिसतं आणि त्या भेटीत त्यानं तिला मारलं ह्याबाबत प्रश्नच नाही. त्यामुळे तिला धक्का बसलाय का काय, ते तपासण्यासाठी कंपनीला एका डॉक्टरला बोलवावं लागलं होतं आणि शारीरिक अत्याचार करण्याबद्दल त्याची ख्याती असल्याचं सांगणारी बरीच विश्वासार्ह सूत्रं माझ्यापाशी आहेत. गेली बरीच वर्षं त्याच्यात आणि त्याच्या बायकोतही कटकटी आहेत. खरं तर ती मुलांना घेऊन गावाबाहेर गेलीय आणि घटस्फोटासाठी दावा दाखल करणार आहे." हे बोलत असताना वॉल्श लुईसकडे बारकाईनं पाहत होती.

लुईसने फक्त खांदे उडवले.

"ती वस्तुस्थिती आहे. त्याच्या बायकोनं गाव सोडलंय," वॉल्श रूक्षपणे म्हणाली. "अनपेक्षितपणे. तिनं मुलांना बरोबर घेतलं. आणि ती कुठे गेली, ते कोणालाच माहिती नाही. आता त्याचा अर्थ काय होतो, ते तू मला सांग."

लुईस म्हणाली, "कोनी, मि. सँडर्सची वकील म्हणून माझ्या अखत्यारीत मी तुला फक्त सल्ला देऊ शकते की लेखी पुरावा, छळाच्या आरोपाबद्दलच्या तुझ्या सूत्रांच्या विरोधात आहे. मी तेवढंच करू शकते."

"तू मला हा पुरावा दाखवणार आहेस?"

"अजिबात नाही."

"मग तो अस्तित्वात असल्याचं मला कसं कळणार?"

"आणि मी तुझ्यावर विश्वास ठेवला नाही तर?"

लुईसने स्मित केले. "हेच तर निर्णय एखाद्या पत्रकाराला घ्यावे लागतात."

"ते अविवेकी दुर्लक्ष ठरेल असं तुझं म्हणणं आहे."

"तू जर तुझी बातमी छापलीस तर, हो."

वॉल्श मागे सरकली. "हे बघ. इथं तुझ्यापाशी एखादा तांत्रिक स्वरूपाचा कायदेशीर दावा असेल वा नसेलही, पण माझंच म्हणशील तर तू फक्त गुडघे टेकवून पितृसत्ताक समाजपद्धतीबरोबर पुढे जात राहणाऱ्या अल्पसंख्य स्त्रियांपैकी एक स्त्री आहेस. तुझ्यापाशी थोडी जरी अस्मिता असेल तरी तू त्यांच्यासाठी त्यांची घाणेरडी कामं करणार नाहीस."

"The person who seems to be caught in the grip of the partriarchy is you."

"ती सगळी बाष्कळ बडबड आहे," वॉल्श म्हणाली, "आणि तुला एक सांगितलंच पाहिजे, इथं तुला घटना टाळता येणार नाही. त्यानं तिला जाळ्यात ओढलं आणि मग मारलं. तो तिचा पूर्वीचा प्रियकर आहे... तिरस्कारानं पेटलेला आणि हिंसक... तो एक तद्दन पुरुष आहे. आणि सांगून ठेवते, मी हे तडीस न्यायच्या आधी आपण जन्माला आलो नसतो तर बरं झालं असतं असं त्याला वाटेल..."

■

सँडर्सने विचारले, "ती बातमी छापणार आहे?"

"नाही," लुईस म्हणाली. तिने पटांगणाच्या पलीकडे असलेल्या जॉन्सन, हेलर आणि ब्लॅकबर्नकडे पाहिले. कोनी वॉल्श ब्लॅकबर्नपाशी गेली होती आणि त्याच्याशी बोलत होती. "ह्यामुळे विचलित होऊ नकोस," लुईस म्हणाली. "ते

महत्त्वाचं नाहीये. मुख्य प्रश्न आहे : ते मेरेडिथबद्दल काय करणार आहेत?''

क्षणभरातच हेलर त्यांच्यापाशी आला. तो म्हणाला, ''आम्ही आमच्या बाजूनं सगळ्या गोष्टींवर चर्चा करतोय, लुईस.''

''मग?''

''आम्ही असा निष्कर्ष काढलाय की मध्यस्थी पुढे चालू ठेवणं व्यर्थ आहे आणि आत्ता तरी आम्ही त्यातून अंग काढून घेतोय. आम्ही नंतर येत नसल्याचं मी जज् मर्फीला कळवलंय.''

''अस्स. आणि टेपचं काय?''

''त्यांचं संभाषण ध्वनिमुद्रित होत असल्याचं मिस् जॉन्सन किंवा मि. सँडर्सपैकी कोणालाही माहिती नव्हतं. कायद्यानं, एका पक्षाला परस्परांमधील प्रतिसाद ध्वनिमुद्रित होत असल्याचं माहिती असावं लागतं. त्यामुळे टेप अग्राह्य ठरते.''

''पण बेन...''

''आमचा युक्तिवाद असा आहे की ह्या मध्यस्थीच्या आणि नंतरच्या कायदेशीर कामकाजाच्या दृष्टीनं टेपला परवानगी दिली जाऊ नये. आमचा असाही युक्तिवाद आहे की, मिस् जॉन्सननं, दोन समंजस प्रौढ व्यक्तींमध्ये झालेला गैरसमज असं जे ह्या घटनेचं वर्णन केलंय ते बरोबर आहे आणि त्या गैरसमजाबद्दल मि. सँडर्स जबाबदार आहेत. त्यांचा सक्रीय सहभाग होता, लुईस, त्यात शंकाच नाही. त्यांनी तिची पँट काढली. त्यांच्या डोक्यावर कोणी बंदूक रोखलेली नव्हती. पण दोष दोन्ही बाजूंकडे जात असल्यानं दोन्ही पक्षांच्या दृष्टीनं योग्य मार्ग हस्तांदोलन करणं, शत्रुत्वाची भावना काढून टाकणं आणि पुन्हा कामावर परतणं हाच आहे. मि. गार्विन ह्यांनी ह्याआधीच हा प्रस्ताव मि. सँडर्सना केला आहे आणि मि. सँडर्सनं तो नाकारलाय. आमची अशी खात्री आहे की सद्यःस्थितीत मि. सँडर्स असमंजसपणे वागत आहेत आणि त्यावर त्यांनी तत्परतेनं विचार केला नाही, तर कामावर यायला त्यांनी नकार दिल्याबद्दल त्यांना नोकरीवरून काढून टाकलं जाईल.''

''हरामखोर,'' सँडर्स म्हणाला.

लुईसने त्याला आवरल्यासारखा आपला हात त्याच्या दंडावर ठेवला. ''बेन,'' ती शांतपणे म्हणाली. ''वाद मिटवण्याचा आणि पुन्हा कंपनीत परतण्याचा हा औपचारिक प्रस्ताव आहे?''

''हो, लुईस.''

''आणि फायद्याची बाजू काय आहे?''

''काहीही नाही. सगळे जण फक्त पुन्हा कामावर जाणार.''

''मी विचारत्येय कारण,'' फर्नांदेझ म्हणाली. ''मला वाटतं, ध्वनिमुद्रण होत असल्याची जाणीव मि. सँडर्सना होती आणि त्यामुळे ती नक्कीच ग्राह्य आहे, असा

युक्तिवाद मी यशस्वीपणे करू शकते. त्याहीपुढे मी असा युक्तिवाद करेन की वॉलर विरुद्ध हरब्स्ट खटल्यात स्पष्ट केल्याप्रमाणे सामायिक संपर्क साधनांवरील सार्वजनिक नोंदींचा शोध घेण्याच्या अधिकारानुसार ती ग्राह्य आहे. माझा नंतरचा युक्तिवाद हा असेल की, मिस् जॉन्सनच्या छळवादी पूर्वेतिहासाची जाणीव कंपनीला होती आणि ह्या घटनेआधी किंवा आता तिच्या वर्तनाची चौकशी करण्यासाठी योग्य पावलं उचलण्यात कंपनीला अपयश आलंय. आणि मी असं म्हणेन की, कंपनीनं ह्या घटनेचं वृत्त कोनी वॉल्शला फोडलं तेव्हा मि. सँडर्सच्या प्रतिष्ठेचं संरक्षण करण्याच्या आपल्या कर्तव्याकडे कंपनीनं दुर्लक्ष केलं.''

''एक मिनिट प्लीऽज्...''

''मी युक्तिवाद करेन की ती बातमी फोडण्यामागे कंपनीपाशी एक स्पष्ट कारण होतं. मि. सँडर्स ह्यांनी कंपनीसाठी दहा वर्षांहून अधिक काळ केलेल्या सेवेचं बक्षीस मिळायला ते चांगल्या रीतीनं लायक असतानाही त्याऐवजी त्यांना मि. सँडर्स ह्यांना फसवण्याची इच्छा होती. आणि तुमच्यापाशी मिस् जॉन्सनच्या रूपानं अशी कर्मचारी आहे की जी पूर्वी अडचणीत आली होती. मी अब्रुनुकसानीचा दावा लावेन आणि, अमेरिकेतल्या औद्योगिक क्षेत्राला संदेश देण्यासाठी पुरेशा आकाराच्या दंडात्मक नुकसानभरपाईची मागणी करेन. मी सहा कोटी डॉलर्सची मागणी करेन, बेन. आणि ज्या मिनिटाला मी ज्यूरीनं ही टेप ऐकण्याची परवानगी द्यायला जज्‌ला तयार करेन, त्या मिनिटाला तू चार कोटी डॉलर्सवर मिटवायला तयार होशील. कारण आपल्याला दोघांनाही माहिती आहे की, ज्यूरींनी ती टेप ऐकली की मिस् जॉन्सन आणि कंपनीविरुद्ध निकाल द्यायला त्यांना जेमतेम पाच सेकंद लागतील.''

हेलरने आपले डोके नकारार्थी हलवले. ''तू बरेच तर्क लढवतीयस, लुईस. कोर्टात ती टेप लावायला ते कधी परवानगी देतील असं मला वाटत नाही. आणि आतापासून पुढच्या तीन वर्षांतल्या गोष्टी तू करतीयस.''

लुईसनं हळूच मान हलवली. ''छे,'' ती म्हणाली, ''तीन वर्षांचा काळ बराच लांबचा आहे.''

''तू मला सांगतीयस, लुईस. काहीही घडू शकतं.''

''हो, आणि स्पष्टपणे सांगायचं तर मला त्या टेपची काळजी आहे. इतक्या धक्कादायक असलेल्या पुराव्याबाबत कितीतरी अनिष्ट गोष्टी घडू शकतात. कोणीतरी त्या टेपची नक्कल करून घेतली नसेलच ह्याची खात्री मी देऊ शकत नाही. अशी एखादी नक्कल 'केक्यूइएम'च्या हातात पडली आणि त्यांनी ती रेडिओवरून ऐकवायला सुरुवात केली तर ते भयंकर होईल.''

''बापरे!'' हेलर म्हणाला. ''तू ते म्हणालीस ह्यावर माझा विश्वास बसत नाही.''

''काय म्हणाले? मी फक्त माझी योग्य ती भीती बोलून दाखवत्येय,'' लुईस

म्हणाली. ''मी माझ्या चिंता तुला सांगितल्या नसत्या, तर माझ्या कर्तव्याकडे मी दुर्लक्ष केल्यासारखं झालं असतं. वस्तुस्थितीला सामोरे जाऊ या, बेन. गुपित आता उघड झालंय. आधीच वृत्तपत्रांकडे ही बातमी आहे. कोणी तरी कोनी वॉल्शला ती फोडली. आणि मि. सँडर्सच्या प्रतिष्ठेला अतिशय धक्का देणारी बातमी तिनं छापली. आणि असं दिसतंय की कोणीतरी अजूनही बातम्या फोडतंय कारण आता, माझ्या अशीलानं केलेल्या शारीरिक अत्याचारांबद्दलचे काही निराधार तर्क लिहिण्याची योजना कोनी आखत्येय. ह्या प्रकरणाबद्दल तुमच्या बाजूच्या कोणी तरी जाहीरपणे बोलायचं ठरवावं, ही गोष्ट दुर्दैवी आहे. पण पेपरवाल्यांच्या हातात पडलेल्या खमंग बातमीचं कसं असतं, ते आपल्या दोघांनाही माहिती आहे... पुढची बातमी कुठून फुटेल ते कधी कळत नाही.''

हेलर अस्वस्थ झालेला. त्यानं कारंज्यापाशी उभ्या असलेल्या इतरांकडे मागे वळून पाहिलं. ''लुईस, तिकडे काही हालचाल आहे असं वाटत नाही.''

''हं, त्यांच्याशी बोलून तर पाहा.''

हेलरने खांदे उडवले आणि तो माघारी फिरला.

''आपण आता काय करायचं?'' सँडर्सने विचारले.

''आपण तुझ्या ऑफिसवर जायचं.''

''आपण?''

''हो,'' लुईस म्हणाली, ''हा शेवट नाहीये. आज आणखी बरंच काही घडणार आहे आणि ते घडेल तेव्हा मला तिथं थांबायचंय.''

■

गाडीतून परतताना ब्लॅकबर्न गाडीतल्या फोनवरून गार्विनशी बोलला. ''मध्यस्थी संपलीय. आम्ही ती स्थगित केली.''

''आणि?''

''सँडर्सनं पुन्हा कामावर जावं म्हणून आम्ही त्याच्यावर शक्य तेवढं दडपण आणतोय. पण अजून तो प्रतिसाद देत नाहीये. त्यानं लावून धरलंय. आता तो सहा कोटी डॉलर्सच्या दंडात्मक नुकसानभरपाईची धमकी देतोय.''

''बापरे!'' गार्विन म्हणाला. ''कशाच्या आधारावर दंडात्मक नुकसानभरपाई?''

''जॉन्सनला छळवादी प्रवृत्तीचा इतिहास असल्याची कल्पना असूनही ती वस्तुस्थिती हाताळण्यात कंपनीकडून झालेल्या दुर्लक्षातून उद्भवलेली बदनामी.''

''मला कसला इतिहास असल्याचं कधीच माहिती नव्हतं,'' गार्विन म्हणाला, ''तुला तिचा कसला इतिहास असल्याचं माहिती होतं, फिल?''

''नाही,'' ब्लॅकबर्न म्हणाला.

“असा इतिहास असल्याचा काही लेखी पुरावा आहे?”

“नाही,” ब्लॅकबर्नने उत्तर दिले. “तसा पुरावा नाहीये, ह्याची मला खात्री आहे.”

“छान. मग देत बसू दे त्याला धमक्या. सँडर्सला शेवटी काय सांगितलं?”

“कंपनीत त्याच्या पूर्वीच्या पदावर पुन्हा रुजू होण्यासाठी किंवा बाहेर पडण्यासाठी आम्ही त्याला उद्या सकाळपर्यंतची मुदत दिली.”

“ठीक.” गार्विन म्हणाला. “आता जरा गंभीर होऊ या. त्याच्याविरुद्ध आपल्यापाशी काय आहे?”

“आम्ही त्या गंभीर गुन्ह्याच्या आरोपावर काम करतोय,” ब्लॅकबर्न म्हणाला. “अजून सुरुवात आहे, पण मला वाटतं, त्यात आशेला जागा आहे.”

“बायकांबद्दल काय?”

“बायकांसंबंधी काही नोंद नाहीये. दोनएक वर्षांपूर्वी सँडर्स त्याच्या एका सहाय्यिकेच्या मागे लागला होता. पण कॉम्प्युटरमध्ये तशा नोंदी आम्हाला सापडत नाहीयेत. मला वाटतं, त्यानं त्या कॉम्प्युटरवरून पुसून टाकल्या.”

“तो पुसून कसा टाकू शकला? आपण त्याचा कॉम्प्युटरशी प्रवेश रोखला होता.”

“ते त्यानं काही काळ आधीच केलं असणार. तो आतल्या गाठीचा माणूस आहे.”

“पण त्यानं ते काही काळ आधीच का करावं? ह्यापैकी कशाची अपेक्षा असण्याचं त्याला काहीच कारण नव्हतं.”

“मला माहिती आहे, पण त्या नोंदी शोधणं आता शक्य नाही.” ब्लॅकबर्न थांबला. “बॉब, मला वाटतं, आपण पत्रकार परिषद घ्यावी.”

“कधी?”

“उद्या उशिरानं.”

“चांगली कल्पना आहे,” गार्विन म्हणाला. “मी जमवेन ती. आपण ती उद्या दुपारीही घेऊ शकू. जॉन मार्डेन उद्या सकाळच्या विमानानं येत आहे,” कॉनले-व्हाईट कंपनीच्या ‘चीफ एक्झिक्युटीव्ह ऑफिसर’चा उल्लेख करत तो म्हणाला. “त्याचा चांगला उपयोग होईल.”

“हे शुक्रवारपर्यंत लांबवण्याची सँडर्सची योजना आहे,” ब्लॅकबर्न म्हणाला. “त्याला एका फटक्यातच आडवं करू या. आत्ता तरी आपण त्याची कोंडी केलीय. त्याला कंपनीच्या फायली बघता येणार नाहीत. ‘कॉनराड’ किंवा आणखी कुठेही त्याला शिरकाव करता येणार नाही. तो एकाकी पडलाय. आत्ता आणि उद्याच्या दरम्यान तो धक्कादायक असं काही आणण्याची बहुतेक शक्यता नाही.”

“छान.” गार्विन म्हणाला. “बातमीदाराचं काय?”

"मला वाटतं, ती शुक्रवारी बातमी छापेल." ब्लॅकबर्न म्हणाला. "कुठून कोणास ठाऊक पण तिला आधीच ती बातमी मिळाली आहे. पण सँडर्सवर खरडण्याचा मोह आवरणं तिला शक्य होणार नाही. ती बातमी फारच चांगली आहे, छापेल ती. एकदा तिनं ती छापली की त्याचा बकरा झालेला असेल."

"छान," गार्विन म्हणाला.

■

'डिजिकॉम'मध्ये पाचव्या मजल्यावर लिफ्टमधून मेरेडिथ जॉन्सन बाहेर पडली आणि एड् निकोलसला जवळजवळ धडकलीच. "सकाळच्या मिटिंगला तुझी अनुपस्थिती आम्हाला जाणवली," निकोलस म्हणाला.

"हो, मला काही गोष्टी बघायच्या होत्या," ती म्हणाली.

"मला माहिती पाहिजे असं काही?"

"नाही," ती म्हणाली. "कंटाळवाणं आहे. आयर्लंडमधल्या टॅक्स सवलतीबाबतच्या काही किरकोळ तांत्रिक बाबी."

निकोलस म्हणाला, "तुला रात्री जेवायला यायला वेळ आहे?"

"कदाचित शुक्रवारी रात्री, तू तोपर्यंत इथं असशील तर," ती म्हणाली. तिचे स्मित.

"ठीक आहे. माझा विश्वास आहे तुझ्यावर."

त्याने निरोपाचा हात केला आणि तो हॉलच्या मार्गाने खाली गेला. मेरेडिथ तिच्या ऑफिसात गेली.

तिला तिथे तिच्या टेबलापाशी कॉम्प्युटरवर स्टेफनी कॅपलान काम करताना दिसली. स्टेफनी गोंधळलेली दिसली. "तुझा कॉम्प्युटर वापरल्याबद्दल क्षमस्व. तुझी वाट बघता बघता फक्त काही अकौंट्स बघत होते," ती म्हणाली.

मेरेडिथने आपली पर्स कोचावर टाकली. "हे बघ, स्टेफनी," ती म्हणाली. "आत्ताच काही गोष्टी स्पष्ट केलेल्या बऱ्या. मी ह्या डिव्हिजनची प्रमुख आहे आणि ते कोणी बदलणार नाहीये. माझंच म्हणशील तर त्यांच्या बाजूनं कोण आहे आणि कोण नाही हे नव्या व्हाईस प्रेसिडेंटनं ठरवण्याची हीच वेळ आहे. मला कोणी पाठिंबा दिला तर तो मी लक्षात ठेवेन. कोणी तो दिला नाही, तर मी तिकडेही बघेन. आपण दोघी एकमेकींना समजून घेतोय?"

स्टेफनी टेबलाच्या बाजूने आली. "हो, नक्कीच, मेरेडिथ."

"मला दगा देऊ नकोस."

"ते माझ्या मनातही आलं नाही, मेरेडिथ."

"छान. थँक यू स्टेफनी."

"त्यात विशेष काही नाही, मेरेडिथ."

स्टेफनी कॅपलान ऑफिसमधून बाहेर पडली. जॉन्सनने आपल्या पाठीमागे दार बंद केले आणि ती तडक कॉम्प्युटरपाशी जाऊन पडद्याकडे उत्सुकतेने पाहत राहिली.

■

'डिजिकॉम'च्या इमारतीत दोन्ही बाजूंच्या ऑफिसांमधल्या मार्गानं सँडर्स आभासात असल्यासारखा गेला. त्याच्या जवळून जे लोक गेले, त्यांनी आपली नजर दुसरीकडे वळवली आणि त्याच्याशी काही न बोलता ते त्याच्या अंगावरून पुढे गेले.

"मी जसा अस्तित्वात नाहीये," तो लुईसला म्हणाला.

"एवढं वाटून घेऊ नकोस," ती म्हणाली.

छातीएवढ्या उंचीच्या कप्प्यांमधून लोक जिथे काम करायचे, तो त्या मजल्यावरचा मुख्य भाग मागे टाकून ते पुढे गेले. बरेच डुकरासारखे आवाज काढलेले त्यांच्या कानावर पडले. कुणी तरी हलकेच कुठल्याशा ग्राम्य गाण्याची ओळ म्हटली.

सँडर्स थांबला आणि त्या आवाजाच्या दिशेने वळला. लुईसने त्याचा दंड पकडला.

"जाऊ दे," ती म्हणाली.

"पण हे..."

"आगीत तेल ओतू नकोस."

ते कॉफी मशीनजवळून गेले. त्याच्या शेजारी कुणी तरी सँडर्सचे एक चित्र चिकटवले होते. त्यांनी त्याचा उपयोग बाण मारायच्या पुठ्ठ्यासारखा केला होता.

"बापरे!"

"पुढे चालत राहा."

तो त्याच्या ऑफिसकडे जाणाऱ्या मार्गावर आला तेव्हा दुसऱ्या बाजूने त्याला डॉन चेरी येताना दिसला.

"हाय, डॉन."

"ह्या बाबतीत तू घोटाळा केलास, टॉम." त्याने नकारार्थी मान हलवली आणि तो पुढे गेला.

"Even Don Cherry."

सँडर्सने उसासा टाकला.

"असं घडणार ह्याची तुला कल्पना होती," लुईस म्हणाली.

"बहुधा."

"नक्की होती, अशा प्रकरणांचे परिणाम असेच असतात."

ऑफिसच्या बाहेर सिंडीने त्याला पाहिल्यावर ती उभी राहिली. "टॉम, मेरी

ॲननं तुला आल्याआल्या तिला फोन करायला सांगितलंय.''

"ठीक आहे."

"आणि स्टेफनीनं सांगितलंय, एवढं गंभीरपणे घेऊ नकोस, तिला हवी होती ती माहिती मिळालीय. तिनं तिला फोन करू नकोस म्हणून सांगितलंय."

"ठीक आहे."

तो ऑफिसात गेला आणि त्याने दार बंद केले. तो आपल्या टेबलामागे बसला आणि लुईस त्याच्या समोर बसली. तिने आपल्या बॅगेतून सेल्युलर फोन काढला आणि नंबर फिरवला. "एक गोष्ट निकालात काढू... मिस राइजचं ऑफिस प्लीज... मी लुईस फर्नांदिझ बोलत्येय."

तिने आपल्या हाताची ओंजळ फोनवर धरली. "फार वेळ... ओह, एलेनॉर? हाय, लुईस फर्नांदिझ. मी तुला कोनी वॉल्शबद्दल फोन करत्येय, उह्... तू तिच्याशी ह्याच्यावर चर्चा करतीयस ह्याची मला खात्री आहे. हो, तिच्या भावना तीव्र असल्याची मला कल्पना आहे. एलेनॉर, मला तुला एवढंच पक्कं सांगायचंय की, त्या घटनेची टेप आहे आणि ती मिस् जॉन्सनपेक्षा मि. सँडर्सच्या हकिकतीला पुष्टी देते. खरं तर, हो, मी ते करू शकेन. पूर्णपणे खासगीत? हो. हं, वॉल्शच्या सूत्रांबद्दल अडचण अशी आहे की आता कंपनीवर फार मोठी जबाबदारी आहे आणि तुम्ही चुकीची बातमी छापली– ती अगदी एखाद्या सूत्राकडून तुम्हाला मिळाली तरी– मला वाटतं, ते तुमच्यावर कारवाई करू शकतात. हो, मला पक्कं वाटतं, मि. ब्लॅकबर्न दावा दाखल करतील. त्याच्यापुढे कुठलाही पर्याय असणार नाही. तू असं का... अस्सं, उह्... ते बदलू शकेल, एलेनॉर... ते विसरू नकोस. आत्ता मि. सँडर्स, त्या मि. पिगीच्या बातमीच्या आधारे अब्रुनुकसानीचा दावा दाखल करण्याचा विचार करतायत. हो, तू तसं का करत नाहीस? थँक यू."

तिने फोन बंद केला आणि ती सँडर्सकडे वळली. "आम्ही लॉ कॉलेजात बरोबरच गेलो. एलेनॉर फार कार्यक्षम आणि फार जुन्या विचारांची आहे. कोनीच्या सूत्रावर एवढा विश्वास टाकला नसता तर तिनं मुळात त्या बातमीला परवानगीच दिली नसती आणि आता त्यावर विचारही केला नसता."

"म्हणजे?"

"ती बातमी तिला कुणी दिली हे मला माहिती असल्याची पक्की खात्री आहे."

"कोणी?" सँडर्स म्हणाला.

"तूर्त महत्त्वाची गोष्ट आहे, ती म्हणजे मेरेडिथ जॉन्सन. तिनं ह्याआधी हाताखालच्या कर्मचाऱ्यांना छळलंय हे दाखवून देण्यासाठी तिच्या वागण्याची पद्धत आपल्याला पुराव्यानं सिद्ध केली पाहिजे. काही तरी करून आपल्याला 'कॉनराड कॉम्प्युटर'बरोबरचा हा तिढा सोडवायला हवा."

ती बाजूला वळली, ''हॅरी? लुईस, तू 'कॉनराड' कंपनीशी बोललास? उह्... आणि?'' स्तब्धता. तिने चिडून डोके नकारार्थी हलवले. ''तू त्यांना त्यांच्या जबाबदाऱ्या स्पष्ट केल्यास? उह्... छेः! मग आपली पुढली चाल काय आहे? कारण आपल्यापुढे आता वेळेचा प्रश्न आहे. हॅरी, मला काळजी आहे ती त्याची.''

ती बोलत असताना सँडर्स आपल्या मॉनिटरकडे वळला. 'इ-मेल'चा दिवा लुकलुकत होता. त्यानं त्यासाठी असलेले बटण दाबले. YOU HAVE 17 MESSAGES WAITING. बापरे! ही गोष्ट त्याच्या दृष्टीने केवळ कल्पनेतली होती. त्याने ते संदेश पडद्यावर दाखवणारे बटण दाबले. ते संदेश पाठोपाठ पडद्यावर झळकले :

प्रेषक : डॉन चेरी.

प्रति : सर्व संबंधित.

''आम्ही 'व्हाय' यंत्रणा कॉनले-व्हाईटच्या लोकांना दिलीय. ही यंत्रणा, त्यांनी आज आम्हाला हुक दिल्यानं त्यांच्या कंपनीत कार्यरत झाली आहे. त्यांचा चीफ एक्झिक्युटीव्ह ऑफिसर गुरुवारी सकाळी येत असल्यानं जॉन कॉनलेनं ही यंत्रणा 'फोर सीझन्स' हॉटेलमध्ये पोचवावी अशी विनंती केलीय. ही यंत्रणा तो तेव्हाच बघेल. 'व्हाय'वर काम करणाऱ्या चमूनं मिळवलेल्या प्रोग्रॅमिंगमधला हा आणखी एक विजय आहे.''

सँडर्सने पुढचा संदेश चाळला.

प्रेषक : DIAGNOSTICS GROUP.

प्रति : APG TEAM

ट्विंकल ड्राईव्हज्चे विश्लेषण. कंट्रोलर टायमिंग लूपमधील समस्या चिप्मुळेच येत आहे असे दिसत नाही. पॉवर युनिटमधून येणाऱ्या विद्युतप्रवाहातील मायक्रो-फ्लक्चुएशन्स आम्ही तपासली. सकृद्दर्शनी हे पॉवर युनिट निकृष्ट दर्जाच्या वा बोर्डवरील अपुऱ्या विद्युत्‌ विरोधाने कोरलेले दिसले. पण ही बाब गौण आहे आणि त्यामुळे आपल्याला निश्चित प्रमाणानुसार उत्पादन करण्यात येत असलेल्या अपयशाचा उलगडा होत नाही. विश्लेषण अजून चालू आहे.

सँडर्सने अलिप्तपणाच्या भावनेने तो संदेश पाहिला. खरे तर त्या संदेशाने त्याला काहीच सांगितले नाही. ते होते त्याखाली दडलेले सत्य लपवणारे केवळ शब्द... समस्या काय होती, ते त्यांना अजून माहिती नव्हते. एरवी तो 'निदान चमू'च्या दिशेने, त्यांना प्रश्नाच्या मुळाशी जायला लावण्यासाठी गेला असता. पण

आता... त्याने खांदे उडवले आणि तो पुढच्या संदेशाकडे वळला. हा संदेश सॉफ्टबॉल खेळणाऱ्यांना, उन्हाळी वेळापत्रक देण्यासंबंधी होता.

त्याला लुईसचे फोनवरचे बोलणे ऐकू आले. ''हॅरी, काहीही करून आपल्याला ह्याचा छडा लावलाच पाहिजे. त्यांचं सनी व्हेलमधलं ऑफिस केव्हा बंद होतं?'' सँडर्सने पुढचा संदेश समोर आणला.

आणखी सामूहिक संदेश नाहीत. खासगी संदेश वाचायचे आहेत?

त्याने त्यासाठी असलेल्या चिन्हावर 'क्लिक' केले.

आपण समलिंगी आहोत हे तू सरळ कबूलच का करत नाहीस?

त्याने ते संदेश कुठून आले होते, ते बघायची तसदी घेतली नाही. गार्विनच्या पत्त्यावरून आल्यासारखे किंवा तशा प्रकारे त्यांनी ते संदेश प्रत्यक्षपणे पाठवले असणार, यंत्रणेमधून खरे पत्ते तपासून घेणे त्याला शक्य होते. पण त्यांनी आता काढून घेतलेल्या, त्याला दिलेल्या यंत्रणेशी संपर्क ठेवण्याच्या अधिकाराशिवाय ते शक्य नव्हते.

तो पुढच्या संदेशाकडे वळला.

ती तुझ्या सहाय्यिकेपेक्षा चांगली दिसते आणि तू तिच्याबरोबर झोपण्याचं मनावर घेऊ नयेस?

(स्वाक्षरी नव्हती.)

सँडर्सने पुढच्या संदेशासाठी बटण दाबले,

''किरकोळ माणसा, ह्या कंपनीतून चालता हो. तुला दिलेला सगळ्यात चांगला सल्ला.''

बापरे, तो मनाशीच म्हणाला. पुढचा संदेश : ''छोट्या टॉमीला होतं एक मोठं नाक.

तो खेळे त्याच्यासंगे रोज फार फार
एक बाई जेव्हा त्याला लावू गेली हात
छोटा टॉमी म्हणाला लांब रहा फार.''

त्या कवितेच्या ओळी पडद्याच्या खालपर्यंत गेल्या होत्या. पण सँडर्सने बाकीची कविता वाचली नाही. त्याने बटण दाबले आणि पुढचा संदेश पाहिला : तो तशाच स्वरूपाचा होता.

त्याने पुन्हा बटण दाबले. आता तो अधिक वेगाने बटण दाबत संदेश उलटत होता...

"तुझ्यासारख्या लोकांमुळे पुरुषजात बदनाम होते."

– बोरीस.

बटण

"गलिच्छ बंडलबाज डुकरा"

पुढचा संदेश.

"कण्हणाऱ्या बायकांना सुख देण्याची हीच वेळ आहे. स्वतः सोडून त्या दुसऱ्यांना ज्या पद्धतीनं नावं ठेवतात, त्याचा मला उबग आलाय. स्तनाग्रं आणि दोषारोप ही लैंगिकतेशी संबंध असलेली लक्षणं आहेत."
"परतफेड करत राहा."

पुढे न वाचताच तो ते संदेश पाहत राहिला. शेवटी तो इतक्या वेगाने जात होता की नंतरच्या संदेशांपैकी एक जवळजवळ त्याच्या नजरेतून निसटलाच :

"मोहम्मद जाफर मरणोन्मुख अवस्थेत असल्याचं नुकतंच कळलं. तो अजून हॉस्पिटलमध्येच आहे आणि सकाळपर्यंत तग धरण्याची शक्यता नाही. मला शेवटी वाटतंय, ह्या जादूटोण्यात तथ्य असेलही."–
आर्थर कान.

सँडर्स पडद्यावर नजर खिळवून पाहत राहिला. एक माणूस जादूटोण्यानं मरतोय? खरं काय घडलं होतं, ह्याची तो कल्पनासुद्धा करू शकला नाही. ती कल्पनाच एका वेगळ्या जगातली असल्यासारखी वाटत होती. त्याचा त्याच्या जगाशी संबंधच नव्हता. त्याला लुईसचे फोनवरचे बोलणे ऐकू आले, "मला फिकीर नाही, हॅरी, पण 'कॉनराड' कंपनीकडे तिच्या वागण्याच्या विशिष्ट पद्धतीशी सुसंगत अशी माहिती आहे आणि काहीही करून आपल्याला ती त्यांच्याकडून मिळवली पाहिजे."
सँडर्सने शेवटच्या संदेशासाठी बटण दाबले :

तुम्ही चुकीच्या कंपनीत तपास करताय"– एक मित्र.

सँडर्सने लुईसला पाहता यावं म्हणून मॉनिटर वळवला. फोनवर बोलत असतानाच तिच्या भुवया उंचावल्या. "हॅरी, मला जायला हवं. तुला करता येईल ते कर." तिने फोन बंद केला. "आपण चुकीच्या कंपनीत तपास करतोय, ह्याचा

अर्थ? आपण काय करतोय हेही ह्या मित्राला कसं माहीत? हा संदेश कधी आला?''

सँडर्सने पडद्यावरच्या त्या संदेशाच्या वर असलेल्या चौकटीत पाहिलं, ''आज दुपारी एक वीसला.''

लुईसने आपल्या वकिली वहीत त्याची नोंद केली. ''ॲलन फोनवरून 'कॉनरॉड' कंपनीशी बोलत असताना आलेला आणि 'कॉनरॉड'नं 'डिजिकॉम'ला फोन केला, आठवतंय? म्हणजे हा संदेश 'डिजिकॉम'मधूनच येत असला पाहिजे.''

''पण तो इंटरनेटवर आहे.''

''तो कुठूनही येत असला तरी प्रत्यक्षात तुला मदत करण्याच्या प्रयत्नात असलेल्या कंपनीतल्याच कोणाकडून तरी तो येतोय.''

अचानक त्याच्या मनात पहिला विचार आला, तो मॅक्सचा. पण त्याची संगती लागत नव्हती. डॉर्फमन धूर्त होता पण ह्या प्रकारातला नाही. शिवाय कंपनीत मिनिटामिनिटाला चालणाऱ्या कामाची डॉर्फमनला माहिती नव्हती.

नाही, ही व्यक्ती अशी कोणीतरी होती की जिला सँडर्सला मदत करायची होती, पण त्या मदतीचा ठावठिकाणा लागू द्यायचा नव्हता.

''तुम्ही चुकीच्या कंपनीत तपास करताय...''

तो पुन्हा मोठ्याने म्हणाला, 'कॉनले-व्हाईट' कंपनीमधलं कोणी असू शकेल? त्याला वाटलं, ही व्यक्ती कोणीही असू शकेल.

''तुम्ही चुकीच्या कंपनीत तपास करताय, ह्याचा अर्थ काय?'' तो म्हणाला. ''आपण तिच्या सगळ्या आधीच्या कंपन्या चाचपून पाहतोय आणि आपल्याला फार अवघड...''

तो थांबला.

''You are checking a wrong company.''

''मी मूर्खच असलो पाहिजे.'' तो म्हणाला. त्याने आपल्या कॉम्प्युटरवर टायपिंग करायला सुरुवात केली.

''काय झालं?'' फर्नांदिझ म्हणाली.

''त्यांनी यंत्रणेपर्यंतचा माझा शिरकाव रोखला असला तरी अजून हे मला मिळवता यायला हवं.''

''काय मिळवायचं?'' तिने गोंधळून विचारले.

''तू म्हणालीस की छळ करणाऱ्यांच्या वागण्याचा एक विशिष्ट साचा असतो, बरोबर?''

''बरोबर.''

''तो पुन्हापुन्हा दिसून येतो, बरोबर?''

''बरोबर.''

"आणि उपद्रवाच्या ह्याआधीच्या घटनांची माहिती मिळवण्यासाठी आपण तिच्या ह्याआधीच्या कंपन्या तपासतोय."

"बरोबर. आणि ते काही जमत नाहीये."

"हो. पण मुख्य गोष्ट ही आहे की, "सँडर्स म्हणाला, "तिनं गेली चार वर्षं इथं काम केलंय, लुईस. आपण चुकीच्या कंपनीत तपास करतोय."

कॉम्प्युटरचा टर्मिनल उजळला तसे त्याने पाहिले.

SEARCHING DATABASE

आणि मग क्षणभराने त्याने कॉम्प्युटरचा पडदा फर्नांडिझला पाहता यावे म्हणून वळवला 'डिजिटल कम्युनिकेशन्स संदर्भ माहिती शोध अहवाल' डीबी ४ : ह्यूमन रिसोर्सेस (Sub ५/ कर्मचारी नोंदी) शोध निकष :

१. स्वरूप : काढून टाकले/ बदली केली/ राजीनामा दिला

२. अधिकारी : मेरेडिथ जॉन्सन

३. इतर निकष : फक्त पुरुष

संक्षिप्त शोध परिणाम

मायकेल टेट	५-९-८९	काढून टाकले	मादक पदार्थ- सेवन	एच. आर. रेफमेड
एडविन शीन	७-५-८९	राजीनामा	बदली नोकरी	डी-सिलिकॉन
विल्यम रॉजीन	११-९-८९	बदली	स्वतः विनंती केल्यावरून	ऑस्टीन
फ्रेडरिक कोहेन	४-२-९०	राजीनामा	बदली नोकरी	स्क्वायर एसएम्ज
रॉबर्ट एली	६-१-९०	बदली	स्वतः विनंती केल्यावरून	सीॲटल
मायकेल बॅक्स	८-११-९०	बदली	स्वतः विनंती केल्यावरून	मलेशिया
पीटर सॉल्टझ्	१-४-९१	राजीनामा	बदली नोकरी	नॉव्हेल
रॉस वाल्ड	८-५-९१	बदली	स्वतः विनंती केल्यावरून	कॉर्क
रिचर्ड जॅक्सन	११-४-९१	राजीनामा	बदली नोकरी	आल्डस्
जेम्स फ्रेंच	२-२-९२	बदली	स्वतः विनंती केल्यावरून	ऑस्टीन

लुईसने ती यादी बारकाईने पाहिली. ''मेरेडिथ जॉन्सनबरोबर काम करणं म्हणजे नोकरी धोक्यात घालण्यासारखं असावं तसं दिसतंय. तुला एक छान साचा दिसतोय! लोक काही महिने टिकतात आणि मग राजीनामा देतात किंवा दुसरीकडे बदली करण्याची विनंती करतात. सगळं ऐच्छिक, कोणालाही कधी काढलेलं नाही कारण त्यामुळे अन्याय्य पद्धतीनं काढून टाकल्याबद्दल खटला उभा राहू शकतो. छान! ह्यापैकी कोणी लोक तुझ्या माहितीचे आहेत?''

''नाही,'' सँडर्स डोके नकारार्थी हलवत म्हणाला. ''पण त्यांच्यापैकी तिघं सीॲटलमध्ये आहेत.'' तो म्हणाला.

''मला एकच दिसतोय.''

''नाही, आल्डस कंपनी इथंच आहे. स्क्वायर सिस्टिम्स बेलेव्ह्यूच्या बाहेर आहे. म्हणजे रिचर्ड जॅक्सन आणि फ्रेडरिक कोहेनही इथंच आहेत.''

''ते असले तरी ह्या लोकांना नोकरी सोडून जाताना त्यांच्यासमोर ठेवलेल्या प्रस्तावाचे तपशील तुला मिळवायलाच हवेत. कारण कंपनीनं जर कोणाला पैसे देऊन मोकळं केलं असेल तर मग आपल्यापाशी एक प्रत्यक्ष उदाहरण आहे.''

''नाही,'' सँडर्स म्हणाला. ''आर्थिक माहिती आता माझ्या कॉम्प्युटरवरून मिळवता येणार नाही.''

''प्रयत्न तर करून पाहा.''

''पण त्याचा उपयोग काय? यंत्रणा मला त्या माहितीपर्यंत जाऊच देणार नाही.''

''करून बघ,'' फर्नांदिझ म्हणाली.

त्याच्या कपाळावर आठ्या. ''म्हणजे त्यांचं माझ्या कॉम्प्युटरवरच्या हालचालींवर लक्ष आहे?''

''मी त्याची खात्री देते.''

''ठीक आहे.'' त्याने आवश्यक ते सांकेतिक शब्द टाईप केले आणि माहितीचा शोध घेण्यासाठी असलेले बटण दाबले. उत्तर आले : आर्थिक माहितीचा शोध `O' पातळी प्रवेशाच्या आवाक्याबाहेरचा आहे. त्याने खांदे उडवले. ''मला वाटलं होतं तसंच. काही उपयोग नाही.''

''पण मुद्दा हा आहे की आपण प्रश्न विचारला,'' लुईस म्हणाली. ''तो त्यांची झोप उडवेल.''

■

सँडर्स लिफ्ट्‌सच्या दिशेने निघालेला असताना त्याने कॉनले-व्हाईटच्या तीन अधिकाऱ्यांबरोबर मेरेडिथ जॉन्सनला त्याच्या दिशेने येताना पाहिले. तो पटकन

वळला आणि जिन्याकडे गेला. खाली रस्त्याकडे जाणारे चार जिने उतरायला त्याने सुरुवात केली.

एक जिना उतरल्यावर लिफ्टचे दार उघडले आणि स्टेफनी कॅपलान अवतरली. ती पायऱ्या चढून वर येऊ लागली. सँडर्सला तिच्याशी बोलण्याची इच्छा नव्हती; कॅपलान शेवटी 'चीफ फायनान्स ऑफिसर' होती. गार्विन आणि ब्लॅकबर्नला जवळ असलेली. शेवटी तो म्हणायचे म्हणून म्हणाला, ''कसं काय चाललंय, स्टेफनी?''

''हॅलो, टॉम.'' तिने त्याला केलेले अभिवादन थंड, अंतर राखून केल्यासारखे होते.

आणखी थोड्या पायऱ्या उतरून तो तिच्या शेजारून जात राहिला तेव्हा ती म्हणालेली त्याला ऐकू आले, ''हे तुला इतकं अडचणीचं झालंय, ह्याचं मला वाईट वाटतंय.''

तो थांबला. स्टेफनी त्याच्या वरच्या बाजूच्या जिन्यावर उभी राहून खाली त्याच्याकडे पाहात होती. जिन्यात आणखी कोणी नव्हते.

तो म्हणाला, ''मी निभावून नेतोय.''

''तू नेतोयस त्याची कल्पना आहे मला. पण तरीही ते फार कठीण असणार. एकाच वेळी एवढं काही चाललंय आणि कोणीही तुला माहिती देत नसलेलं. सगळं शोधून काढायचा खटाटोप करणं गोंधळून टाकणारं असणारच.''

''Nobody giving you information.''

''हं, हो,'' तो हळुवारपणे बोलत म्हणाला, ''गोष्टी शोधून काढणं अवघड असतं, स्टेफनी.''

तिने होकारार्थी मान हलवली. ''मी पहिल्यांदा नोकरीला सुरुवात केली तेव्हाचं मला आठवतं,'' ती म्हणाली, ''माझी एक मैत्रीण होती. स्त्री अधिकारी सहसा न नेमणाऱ्या एका कंपनीत तिला चांगली नोकरी मिळाली. तिच्या नव्या नोकरीत, तिच्यावर खूप ताण आणि अडचणी होत्या. ती ज्या पद्धतीनं समस्या सोडवायची, त्याचा तिला अभिमान वाटायचा. पण शेवटी असं आढळलं की तिच्या डिव्हिजनमध्ये एक आर्थिक भानगड होती आणि सुरुवातीपासूनच त्याचं खापर तिच्यावर फोडण्याच्या दृष्टीनं ते तिला त्या जागेवर वापरत होते. तिला ज्या गोष्टी नोकरीत अभिप्रेत होत्या, त्या प्रत्यक्षात नव्हत्याच. ती एक बाहुली होती. आणि त्यांनी तिला काढून टाकलं तेव्हा ती चुकीच्याच मार्गाकडे पाहत होती.''

सँडर्स तिच्याकडे पाहत राहिला. ती त्याला हे का सांगत होती? तो म्हणाला, ''गोष्ट मजेशीर आहे.''

स्टेफनीने होकारार्थी मान हलवली. ''मी ती कधीच विसरलेली नाहीये.'' ती म्हणाली.

वरच्या जिन्यांच्या बाजूला एक दार खाडकन उघडलं आणि त्यांना जिना उतरत असलेली पावलं ऐकू आली. आणखी एक शब्दही न बोलता स्टेफनी वळली आणि वर जायला लागली.

डोके हलवत सँडर्स पायऱ्या उतरत राहिला.

■

सीॲटलमधल्या 'पोस्ट-इंटलिजन्सर' वृत्तपत्राच्या वार्ताकक्षात कोनी वॉल्शने कॉम्प्युटरच्या टर्मिनलवरून नजर वर टाकली आणि ती म्हणाली, "तू थट्टा करत असली पाहिजेस."

"नाही, मी थट्टा करत नाहीये," एलेनॉर राईज् म्हणाली. ती वॉल्शकडे खाली पाहत उभी होती. "मी ही बातमी काढून टाकत्येय." तिने ती कॉम्प्युटरच्या प्रिंटरवर छापलेली बातमी वॉल्शच्या टेबलावर टाकली.

"पण मला बातमी देणारी व्यक्ती कोण आहे, तुला माहिती आहे," वॉल्श म्हणाला. "आणि जेक सगळं संभाषण ऐकत होता. आपल्यापाशी फार चांगली टिपणं आहेत, एलेनॉर. अगदी इत्थंभूत."

"मला माहिती आहे."

"मग, बातमीमागे सूत्र आहे म्हटल्यावर, कंपनी खटला भरणं कसं शक्य आहे?" वॉल्श म्हणाला. "एलेनॉर, माझ्यापाशी चक्क बातमी आहे."

"तुझ्यापाशी बातमी आहे. आणि आधीच पेपरला बऱ्यापैकी टीकेला तोंड द्यावं लागतंय."

"आधीच? कशामुळे?"

"ते मि. पिगीचं स्तंभलेखन."

"बापरे. त्या स्तंभावरून ओळखता येतं असं म्हणायला मार्गच नाहीये."

राईजने त्या स्तंभाची एक झेरॉक्स प्रत बाहेर काढली. तिने बऱ्याच उताऱ्यांवर पिवळ्या Highlighterनं खुणा करून ठेवल्या होत्या. "क्ष कंपनी ही सीॲटलमधली एक उच्च तंत्रज्ञान कंपनी असल्याचं बोललं जातं. ह्या कंपनीनं अलीकडेच एका स्त्रीची एका उच्च पदावर नियुक्ती केली. श्रीयुत पिग तिच्या हाताखालचा कर्मचारी आहे असं सांगतात. असं म्हटलं जातंय की त्यानं आपला लैंगिक छळ झाल्याचा दावा केला आहे. श्रीयुत पिगींची पत्नी एक वकील आहे. त्यांना लहान मुलं आहेत. तू म्हणत्येयस की श्रीयुत पिगींचा आरोप पोकळ आहे आणि तो दारुड्या, स्त्रीलंपट आहे. मला वाटतं, सँडर्स निखालसपणे हा लेख आपल्यावरच लिहिल्याचं सिद्ध करून अब्रुनुकसानीचा दावा दाखल करू शकतो."

"पण हा स्तंभलेख आहे. एक मतप्रदर्शन करणारा लेख."

“पण हा स्तंभलेख घटना ठासून मांडतो आणि तेही उपरोधिक आणि अतिशयोक्त पद्धतीनं.”

“पण तो एक मतप्रदर्शन करणारा लेख आहे. मत अबाधित असतं.”

“ह्या प्रकरणात तसं निश्चितपणे आहे असं मला अजिबात वाटत नाही. मुळात मी हा लेख छापण्याची परवानगी दिली ह्यानंच अस्वस्थ झाले आहे. पण मुद्दा हा आहे की आपण पुढचे लेख छापू दिले तर आपण अनवधानानं बदनामी झाल्याचा दावा करू शकणार नाही.”

वॉल्श म्हणाली, “तुझ्यात धाडस नाहीये.”

“आणि तू इतर लोकांच्या धाडसाच्या बाबतीत मोकळीक घेतीयस,” राईज म्हणाली. “ती बातमी रद्द झालीय आणि ते पक्कं आहे, मी तसं लेखी देत्येय... तुला, मार्गला आणि टॉम डोनॅडिओला त्याच्या प्रती पाठवून.”

वॉल्शला ती बातमी छापायची होती. वकिली विचारपद्धती सहन करण्याएवढी सहनशक्ती तिच्यापाशी नव्हती.

बऱ्याच वेळाने तिने फोन उचलला आणि एक नंबर फिरवला. “केएसइए-टीव्ही, गुड आफ्टरनून.”

“मिस हेन्ले बोलत्येय.”

सीॲटलमध्ये अगदी अलीकडेच सुरू झालेल्या स्वतंत्र टीव्ही केंद्रात जीन हेन्ले एक वार्ताहर होती. पुरुषांचे वर्चस्व असलेल्या प्रसारमाध्यमांमध्ये काम करण्यात येणाऱ्या अडचणींवर चर्चा करत वॉल्शने हेन्लेबरोबर बऱ्याच संध्याकाळ घालवल्या होत्या. एका वार्ताहराची कारकीर्द घडवण्याच्या दृष्टीने एखादी खळबळजनक बातमी किती मोलाची ठरते, ह्याची हेन्लेला कल्पना होती.

वॉल्शने स्वतःलाच बजावले, ही बातमी सांगितली जाईल. ह्या ना त्या प्रकारे, ती सांगितली जाईलच...

■

रॉबर्ट एलीने अस्वस्थपणे वर सँडर्सकडे पाहिले. “काय हवंय तुला?” त्याने विचारले. एली तरुण होता. सव्विशीच्या आतला... पिंगट मिशा असलेला... ताणाखाली असावा तसा. त्याने टाय आणि शर्ट घातला होता. ‘गोवर बिल्डिंग’मध्ये असलेल्या ‘डिजिकॉम’च्या ‘अकौंटिंग विभागा’त मागच्या बाजूला, बसण्यासाठी केलेल्या लहान-लहान खोल्यांपैकी एका खोलीत तो काम करायचा.

“मला मेरेडिथबद्दल बोलायचंय,” सँडर्स म्हणाला. त्याच्या यादीतल्या सीॲटलमध्ये राहणाऱ्या तिघांमध्ये एली एक होता.

“बापरे!” एली म्हणाला. त्याने अस्वस्थपणे आजूबाजूला नजर टाकली. त्याने

आवंढा गिळला. ''माझ्यापाशी... माझ्यापाशी सांगण्यासारखं काही नाहीये.''

''मला फक्त बोलायचंय,'' सँडर्स म्हणाला.

''इथं नको,'' एली म्हणाला.

''मग कॉन्फरन्स रूममध्ये जाऊ.''

ते हॉल ओलांडून एका छोट्या कॉन्फरन्स रूमपर्यंत गेले पण तिथे एक मिटिंग चालू होती. 'अकौंटिंग विभागा'तल्या कोपऱ्यात असलेल्या छोट्या उपाहारगृहात आपण जाऊ असं सँडर्सने सुचवले, पण एलीने त्याला सांगितले की तिथे एकांत मिळणार नाही. तो क्षणाक्षणाला अधिकाधिक अस्वस्थ होत चालला होता.

''खरंच माझ्यापाशी सांगण्यासारखं काही नाहीये,'' तो पुन्हापुन्हा म्हणत राहिला, ''काहीही नाही, खरंच काही नाही.''

एलीने घाबरून धूम ठोकण्याच्या आत ताबडतोब एखादी शांत जागा मिळवायला हवी, ह्याची सँडर्सला जाणीव झाली. शेवटी ते पुरुषांच्या स्वच्छतागृहात गेले... स्वच्छ फरशा, एखादा डागही दिसणार नाही एवढ्या स्वच्छ... एली एका सिंकवर झुकला. ''तू माझ्याशी का बोलतोयस, मला कळत नाही. तुला सांगता येईल असं माझ्याकडे काहीही नाहीये,''

''क्युपर्टिनोमध्ये तू मेरेडिथसाठी काम केलंस?''

''हो.''

''आणि तिथून दोन वर्षांपूर्वी तू बाहेर पडलास?''

''हो.''

''क्युपर्टिनो तू का सोडलंस?''

''का असं वाटतं तुला?'' एली एकदम भडकून म्हणाला. फरशांवरून त्याच्या आवाजाचा प्रतिध्वनी उमटला. ''का ते तुला माहिताय. का ते प्रत्येकाला माहिताय. तिनं मला जगणं नकोसं करून सोडलं.''

''काय झालं?''

''काय झालं...'' एलीनं आठवत डोकं हलवलं. ''रोज, रोज. 'रॉबर्ट, तू उशिरापर्यंत थांबशील, आपल्याला काही गोष्टींवर बोलायचंय,' काही दिवसांनी मी सबबी सांगण्याचा प्रयत्न करू लागलो. मग ती म्हणायची, 'रॉबर्ट, तू ह्या कंपनीबद्दल योग्य ती निष्ठा दाखवतोयस असं मला वाटत नाही.' आणि माझ्या कामगिरीच्या आढाव्यात ती काही शेरे लिहून ठेवायची. सूक्ष्मशा छोट्या नकारात्मक गोष्टी. मी तक्रार करावी असं काही नाही, पण त्या होत्या नक्की. रचलेल्या गोष्टी. 'रॉबर्ट, मला वाटतं, तुला माझी इथं मदत हवीय. तू मला ऑफिस सुटल्यावर का भेटत नाहीस?' 'रॉबर्ट, तू माझ्या अपार्टमेंटवर का येत नाहीस. मग आपण बोलू. तू यायला हवं असं खरंच वाटतं मला.' मी... ते भयंकर होतं. मी ज्या व्यक्तीबरोबर

राहत होतो... अं... मी पक्का अडकलो होतो.''

''तू तिच्याविरुद्ध तक्रार केलीस?''

एली कर्कश हसला, ''तू माझी चेष्टा करतोयस काय? ती खरं तर गार्विन कुटुंबाची एक सदस्य आहे.''

''म्हणजे तू फक्त सहन केलंस ते.''

एलीने खांदे उडवले. ''शेवटी मी ज्या व्यक्तीबरोबर राहात होतो, तिला दुसरी नोकरी मिळाली. तो इथं आला तेव्हा मीही बदली करून घेतली. म्हणजे मला अर्थात जायचं होतंच. ते जमून आलं, एवढंच.''

''तू मेरेडिथ जॉन्सनबद्दल निवेदन करशील?''

''शक्य नाही.''

''तू लक्षात घे,'' सँडर्स म्हणाला, ''ती निसटते ह्याचं कारण हे आहे की कोणी तिच्याबद्दल तक्रार करत नाही.''

एली सिंकपासून बाजूला झाला. ''ह्या प्रकरणासंबंधी प्रसिद्धी ओढवून घेण्याआधीच माझ्या आयुष्यात बऱ्याच समस्या आहेत.'' तो दारापाशी गेला, थांबला आणि मागे वळला.

''म्हणजे तुला आता स्पष्ट झालंय : मेरेडिथ जॉन्सन ह्या विषयावर मला काहीही सांगायचं नाहीये. कोणी विचारलं तरी मी सांगेन, आमचे नोकरीतले संबंध नेहमी चांगले होते आणि मी हेही सांगेन की मी तुला कधीही भेटलो नाही.''

■

''मेरेडिथ जॉन्सन? अर्थातच ती आठवते मला,'' रिचर्ड जॅक्सन म्हणाला. ''मी तिच्यासाठी एक वर्षाहून अधिक काळ काम केलं.'' सँडर्स 'आल्डस बिल्डिग'च्या दुसऱ्या मजल्यावर असलेल्या जॅक्सनच्या ऑफिसात होता. ही इमारत 'पायोनियर स्क्वेअर'च्या दक्षिण बाजूला होती. जॅक्सन दिसायला चांगला होता. तिशीचा... माजी ॲथलेटचा सुस्त असा ढंग असलेला... 'आल्डस'मध्ये तो मार्केटिंग मॅनेजर होता. त्याचे ऑफिस खेळीमेळीचे होते... इंटेली ड्रॉ, फ्री हँड, सुपरपेंट आणि पेजमेकर अशा ग्राफिक्स प्रोग्रॅम्ससाठी असलेल्या खोक्यांनी भरलेलं...

''सुंदर आणि मोहक बाई,'' जॅक्सन म्हणाला, ''फार हुषार. नेहमीच छान वाटायचं.''

सँडर्स म्हणाला, ''तू कंपनी का सोडलीस ह्याचं मला कुतूहल होतं.''

''माझ्यापुढे ह्या नोकरीचा प्रस्ताव आला म्हणून. आणि मला त्याचा कधीच पश्चात्ताप वाटलेला नाही. छान काम. मस्त कंपनी. मला इथं खूप चांगला अनुभव मिळाला.''

''तू सोडण्याचं तेवढं एकच कारण आहे?''

जॅक्सन म्हणाला, "म्हणजे तुला म्हणायचंय, मेरेडिथ जॉन्सन माझ्यामागे लागली का?" तो पुढे म्हणाला, "हे म्हणजे पोप कॅथॉलिक आहे का, बिल गेटस् श्रीमंत आहे का असं विचारण्यासारखं आहे. अर्थातच ती माझ्यामागे लागली."

"त्याचा तुझ्या आमची कंपनी सोडण्याशी काही संबंध होता का?"

"नाही, नाही," जॅक्सन म्हणाला, "मेरेडिथ सगळ्यांचाच पिच्छा पुरवायची. त्या दृष्टीनं ती समान संधी देणाऱ्या मालकासारखी आहे. ती प्रत्येकाच्या मागे लागायची. मी पहिल्यांदा क्युपर्टिनोमध्ये सुरुवात केली तेव्हा ती एका लहानखुऱ्या समलिंगी माणसाच्या मागे लागली होती. त्या बिचाऱ्याला घाबरवलं. छोटा, हडकुळा, अस्वस्थ असा माणूस होता. बापरे! ती त्याला थरथर कापायला लावायची."

"आणि तू?"

जॅक्सनने खांदे उडवले. "मी एक अविवाहित माणूस होतो. नुकतीच उमेदवारी सुरू केलेला. ती सुंदर होती. माझ्या दृष्टीनं ते चांगलं होतं."

"तुला कधीच कुठली समस्या जाणवली नाही?"

"कधीच नाही, मेरेडिथ अफलातूनच होती. अर्थातच लैंगिक जोडीदार म्हणून. पण तुम्हाला सगळंच मिळत नाही. ती एक फार बुद्धिमान, फार सुंदर बाई आहे. नेहमी मस्त कपडे घालायची. आणि मी तिला आवडायचो त्यामुळे ती मला सगळ्या कार्यक्रमांना घेऊन जायची. मला लोक भेटले. मी संबंध जोडले. मस्त अनुभव होता."

"म्हणजे तुला त्यात काही वावगं दिसलं नाही?"

"काहीही नाही," जॅक्सन म्हणाला. "ती थोडी हुकूमत चालवायची. त्याची सवय झाली. मी आणखीही दोन बायकांना भेटायचो, पण मला नेहमी तिच्यासाठी तयार राहावं लागायचं. अगदी शेवटच्या मिनिटाला. कधीकधी त्याची चीड येऊ शकते. You begin to think your life is not your own आणि कधीकधी ती हलकटपणे वागते. पण त्याचं एवढं काय. तुम्हाला करायचंय ते तुम्ही करा. आता तिसाव्या वर्षी मी इथं असिस्टंट मॅनेजर आहे. माझं मस्त चाललंय. मस्त कंपनी. मस्त गाव. छान भवितव्य. आणि हे सगळं तिच्यामुळे. ती अफलातून आहे."

सँडर्स म्हणाला, "तुमचे संबंध असताना तू कंपनीचा एक कर्मचारी होतास, बरोबर?"

"हो, निश्चित."

"कंपनीच्या धोरणाप्रमाणे कर्मचाऱ्याबरोबरच्या कुठल्याही संबंधाची माहिती देणं तिच्यावर बंधनकारक आहे, हो का नाही? तिनं तुझ्याबरोबरच्या संबंधांची माहिती दिली?"

"बापरे! नाही," जॅक्सन म्हणाला. तो त्याच्या टेबलावर झुकला, "एक गोष्ट

स्पष्ट करून घेऊ या, फक्त आपल्या दोघांत. मला वाटतं, मेरेडिथ चांगली आहे. तिच्या संबंधात तुला एखादी समस्या असेल तर ती तुझी आहे. ती काय असेल मला माहिती नाही. तू तिच्याबरोबर रहायचास की! म्हणजे त्यात आश्चर्याचा भाग असू शकत नाही. मेरेडिथला पुरुषांबरोबर झोपायला आवडतं. तिला त्यांना हे कर, ते कर म्हणून सांगायला आवडतं. तिला त्यांना हुकूम सोडायला आवडतं. ती आहे ती तशी आहे. आणि मला त्याच्यात काही गैर दिसत नाही.''

सँडर्स म्हणाला, ''मला वाटत नाही की तू...''

''निवेदन करेन?'' जॅक्सन म्हणाला, ''जरा गंभीरपणे घे. ऐक, आता आजूबाजूला बरीच भंकस चालते. 'तुम्ही ज्यांच्याबरोबर काम करता त्यांच्याबरोबर संबंध ठेवू शकत नाही' अशा प्रकारच्या गोष्टी मला ऐकू येतात. पण मी काम करत असलेल्या स्त्रियांबरोबर संबंध ठेवले नसते तर मी अजून कुंवाराच राहिलो असतो. त्यांच्याबरोबर तर कोणीही संबंध ठेवू शकतं... तुम्ही ज्यांच्याबरोबर काम करता अशा स्त्रिया. तेच लोक तर तुमच्या ओळखीचे होतात. आणि काही वेळा ते लोक तुमचे वरिष्ठ अधिकारी असतात. मोठा सौदा. बायका पुरुषांबरोबर झोपतात आणि पुढे जातात. पुरुष बायकांबरोबर झोपतात आणि पुढे जातात. नाहीतरी शक्य असलं तर प्रत्येक जण प्रत्येकाबरोबर झोपणारच असतो. कारण त्यांना ते हवं असतं. म्हणजे, बायका पुरुषांसारख्याच पेटलेल्या असतात. आपल्यासारखंच त्यांना ते हवं असतं. ते वास्तव जीवन असतं. पण काही लोक असे भेटतात जे भडकतात. म्हणून ते तक्रार नोंदवतात आणि म्हणतात, 'नाही, तू मला असं करू शकत नाहीस.' मी तुला सांगतोय, ती सगळी भंकस आहे.''

''मला वाटतं, तू माझ्या प्रश्नाचं उत्तर दिलंस,'' सँडर्स म्हणाला. तो निघायला उठला. जॅक्सन त्याला मदत करणार नव्हता हे स्पष्ट होतं.

''हे बघ,'' जॅक्सन म्हणाला. ''तुझ्यापुढे इथं समस्या आहे, ह्याचं मला वाईट वाटतं. पण अलीकडे प्रत्येक जण फार संवेदनाक्षम आहे. मला आता लोक दिसतात... नुकतीच कॉलेजबाहेर पडलेली मुलं... त्यांना खरंच वाटतं, एकही त्रासदायक अनुभव आपल्या वाट्याला कधी येऊ नये. कोणीच कधी आपल्याला आवडत नाही ते सांगू नये किंवा आवडत नाही तो विनोद सांगू नये. But the thing is, nobody can make the world be the way they want it to be all the time. तुम्हाला अडचणीत आणणाऱ्या, संताप आणणाऱ्या गोष्टी नेहमीच घडतात. तेच तर जीवन आहे. मी रोज बायका विनोद सांगताना ऐकतो. दुखावणारे विनोद, घाणेरडे विनोद, मला त्याचं काही वाटत नाही. Life is great. ह्या भंकससाठी वेळ कोणाला आहे? मला तरी नाहीये.''

◼

सँडर्स पाच वाजता 'आल्डस बिल्डिंग'मधून बाहेर पडला. थकलेल्या आणि नाउमेद मनःस्थितीत तो जडपणे पावले टाकत पुन्हा 'हॅझार्ड बिल्डिंग'कडे आला. रस्ते ओले झाले होते, पण पाऊस थांबला होता. आणि दुपारचं ऊन ढग भेदून बाहेर येऊ पाहत असलेले.

दहा मिनिटांनंतर तो पुन्हा त्याच्या ऑफिसात होता. सिंडी तिच्या टेबलापाशी नव्हती आणि लुईस गेलेली होती. त्याला एकाकी, एकटे आणि निराश वाटले. तो खाली बसला आणि त्याने आपल्या यादीवरचा शेवटचा नंबर फिरवला.

"स्क्वायर इलेक्ट्रॉनिक डाटा सिस्टीम्स, गुड इव्हिनिंग."

सँडर्स म्हणाला, "फ्रेडरिक कोहेनचं ऑफिस द्या, प्लीज."

"माफ करा. मि. कोहेन आज बाहेर गेलेले आहेत."

"त्यांच्याशी कसा संपर्क साधता येईल, तुम्हाला माहिताय?"

"मला कल्पना नाही. त्यांच्यासाठी तुमच्या आवाजात निरोप ठेवायचाय?"

छेः! त्याचा काय उपयोग होता? पण तो म्हणाला, "हो, प्लीज."

मशीनचा आवाज. मग, "हाय, फ्रेड कोहेन बोलतोय. कृपया आपला निरोप ठेवा. ऑफिसच्या वेळेनंतर फोन करायचा असेल तर तुम्ही माझ्या गाडीतल्या ५०२ - ८८०४ ह्या फोनवर किंवा घरी ५०५-९९४३ वर माझ्याशी संपर्क साधू शकता."

सँडर्सने ते नंबर लिहून घेतले. त्याने आधी गाडीतला नंबर फिरवला. त्याला खरखर ऐकू आली, मग :

"मला कल्पना आहे, बाई... सॉरी, मला उशीर झालाय, पण मी निघालोच आहे. मी जरा अडकलो होतो."

"मि. कोहेन?"

"ओह," एक विराम. "हो, फ्रेड कोहेन बोलतोय."

"माझं नाव टॉम सँडर्स. मी 'डिजिकॉम'मध्ये काम करतो आणि..."

"तू कोण आहेस, मला माहिताय," आवाज ताणलेला वाटला.

"मला, असं समजतंय की तू मेरेडिथ जॉन्सनसाठी काम करायचास."

"हो, मी करायचो."

"तुझ्याशी थोडं बोलता येईल का अशा विचारात आहे."

"कशाबद्दल?"

"तुझ्या अनुभवांबद्दल. तिच्यासाठी काम करणं."

एक दीर्घ विराम. शेवटी कोहेन म्हणाला, "त्याचा काय उपयोग होणार?"

"हं, मी सध्या मेरेडिथबरोबरच्या एका वादात गुंतलोय. आणि..."

"मला कल्पना आहे."

“हो... आणि मला...”

“हे बघ, टॉम, मी दोन वर्षांपूर्वी ‘डिजिकॉम’ सोडली. जे काय घडलं, तो आता जुना इतिहास आहे.”

“खरं तर,” सँडर्स म्हणाला, “तसं नाहीये, कारण मी तिच्या वागण्याचा एक साचा असल्याचं सिद्ध करायचा प्रयत्न करतोय. आणि...”

“तू काय करायच्या प्रयत्नात आहेस, ते मला माहिताय. पण हा फार नाजूक मामला आहे, टॉम. मला त्यात अडकायचं नाहीये.”

“आपण फक्त बोललो तर...” सँडर्स म्हणाला, “फक्त काही मिनिटं.”

“टॉम.” कोहेनचा आवाज निर्विकार होता. “टॉम, मी आता विवाहित आहे. माझ्या बायकोला दिवस गेलेयत. मेरेडिथ जॉन्सनबद्दल सांगण्यासारखं माझ्यापाशी काही नाही. काहीही नाही.”

“पण...”

“सॉरी. मला जायला हवं.”

फोन बंद केल्याचा आवाज.

तो फोन ठेवत असतानाच सिंडी आत आली. तिने कॉफीचा एक कप त्याच्या पुढ्यात ठेवला. “सगळं ठीक आहे?”

“नाही,” तो म्हणाला. “सगळं भयंकर आहे.” आता त्याच्यापुढे आणखी मार्ग राहिले नव्हते, हे स्वतःशी मान्य करायची त्याची तयारी नव्हती. त्याने तिघांशी संपर्क साधला होता आणि प्रत्येकाने त्याच्यासाठी मेरेडिथच्या वर्तनाचा साचा सिद्ध करायला नकार दिला होता. त्या यादीवरचे इतर लोक त्यापेक्षा वेगळं वागतील का ह्याची त्याला शंकाच होती. त्याची बायको, सुसान, दोन दिवसांपूर्वी जे म्हणाली होती, त्याबद्दल तो विचार करत राहिला... “तुझ्यापुढे कुठलेही मार्ग नाहीयेत,” आता, ह्या सगळ्या धडपडीनंतर ते खरे ठरले होते. तो संपला होता.

“लुईस कुठे आहे?”

“ती ब्लॅकबर्नबरोबर बोलत्येय.”

“काय?”

सिंडीने होकारार्थी मान हलवली. “छोट्या कॉन्फरन्स रूममध्ये. आता पंधरा मिनिटं तरी झाली, ते तिथं आहेत.”

“बापरे!”

तो त्याच्या टेबलापासून उठला आणि हॉल ओलांडून गेला. कॉन्फरन्स रूममध्ये लुईस ब्लॅकबर्नबरोबर बसलेली त्याला दिसली. लुईस आपल्या वकिली वहीत टिपणं घेत होती... तिचे मस्तक लवलेले... ब्लॅकबर्न आपले हात कोटाच्या कॉलरच्या खालच्या बाजूवरून फिरवत होता... तो वर पाहत बोलत असलेला... तो तिला

मजकूर सांगत असल्यासारखे वाटत होते.

मग ब्लॅकबर्नने त्याला पाहिले आणि त्याला हाताच्या इशाऱ्याने आपल्याकडे बोलावले. सँडर्स आत कॉन्फरन्स रूममध्ये गेला. "टॉम," ब्लॅकबर्न स्मित करत म्हणाला, "मी तुला भेटायला येतच होतो. चांगली बातमी आहे : मला वाटतं, ह्या परिस्थितीवर आम्हाला तोडगा काढता येतोय. म्हणजे खरं तर काढलाच आहे. कायमचा."

"उह्," सँडर्स म्हणाला. त्याचा त्यातल्या एका शब्दावरही विश्वास बसत नव्हता. तो लुईसकडे वळला.

लुईसने हळूच आपल्या वहीवरून वर पाहिले. ती गुंग झाल्यासारखी वाटली.

"तसं दिसतंय."

ब्लॅकबर्न उभा राहिला आणि सँडर्सला सामोरा झाला. "मला किती आनंद झालाय, ते सांगणं अशक्य आहे. मी सबंध दुपारभर बॉबबरोबर काम करतोय आणि शेवटी वस्तुस्थितीला सामोरं जायला तो तयार झालाय. स्पष्ट वस्तुस्थिती ही आहे की कंपनीपुढे समस्या आहे. आणि ती इतक्या स्पष्टपणे आमच्या लक्षात आणून दिल्याबद्दल आम्ही तुला एक कृतज्ञतेचं देणं लागतो. हे असंच पुढे चालू शकणार नाही. ते हाताळायला हवं, ह्याची बॉबला जाणीव आहे. आणि तसं तो करेलही."

सँडर्स नुसता बघत राहिला. तो जे ऐकत होता, त्यावर त्याचा विश्वास बसत नव्हता.

ब्लॅकबर्नने आपला टाय सरळ केला. "पण फ्रँक लॉईड राईटनं एकदा म्हटलंय, 'God is in the details.' तुला कल्पना आहे टॉम, विलिनीकरणाच्या संबंधी आपल्यापुढे एक छोटी, निकडीची समस्या आहे... एक राजकीय स्वरुपाची समस्या... कॉनलेचा चीफ एक्झिक्युटीव्ह ऑफिसर, मार्डेन ह्याच्यासाठी उद्या ठेवलेल्या माहितीसत्रात आम्हाला मदत करण्याची आम्ही तुला विनंती करतोय. पण त्यानंतर... हं, टॉम, तुझ्यावर वाईट पद्धतीनं अन्याय झालाय, ह्या कंपनीनं तुझ्यावर अन्याय केलाय. आणि आम्हाला शक्य आहे त्या प्रकारे त्याची तुला भरपाई करून देणं, आमचं कर्तव्य आहे, हे आम्ही ओळखून आहोत."

अजूनही त्यावर विश्वास न ठेवता सँडर्स रूक्षपणे म्हणाला, "आपण नेमकं कशाबद्दल बोलतोय?"

ब्लॅकबर्नचा स्वर समजावणीचा... "हं, टॉम, ह्या स्थितीत ते तुझ्यावर अवलंबून आहे," तो म्हणाला, "मी लुईसला संभाव्य व्यवहाराचे निकष दिले आहेत आणि आपल्याला मान्य होतील असे सगळे पर्यायही. तू त्याच्यावर तिच्याशी चर्चा करून पुन्हा आमच्याशी संपर्क साधू शकतोस. अर्थात तुला हव्या त्या तात्पुरत्या स्वरूपाच्या कागदांवर आम्ही सह्या करू. त्या बदल्यात आम्हाला हवंय

ते एवढंच की उद्याच्या मिटिंगला तू उपस्थित राहायचंस आणि विलिनीकरण तडीला न्यायला आम्हाला मदत करायची. ठीक आहे?''

ब्लॅकबर्नने हात पुढे केला आणि तसाच तिथे अधांतरी ठेवला.

सँडर्सची नजर खिळलेली.

''टॉम, हे जे सगळं घडलंय त्याबद्दल मला मनापासून वाईट वाटतंय.''

सँडर्सने त्याच्याशी हस्तांदोलन केले.

''धन्यवाद टॉम,'' ब्लॅकबर्न म्हणाला, ''तुझ्या संयमाबद्दल व्यक्तिशः आणि कंपनीच्या वतीनंही धन्यवाद. आता इथं बस आणि लुईसशी बोल. तुझं जे ठरेल, ते आम्हाला कळव.''

आणि ब्लॅकबर्न आपल्यामागे हळूच दार लावत खोलीतून बाहेर पडला.

सँडर्स लुईसकडे वळला, ''हे सगळं कशाबद्दल चाललंय?''

लुईसने एक दीर्घ उसासा टाकला, ''त्याला शरणागती म्हणतात,'' ती म्हणाली, ''संपूर्ण शरणागती. 'डिजिकॉम'नं केवळ गाशा गुंडाळला.''

∎

सँडर्सने ब्लॅकबर्नला कॉन्फरन्स रूमपासून हॉल ओलांडून दूर जाताना पाहिलं. तो संमिश्र भावनांनी भारलेला... अचानक, ते सगळं संपल्याचं आणि तेही संघर्षाशिवाय संपल्याचं त्याला सांगण्यात येत होतं. रक्ताचा थेंबही न सांडता.

ब्लॅकबर्नकडे पाहत असताना, त्याच्या मनाच्या पडद्यावर एकाएकी त्याच्या जुन्या अपार्टमेंटमधल्या बाथरूम सिंकमध्ये सांडलेल्या रक्ताची प्रतिमा उमटली आणि ह्या वेळी ती कुठून आली ते त्याला आठवलं. कालक्रमाचा एक भाग नेमक्या जागी जुळला.

ब्लॅकबर्न त्याच्या घटस्फोटाच्या काळात सँडर्सच्या अपार्टमेंटमध्ये राहत होता. तो प्रक्षुब्ध मनःस्थितीत होता आणि खूप प्यायचा. एक दिवस दाढी करताना त्याला एवढे कापले की सिंक रक्ताने माखून गेले होते. नंतर मेरेडिथने सिंकमध्ये आणि टॉवेलवर रक्त पाहिले आणि तिने विचारले, ''तुमच्यापैकी कोणी एखाद्या मैत्रिणीबरोबर तिची पाळी चालू असताना झोपलं होतं का?'' मेरेडिथ नेहमीच तेवढी उघडपणे वागायची. तिला लोकांना धक्का द्यायला, गांगरून टाकायला आवडायचं.

आता, 'डिजिकॉम'च्या कॉन्फरन्स रूममध्ये उभे राहून सँडर्सने ब्लॅकबर्नला एका कोपऱ्यावरून दिसेनासे होताना पाहिले. तो पुन्हा लुईसकडे वळला.

''... खरंच पर्याय नव्हता,'' लुईस बोलत होती. सगळी परिस्थिती शेवटी हाताबाहेर गेली. जॉन्सनबाबत सत्य परिस्थिती वाईट आहे. आणि ती टेप धोक्याची आहे... त्यांना ती लावू द्यायची नाहीये आणि ती टेप बाहेर पडेल, ह्याची भीती आहे.

ह्याआधी जॉन्सननं केलेल्या लैंगिक छळाच्या घटनांचा प्रश्न त्यांच्यापुढे आहेच; तिनं ह्याआधीही ते केलंय आणि त्यांना ते माहिताय. तू ज्यांच्याशी बोललास त्यांच्यापैकी जरी कोणी बोलायला तयार झालेलं नसलं तरी भविष्यकाळात एखादा बोलू शकेल आणि त्यांना ह्याची कल्पना आहे. आणि अर्थातच त्यांच्या मुख्य सल्लागारानंच कंपनीची माहिती एका वार्ताहराला दिलीय.''

सँडर्स म्हणाला, ''काय?''

तिने होकारार्थी मान हलवली. ''कोणी वॉल्शला ती बातमी देणारा ब्लॅकबर्नच होता. कंपनीच्या कर्मचाऱ्यासाठी असलेल्या वागणुकीच्या नियमांचं निंद्य उल्लंघन करणारी कृती त्यानं केली. त्यांच्या दृष्टीनं त्याची एक मुख्य समस्या आहे. आणि हे सगळं अतिच झालं. ह्या सगळ्या गोष्टींमुळे सगळी कंपनी ढासळू शकली असती. त्याचा तर्कशुद्धपणे विचार करता तुझ्याशी सौदा करणं त्यांना भाग होतं.''

''हो,'' सँडर्स म्हणाला, ''पण ह्यातलं काहीच तर्कशुद्ध नाहीये, नाही?''

''तू त्याच्यावर विश्वास बसत नसल्यासारखा वागतोयस,'' लुईस म्हणाली. ''विश्वास ठेव, ते शेवटी नको इतकं वाढलं. त्याच्याकडे आणखी दुर्लक्ष करणं त्यांना अशक्य झालं.''

''मग सौदा काय ठरला?''

लुईसने आपल्या टिपणांकडे पाहिले, ''तुला हवं होतं, ते सगळं मिळालंय, ते जॉन्सनला काढून टाकतील. ते तुला तिचं पद देतील, तुला हवं असेल तर. किंवा ते तुला पुन्हा तुझ्या सध्याच्या जागेवर घेतील, किंवा ते तुला कंपनीतलं दुसरं एखादं पद देतील. तुला झालेल्या त्रासापोटी ते तुला एक लाख डॉलर्स देतील आणि माझ्या फीचे पैसे देतील. किंवा तुला हवं असेल तर ते एक नोकरी संपल्यासंबंधीचा करार करतील. कसंही असलं तरी जर कंपनी पब्लिक झाली तर त्या वेळी ते तुला मिळणारे सगळे शेअर्स देतील. तू कंपनीत राहायचं ठरवलंस किंवा राहायचं नाही असं ठरवलंस तरी.''

''बापरे.''

तिनं होकारार्थी मान हलवली. ''पूर्ण शरणागती.''

''ब्लॅकबर्नचा तसा विचार आहे असं खरंच वाटतं तुला?''

''हो,'' ती म्हणाली, ''स्पष्टच सांगायचं तर आजच्या सबंध दिवसात मला अर्थपूर्ण वाटलेली तीच पहिली गोष्ट आहे. त्यांना ते करणं भाग होतं, टॉम, त्यांची छिद्रं फार मोठी आहेत आणि पणाला लागलेल्या गोष्टी फार मोलाच्या आहेत.''

''आणि त्या माहितीसत्राचं काय?''

''हे सगळं सुरू झालं तेव्हा तुला जी शंका होती त्याप्रमाणे त्यांना विलिनीकरणाबद्दल चिंता वाटत्येय. त्यांना कुठल्याही आकस्मिक बदलामुळे ते बिघडू द्यायचं नाहीये.

म्हणून सगळं आलबेल असल्यासारखं उद्याच्या माहितीसत्रात मेरेडिथबरोबर त्यांना तू सहभागी व्हायला हवंय. मग पुढच्या आठवड्यात मेरेडिथची शारीरिक तपासणी होईल, तिच्या नव्या पदाच्या उतरवलेल्या विम्याचा एक भाग म्हणून त्या तपासणीत तिच्या तब्येतीतल्या गंभीर तक्रारी उघडकीस येतील. एखाद्या वेळी कॅन्सरही. त्यामुळे व्यवस्थापनाला खेदकारक बदल करणं भाग पडेल.''

''अस्सं.''

तो खिडकीपाशी गेला आणि त्यानं बाहेर शहरावर नजर टाकली. ढग अधिक उंचीवर होते आणि त्यातून संध्याकाळचा सूर्य डोकावत होता. त्यानं एक खोल श्वास घेतला.

''आणि मी माहितीसत्रात सहभागी झालो नाही, तर?''

''ते तुझ्यावर अवलंबून आहे, पण तुझ्याजागी मी असते तर झाले असते,'' फर्नांडिस म्हणाली. ''या परिस्थितीत, तू खरोखरच कंपनीची वाताहत करण्याच्या स्थितीत आहेस. आणि त्यात काय भलाई आहे?''

त्यानं आणखी एक खोल श्वास घेतला. त्याला अधिक बरं वाटत होतं.

''हे संपलंय असं तुझं म्हणणं आहे.'' तो शेवटी म्हणाला.

''हो. ते संपलंय आणि तू जिंकलायस. तू यशस्वी झालायस. अभिनंदन, टॉम.''

तिनं त्याच्याशी हस्तांदोलन केलं.

''बापरे,'' तो म्हणाला.

ती उभी राहिली. ''मी या पर्यायांचा विशेष उल्लेख करून ब्लॅकबर्नबरोबर झालेल्या माझ्या चर्चेचे ठळक मुद्दे देत एक औपचारिक कागदपत्रं तयार करणार आहे. तासाभरात ती मी त्याच्या सहीसाठी त्याच्याकडे पाठवेन. मी सही केली की तुला फोन करेन. दरम्यान मी सुचवेन की उद्याच्या त्या मिटिंगची जी काय तयारी करायची असेल ती कर आणि तुला फार आवश्यक असलेली विश्रांती घे. मी तुला उद्या भेटेन.''

''ठीक आहे.''

ते सगळं संपल्याची जाणीव हळूहळू त्याच्यात झिरपत चालली होती. सगळं खरंच संपलेलं... ते इतक्या आकस्मिकपणे आणि सगळ्या बाजूंनी घडलं होतं की त्याची मती काहीशी गुंग झाली होती.

''पुन्हा एकदा धन्यवाद.'' लुईस म्हणाली. आपली ब्रीफकेस तिनं बंद केली आणि ती निघून गेली.

सहाच्या सुमारास तो पुन्हा त्याच्या ऑफिसात होता. सिंडी निघाली होती; तिनं त्याला "मी थांबायला हवंय का" विचारलं. त्यानं नको म्हणून सांगितलं. सँडर्स त्याच्या टेबलापाशी बसला आणि दिवसाची अखेर मनात घोळवत त्यानं थोडा वेळ खिडकीबाहेर पाहिलं. त्याच्या ऑफिसच्या उघड्या दारातून रात्रीपुरतं, हॉलच्या पलीकडच्या बाजूनं घरी निघालेली ऑफिसमधली माणसं त्यानं पहिली. शेवटी ही बातमी सांगण्यासाठी त्यानं आपल्या बायकोला फिनिक्समध्ये फोन लावला, पण तो दूरध्वनीमार्ग व्यस्त होता.

दारावर टकटक झाली. त्यानं वर पाहिलं आणि दिलगिरीच्या मुद्रेनं ब्लॅकबर्न आत येताना त्याला दिसला. "एक मिनिट वेळ आहे?"

"जरूर."

"या सगळ्याबद्दल मला किती वाईट वाटतंय ते मला पुन्हा व्यक्तिशः तुला सांगायचं होतं. अशा गुंतागुंतीच्या औद्योगिक समस्यांच्या दबावाखाली हेतू चांगले असूनही मानवी मूल्यं हरवू शकतात. आपण प्रत्येकाशी प्रामाणिकपणे वागायचं म्हटलं तरी काही वेळा त्यात आपण अपयशी ठरतो. आणि एखादा मनुष्यसमूह नसेल तर कंपनीला काय अर्थ आहे? या सगळ्यांच्या मुळाशी शेवटी आपण माणसं आहोत. अलेक्झांडर पोपनं एकदा म्हटलंय तसं, "वुई आर ऑल जस्ट ह्यूमन्स (We are all just humans)." म्हणून या सगळ्यातून जाताना तू स्वतः दाखवलेल्या समंजसपणाचा विचार करता, मला तुला सांगायचंय..."

सँडर्स ऐकत नव्हताच. तो थकला होता; त्यानं ऐकलं ते एवढंच की आपण बदमाषी केल्याची जाणीव ब्लॅकबर्नला झाली होती आणि आता त्याच्या नेहमीच्या पद्धतीनं तो सारवासारव करू पाहत होता... आपण आधी ज्याच्यावर दादागिरी केली त्याचीच खुशामत करण्याची त्याची पद्धत...

सँडर्स त्याचं बोलणं तोडत मध्येच म्हणाला, "बॉबचं काय?" आता सगळं संपल्यामुळे, सँडर्सला गार्विनबद्दल ममत्व वाटू लागलं होतं. कंपनीतल्या अगदी सुरुवातीच्या दिवसांच्या आठवणी जाग्या होत असलेल्या. गार्विन त्याला पितृतुल्य होता आणि आता त्याला गार्विनकडून दिलगिरीचे चार शब्द ऐकायचे होते. किंवा काहीतरी..

"मला वाटतं, मनःस्थिती पूर्ववत व्हायला बॉब आणखी दोन दिवस घेणार आहे," ब्लॅकबर्न म्हणाला, "त्याच्या दृष्टीनं हा निर्णय घेणं फार अवघड होतं. तुझ्या वतीनं मला त्याला बरंच पटवून द्यावं लागलं. आणि आता हे मेरेडिथला कसं सांगावं ह्याचा विचार त्याला करावा लागेल. हेच सगळं."

"उह्."

"पण शेवटी तो तुझ्याशी बोलेल. मला माहिताय, तो बोलेल. दरम्यान

उद्याच्या मिटिंगसंबंधीच्या काही गोष्टींबद्दल मला तुझ्याशी बोलायचं होतं.'' ब्लॅकबर्न म्हणाला, ''ही मिटिंग त्यांच्या चीफ एक्झिक्युटिव्ह ऑफिसर मार्डेनसाठी आहे आणि नेहमी आपण मिटिंग घेतो, त्यापेक्षा ती थोडी अधिक औपचारिक असणार आहे. आपण तळमजल्यावरच्या मोठ्या कॉन्फरन्स रूममध्ये असू. मिटिंग नऊ वाजता सुरू होईल आणि दहापर्यंत चालेल. मेरेडिथ मिटिंगची अध्यक्ष असेल. आपापल्या डिव्हिजनची प्रगती आणि समोर असलेल्या समस्या संक्षेपानं मांडण्यासाठी ती सगळ्या डिव्हिजनच्या प्रमुखांना बोलावेल. आधी मेरी ॲन, मग डॉन, नंतर मार्क, त्याच्यानंतर तू. प्रत्येकजण तीन-चार मिनिटं बोलेल. उभं राहून बोलायचं. जॅकेट आणि टाय घालायचा. तुझ्यापाशी व्हिज्युअल्स असतील तर ती वापर, पण तांत्रिक तपशिलांपासून दूर रहा. तुझ्या बाबतीत ट्विंकलबद्दल जास्त ऐकण्याची त्यांची अपेक्षा असेल.''

सँडर्सनं होकारार्थी मान हलवली. ''ठीक आहे. पण त्यात फारसं नवं सांगण्यासारखं खरंच काही नाहीये. ड्राईव्हज्‌मध्ये दोष काय आहे, ते आम्ही अजून शोधलेलं नाहीये.''

''छान. कोणाला त्यावरचा उपाय अपेक्षित असेल असं मला वाटत नाही. फक्त मूळ प्रतिकृतीचं यश आणि याआधी उत्पादनातल्या समस्यांवर आपण मात केली आहे, यावरच भर दे. तेच लावून धर आणि चालू ठेव. तुझ्यापाशी एखादी प्रतिकृती किंवा मूळ नमुना असेल तर तो तुला बरोबरही आणता येईल.''

''ठीक आहे.''

''मुख्य मुद्दा तुला माहिती आहे.. चमकदार उज्वल डिजिटल भविष्यं... किरकोळ तांत्रिक अडचणी प्रगतीच्या आड येणार नाहीत वगैरे.''

''मेरेडिथची त्याला संमती आहे?'' तो म्हणाला. ती मिटिंगच्या अध्यक्षपदी असल्याचं ऐकून तो थोडा अस्वस्थ झाला होता.

''सगळे डिव्हिजनचे प्रमुख वरच्या पट्टीत आणि तांत्रिक भाग वगळून बोलतील अशी मेरेडिथची अपेक्षा आहे. त्यात काही अडचण असणार नाही.''

''ठीक आहे.''

''तुझ्या सादरीकरणाबद्दल तुला चर्चा करायची असेल तर आज रात्री मला फोन कर,'' ब्लॅकबर्न म्हणाला. ''किंवा अगदी सकाळी. एवढी उद्याची मिटिंग कौशल्यानं हाताळू या. आणि मग आपण पुढे जाऊ शकतो. पुढच्या आठवड्यात बदल करायला सुरुवात करू शकू.''

सँडर्सने होकारार्थी मान हलवली.

''कंपनीला जशा माणसाची गरज आहे तसा तू आहेस,'' ब्लॅकबर्न म्हणाला, ''तुझ्या समजूतदारपणाचं मला कौतुक वाटतं आणि टॉम पुन्हा एकदा क्षमस्व.''

तो निघून गेला.

सँडर्सनं 'निदान गटा'ला, त्यांच्याकडून आणखी काही कळतंय का ते पाहण्यासाठी फोन केला. पण त्यांच्याकडून काही प्रतिसाद नव्हता. तो बाहेर सिंडीच्या टेबलामागे असलेल्या कपाटापाशी गेला आणि तिथून त्यानं त्याला हव्या असलेल्या गोष्टी काढल्या. ट्विंकल ड्राईव्हचा मोठा आराखडा आणि मलेशियातल्या कारखान्याचं चित्र... उद्या बोलताना ही चित्रं त्याला एकीकडे मांडून ठेवता आली असती.

पण त्यानं त्याबद्दल विचार केला तसं त्याला वाटलं, ब्लॅकबर्नचं बरोबर होतं. एखादी प्रतिकृती किंवा मूळ नमुना बरोबर असता तर बरं होईल. खरं तर बहुधा आर्थरनं कौलालंपूरहून पाठवलेल्या ड्राईव्हज्पैकी एखादाच आणायला हवा.

त्यावरून त्याला आठवलं की मलेशियात आर्थरला फोन करायचाय. त्यानं नंबर फिरवला.

"मि. कान ह्यांचं ऑफिस."

"टॉम सँडर्स बोलतोय."

सहाय्यिकेला आश्चर्य वाटलेलं दिसलं. "मि. कान इथं नाहीयेत, मि सँडर्स."

"तो केव्हा परत येण्याची शक्यता आहे?"

"ते ऑफिसमध्ये नाहीयेत, मि. सँडर्स. ते केव्हा परत येतील, ते मला माहिती नाही."

"अच्छा." सँडर्सच्या कपाळावर आठ्या. ते खटकणारं होतं. मोहम्मद जाफर नसताना, देखरेख करायला कोणी नसताना आर्थर कारखान्याबाहेर जाणं शक्य नव्हतं.

सहाय्यिका म्हणाली, "मी त्यांना काही निरोप देऊ का?"

"काही निरोप नाही, थँक्स."

फोन ठेवून तो खाली तिसऱ्या मजल्यावर चेरीच्या 'प्रोग्रॅमिंग' गटाकडे गेला आणि आत जाता यावं म्हणून त्याचं कार्ड त्यानं खाचेत सरकवलं. कार्ड झटकन परत बाहेर आलं. त्यांनी त्याचा यंत्रणेतला प्रवेश तोडला होता, हे लक्षात यायला त्याला क्षणभर लागला. मग त्यानं आधी उचललेल्या दुसऱ्या कार्डची त्याला आठवण झाली. त्यानं ते कार्ड खाचेत ढकललं आणि दार उघडलं. सँडर्स आत गेला.

तो विभाग निर्मनुष्य पाहून त्याला आश्चर्य वाटलं. सगळ्या प्रोग्रॅमर्सच्या कामाच्या वेळा विचित्र असायच्या. बहुतेक वेळा तिथं कोणी ना कोणी तरी असायचंच, अगदी मध्यरात्रीसुद्धा.

ड्राईव्हची जिथं पाहणी चालली होती, त्या 'निदान कक्षा'कडे तो गेला. इलेक्ट्रॉनिक यंत्रसामुग्री आणि फळ्यांच्या वेढ्यात तिथं बाकांची एक रांगच होती.

पांढऱ्या कापडानं झाकलेले ड्राईव्हज् बाकांवर मांडलेले होते. त्यांच्यावरचे चमकदार क्वार्टझ् दिवे विझलेले होते.

शेजारच्या खोलीतून त्याला 'रॉक अँड रोल' संगीत ऐकू आलं तशी तो तिकडे गेला. ऐन विशीतला एक प्रोग्रॅमर एकटाच कॉम्प्युटरशी काहीतरी करत बसला होता. त्याच्याशेजारी एक पोर्टेबल रेडिओ वाजत होता.

सँडर्स म्हणाला,"सगळेजण आहेत कुठे?"

त्या प्रोग्रॅमरनं वर पाहिलं. "महिन्यातला तिसरा बुधवार."

"मग?"

"तिसऱ्या बुधवारी त्यांची मिटिंग असते."

" ओह'."सीअॅटमधल्या प्रोग्रॅमर्सची एक संघटना होती. 'मायक्रोसॉफ्ट' कंपनीनं काही वर्षांपूर्वी ती सुरू केली होती. काहीशा सामाजिक, काहीशा व्यावसायिक गप्पा तिथं व्हायच्या.

सँडर्स म्हणाला, " 'निदान विभागा'ला काय सापडलं, त्याबद्दल तुला काही माहिती आहे?"

"सॉरी." त्या प्रोग्रॅमरनं डोकं नकारार्थी हलवलं. "मी आत्ताच आलो."

सँडर्स पुन्हा मागे 'Diagnostics Room' कडे गेला. त्याने दिवे लावले आणि हळूच ड्राईव्हज्वरचे पांढरे कापड बाजूला केले. फक्त तीन सीडी-रॉम ड्राईव्हज् उघडून ठेवलेले त्याला दिसले. त्यांचा अंतर्भाग टेबलांवरची शक्तिशाली भिंगं आणि प्रोबस्च्या समोर ठेवला होता. राहिलेले प्लॅस्टिक आवरणातले सात ड्राईव्हज् अजून एका बाजूला ढीग लावून ठेवलेले होते.

त्यानं फळ्यांवर पाहिलं. एकावर समीकरणांची मालिका आणि घाईनं खरडलेले 'डाटा पॉईंट' होते. दुसऱ्यावर एक फ्लोचार्टची यादी होती, ती अशी:

A. Contr. Imcompat.
   VLSI?
   Poor?
B. Optic Dysfunct? voltage reg? arm?/ servo?
C. Laser RIO (a,b,e)
D. E Mechanical
E. Gremlins

त्याचं सँडर्सला फारसं महत्त्व वाटलं नाही. त्यानं आपलं लक्ष पुन्हा टेबलाकडे वळवलं आणि चाचणी साधनांकडे निरखून पाहिलं. ती चांगलीच प्रमाणबद्ध दिसत होती. ते सोडलं तर टेबलावर मोठ्या भोकाच्या बऱ्याच सुया पडलेल्या होत्या. तसंच कॅमेऱ्याच्या फिल्टरसारख्या दिसणाऱ्या प्लॅस्टिकच्या आवरणातल्या बऱ्याच

गोलाकार चकत्या होत्या. ड्राईव्हज् सुटे करतानाच्या वेगवेगळ्या अवस्थांमधले ड्राईव्हज्चे पोलॅरॉइड कॅमेऱ्यानं घेतलेले फोटोही तिथं होते. त्या विभागानं आपल्या कामाची पुराव्यादाखल नोंद ठेवली होती. तीन पोलॅरॉइड कॅमेरे नीट एका रांगेत, ते महत्त्वाचे असल्यासारखे मांडून ठेवले होते. पण सँडर्सला 'का' ते कळलं नाही. त्यामधून फक्त एका हिरव्या सर्किट बोर्डवरच्या चिप्स दिसत होत्या.

त्यानं तिथलं काही अस्ताव्यस्त होणार नाही, याची काळजी घेत खुद्द ड्राईव्हज्कडेच पाहिलं. मग तो अजूनही प्लॅस्टिकमध्ये गुंडाळून ठेवलेल्या ड्राईव्हज्च्या त्या ढिगाकडे वळला. पण जवळून पाहिल्यावर त्यांपैकी चार ड्राईव्हज्वरच्या प्लॅस्टिक आवरणावर त्याला सूक्ष्म, सुईच्या टोकाएवढी छिद्रं आढळली.

जवळच एक मेडिकल सिरिंज आणि एक उघडी वही होती. वहीत एकाखाली एक लिहिलेले आकडे दिसत होते.

PPU

7

11 (repeat 11)

5

2

आणि तळाशी कोणीतरी खरडलं होतं, 'सालं भलतंच उघड आहे!' पण सँडर्सच्या दृष्टीनं ते उघड नव्हतं. त्यानं ठरवलं की रात्री उशिरानं डॉन चेरीला, त्याचं त्याच्याकडून स्पष्टीकरण करून घेण्यासाठी फोन केलेला बरा. तोपर्यंत म्हणून त्यानं उद्याच्या सकाळच्या सादरीकरणासाठी त्या ढिगातल्या जादा ड्राईव्हज्पैकी एक ड्राईव्ह काढून घेतला.

घोड्यांवर ठेवायचे फळे पायांवर लटकत असलेल्या अवस्थेत आपली सादरी-करणाची सगळी साधनसामग्री घेऊन तो 'डायग्नॉस्टिक्स रूम'मधून बाहेर पडला. तो तळमजल्यावरच्या कॉन्फरन्स रूमच्या दिशेनं निघाला. तिथं दृक्श्राव्य साधनांसाठी एक कपाट होतं. सादरीकरणापूर्वी ज्यांना बोलायचं असेल ती मंडळी दुसऱ्या दिवशी दाखवायच्या असलेल्या– दृक्-गोष्टी या कपाटात ठेवत. तिथं तो आपलं सामान कुलूपबंद करू शकत होता.

प्रतीक्षालयात तो स्वागतिकेच्या टेबलाजवळून गेला. तिथं आता एक निग्रो सुरक्षा कर्मचारी होता. तो बेसबॉलचा सामना बघत होता. त्यानं सँडर्सला मानेनं अभिवादन केलं. सँडर्स मऊशार गालिचावरून शांतपणे पावलं टाकत पुन्हा त्या मजल्याच्या मागच्या बाजूच्या दिशेनं गेला. हॉलचा मार्ग अंधारलेला होता, पण कॉन्फरन्स रूममधले दिवे लागलेले होते. कोपऱ्यावरून जाताना त्याला ते उजळत असलेले दिसले.

तो जवळ आला तशी त्याला मेरेडिथ जॉन्सन बोलत असलेले ऐकू आले. "आणि मग काय?" आणि एका पुरुषाच्या आवाजातलं काहीतरी अस्पष्ट उत्तर.

सँडर्स थांबला.

तो त्या अंधारलेल्या मार्गात उभा राहून ऐकू लागला. तो जिथं उभा होता, तिथून त्याला खोलीतलं काहीच दिसत नव्हतं.

क्षणभर शांतता... मग मेरेडिथ म्हणाली, "ठीक आहे, म्हणजे मार्क डिझाईनबद्दल बोलेल?"

तो माणूस म्हणाला, "हो, तो त्याची काळजी घेईल."

"ठीक," मेरेडिथ म्हणाली, "मग..."

सँडर्स पुढचं ऐकू शकला नाही. तो गालिचावरून गुपचूप पुढे सरकला आणि कोपऱ्यावरून त्याने सावधपणे पाहिले. अजूनही तो प्रत्यक्ष कॉन्फरन्स रूममधले बघू शकत नव्हता, पण खोलीबाहेर हॉलच्या मार्गात एक मोठं क्रोमियमचं शिल्प होतं. एखाद्या विमानाच्या पंखासारखं आणि त्याच्या चकाकत्या पृष्ठभागावरच्या प्रतिबिंबात त्याला मेरेडिथ खोलीत फेऱ्या मारताना दिसली. तिच्याबरोबरचा माणूस म्हणजे ब्लॅकबर्न होता.

मेरेडिथ म्हणाली, "जर सँडर्सनं तो विषय काढला नाही, तर?"

"तो काढेल" ब्लॅकबर्न म्हणाला.

"तुला खात्री आहे तो... की..." पुन्हा बाकीचं ऐकू आलं नाही.

"नाही, तो... कल्पना नाही."

सँडर्सनं श्वास रोखून धरला. मेरेडिथ फेऱ्या मारत होती. प्रतिबिंबातली तिची प्रतिमा वेडी-वाकडी होत असलेली... "मग जेव्हा... तो... मी म्हणेन की हे... म्हणायचंय?"

"बरोब्बर!" ब्लॅकबर्न म्हणाला,

"आणि जर तो..."

ब्लॅकबर्ननं तिच्या खांद्यावर हात ठेवला, "हो, तुला..."

"... म्हणजे... तुला मी..."

ब्लॅकबर्न उत्तरादाखल शांतपणे काहीतरी म्हणाला आणि सँडर्सला त्यातलं "...त्याला संपवावंच लागेल." एवढे शब्द सोडले जर बाकी काही ऐकू आलं नाही.

"...ते करू शकेल..."

"...खात्री करून घे... तुझ्यावर विसंबून आहे..."

मग टेलिफोनचा कर्कश्श आवाज. मेरेडिथ आणि ब्लॅकबर्न, दोघांचेही हात त्यांच्या खिशाकडे गेले. मेरेडिथनं फोनला उत्तर दिलं आणि दोघेही दरवाज्याच्या दिशेनं निघाले. ते सँडर्सच्याच बाजूला येत होते.

दचकून सँडर्सनं आजूबाजूला पाहिले. उजवीकडे त्याला 'पुरुषांसाठी' असलेले स्वच्छतागृह दिसले. ते कॉन्फरन्स रूममधून बाहेर आले आणि हॉलच्या मार्गाने येऊ लागलो तशी तो तिथल्या दरवाज्यातून आत सटकला.

"याची काळजी करू नकोस. मेरेडिथ," ब्लॅकबर्न म्हणाला, "सगळं व्यवस्थित होईल."

"मी काळजीत पडलेली नाहीये," ती म्हणाली.

"ते बरंच सफाईदार आणि कोणाला कळणार नाही अशा पद्धतीचं असेल," ब्लॉकबर्न म्हणाला, "हाडवैर असायचं काही कारणच नाही. शेवटी पुरावे तुझ्या बाजूनं आहेत. त्याच्याकडे काही अधिकार नाहीयेत, हे उघड आहे."

"अजूनही तो डाटाबेसपर्यंत पोचू शकणार नाही?" ती म्हणाली.

"नाही. यंत्रणेपासून त्याचा संपर्क तोडलाय."

"आणि तो कॉनले-व्हाईटच्या यंत्रणेत शिरण्याची शक्यता नाही?"

ब्लॅकबर्न हसला, "अजिबात शक्यता नाही, मेरेडिथ."

हॉलच्या मार्गातून खालच्या बाजूला जात जात आवाज हळू होत गेले. सँडर्सनं ऐकण्याची खटपट केली... शेवटी एक दार बंद होतानाचा आवाज त्याच्या कानावर पडला. त्यानं स्वच्छतागृहातून हॉलच्या मार्गात पाऊल टाकलं.

तिथे कोणी नव्हते. टोकाला असलेल्या दाराकडे त्याने नजर टाकली.

तोच त्याचाच फोन त्याच्या खिशात वाजला. तो आवाज एवढा मोठा होता की त्यानं उडीच मारली. त्यानं उत्तर दिलं : "सँडर्स."

"ऐक," लुईस म्हणाली, "तुझ्या कराराचा कच्चा मसुदा मी ब्लॅकबर्नच्या ऑफिसकडे पाठवला, पण तो दोन-चार विधानांची भर घालून परत आला. त्या विधानांबद्दल मला शंका आहे. मला वाटतं, त्यावर चर्चा करण्यासाठी आपण भेटलेलं बरं."

"तासाभरात," सँडर्स म्हणाला.

"आत्ता का नाही?"

"मला त्याआधी काही काम आहे." तो म्हणाला.

■

"ओह् थॉमस." मॅक्स डॉर्फमननं हॉटेलमधल्या त्याच्या खोलीचं दार उघडलं आणि लगेच खुर्चीची चाकं ढकलत तो मागे टीव्हीच्या दिशेनं गेला. "तू शेवटी यायचं ठरवलंस."

"तू ऐकलंयस?"

"काय ऐकलं?" डॉर्फमन म्हणाला, "मी एक म्हातारा माणूस आहे. आता

कोणी मला त्रास द्यायला येत नाही. मी एका बाजूला फेकला गेलोय. सगळ्यांकडून... तुझ्यासकट.'' त्यानं टीव्ही बंद केला आणि तो हसला.

सँडर्स म्हणाला, ''तू काय ऐकलंयस?''

''हं, थोडंफार, अफवा, शिळोप्याच्या गप्पा. तू स्वतःच मला का सांगत नाहीस?''

''मी अडचणीत आहे, मॅक्स.''

''अर्थातच तू अडचणीत आहेस.'' डॉर्फमन फुरफुरला. ''तू सबंध आठवडाभर अडचणीत आहेस. तुझ्या आता लक्षात आलं?''

''ते मला अडकवतायत.''

''ते?''

''ब्लॅकबर्न आणि मेरेडिथ.''

''वेडेपणा आहे.''

''ते खरंय.''

''ब्लॅकबर्न तुला अडकवू शकेल असं खरंच वाटतं तुला? फिलीप ब्लॅकबर्न हा एक कणा नसलेला, मूर्ख माणूस आहे. त्याच्यापाशी कसलीही तत्त्वं नाहीत आणि डोकं तर जवळजवळ नाहीच आहे. मी गार्विनला काही वर्षांपूर्वीच त्याला काढून टाकायला सांगितलं. ब्लॅकबर्नमध्ये स्वतंत्र विचार करण्याची क्षमता नाहीये.''

''मग मेरेडिथ.''

''आह. मेरेडिथ. हो, सुंदर. किती मोहक स्तन!''

''मॅक्स, प्लीज.''

''तुलाही कधी काळी तसंच वाटायचं.''

''ते फार पूर्वी,'' सँडर्स म्हणाला.

डॉर्फमनचं स्मित. ''काळ बदललाय?'' तो अतिशय उपरोधानं म्हणाला.

''त्याचा अर्थ काय?''

''तू निस्तेज दिसतोयस, थॉमस.''

''मला कशाचा थांग लागत नाहीये. मी घाबरून गेलोय.''

''अरे, तू घाबरून गेलायस! तुझ्यासारखा एक तगडा माणूस या सुंदर स्तन असलेल्या एका सुंदर बाईमुळे घाबरून गेलाय?''

''मॅक्स...''

''अर्थातच, तुझं घाबरून जाणं बरोबर आहे. तिनं या एवढ्या सगळ्या भयंकर गोष्टी तुझ्याबाबतीत केल्यायत. तिनं तुला फसवलंय, खेळवलंय आणि तुझ्यावर अत्याचार केलेयत, बरोबर?''

''हो,'' सँडर्स म्हणाला.

"तिच्याकडून आणि गार्विनकडून तुझा बळी दिला गेलाय."

"हो."

"मग तू माझ्यापाशी त्या फुलाचा उल्लेख का करत होतास, अं?"

त्याच्या कपाळावर आठ्या. क्षणभर डॉर्फमन कशाबद्दल बोलत होता, ते त्याला कळलं नाही. डॉर्फमन नेहमीच असा गोंधळून टाकायचा आणि त्याला...

"फूल," डॉर्फमन चाकाच्या खुर्चीच्या हातावर आपली बोटं दुमडून आपटत म्हणाला, "तुझ्या अपार्टमेंटमधल्या रंगीत काचेवरचं फूल... एक दिवस आपण त्याबद्दल बोलत होतो. आता तू ते विसरलायस असं मला सांगू नकोस."

खरी गोष्टी ही होती की त्या क्षणापर्यंत तो विसरलाच होता. मग त्याला त्या रंगीत काचेवरच्या फुलाची प्रतिमा आठवली... थोड्या दिवसांपूर्वीच त्याच्या मनात अनाहूतपणे डोकावलेली प्रतिमा... "तुझं बरोबर आहे. मी विसरलो."

"You forgot." डॉर्फमनच्या आवाजाला उपरोधाची धार. "मी त्यावर विश्वास ठेवावा अशी तुझी अपेक्षा आहे?"

"मॅक्स, मी खरंच विसरलो, मी..."

तो फुरफुरला. "तू असह्य माणूस आहेस. तू इतक्या उघडपणे वागशील यावर माझा विश्वास बसत नाही. तू विसरला नाहीस, थॉमस, तू केवळ त्याला सामोरं न जायचं ठरवलंस."

"कशाला सामोरं?"

मनातल्या मनात सँडर्सला रंगीत काचेवरचं ते फूल दिसलं... चमकदार नारिंगी, जांभळं आणि पिवळं... त्याच्या अपार्टमेंटच्या दारावरचं... आठवड्याच्या सुरुवातीला तो सतत त्याबद्दल विचार करत होता. जवळजवळ त्यानं झपाटल्यासारखा आणि तरीही आज...

"हा शब्दांचा खेळ मी सहन करू शकत नाही," डॉर्फमन म्हणाला, "अर्थातच ते सगळं तुला आठवतं. पण त्याचा विचार करायचा नाही असा तू निश्चय केलायस?"

सँडर्सनं गोंधळून डोकं हलवलं.

"थॉमस, ते सगळं तू मला दहा वर्षांपूर्वी सांगितलंस." डॉर्फमन त्याचा हात हलवत म्हणाला, "तू विश्वासानं ते गुपित माझ्याकडे सोपवलंस. हुंदके देत. तू त्या वेळी फार अस्वस्थ होतास. आता त्या सगळ्याचा विसर पडलाय, म्हणतोयस तू?" त्यानं आपलं मस्तक नकारार्थी हलवलं. "तू मला सांगितलंस की तू गार्विनबरोबर जपान आणि कोरियाच्या दौऱ्यावर जाणार आहेस. आणि तू परतायच्या वेळी ती अपार्टमेंटमध्ये तुझी वाट पाहत असेल. कुठल्याशा उत्तेजक पोषाखात किंवा असंच काहीतरी. एखादी मादक ढब आणि तू मला सांगितलंस की कधी कधी

घरी परतल्यावर तू तिला आधी रंगीत काचेतून पाहायचास. तू मला हेच सांगितलंस ना, थॉमस? का माझं त्यात काही चुकतंय?''

त्याचं चुकत होतं.

मग एखादं चित्र त्याच्यासमोर मोठं, प्रकाशित होत जावं तसं ते त्याला अचानक आठवलं. त्यानं सगळं पाहिलं. जवळजवळ पुन्हा एकदा तिथं असल्यासारखं... दुसऱ्या मजल्यावरच्या त्याच्या अपार्टमेंटकडे जाणाऱ्या पायऱ्या आणि ऐन मध्यान्ही तो पायऱ्या चढून गेल्यावर त्याला ऐकू आलेले आवाज... आधी तो ओळखू न शकलेले आवाज... पण दरवाज्यापाशी येऊन त्यानं रंगीत काचेमधून पाहिलं तेव्हा आपण काय ऐकत होतो, ते त्यानं ओळखलं...

''मी एक दिवस आधी आलो,'' सँडर्स म्हणाला.

''हो, ते बरोबरच आहे. You came back unexpectedly."

पिवळ्या-नारिंगी आणि जांभळ्या नक्षीची काच. आणि त्यातून दिसणारी वर-खाली होत असलेली तिची उघडी पाठ. ती दिवाणखान्यात कोचावर वर-खाली होत असलेली.

''आणि तू काय केलंस?'' डॉर्फमन म्हणाला, ''तिला पाहिल्यावर?''

''मी बेल वाजवली.''

''बरोबर. किती सुसंस्कृतपणा! किती सभ्य आणि सौजन्यशील! तू बेल वाजवलीस!''

मनातल्या मनात त्यानं पाहिलं... मेरेडिथ वळत असलेली... दाराकडे पाहत असलेली... तिचे विस्कटलेले केस चेहऱ्यावर आलेले. तिनं मानेला झटका देऊन डोळ्यांवरचे केस दूर केले. तिनं त्याला पाहिल्यावर तिची मुद्रा बदलली. डोळे विस्फारले.

डॉर्फमन टोचल्यासारखं म्हणाला, ''आणि मग काय? तू काय केलंस?''

''मी निघून गेलो,'' सँडर्स म्हणाला, ''मी पुन्हा... मी गॅरेजमध्ये गेलो आणि माझ्या गाडीत बसलो. मी गाडीतून थोडा वेळ फिरलो. दोन एक तास. कदाचित जास्तही. मी परतलो तेव्हा अंधार पडला होता.'

''साहजिकच तू अस्वस्थ झाला होतास.''

तो पुन्हा जिन्यावरून वर आला आणि त्यानं त्या रंगीत काचेतून पाहिलं. दिवाणखाना रिकामा होता. त्यानं दार उघडलं आणि दिवाणखान्यात प्रवेश केला. तिथं कोचावर एका बाऊलमध्ये पॉपकॉर्न होते. कोचावर सुरकुत्या पडला होत्या. टीव्ही आवाज न करता चालू होता. त्यानं कोचापासून दूर पाहिलं आणि तो तिला हाक मारत बेडरूममध्ये गेला. ती सामान बांधत असलेली त्याला दिसली. तिच्या पुढ्यात तिची उघडलेली सूटकेस. तो म्हणाला, ''तू काय करत्येयस?''

"निघतेय," ती म्हणाली. ती त्याला सामोरी होण्यासाठी वळली. तिचं अंग ताठरलेलं, ताणलेलं. "तुला मी तेच करायला हवंय ना?"

"मला माहिती नाही." तो म्हणाला. आणि मग ती रडत सुटली. हुंदके देत... रुमाल शोधत... एखाद्या लहान मुलासारखं विचित्रपणे मोठ्यानं नाक ओढत... आणि कसं कोण जाणे तिच्या त्या दुःखद मनःस्थितीत त्यानं आपले हात पसरले आणि तिनं त्याला मिठी मारली. मला माफ कर, म्हणाली, पुन्हा पुन्हा त्या शब्दांचा उच्चार करत तिच्या अश्रूंमधून वाट काढत त्याच्याकडे वर पाहत. त्याच्या चेहऱ्याला स्पर्श करत.

आणि मग काय असेल ते असो...

डॉर्फमन खिदळत म्हणाला, "त्या सूटकेसवरच. बरोबर? अगदी तिथं त्या सूटकेसवर, ती बांधाबांध करत असलेल्या कपड्यांवर तुम्ही तुमची दिलजमाई केलीत."

"हो," सँडर्स आठवत म्हणाला.

"तिनं तुला चेतवलं. तुला ती परत हवी होती. तिनं तुला पेटवलं. तिनं तुला आव्हान दिलं. तुला ती तुझ्याकडे हवी होती."

"हो..."

"प्रेम आश्चर्यकारक असतं," डॉर्फमननं पुन्हा उपरोधानं उसासा टाकला. "किती विशुद्ध, किती निरागस. आणि पुन्हा तुम्ही एकत्र आलात, बरोबर आहे?"

"हो, काही काळ. पण त्याचा काही उपयोग झाला नाही."

शेवटी ते ज्या पद्धतीनं संपुष्टात आलं, ती पद्धती विचित्रच होती. तो आधी तिच्यावर एवढा रागावला होता तरी त्यानं तिला माफ केलं होतं. त्याला वाटलं, की, त्यांना पुढे जाता येईल. त्यांनी आपापल्या भावना बोलून दाखवल्या, त्यांनी त्यांचं प्रेम व्यक्त केलं होतं आणि त्यानं संबंध कायम ठेवण्याचे प्रयत्न आत्यंतिक सदिच्छेनं केले होते. पण शेवटी दोघांपैकी कोणीच तसं करू शकलं नाही. त्या प्रसंगानं त्यांच्या संबंधांना घातक तडा गेला होता. आणि त्यातून अत्यंत मोलाचं असं काहीतरी अलग काढून घेतलं गेलं होतं. संबंध पुढे कायम ठेवता येतील असं त्यांनी परस्परांना कितीही वेळा सांगितलं तरी त्याला काही अर्थ नव्हता. कुठल्याशा वेगळ्याच गोष्टीचा आता संबंधावर प्रभाव होता. त्यातला गाभा निर्जीव झाला होता. ते वरचेवर भांडत. त्या पद्धतीनं काही काळ पूर्वीचा उत्साह कायम ठेवू पाहत... पण शेवटी, ते सगळं संपलंच.

"आणि ते संपलं तेव्हा," डॉर्फमन म्हणाला, "तेव्हा तू माझ्याकडे आलास आणि माझ्याशी बोललास."

"हो," सँडर्स म्हणाला.

“आणि तू माझ्याशी कशाबद्दल बोलायला आलास?” डॉर्फमननं विचारलं. “का तू तेही विसरलायस?”

“नाही. मला आठवतंय. मला तुझा सल्ला हवा होता.”

तो डॉर्फमनकडे गेला होता कारण तो क्युपर्टिनो सोडण्याचा विचार करत होता. मेरेडिथपासून तो दूर जात होता. त्याचं आयुष्य गोंधळलेलं होतं, सगळं कसं विसकटलेलं होतं आणि त्याला दुसरीकडे कुठेतरी जायचं होतं, पुन्हा नव्यानं सुरुवात करायची होती. म्हणून तो ‘अॅडव्हान्सड् प्रोजेक्टस् डिव्हिजन’चा प्रमुख म्हणून सीअॅटलमध्ये स्थलांतर करण्याच्या विचारात होता. गार्विननं एका दिवसातच ती नोकरी त्याला देऊ केली होती आणि सँडर्स ती घ्यायचा विचार करत होता. त्यानं डॉर्फमनकडे सल्ला मागितला होता.

“तू बराच अस्वस्थ होतास,” डॉर्फमन म्हणाला, “एका प्रेमप्रकरणाचा तो एक दुःखद शेवट होता.”

“हो.”

“म्हणून तू असंही म्हणू शकशील की तू इथं सीअॅटलमध्ये असण्याचं कारण मेरेडिथ जॉन्सन आहे,” डॉर्फमन म्हणाला, “तिच्यामुळे तू तुझी कारकीर्द, तुझं आयुष्य बदललंस. तू इथं नव्यानं आयुष्य उभारलंस आणि तुझ्या भूतकाळातली ही वस्तुस्थिती बऱ्याच लोकांना माहिती होती. गार्विनला माहिती होती आणि ब्लॅकबर्नलाही माहिती होती. म्हणून तर तू तिच्याबरोबर काम करशील का असं विचारताना तो एवढी काळजी घेत होता. तुम्ही एकत्र आल्यावर काय होईल याची प्रत्येकाला एवढी काळजी होती! पण तू त्यांना दिलासा दिलास, थॉमस, दिलास का नाही?”

“हो.”

“आणि तुझा तो दिलासा खोटा होता.”

सँडर्स घुटमळला. “मला ठाऊक नाही, मॅक्स.”

“तू सांग आता. तुला नेमकेपणानं माहिताय. तू ज्या व्यक्तीपासून पळ काढलास ती आता सीअॅटलमध्ये येत होती. इथं तुझा पिच्छा पुरवत होती आणि कंपनीत तुझी वरिष्ठ अधिकारी असणार होती... तुला हवं असलेलं पद आपल्याकडे घेत... आपण ज्याला योग्य आहोत असं तुला वाटत होतं ते. हे सगळं तुला एखाद्या दुःस्वप्नासारखं वाटलं असणार... तुझ्या भूतकाळातलं एखादं अशुभ स्वप्न...”

“मला ठाऊक नाही...”

“ठाऊक नाही? तुझ्याजागी मी असतो तर माझा भडका उडाला असता रागानं. मला तिचा पिच्छा सोडवून घ्यावासा वाटलं असतं, बरोबर? तिनं एकदा तुला वाईट पद्धतीनं दुखावलं आणि तुला पुन्हा दुखवून घ्यायला नको असणार. पण तुझ्यापुढे काय पर्याय होता? तिला ते पद मिळालं होतं आणि ती गार्विनची मानसकन्या होती.

गार्विनच्या अधिकाराचं तिला संरक्षण होतं आणि तिच्याविरुद्ध एक शब्दही तो ऐकणार नव्हता. खरं?''

''खरं.''

''आणि गेली बरीच वर्षं तू गार्विनच्या जवळ नव्हतास कारण मुळात गार्विनला सीॲटलमधलं पद तुला मिळायला नकोच होतं. त्यानं तू ते नाकारशील अशा अपेक्षेनं तुला देऊ केलं होतं. गार्विनला त्याच्या पंखांखाली राहणारी माणसं आवडतात. त्याला त्याच्या चरणांपाशी त्याचे चाहते बसलेले आवडतं. त्याला आपल्या चाहत्यांनी गाशा गुंडाळून दुसऱ्या शहरात मुक्काम हलवलेलं आवडत नाही. म्हणून गार्विन तुझ्यावर नाराज होता. गोष्टी कधीच पहिल्यासारख्या नव्हत्या. आणि आता अचानक इथं एक स्त्री थेट तुझ्या भूतकाळातून आलेली... गार्विनचा पाठिंबा असलेली स्त्री... मग तुझ्यापाशी काय पर्याय होता? तुझ्या रागानं काय होणार होतं?''

त्याचं मन गरगरत होतं... गोंधळलेलं... त्यानं त्या पहिल्या दिवसाच्या घटनांवर पुन्हा विचार केला– त्या अफवा, ब्लॅकबर्ननं केलेली ती घोषणा, तिच्याबरोबरची ती पहिली भेट– त्याला आपण रागावल्याचं आठवलं नाही. त्या दिवशी त्याच्या भावना खूप संमिश्र होत्या, पण त्याला संताप आला नव्हता एवढी त्याला खात्री होती...

''थॉमस, थॉमस, स्वप्नं पाहायचं सोडून दे. त्यासाठी वेळ नाहीये.''

सँडर्स डोकं नकारार्थी हलवत होता. तो स्पष्टपणे विचार करू शकत नव्हता.

''थॉमस, तू हे सगळं जुळवलंस. तू मान्य कर वा करू नकोस, तुला त्याची जाणीव असो वा नसो, कुठल्यातरी पातळीवर जे घडलंय, ते अगदी तुला हवं होतं तसंच. आणि ते तसं घडेल त्याची तू काळजी घेतलीस.''

आपण सुसानबद्दल विचार करत असल्याची जाणीव त्याला झाली. रेस्टॉरंटमध्ये ती काय म्हणाली होती?

तू मला सांगितलं का नाहीस? मी तुला मदत करू शकले असते.

आणि अर्थातच तिचं बरोबर होतं. ती एक वकील होती; त्या पहिल्या रात्री जे घडलं, ते त्यानं तिला सांगितलं असतं तर तिनं त्याला सल्ला दिला असता. काय करायचं ते तिनं सांगितलं असतं. तिनं त्याला यातून बाहेर काढलं असतं. पण त्यानं तिला सांगितलं नव्हतं.

आता आपल्याला करण्यासारखं फार काही नाहीये.

''तुला हा संघर्ष हवा होता, थॉमस.''

आणि मग गार्विन : ती तुझी मैत्रीण होती आणि तिनं तुला सोडलं तेव्हा ते तुला आवडलं नाही.

“या संघर्षाची खात्री करून घेण्यासाठी तू आठवडाभर काम केलंस.”

“मॅक्स...”

“म्हणून इथं तुला बळी दिल्याचं तू सांगू नकोस. तू बळी नाहीयेस. तू स्वतःला बळी म्हणवून घेतोस कारण तुला आपल्या आयुष्याप्रत असलेली जबाबदारी घ्यायची नाहीये. कारण तू भावुक, आळशी आणि भाबडा आहेस. बाकीच्या लोकांनी आपली काळजी घ्यावी असं तुला वाटतं.”

“बापरे, मॅक्स...” सँडर्स म्हणाला.

“तू यातला तुझा सहभाग नाकारतोयस, तू विसरल्याचं ढोंग करतोस. तुला जाणीव नसल्याचं तू नाटक करतोयस आणि आता तू गोंधळल्याचा आव आणतोयस.”

“मॅक्स...”

“छे! मी तुझ्याबरोबर काथ्याकूट का करतोय कोणास ठाऊक! या सकाळपर्यंत तुझ्यापाशी किती तास आहेत? बारा तास? दहा? तरीसुद्धा तू एका विशिष्ट म्हाताऱ्याशी बोलण्यात वेळ घालवतोस!” तो त्याच्या आरामखुर्चीत वळला. “तुझ्याजागी मी असतो, तर मी कामाला लागेन.”

“म्हणजे?”

“हं, तुझे हेतू काय आहेत, ते आपल्याला माहिताय. थॉमस, पण तिचे हेतू काय आहेत, हं? तीही एक समस्या सोडवतीय, तिच्यापाशीही एक उद्दीष्ट आहे. मग ती सोडवत असलेली समस्या कुठली आहे?”

“मला ठाऊक नाही.”

“उघडच आहे. पण तू शोधून कसं काढशील?”

■

विचारात हरवून तो पाच चौक ओलांडून ‘एल टेरॅझो’ हॉटेलपाशी आला. लुईस त्याची वाट पाहत बाहेर उभी होती. ते बरोबरच आत गेले.

“बापरे,” आजूबाजूला पाहिल्यावर सँडर्स म्हणाला,

“सगळे नेहमीचेच संशयित,” लुईस म्हणाली.

अगदी समोर एका टोकाला असलेल्या भागात मेरेडिथ जॉन्सन बॉब गार्विनबरोबर जेवत होती. त्यांच्यापासून दोन टेबलं टाकून फिल ब्लॅकबर्न त्याच्या बायकोबरोबर-डोरीसबरोबर खात होता. ही चष्मा घातलेली कृश बाई एखाद्या अकौंटंटसारखी दिसत होती. त्यांच्याजवळच स्टेफनी कॅपलान एका विशीतल्या तरुणाबरोबर जेवत होती. तो बहुधा विद्यापीठात शिकणारा तिचा मुलगा असावा असं सँडर्सला वाटलं. उजव्या बाजूला खिडकीपाशी कॉनले व्हाईटचे लोक एकीकडे कामाचं बोलत जेवण घेण्यात गुंतले होते. त्यांच्या ब्रीफकेस त्यांच्या पायांशी उघडलेल्या अवस्थेत होत्या.

टेबलावर सगळीकडे कागद पसरले होते. एड निकोलस बसला होता तिथं त्याच्या उजव्या बाजूला जॉन कॉनले आणि डाव्या बाजूला जिम डॅली बसले होते. डॅली एका छोट्या, मजकूर सांगायच्या यंत्रावर काहीतरी सांगत होता.

''आपण दुसरीकडे कुठेतरी जावं बहुधा,'' सँडर्स म्हणाला,

''नाही,'' लुईस म्हणाली, ''त्यांनी आधीच आपल्याला पाह्यलंय. तिथं एका कोपऱ्यात आपण बसू शकतो.''

वेटर तिथं आला. ''मि. सँडर्स,'' तो औपचारिक अभिवादन करत म्हणाला.

''आम्हाला कोपऱ्यातलं एक टेबल हवंय.''

''जरूर, मि. सँडर्स.''

ते एका बाजूला बसले. लुईस मेरेडिथ आणि गार्विनकडे टक लावून पाहत होती. ''ती त्याची मुलगीच आहे जशी'' ती म्हणाली.

''सगळेजण तसंच म्हणतात.''

''अगदी नजरेत भरण्यासारखं आहे ते.''

वेटरने मेनूकार्ड आणले. सँडर्सला त्यातलं काहीच घ्यावंसं वाटलं नाही, पण तरीही त्यांनी ऑर्डर दिली. लुईस स्थिर नजरेनं गार्विनकडे पाहत होती. ''तो एक लढवय्या आहे, नाही?''

''बॉब? सुप्रसिद्ध लढवय्या. सुप्रसिद्ध तगडा माणूस.''

''त्याला कसं खेळवायचं, ते तिला माहिताय'' लुईसनं नजर बाजूला वळवली आणि आपल्या ब्रीफकेसमधून कागदपत्रं बाहेर काढली. ''हे ब्लॅकबर्ननं परत पाठवलेलं करारपत्र. दोन कलमं सोडली तर ते अगदी व्यवस्थित आहे. पहिलं म्हणजे, नोकरीत तुझ्या हातून एखादा गुन्हा घडल्याचं दाखवलं गेलं तर तुला कामावरून काढून टाकण्याच्या अधिकारावर त्यांनी दावा सांगितलाय.''

''उह्.'' त्यांना काय म्हणायचं असेल, याचं त्याला कुतूहल वाटलं.

''आणि हे दुसरं कलम. 'औद्योगिक श्रेणीनुसार मूल्यमापन करता नोकरीत समाधानकारक कामगिरी दाखवण्यात तुला अपयश आलं' तर तुला काढून टाकण्याच्या अधिकारावर दावा सांगतं. त्याचा अर्थ काय?''

त्यानं डोकं नकारार्थी हलवलं. ''नक्कीच त्यांच्या मनात काहीतरी असणार.'' त्यानं तिला गुपचूप ऐकलेल्या कॉन्फरन्स रूममधल्या संभाषणाबद्दल सांगितलं.

नेहमीप्रमाणे लुईसनं कसलीही प्रतिक्रिया दाखवली नाही. ''शक्य आहे,'' ती म्हणाली.

''शक्य? ते तसं करणार आहेत.''

''म्हणजे कायदेशीररीत्या, त्यांचा तशा प्रकारचा काहीतरी हेतू असणं शक्य आहे. आणि त्याचा परिणाम होईल.''

"काय?"

"छळाच्या दाव्यात एखाद्या कर्मचाऱ्याची संपूर्ण कामगिरी लक्षात घेतली जाते. कामात हयगय झाली असेल, अगदी पूर्वी किंवा किरकोळ स्वरूपाचीसुद्धा, तर त्याचा उपयोग दावा रद्दबातल करण्यासाठी केला जाऊ शकतो. माझा एक अशील एका कंपनीत दहा वर्षं काम करत होता. पण त्या कर्मचाऱ्यानं नोकरीसाठीच्या मूळ छापील अर्जात खोटेपणा केल्याचं कंपनीला दाखवून देता आलं आणि तो दावा रद्द झाला. त्या कर्मचाऱ्याला कामावरून काढून टाकण्यात आलं."

"म्हणजे माझ्या कामगिरीशी शेवटी याचा संबंध येतो."

"कदाचित हो."

त्याच्या कपाळावर आठ्या. त्याच्याविरुद्ध त्यांच्याकडे काय होतं?

तीही एक समस्या सोडवतीय, मग : ती सोडवत असलेली समस्या कुठली आहे?

त्याच्या शेजारी, आपल्या खिशातून एक टेपरेकॉर्डर लुईसनं काढला. "दुसऱ्या एक-दोन गोष्टींबद्दल मला बोलायचंय." ती म्हणाली, "त्या टेपमध्ये सुरुवातीला घडतं असं काहीतरी आहे."

"ठीक आहे."

"तू ऐक ती."

तिनं त्याला प्लेयर दिला. तो त्यानं आपल्या कानाशी धरला.

त्याला आपल्या स्वतःच्या आवाजातलं... बोलणे स्पष्टपणे ऐकू आले... "त्याला आपण नंतर तोंड देऊ. मी तिला तुझी मतं सांगितलीयत आणि ती आता बॉबशी बोलत्येय. म्हणून ती भूमिका घेऊन उद्या आपण मिटिंगमध्ये सहभागी होऊ असं गृहीत धरायला हरकत नाही. हे, कसंही असलं मार्क, तरी त्या सगळ्यात काही महत्त्वाचा बदल झाला तर उद्या मिटिंगआधी मी तुझ्याशी संपर्क साधेन, आणि..."

"तो फोन विसर," मेरेडिथ मोठ्या आवाजात म्हणाली... आणि मग कापडाची सळसळ व्हावी तसा आवाज आणि एक प्रकारचा फिसकारल्यासारखा आवाज... मग फोन टाकला गेला तेव्हा झालेला मंद आवाज. क्षणभर त्यावर झालेली खरखर.

आणखी सळसळ. मग शांतता.

मग एक शूऽऽ शूऽऽ सळसळ...

ऐकत असताना त्या खोलीतल्या हालचालींची कल्पना करण्याचा त्यानं प्रयत्न केला. ते कोचाकडे सरकले असणार कारण आता आवाज हलके, कमी स्पष्ट झाले होते. त्याला आपला आवाज आला. "मेरेडिथ, थांब..."

"बापरे," ती म्हणाली, "तू दिवसभरापासून मला हवा आहेस."

आणखी सळसळ. जड श्वास. काय चाललं होतं ते निश्चितपणे ओळखणं अवघड होतं. तिचं किंचितसं कण्हणं... आणखी सळसळ...

ती म्हणाली, "बापरे, तुझा स्पर्श इतका छान वाटतो. त्या हलकटाचा स्पर्श मला असह्य होतो. त्या चष्म्याच्या मठ्ठ काचा! ओह्! मी इतकी पेटल्येय, किती दिवसात माझ्याशी कुणी छान संभोगही केलेला नाहीये..."

आणखी सळसळ. खरखर. सळसळ. आणखी सळसळ. निराशेच्या जाणिवेनं सँडर्स ऐकत राहिला. जे चाललं होतं त्याच्या प्रतिमा खरं तर तो आता पाहू शकला नाही... आणि तो तिथं होता. त्या टेपचा आणखी कुणाचं मतपरिवर्तन करायला उपयोग झाला नसता. त्यातला बराच भाग अस्पष्ट गोंगाटासारखा वाटत होता. मध्ये शांततेचे मोठे तुकडे असलेले...

"मेरेडिथ..."

"उफ्, बोलू नकोस. नाही! नाही..."

ती जलद श्वास घेत धापा टाकताना त्यानं ऐकलं.

मग आणखी शांतता.

लुईस म्हणाली, "तेवढं पुरे!"

सँडर्सनं तो प्लेयर खाली ठेवला आणि बंद केला. त्यानं डोकं नकारार्थी हलवलं.

"याच्यावरून काहीही सांगणं शक्य नाही. खरं जे घडत होतं त्याबद्दल."

"पुरेसं सांगता येतं." लुईस म्हणाली. "आणि पुराव्याबद्दल तू काळजी करायला लागू नकोस. ते माझं काम आहे. पण तू तिची पहिली वाक्यं ऐकलीस?" तिनं आपल्या टिपणवहीत पाहिलं. "तू मला दिवसभरापासून हवा आहेस हे ती कुठे म्हणते? आणि मग ती म्हणते, 'बापरे, तुझा स्पर्श इतका छान वाटतो. त्या हलकटाचा स्पर्श मला असह्य होतो. त्या चष्म्याच्या मठ्ठ काचा! ओह्! मी इतकी पेटलेय, किती दिवसात माझ्याशी कुणी छान संभोगही केलेला नाहीये...' तो भाग तू ऐकलास?"

"हो, मी तो ऐकला."

"ठीक आहे. ती कोणाबद्दल बोलत्येय?"

"कोणाबद्दल बोलत्येय?"

"हो. ज्याचा स्पर्श तिला सहन होत नाही असा तो हलकट कोण आहे?"

"माझ्या मते तिचा नवरा असावा," सँडर्स म्हणाला, "सुरुवातीला आम्ही त्याच्याबद्दल बोलत होतो. टेपच्या आधी."

"आधी काय बोलणं झालं, ते मला सांग."

"हं, मेरेडिथ तिच्या नवऱ्याला द्याव्या लागत असलेल्या पोटगीबद्दल तक्रार

करत होती. मग ती म्हणाली, तिचा नवरा बिछान्यात भयंकरच होता. ती म्हणाली, 'आपण काय करतोय हे ज्याला माहिती नसतं अशा माणसाचा मला तिरस्कार वाटतो.' ''

''म्हणजे 'त्या हलकटाचा स्पर्श मला असह्य होतो' या वाक्याचा संदर्भ तिच्या नवऱ्याशी आहे, असं तुला वाटतं?''

''हो.''

''मला वाटत नाही,'' लुईस म्हणाली. ''बऱ्याच महिन्यांपूर्वी त्यांचा घटस्फोट झाला. तो घटस्फोट अधिक कटू होता. तिचा नवरा तिचा तिरस्कार करतो. आता त्याची एक मैत्रीण आहे, तो तिला घेऊन मेक्सिकोला गेलाय. ती आपल्या नवऱ्याबद्दल बोलत्येय असं मला वाटत नाही.''

''मग कोण?''

''मला ठाऊक नाही.''

सँडर्स म्हणाला, ''मला वाटतं, तो कुणीही असू शकेल.''

''तो फक्त कोणीही असेल असं मला वाटत नाही. पुन्हा ऐक. तिचा आवाज कसा येतो, ते पुन्हा ऐक.''

त्याने टेप पुन्हा मागे फिरवून घेतली आणि तो प्लेयर आपल्या कानाशी लावला. क्षणभरानं त्यानं प्लेयर खाली ठेवला. ''ती जवळजवळ रागावल्यासारखी वाटते.''

फर्नांदिझनं होकारार्थी मान हलवली. ''मी शब्द वापरेन तो म्हणजे 'अपमानामुळे चिडलेली!' ती तुझ्याबरोबर या घटनेत गुंतलेली आहे आणि ती बोलत्येय दुसऱ्या कुणाबद्दल तरी– 'हलकट' जणू तिला कोणाचा तरी सूड घ्यायचाय. अगदी त्या क्षणाला, ती तो घेतेय.''

सँडर्स म्हणाला, ''मला माहिती नाही. मेरेडिथ बडबडी आहे. ती नेहमीच दुसऱ्या लोकांबद्दल बोलायची. जुने मित्र किंवा तशा प्रकारचं.. ती काव्यात्म वृत्तीची म्हणता येईल अशी नाहीये.''

त्याला एक प्रसंग आठवला... सनीव्हेलमधल्या अपार्टमेंटमध्ये ते पलंगावर पहुडलेले होते... एक प्रकारच्या, गात्रं शिथिल करणाऱ्या सुखाची अनुभूती घेत... एका रविवारची दुपार... ते बाहेर रस्त्यावर मोठमोठ्यानं हसणाऱ्या मुलांचे आवाज ऐकत असलेले... त्याचा हात तिच्या मांडीवर विसावलेला. हाताला घाम जाणवत असलेला आणि तिच्या त्या विचारमग्न पद्धतीनं ती म्हणाली, ''मी एकदा एका नॉर्वेजियन माणसाबरोबर गेले आणि त्याचं लिंग वाकडं होतं. तलवारीसारखं वळणदार. एक प्रकारे एका बाजूला वाकलेलं, आणि तो...''

''बापरे, मेरेडिथ.''

"काय झालं? खरंच. खरंच त्याचं तसं होतं."

"आता असलं बोलायचं नाही."

जेव्हा कधी असा प्रकार घडायचा तेव्हा ती उसासा टाकायची. त्याची फाजील संवेदनक्षमता सहन करणं तिला भाग असल्यासारखं...

ते रेस्टॉरंटमध्येच बसलेले असताना लुईस म्हणाली, "अगदी लैंगिक क्रिया चालू असताना बोलणं तिच्या दृष्टीनं विलक्षण नसलं तरी– ती तेव्हा अगदी अविचारी आणि अंतर राखू पाहत असूनही– ती इथं कोणाबद्दल बोलत्येय?"

सँडर्सनं डोकं नकारार्थी हलवलं, "मला माहिती नाही, लुईस."

"आणि ती म्हणते त्याचं तिला स्पर्श करणं तिला सहन होत नाही... जणू तिच्यापाशी काही पर्याय नाहीये. आणि ती त्याच्या मठ्ठ चष्म्याचा उल्लेख करते." तिनं गार्विनबरोबर शांतपणे जेवत असलेल्या मेरेडिथकडे पाहिलं. "त्याचा?"

"मला तसं वाटत नाही."

"का नाही?"

"प्रत्येकजण नाही म्हणतो. सगळे म्हणतात, बॉब तिच्याबरोबर झोपत नाहीये."

"सगळे चुकतही असतील."

सँडर्सनं डोकं हलवलं. "तो अगदी टोकाचा प्रकार असेल."

"बहुधा तुझं बरोबर आहे."

खाद्यपदार्थ आले. सँडर्सनं पुढ्यातला 'पास्टा पुट्टानेस्का' त्यातली ऑलीव्हची फळं काढून टाकत टोकरला. त्याला भूक लागल्यासारखं वाटत नव्हतं. त्याच्या शेजारी लुईस मन लावून खात होती. त्यांनी एकच पदार्थ मागवला होता.

सँडर्सनं कॉनले-व्हाईटच्या लोकांकडे पाहिलं. निकोलसनं ३५ मिलिमीटरच्या पारदर्शिकांचा एक स्वच्छ मोठा तुकडा हातात धरलेला होता. पारदर्शिका. कशाच्या? तो विचारात पडला. त्याचा अर्ध्या चौकटीचा चष्मा त्याच्या नाकावर घसरला होता. तो बराच वेळ घेत असल्यासारखं वाटलं. त्याच्या शेजारी कॉनलेनं आपल्या घड्याळाकडे पाहिलं आणि तो वेळेबद्दल काहीतरी बोलला. कॉनलेनं जॉन्सनच्या दिशेनं नजर टाकली, मग तो आपल्या कागदपत्रांकडे वळला.

डॅली काहीतरी म्हणाला, "...तो आला आहे?"

"तो इथं आहे," कॉनले त्या कागदाकडे निर्देश करत म्हणाला.

"हे खरंच फार छान आहे." लुईस म्हणाली. "तू ते गार होऊ देऊ नकोस."

"ठीक आहे." त्यानं एक घास घेतला. त्याला चव नव्हती. त्यानं काटा खाली ठेवला.

तिनं आपल्या मोठ्या हातरुमालानं हनुवटी पुसली. "तू खरं तर मेरेडिथबरोबर असताना का थांबलास ते कधीच सांगितलं नाहीस शेवटी."

“माझा मित्र मॅक्स डॉर्फमन म्हणतो, हे सगळं मी जुळवून आणलं.”

“उह्,” फर्नांदिझ म्हणाली.

“तुलाही तसंच वाटतं?”

“मला ठाऊक नाही. त्या वेळी तुला काय वाटत होतं तेवढंच मी विचारत होते. तू बाजूला झालास त्या वेळी.”

त्याने खांदे उडवले. “मला करायचं नव्हतं एवढंच.”

“उह्, तू तिथपर्यंत पोचलास तेव्हा तुला तसं वाटलं नाही?”

“नाही, मला तसं वाटलं नाही.” मग तो म्हणाला, “ते काय होतं ते खरंच तुला माहिती करून घ्यायचंय? ती खाकरली.”

“ती खाकरली?” फर्नांदिझ म्हणाली.

सँडर्सने पुन्हा स्वतःला त्या खोलीत पाहिले... त्याची पँट गुडघ्याभोवती आलेली... तो त्या ऑफिसमधल्या कोचावर मेरेडिथच्या अंगावर झुकलेला... मी हे काय करतोय, असा त्या वेळी विचार करत असलेले त्याला आठवले. आणि तिचे हात त्याच्या खांद्यावर होते... ती त्याला आपल्याकडे ओढत असलेली... “ओह् प्लीज... नाही... नाही...”

आणि मग तिने आपले डोके एका बाजूला वळवले आणि ती खाकरली.

जे घडलं ते त्या खाकरण्यामुळेच. तेव्हाच तो मागे बसता झाला आणि म्हणाला, “तुझं बरोबर आहे,” आणि कोचावरून खाली उतरला.

लुईसच्या कपाळावर आठ्या. “मला एक सांगितलं पाहिजे,” लुईस म्हणाली, “खाकरणं ही काही तेवढी खटकणारी गोष्ट वाटत नाही.”

“ती होती,” त्याने आपली प्लेट बाजूला सारली. “मला म्हणायचंय, तशा वेळेला कोणी खाकरू शकत नाही.”

“का? मला माहिती नसलेला असा हा एखादा शिष्टाचार आहे का?” लुईस म्हणाली, “संभोगाच्या वेळी खाकरायचं नाही?”

“ते तसं अजिबात नाहीये,” सँडर्स म्हणाला, “त्याचा अर्थ काय होतो, ते महत्त्वाचं.”

“सॉरी, तू मला गोंधळात टाकलंयस. खाकरण्याचा अर्थ काय?”

तो घुटमळला. “तुला माहिताय, बायकांना नेहमी असं वाटतं की संभोगाच्या वेळी काय चाललंय, ते पुरुषांना माहिती नसतं. त्यामागची कल्पनाच अशी आहे की पुरुषांना नेमकी जागा सापडत नाही. काय करायचं ते त्यांना माहिती नसतं वगैरे वगैरे, पुरुष लैंगिक बाबतीत कसे अनभिज्ञ असतात.”

“तू अनभिज्ञ आहेस असं मला वाटत नाही. खाकरण्याचा अर्थ काय?”

“खाकरण्याचा अर्थ असा होतो की, त्या व्यक्तीचं त्यात मन नाहीये.”

तिनं आपल्या भुवया उंचावल्या. "हे जरा अतिच वाटतं."

"ती केवळ एक वस्तुस्थिती आहे."

"मला कल्पना नाही. माझ्या नवऱ्याला ब्रॉंकॉयटीस आहे. तो सतत खाकरतो."

"त्या शेवटच्या क्षणी नाही, नक्कीच नाही."

ती त्यावर विचार करत थांबली. "तो ते संपल्यावर लगेच खाकरतो हे नक्की. त्याला ढासच लागते. तो हे ज्या पद्धतीनं करतो, त्यावरून आम्ही नेहमी हसतो."

"नंतर लगेच खाकरलं तर वेगळं. पण त्या क्षणी, अगदी त्या उत्कट क्षणी, मी तुला सांगतो, कोणी खाकरत नाही."

आणखी प्रतिमा त्याच्या मनात चमकून गेल्या. तिचे गाल लाल होतात. तिची मान किंवा छातीचा वरचा भाग घामेजलेला. स्तनाग्रं आता टणक नाहीयेत. ती सुरुवातीला टणक होती, पण आता नाहीत. डोळे गडद होतात. कधी खालच्या बाजूला जांभुळके. ओठ सुजलेले. श्वासोच्छवास बदलतो. अचानक उसळणारी उत्कटता.. नितंबांची चाळवाचाळव, बदलती लय, ताण. पण आणखी काहीतरी, काहीतरी अस्थिर... कपाळावर आठ्या पसरलेल्या. अंग चोरणं... चावणं. किती तरी तऱ्हा, पण...

"कोणीही खाकरत नाही," तो पुन्हा म्हणाला.

आणि मग त्याला अचानक एक प्रकारचा अवघडलेपणा जाणवला. त्यानं आपली प्लेट मागे ओढली आणि पास्ताचा एक घास घेतला. आणखी काही न बोलण्यासाठी त्याला काही तरी निमित्त हवं होतं. कारण आपण नियमांचं उल्लंघन केल्याची त्याची भावना झाली होती. प्रत्येकजण जो अस्तित्वात नसल्याचा बहाणा करतो असा हा प्रांत. एक प्रकारचं ज्ञान... जाणीव...अजूनही होती...

लुईस त्याच्याकडे कुतूहलानं पाहत होती. "तू त्याबद्दल कुठे वाचलंस का?"

त्यानं खाताखाताच डोकं नकारार्थी हलवलं.

"पुरुष त्याच्यावर चर्चा करतात? त्या प्रकारच्या गोष्टींवर?"

त्यानं डोकं हलवतच नाही म्हणून सांगितलं.

"बायका बोलतात."

"मला कल्पना आहे." त्यानं घास गिळला.

"पण कसंही असलं तरी ती खाकरली. आणि त्यामुळे मी थांबलो. तिचं त्यात मन नव्हतं. मला त्याचा भयंकर संताप आला. मला वाटतं. म्हणजे मला म्हणायचंय की ती तिथं धापा टाकत आणि कण्हत पडली होती पण खरं तर ती मनानं त्यात गुंतलेली नव्हती. आणि मला वाटलं..."

"वापरून घेतल्यासारखं?"

"तसंच काहीसं. खेळवल्यासारखं. काही वेळा मला वाटतं, एखादे वेळी ती

अगदी तेव्हा खाकरली नसती...'' सँडर्सनं खांदे उडवले.

"तिला विचारायला हवं बहुधा'' लुईस डोक्यानंच मेरेडिथच्या दिशेला इशारा करत म्हणाली.

सँडर्सनं वर पाहिलं आणि ती त्यांच्या टेबलाच्या दिशेनं येत असलेली त्याला दिसली. "छे.''

"शांतपणे, शांतपणे, सगळं व्यवस्थित आहे.''

मेरेडिथ त्यांच्यापाशी आली... तिच्या चेहऱ्यावर मनमोकळं हास्य... "हॅलो, लुईस. हॅलो, टॉम.'' सँडर्स उठून उभा राहू लागला. "उठू नकोस. टॉम, प्लीज'' तिनं आपला हात त्याच्या खांद्यावर ठेवून तो किंचित दाबला. "मी सहज जाता जाता क्षणभरापुरतीच आले.'' ती आनंदित मुद्रेनं हसत होती. ती तंतोतंत, आपल्या दोघा सहकाऱ्यांना "हॅलो'' करण्यासाठी थांबणाऱ्या एखाद्या आत्मविश्वासपूर्ण वरिष्ठ अधिकाऱ्यासारखी दिसत होती. मागे तिच्या टेबलापाशी सँडर्सनं गार्विनला बिल देताना पाहिलं. त्याला वाटलं. तोही इकडे येणार का काय.

"लुईस, कुठल्याही कटू भावना ठेवायच्या नाहीत एवढंच मला सांगायचं होतं.'' मेरेडिथ म्हणाली, "प्रत्येकाला काहीतरी काम होतं. मी ते समजू शकते. आणि मला वाटतं, त्यामुळे हेतू साध्य झाला. वातावरण निवळलं. आपण इथून पुढे उपयुक्तरीत्या संबंध ठेवू शकू एवढीच मला आशा आहे.''

ती बोलत असताना मेरेडिथ सँडर्सच्या खुर्चीमागे उभी होती. तिच्याकडे पाहण्यासाठी त्याला डोकं वळवून मान उंचवावी लागली.

लुईस म्हणाली, "तू बसणार नाहीस?''

"हं... मिनिटभर...''

सँडर्स तिला खुर्ची देण्यासाठी उठला. तो विचार करत होता की, कॉनलेच्या लोकांना हे सगळं अगदी योग्य वाटेल. 'बॉस' ला नाक खुपसायला नको असलेलं. आपले सहकारी तिनं त्यांच्याबरोबर थांबावं म्हणून विनवतील अशा अपेक्षेनं तिचं थांबणं... त्यानं खुर्ची आणली तेव्हा पुढे नजर टाकली आणि निकोलस आपल्या चष्म्यावरून त्यांच्याकडेच बारकाईनं बघत असलेला दिसला... तरणाबांड कॉनलेसुद्धा.

मेरेडिथ खाली बसली. सँडर्सनं तिच्यासाठी खुर्ची आत ढकलली. "तू काही घेणार?'' लुईसनं आस्थेनं विचारलं.

"माझं आत्ताच झालं. थँक्स.''

"कॉफी? दुसरं काही.''

"नको. ठीक आहे. थँक्स.''

सँडर्स खाली बसला. मेरेडिथ पुढे झुकली "ही डिव्हिजन 'पब्लिक' करण्याबद्दलच्या आपल्या योजना बॉब मला सांगतोय. ते फारच खळबळजनक आहे. इथून पुढे

आपण भरधाव वेगानं जाणार असं दिसतंय.''

सँडर्सनं तिच्याकडे आश्चर्यानं पाहिलं.

''बॉबपाशी नवीन कंपनीला ठेवायच्या नावांची यादी आहे. पुढच्या वर्षी आम्ही शेअर्स बाहेर आणल्यावर ती तुला कशी वाटतात ते पहा : स्पीडकोअर, स्पीडस्टार, प्राईमकोअर, टॅलीसन आणि टेन्सोर, मला वाटतं 'स्पीडकोअर' साध्या गाड्यांच्या शर्यतीसाठीचे भाग बनवते. 'स्पीडस्टार' अगदी पैशावरच आहे... पण कदाचित जरा जास्तच. 'प्राईमकोअर' एखाद्या म्युच्युअल फंडासारखं वाटतं. टॅलिसन किंवा टेन्सोर कसं वाटतं?''

''टेन्सोर म्हणजे दिवा,'' फर्नांदेझ म्हणाली.

''ठीक आहे. पण टॅलीसन बरंच चांगलं आहे, मला वाटतं.''

''ॲपल-आयबीएमच्या संयुक्त प्रकल्पाचं नाव टॅलीजन्ट आहे.'' सँडर्स म्हणाला.

''ओह. तुझं बरोबर आहे. खूपच जवळचं आहे? मायक्रोडाईन कसं वाटतं? ते काही वाईट नाही. किंवा एडीजी 'ॲडव्हान्स्ड डाटा ग्राफिक्स' बद्दल? त्यांच्यापैकी एखादं चालेल असं वाटतं तुला?''

''मायक्रोडाईन ठीक आहे.''

''मलाही तेच वाटलं, आणि आणखी एक आहे... ॲनोडाईन.''

''ते एका वेदनाशामक औषधाचं नाव आहे.'' लुईस म्हणाली.

''काय आहे?''

''ॲनोडाईन हे एक वेदनाशामक औषधाचं नाव आहे. झोपेचं औषध.''

''ओह, ते जाऊ दे. शेवटचं आहे 'सिन्स्टार'.''

''एखाद्या औषधाच्या कंपनीसारखं वाटतं.''

''हो, वाटतं खरं तसं. पण आणखी एखादं चांगलं नाव शोधून काढण्यासाठी आमच्यापाशी एक वर्ष आहे. आणि सुरुवात म्हणून 'मायक्रोडाईन' वाईट नाहीये.''

त्यांनी उत्तर देण्याआधीच तिनं खुर्ची मागे ढकलली. ''मला निघायला पाहिजे. पण मला वाटलं, तुला एकूण विचार ऐकायला आवडेल. तुझ्या सूचनांबद्दल आभार. गुड्नाईट, लुईस आणि टॉम, मी तुला उद्या भेटेन.'' तिनं दोघांशीही हस्तांदोलन केलं आणि ती खोली ओलांडून गार्विनकडे गेली. ती आणि गार्विन बरोबरच कॉनलेचे लोक बसले होते तिकडे 'हॅलो' करायला गेले.

सँडर्सनं तिच्याकडे पाहिलं. ''बापरे! ती एका कंपनीच्या नावांबद्दल बोलत्येय, पण तिला ती कंपनी काय आहे, हेही माहिती नाही.''

''तो एक बऱ्यापैकी देखावा होता.''

''अगदी,'' सँडर्स म्हणाला, ''ती एक प्रदर्शनीय वस्तूच आहे. पण त्याचा

आपल्याशी काही संबंध नाही. तो देखावा त्यांच्यासाठी आहे.'' मानेनंच त्यानं रेस्टॉरंटमध्ये पलीकडच्या बाजूला बसलेल्या कॉनले-व्हाईटच्या लोकांच्या दिशेनं इशारा केला. गार्विन ज्याच्या-त्याच्याशी हस्तांदोलन करत होता आणि मेरेडिथ जिम डॅलीशी बोलत होती. डॅलीनं एक विनोद केला आणि ती आपली उंच मान दाखवत, डोकं मागे झोकत मोठ्यानं हसली.

''ती आपल्याशी बोलली त्याचं कारण एवढंच की त्यामुळे उद्या मला कामावरून काढून टाकल्यावर ही योजना तिनं आखल्यासारखं कोणाला वाटणार नाही.''

लुईस बिल देत होती. ''तुला जायचंय?'' ती म्हणाली, ''मला अजून काही गोष्टी तपासायच्या आहेत.''

''खरंच? तुझ्यापाशी तपासायला आहे काय?''

''ॲलननं आपल्यासाठी आणखी काहीतरी मिळवलं असेल. तशी शक्यता आहे.''

कॉनलेंच्या टेबलापाशी गार्विन निरोप घेत होता. त्यानं निर्वाणीचा निरोपाचा हात केला, मग वेटरशी बोलण्यासाठी तो पलीकडच्या बाजूला गेला.

मेरेडिथ कॉनले-व्हाईटच्या लोकांच्या टेबलापाशी थांबली. ती जॉन कॉनलेच्या पाठीमागे त्याच्या खांद्यांवर हात ठेवून डॅली आणि एड निकोलसशी बोलत होती. एड निकोलस त्याच्या चष्म्यावरून निरखून पाहत काहीतरी म्हणाला आणि मेरेडिथ हसली. ती त्यानं हातात धरलेल्या आकडेमोडीच्या एका कागदावर त्याच्या खांद्यावरून डोकावण्यासाठी बाजूनं आली. तिचं डोकं निकोलसच्या अगदी जवळ होतं. मान हलवत बोलत ती त्या कागदाकडे निर्देश करत होती.

You are checking the wrong company.

कॉनले-व्हाईटच्या तिघाजणांबरोबर हास्यविनोद करत असलेल्या मेरेडिथकडे सँडर्सनं पाहिलं. फिल ब्लॅकबर्न काल त्याला काय म्हणाला होता?

गोष्ट अशी आहे टॉम की या कंपनीत मेरेडिथ जॉन्सनचे हात वरपर्यंत पोचलेले आहेत. तिनं बऱ्याच महत्त्वाच्या लोकांवर छाप पाडलीय.

गार्विनसारख्या.

गार्विनच नाही. मेरेडिथनं बऱ्याच भागांमध्ये एक सत्ताकेंद्र उभं केलंय,

कॉनले-व्हाईट?

हो, तिथंही.

त्याच्या बाजूला लुईस उभी राहिली. सँडर्स उभा राहिला आणि म्हणाला, ''तुला एक माहिताय, लुईस?''

''काय?''

''आपण चुकीची कंपनी तपासतोय?'' लुईसच्या कपाळावर आठ्या... मग तिनं कॉनले-व्हाईटच्या टेबलाकडे पाहिलं. मेरेडिथ एड निकोलसबरोबर मान हलवत

एका हातानं काहीतरी दाखवत होती. तिचा दुसरा हात तोल सावरण्यासाठी टेबलावर पसरलेला. तिची बोटं एड निकोलसला स्पर्श करत होती. तो आपल्या चष्म्यावरून आकडेवारीच्या कागदांकडे डोळे किलकिले करून पाहत होता.

"मठ्ठ चष्मा..." सँडर्स म्हणाला.

मेरेडिथ त्याच्याविरुद्ध छळाचा दावा दाखल करणार नव्हती, यात काही आश्चर्य नव्हते. एड निकोलसबरोबरच्या तिच्या संबंधांच्या दृष्टीने ते फारच अडचणीचे झाले असते. आता गार्विन तिला काढणार नव्हता यातही काही आश्चर्य नव्हते. सगळ्याची अगदी नेमकी संगती लागत होती. निकोलस आधीच विलिनीकरणाबद्दल अस्वस्थ होता... कदाचित केवळ त्यांच्या मेरेडिथबरोबरच्या प्रकरणामुळेच ते प्रत्यक्षात येत होते.

लुईसनं उसासा टाकला. "तुला तसं वाटतं? निकोलस?"

"हो, का नसावं?"

लुईस डोकं हलवत म्हणाली, "ते जरी अगदी खरं असलं तरी त्याचा आपल्याला उपयोग नाही. ते जोडीदाराच्या पसंतीचा युक्तिवाद करू शकतात, अगदी करायलाच हवा असा एखादा युक्तिवाद असला तरी ते बऱ्याच गोष्टींबाबत बाजू मांडू शकतात. तुला माहिताय, बिछान्यात झालेलं हे पहिलंच विलिनीकरण नाहीये. मी म्हणेन, जाऊ दे."

"म्हणजे तू मला सांगतीयस," तो म्हणाला, "की, कॉनले-व्हाईटमधल्या एखाद्याबरोबर तिचे संबंध असणं आणि त्याचा परिणाम म्हणून तिला बढती मिळणं, यात काहीही गैर नाहीये?"

"अजिबात नाही. निदान अगदी पक्क्या कायदेशीर अर्थानं तरी नाही. म्हणून जाऊ दे ते."

"मी थकलोय," तो म्हणाला.

"आपण सगळेच. तेही थकलेले दिसतायत."

खोलीत पलीकडे मिटिंग बरखास्त होत होती. कागद पुन्हा ब्रीफकेसमध्ये ठेवले जात होते. मेरेडिथ आणि गार्विन त्यांच्याबरोबर गप्पा मारत होते. ते जायला निघाले. त्यांच्यासाठी दार उघडून देणाऱ्या वेटरशी गार्विननं हस्तांदोलन केलं.

आणि मग ते घडलं.

बाहेर रस्त्यावरून चमकत असलेला डोळे दिपवून टाकणारा प्रखर प्रकाशझोत आत आला. जायला निघालेली मंडळी प्रकाशात अडकल्यासारखी गडबडून एकत्र झाली... रेस्टॉरंटमध्ये त्यांच्या मागच्या बाजूला लांबलचक सावल्या पसरल्या.

"काय चाललंय?" लुईस म्हणाली.

सँडर्स पाहायला वळला पण तो घोळका आधीच दार बंद करून आत मागच्या

बाजूला खाली वाकून चालला होता. क्षणभर आकस्मिक गोंधळ. गार्विननं ''छे.'' म्हटलेलं त्यांना ऐकू आलं. तो ब्लॅकबर्नकडे वळला.

ब्लॅकबर्न भयभीत चेहऱ्यानं उभा असलेला. तो घाईनं गार्विनकडे गेला. गार्विन या पायावरून त्या पायावर करत होता. तो एकाच वेळी कॉनले-व्हाईटच्या लोकांना दिलासा देत होता तर ब्लॅकबर्नवर खेकसत होता. सँडर्स तिकडे गेला. ''सगळं ठीक आहे?''

''बातमीदार आलेयत,'' गार्विन म्हणाला.

''केएइए- टीव्हीचे लोक बाहेर आहेत.''

''हा संतापजनक प्रकार आहे.'' मेरेडिथ म्हणाली.

''ते कुठल्यातरी छळाच्या खटल्याबद्दल विचारतायत,'' गार्विन सँडर्सकडे उदासपणे पाहत म्हणाला.

सँडर्सने खांदे उडवले.

''मी बोलेन त्यांच्याशी,'' ब्लॅकबर्न म्हणाला, ''हे केवळ हास्यास्पद आहे.''

''मी म्हणेन हे हास्यास्पदच आहे,'' गार्विन म्हणाला, ''जे चाललंय ते संतापजनक आहे.''

ते संतापजनक कृत्य असण्यावर एकमत होऊन सगळे एकदम बोलत असल्यासारखं वाटू लागलं. पण सँडर्सनं पाहिलं की, निकोलस हादरल्यासारखा दिसत होता. आता मेरेडिथ मागच्या बाजूनं त्यांना रेस्टॉरंटच्या बाहेर टेरेसकडे घेऊन जात होती. ब्लॅकबर्न रेस्टॉरंटच्या पुढच्या बाजूला बाहेर प्रखर प्रकाशझोतात गेला. अटक होत असलेल्या एखाद्या माणसासारखे त्याने हात वर धरले होते.

मग दरवाजा बंद झाला.

निकोलस म्हणत होता, ''हे बरं नाही, हे बरं नाही.''

''काळजी करू नकोस, तिथला एक न्यूज डायरेक्टर माझ्या ओळखीचा आहे.'' गार्विन म्हणत होता. ''मी हे बरोबर वाटेला लावेन.''

विलिनीकरण कसे गुप्त असायला हवे याबद्दल जिम डॅली काहीतरी म्हणाला.

''चिंतेचं कारण नाही,'' गार्विन कठोरपणे म्हणाला, ''विलिनीकरण पूर्ण होईपर्यंत ते अत्यंत गुप्त राहणार आहे.''

मग ते मागच्या दारानं बाहेर पसरलेल्या रात्रीच्या अंधारात निघून गेलेले. सँडर्स, लुईस त्याची वाट पाहत बसलेल्या टेबलापाशी परतला.

''थोडी धमाल.'' फर्नांदेझ शांतपणे म्हणाली.

''थोडी जास्तच.'' सँडर्स म्हणाला. त्यानं खोलीत पलीकडच्या बाजूला असलेल्या स्टेफनी कॅपलानकडे नजर टाकली. ती अजूनही आपल्या मुलाबरोबर जेवण घेत होती. तो तरुण हातवारे करत बोलत होता, पण कॅपलान खिळलेल्या नजरेनं

कॉनले-व्हाईटचे लोक गेले होते त्या मागच्या दाराकडे पाहत होती. तिच्या चेहऱ्यावर चिंतेचा भाव होता. मग क्षणभराने तिने मागे पाहिले आणि मुलाबरोबरच्या गप्पा पुन्हा सुरू केल्या.

संध्याकाळ अंधारलेली, दमट आणि सुखावह नसलेली. लुईसबरोबर आपल्या ऑफिसकडे परतताना त्याला हुडहुडी भरली.

त्यांना पुढे पायोनियर स्क्वेअर दिसला. तिथल्या इमारतींच्या खिडक्या अजूनही दिव्यांनी उजळलेल्या होत्या. इथल्या बऱ्याच कंपन्यांचे जपानशी औद्योगिक संबंध होते आणि त्यामुळे टोक्योतल्या दिवसाचे सुरुवातीचे तास मिळतील अशा बेतानं त्या चालू राहायच्या.

"त्या लोकांबरोबर तिला पाहताना ती किती थंड डोक्याची आहे, ते माझ्या लक्षात आलं."

"हो. मेरेडिथ थंड डोक्याची आहे."

"फार नियंत्रित."

"हो. ती आहे तशी."

"मग ती एवढ्या उघडपणे तुझ्या जवळ कशी आली... तेही तिच्या पहिल्याच दिवशी? एवढी घाई काय होती?"

ती सोडवत असलेली समस्या कुठली आहे? मॅक्स म्हणाला होता. आता लुईस तेच विचारत होती. जसं सँडर्सशिवाय सगळ्यांना समजत होतं.

You are not the victim.

मग, सोडव ती, तो मनातल्या मनात म्हणाला.

कामाला लाग.

मेरेडिथ आणि ब्लॅकबर्नचं कॉन्फरन्स रूममधून बाहेर पडतानाचं संभाषण त्याला आठवलं.

ते अगदी सफाईदार आणि कोणाला कळणारही नाही असं असेल. शेवटी पुरावे तुझ्या बाजूनं आहेत. उघडपणे तो नालायक आहे.

अजूनही तो डाटाबेसपर्यंत पोचू शकणार नाही?

नाही. यंत्रणेशी त्याचा संपर्क तोडलाय.

आणि कॉनले-व्हाईटच्या यंत्रणेपर्यंत तो पोचण्याची शक्यता नाही?

अजिबात शक्यता नाही. मेरेडिथ.

त्यांचं अर्थातच बरोबर होतं. तो यंत्रणेपर्यंत जाऊ शकत नव्हता. पण गेला असता तरी त्यानं काय फरक पडेल?

समस्या सोडव, मॅक्स म्हणाला होता. तुला शक्य ते कर.

समस्या सोडव.

"बापरे!'' सँडर्स म्हणाला.

''ते कळेल'' फर्नांदिझ म्हणाली.

साडेनऊ वाजले होते. सँडर्स लुईसबरोबर त्याच्या ऑफिसात गेला.

लुईस म्हणाली, "मी ॲलनशी बोलते. त्याच्यापाशी काहीतरी असेल.'' ती खाली बसली आणि नंबर फिरवू लागली.

सँडर्स त्याच्या टेबलामागे बसला आणि त्यानं मॉनिटरकडे पाहिलं. पडद्यावरचा इ-मेल संदेश त्यानं वाचला.

तू अजूनही चुकीची कंपनी तपासतोयस.

— एक मित्र

''मला कसं ते समजतच नाही,'' तो पडद्याकडे पाहत म्हणाला. त्याच्याशिवाय सगळ्यांना सोडवता येत असलेल्या एखाद्या कोड्याशी खेळत राहण्यानं तो चिडल्यासारखा झाला.

लुईस फोनवर थोडा वेळ बोलली आणि मग म्हणाली, ''आज रात्रीही नशीब आपल्या बाजूनं नाही.''

''पण आपल्यापाशी फक्त आजची रात्र आहे.''

''हो.''

सँडर्स कॉम्प्युटरच्या पडद्यावरच्या त्या संदेशाकडे पाहत राहिला. कंपनीतलं कोणीतरी त्याला मदत करायचा प्रयत्न करत होतं. तो चुकीची कंपनी तपासत असल्याचं सांगत होतं. त्या संदेशातून सूचित होत होतं की दुसरी एक कंपनी तपासण्याचा एक मार्ग त्याच्यापुढे होता आणि असं मानायला जागा होती की ज्या कुणाला हा संदेश पाठवण्याएवढी माहिती होती, त्याला हेही माहिती होतं की, सँडर्सचा 'डिजिकॉम'च्या कॉम्प्युटर यंत्रणेशी असलेला संपर्क तोडण्यात आला होता. त्याचे विशेष हक्क काढून घेण्यात आले होते.

तो काय करू शकत होता?

काहीही नाही.

लुईस म्हणाली, ''हा 'एक मित्र' कोण आहे असं वाटतं तुला?''

''मला कल्पना नाही.''

''समज तुला अंदाज करावा लागला...''

''मला माहिती नाही.''

''तुझ्या डोळ्यासमोर कोण येतं?'' ती म्हणाली.

तो 'एक मित्र' मेरी ॲन हंटर असण्याच्या शक्यतेवर त्यानं विचार केला. पण मेरी ॲन खरं तर तांत्रिक विषयाची आवड असलेली व्यक्ती नव्हती, 'मार्केटिंग' हे तिचं बलस्थान होतं.

'इंटरनेट' वरून ती संदेश पाठवत असण्याची शक्यता नव्हती. तिला कदाचित 'इंटरनेट' काय आहे, हेही माहिती नव्हतं. मग : मेरी ॲन नाही.

आणि मार्क ल्युईनही नाही. ल्युईन त्याच्यावर भडकला होता.

डॉन चेरी? सँडर्स त्यावर विचार करत थांबला. एक प्रकारे हे संदेश पाठवणे अगदी चेरीच्या पद्धतीचे होते. पण हे प्रकरण सुरू झाल्यापासून सँडर्स त्याला एकदाच भेटला होता तेव्हा डॉन चेरी उघडपणे परक्यासारखा वागला होता.

चेरी नाही.

मग दुसरे कोण असेल? सीॲटलमध्ये कॉम्प्युटर यंत्रणेतल्या अधिकारी वर्गासाठी असलेल्या त्या विशिष्ट भागात प्रवेश असलेले ते तेवढेच लोक होते. हंटर, ल्युईन, चेरी. निवडक यादी.

स्टेफनी कॅपलान? शक्यता नव्हती. मुळात कॅपलान धीम्या स्वभावाची आणि कल्पनाशक्तीचा अभाव असलेली होती. आणि असे संदेश पाठवण्याएवढी तिला कॉम्प्युटरची माहिती नव्हती.

मग ती व्यक्ती कोणी कंपनीबाहेरची होती? त्याला वाटतं, गॅरी बोसॅक असू शकेल. सँडर्सकडे पाठ फिरवल्याबद्दल बहुधा गॅरीला अपराधी वाटलं होतं. आणि गॅरीपाशी एका व्यावसायिक माणसात असणाऱ्या सहजप्रवृत्ती होत्या... आणि विनोदवृत्तीही.

ती व्यक्ती चक्क गॅरीही असण्याची शक्यता होती.

पण तरीही त्यामुळे सँडर्सला फारसा दिलासा मिळाला नाही.

त्याने अजून प्लॅस्टिकच्या आवरणात असलेला सीडी रॉम ड्राईव्ह बाहेर काढला. त्यांना ते तशा पद्धतीने झाकून ठेवावेसे का वाटावे?

जाऊ दे. त्याने विचार केला. लक्ष ठेवून राहावे.

ड्राईव्हमध्ये काहीतरी खटकणारे होते. ते काय, हे त्याला कळते तर उत्तरही मिळाले असते. कोणाला माहिती असेल?

प्लॅस्टिकमध्ये झाकलेला ड्राईव्ह.

त्याचा कारखान्याशी काहीतरी संबंध होता. तसेच असणार. टेबलावरच्या बाजू त्याने चाचपडल्या आणि त्याला एक दृक्‌श्राव्य फीत मिळाली. ती त्याने यंत्रात घातली.

त्याचं कौलालंपूरच्या आर्थर कानबरोबरचं संभाषण दाखवत ती पडद्यावर दृश्यायमान झाली. पडद्याच्या एका बाजूला कान होता तर दुसऱ्या बाजूला सँडर्स होता.

आर्थरच्या मागे फ्लूअरोसेंट दिव्यांच्या गर्दीखाली प्रकाशानं उजळलेला 'जुळणी विभाग' होता. आर्थरनं घसा खाकरला आणि हनुवटी चोळली. "हॅलो, टॉम. तू कसा आहेस?"

"मी छान आहे. आर्थर," तो म्हणाला.

"छान. नवीन रचनेबद्दल वाईट वाटलं."

पण सँडर्स संभाषण ऐकत नव्हता. तो आर्थरकडे पाहत होता. त्याच्या लक्षात आले की आर्थर कॅमेऱ्याच्या फार जवळ उभा होता. इतका की त्याची आकृती किंचितशी अस्पष्ट, कॅमेऱ्याच्या रोखाबाहेर गेलेली दिसत होती. त्याचा चेहरा मोठा दिसत होता आणि त्याच्या पाठीमागे असलेल्या कारखान्याचे कुठलेही दृश्य स्पष्ट दिसण्याच्या आड येत होता. 'व्यक्तीशः मला काय वाटतं, त्याची तुला कल्पना आहे.' आर्थर पडद्यावर बोलत होता.

त्याचा चेहरा कारखान्याच्या आड येत होता.

सँडर्सनं आणखी एक क्षण पाहिलं आणि मग ती फीत बंद केली.

"खाली जाऊ या." तो म्हणाला.

"तुला काही सुचलंय?"

"अखेरची आशा म्हण." तो म्हणाला.

■

दिवे लावलेले... 'डायग्नोस्टिक रूम' मधल्या टेबलावर प्रखर दिवे चमकत असलेले.

लुईस म्हणाली, "ही कुठली जागा आहे?"

"इथं ते ड्राईव्हज् तपासतात."

"जे चालत नाहीत, ते ड्राईव्हज्."

"बरोबर."

लुईसनं किंचितसे खांदे उडवले. "मला वाटतं, मला त्यातलं..."

"मलाही," सँडर्स म्हणाला. "मी काही तांत्रिक माणूस नाहीये. मी फक्त माणसं वाचू शकतो."

तिनं खोलीत आजूबाजूला पाहिलं. "तुला त्याचा उलगडा होतोय?"

त्यानं उसासा टाकला. "नाही."

लुईस म्हणाली, "त्याचं काम संपलंय?"

"मला कल्पना नाही." तो म्हणाला.

आणि मग त्याला ते दिसलं. त्यांचं काम संपलेलं होतं. ते संपायलाच हवं होतं. नाहीतर 'डायग्नोस्टिक विभाग' उद्याच्या मिटिंगची तयारी करण्याच्या प्रयत्नात

रात्रभर काम करत राहिला असता. पण त्यांनी टेबलं झाकून ठेवली होती आणि ते त्यांच्या व्यावसायिक संघटनेच्या मिटिंगला गेले होते कारण त्यांचं काम संपलं होतं.

समस्या सुटली होती.

त्याच्याशिवाय सगळ्यांना ते माहिती होतं.

त्यामुळेच त्यांनी फक्त तीन ड्राईव्ह उघडले होते. त्यांना बाकीचे ड्राईव्ह उघडण्याची आवश्यकता नव्हती. अर्थात त्यांनी ते प्लॅस्टिकच्या आवरणात सीलबंद करून मागितले होते...

कारण...

ती छिद्रं...

"हवा," तो म्हणाला.

"हवा?"

"त्यांना वाटतं, ते हवेमुळे होतंय."

"कुठली हवा?"

"कारखान्यातली हवा."

"मलेशियातला कारखाना?"

"बरोबर."

"हे मलेशियातल्या हवेबद्दल चाललंय?"

"नाही. कारखान्यातली हवा."

त्यानं पुन्हा टेबलावरच्या वहीकडे पाहिलं. 'पीपीयू'च्या पाठोपाठ एका रांगेत असलेल्या संख्या. 'पीपीयू' म्हणजे 'प्रत्येक भागात असलेले कण'. कारखान्यातल्या हवेच्या स्वच्छतेचं ते प्रमाण मापन होतं आणि ते दोन ते अकराच्या दरम्यान असलेले आकडे फारच प्रमाणाबाहेरचे होते. त्यांनी शून्य कण दाखवायला हवेत. फार तर, एक. हे आकडे अग्राह्य होते.

कारखान्यातली हवा खराब होती.

याचा अर्थ असा होता की, तिथं ड्राईव्हच्या स्प्लीट ऑप्टीक्स, आर्मस, चिप जॉइन्स या भागांमध्ये धूळ जात असणार...

त्यानं बोर्डवर लावलेल्या चिप्सकडे पाहिलं.

"बापरे," तो म्हणाला,

"काय झालं?"

"बघ."

"मला काही दिसत नाही."

"चिप्स आणि बोर्ड यांच्यामध्ये पोकळी आहे. चिप्स नीट बसवलेल्या नाहीत."

"मला ते ठीक वाटतं."

"ते नाहीये."

तो ड्राईव्हज्च्या ढिगाकडे वळला. एका दृष्टीक्षेपात त्याला दिसलं की, सगळ्या चिप्स वेगवेगळ्या पद्धतीनं बसवलेल्या होत्या. काही घट्ट होत्या, काहींमध्ये काही मिलिमीटर्सचं अंतर होतं. त्यामुळे धातूचे जोड दिसत होते.

"हे बरोबर नाहीये," सँडर्स म्हणाला, "असं कधीच होता कामा नये." वस्तुस्थिती अशी होती की कारखान्यात यांत्रिक 'चिप प्रेसर्स'च्या साह्यानं चिप्स आत सरकवल्या जात. कारखान्यातून बाहेर येणारा प्रत्येक बोर्ड प्रत्येक चिप एकसारखी दिसायला हवी होती. पण त्या तशा दिसत नव्हत्या. त्या सगळ्या वेगवेगळ्या होत्या. त्यामुळे विद्युतदाबामधील अनियमितपणा, स्मरणमंजुषेच्या विभागांमधल्या समस्यांसारख्या समस्या उद्‌भवू शकत होत्या. त्यांच्या बाबतीत तेच होत होतं.

त्यानं फळ्यावरच्या फ्लोचार्टच्या यादीकडे पाहिलं, एका गोष्टीनं त्याचं लक्ष वेधून घेतलं.

D. Σ. Mechanical

'डायग्नोस्टिक'नं शब्दाशेजारी दोन खुणा केलेल्या होत्या. सीडी-रॉम ड्राईव्हज्मध्ये येणारी समस्या ही एक यांत्रिक समस्या होती. याचा अर्थ असा होता की ही समस्या कारखान्यातली होती.

आणि कारखान्याची जबाबदारी त्याच्याकडे होती.

त्यानं त्याचा आराखडा तयार केला होता, त्यानं तो उभारलेला होता, त्यानं सुरुवातीपासून शेवटपर्यंत त्या विभागातली सगळी प्रमाणं तपासली होती.

आणि आता तो बरोबर चालत नव्हता.

त्यात त्याचा दोष नसल्याबद्दल त्याला खात्री नव्हती. त्यानं तो विभाग उभारल्यावर नक्कीच काहीतरी घडलं असणार. कसं तरी करून त्यात आसपास बदल करण्यात आले होते. आणि आता तो ड्राईव्ह काम करत नव्हता. पण काय घडलं होतं?

ते शोधण्यासाठी त्याला डाटाबेसपर्यंत जावं लागणार होतं.

पण त्याचा संपर्क तोडलेला होता.

यंत्रणेशी संपर्क साधण्याचा कुठला मार्ग नव्हता.

लगेचच बोसॅकचा विचार त्याच्या मनात आला. बोसॅक तो संपर्क साधून देऊ शकत होता. तसं तर चेरीच्या विभागातल्या प्रोग्रॅमर्सपैकी एखाद्यानंही ते करून दिलं असतं. ही पोरं पक्की व्यावसायिक होती, सर्वसाधारण माणसांनी कॉफी घ्यायला बाहेर पडावं त्या सहजतेनं क्षणभराच्या छोट्याशा गमतीखातर ते मुख्य कॉम्प्युटर यंत्रणेत शिरायचे. पण आता बिल्डिंगमध्ये कोणी प्रोग्रॅमर नव्हते. आणि त्यांची

मिटिंग संपवून ते केव्हा परत येतील, हे त्याला माहिती नव्हतं. ती पोरं फार बेभरवशाची होती. अडचण तीच होती. ती तर पोरंच होती... 'वॉकर पॅड'सारख्या खेळण्यांशी खेळणारी... हुषार, निर्मितिक्षम तरुण, उडाणटप्पूपणा करणारी. कसल्या विवंचना नसलेले आणि...

"बापरे, लुईस." तो पुढे झुकला "लुईस."

"काय?"

"यंत्रणेशी संपर्क साधण्याचा एक मार्ग आहे."

"काय करायचं?"

"डाटाबेसमध्ये जायचं." तो वळला आणि घाईघाईनं खोलीबाहेर गेला. त्याला सापडलेल्या त्या दुसऱ्या 'इलेक्ट्रीक पासकार्ड'च्या शोधात तो त्याचे खिसे चाचपत होता.

लुईसनं विचारलं, "आपण कुठे जातोय का?"

"हो."

"कुठे ते सांगू शकशील?"

"न्यूयॉर्क," सँडर्स म्हणाला.

एका पाठोपाठ लांबवर दिवे लागत गेले. लुईसनं खोलीकडे पाहिलं. "हे काय आहे? एखादी भयंकर व्यायामाची खोली?"

"ते एक आभासात्मक वास्तव केंद्र आहे."

तिनं गोल 'वॉकर पॅडस्' छतापासून लोंबणाऱ्या सगळ्या वायरी आणि केबल्सकडे पाहिलं. "न्यूयॉर्कला तू असा पोचणार आहेस?"

"बरोबर."

सँडर्स हार्डवेअरच्या कपाटांकडे गेला. तिथं 'हात लावू नये' आणि 'हात लांब ठेवा' अशा स्वरूपाच्या हातानं रंगवलेल्या मोठ्या पाट्या होत्या. तो 'कंट्रोल कन्सोल' मिळतो का ते पाहत थांबला.

"तू काय करतोयस ते तुला माहीत असेल अशी मला आशा आहे," लुईस म्हणाली. ती एका 'वॉकर पॅड' शेजारी उभी राहिली, रुपेरी हेडसेटकडे पाहत. "कारण मला वाटतं, एखादा यानं विजेच्या धक्क्यानं गचकू शकेल."

"हो, मला माहिताय." सँडर्सनं चपळाईनं मॉनिटर्सवरची आवरणं उचलली आणि पुन्हा होती तशी ठेवली. त्याला मुख्य स्विच सापडला. क्षणभरानं ते यंत्र घुमू लागलं. एकापाठोपाठ मॉनिटर्स उजळू लागले. सँडर्स म्हणाला, "पॅडवर ये."

तो तिथं आला आणि त्यानं तिला वॉकर पॅडवर उभं राहायला मदत केली. लुईसनं पॅडखालचे बॉल सरकत असल्याच्या जाणिवेनं चाचपल्यासारखे पाय

हलवले. लगेचच लेसर्समधून एक हिरवा प्रकाशझोत आला.

"ते काय आहे?"

"स्कॅनर, तुझी प्रतिमा काढतोय. त्याची काळजी करू नकोस. हा हेडसेट" त्यानं छतापासून हेडसेट खाली उतरवला आणि तो तिच्या डोळ्यांवरून बसवू लागला.

"एक मिनिट." ती बाजूला झाली. "हे काय आहे?"

"हेडसेटमध्ये दोन छोटे दर्शक पडदे आहेत. ते अगदी डोळ्यांसमोर प्रतिमा उभ्या करतात. आणि काळजीपूर्वक रहा. या गोष्टी फार महागड्या आहेत."

"किती महागड्या?"

"एकाचे अडीच लाख डॉलर्स." त्यानं हेडसेट तिच्या डोळ्यांवरून बसवला आणि हेडफोन तिच्या कानांवर लावले.

"मला कुठल्याच प्रतिमा दिसत नाहीयेत. इथं आत अंधार आहे."

"त्याचं कारण तुझ्या केबल्स अजून प्लगनं लावलेल्या नाहीत. लुईस" त्यानं तिच्या केबल्स प्लगनं लावल्या.

"ओह्," ती आश्चर्ययुक्त आवाजात म्हणाली. "तुला काय माहिताय... मला एक मोठा निळा पडदा दिसतोय. सिनेमाच्या पडद्यासारखा. अगदी माझ्यासमोर. पडद्याच्या खालच्या बाजूच्या दोन चौकटी आहेत. एकावर 'चालू' आणि एकावर 'बंद' दिसतंय."

"फक्त कशाला हात लावू नकोस. तुझे हात या कठड्यावर ठेव." तो तिची बोटं तिथं शेजारी असलेल्या कठड्यावर ठेवत म्हणाला. "मी वर येतोय."

"माझ्या डोक्यावरचा हा प्रकार मजेशीर वाटतोय."

सँडर्स दुसऱ्या वॉकर पॅडवर चढला आणि त्यानं हेडसेट छतापासून खाली उतरवला. त्यानं केबल्स प्लगनं जोडल्या. "मी तुझ्याबरोबर येतोच आहे." तो म्हणाला.

त्यानं हेडसेट चढवला.

सँडर्सला अंधारानं वेढलेला निळा पडदा दिसला. त्यानं त्याच्या डावीकडे पाहिलं तशी लुईस त्याच्याशेजारी उभी असलेली त्याला दिसली. बाहेर जाण्यासाठी म्हणून घातलेल्या पोषाखातली लुईस अगदी नेहमीसारखीच शांत दिसत होती. व्हिडिओ तिची प्रतिमा टिपत होता आणि कॉम्प्युटरनं त्यातून वॉकर पॅड आणि तो हेडसेट वगळला.

"मी तुला बघू शकतोय." ती चकित आवाजात म्हणाली. तिनं स्मित केलं. हेडसेटनं झाकलेला तिच्या चेहऱ्याचा भाग कॉम्प्युटरनं तयार केला होता. त्यामुळे ती किंचितशी काल्पनिक, हास्यचित्रात दाखवल्यासारखी वाटत होती.

"पडद्याच्या दिशेनं चालत रहा."

"कसं?"

"फक्त चालत रहा, लुईस." सँडर्सनं वॉकर पॅडवर पुढे जायला सुरुवात केली. तो निळा पडदा त्याचं दृष्टीक्षेत्र व्यापेपर्यंत मोठा-मोठा होत गेला. तो 'चालू' बटणाकडे गेला आणि आपल्या बोटानं त्यानं ते बटण दाबलं.

निळा पडदा चमकला. त्यावर रुंदावत गेलेली प्रचंड मोठी अक्षरं दिसली...

DIGITAL COMMUNICATIONS DATA SYSTEMS

त्याखाली या यंत्रणेत उपलब्ध असलेल्या मोठ्या अक्षरात दिलेल्या कृतींच्या यादीचा एक स्तंभ होता. पडदा अगदी 'डिजिकॉम'च्या एखाद्या सर्वसाधारण मॉनिटरच्या पडद्यासारखाच दिसत होता. प्रत्येकाच्या ऑफिसमधल्या टेबलावर असायचा तसा. आता हाच पडदा प्रचंड आकाराचा होईल एवढा वाढवलेला होता.

"एक राक्षसी कॉम्प्युटर टर्मिनल" लुईस म्हणाली, "आश्चर्यकारक आहे! अगदी प्रत्येकाला हवाय तसाच."

"जरा थांब." सँडर्सनं पडद्यावरच्या त्या यादीतले हवे ते पर्याय निवडत बोट पडद्यापाशी नेलं. त्याबरोबर एक विशिष्ट आवाज झाला आणि पडद्यावरची अक्षरं मागे मागे खोलवर जात त्यांचा एखाद्या नरसाळ्यासारखा आकार होईपर्यंत आतल्या बाजूला वळली. ते नरसाळं त्यांच्यापासून दूरवर पसरलेलं होतं. फर्नांदेझ शांत होती.

त्यामुळे ती अवाक झालेली दिसतेय, त्याला वाटलं.

आता ते बघत असतानाच ते निळं नरसाळं वेडंवाकडं होऊ लागलं. ते रुंद आणि आयताकार झालं. ती अक्षरं आणि निळा रंग दिसेनासे झाले. त्याच्या पायांखाली एक खोलीतली फरशी आली. ती रेखांकित संगमरवरासारखी दिसत होती. मग दोन्ही बाजूंच्या भिंती लाकडी तावदानांच्या झाल्या. छत पांढरं होतं.

"हा एक कॉरिडॉर आहे." ती हळुवार आवाजात म्हणाली.

तो कॉरिडॉर उत्तरोत्तर आणखी तपशील भरत आपला आपणच उभा राहत राहिला. भिंतींमध्ये कप्पे आणि कपाटं अवतरली. त्यांच्यापुढे स्तंभ साकार झाले. इतर कॉरिडार्सकडे जाणारे दुसरे मार्ग दिसू लागले. भिंतींमधून दिवे बाहेर आले आणि त्यांचे तेच उजळले. आता त्या स्तंभांच्या सावल्या संगमरवरी फरशीवर पडत होत्या.

"हे लायब्ररीसारखं आहे," ती म्हणाली, "एखादी जुन्या पद्धतीची लायब्ररी."

"हा भाग तसा आहे, होय."

"तिथं किती भाग आहेत?"

"मला नेमकी कल्पना नाही." त्यानं पुढे चालायला सुरुवात केली.

त्याला गाठण्यासाठी ती घाईघाईनं पुढे गेली. त्याच्या इअरफोनमधून संगमरवरी फरशीवर त्यांच्या पायांचा होणारा आवाज त्यानं ऐकला. चेरीनं त्याची भर घातली होती. त्याची छानशी शैली.

लुईसनं विचारलं, ''तू आधी कधी इथं आलायस?''

''बऱ्याच आठवड्यात नाही. हे काम संपल्यापासून नाही.''

''आपण कुठे जातोय?''

''मला पक्की खात्री नाहीये. पण इथं कुठे तरी कॉनले-व्हाईटच्या डाटाबेसमध्ये जायचा एक मार्ग आहे''

ती म्हणाली, ''आता आपण कुठे आहोत?''

''आपण डाटामध्येच आहोत, लुईस. हा सगळा डाटाच आहे.''

''हा कॉरिडॉर डाटा आहे?''

''कॉरिडॉर असा नाहीच आहे. तुला जे दिसतंय तो फक्त एक संख्यासमूह आहे. लोक रोज त्यांच्या कॉम्प्युटर टर्मिनलमधून ज्या डाटाबेसमध्ये जातात अगदी तसाच हा डाटाबेस आहे. डिजिकॉम कंपनीचा डाटाबेस. फरक इतकाच की तो आपल्याला एका जागेच्या रूपानं दाखवला जातोय.''

ती त्याच्या बाजूनं चालत होती. ''याचं एवढं सुशोभीकरण कोणी केलं, याचं मला नवल वाटतंय.''

''ही जागा एका खऱ्याखुऱ्या लायब्ररीच्या धर्तीवर उभारलेली आहे. ऑक्सफोर्डमधली, मला वाटतं.''

ते बरेच कॉरिडार्स जोडले गेले होते, त्या ठिकाणी आले. इथून बाकीचे कॉरिडार्स दूरवर पसरले होते. वर मोठ्या पाट्या लावलेल्या होत्या. एकावर लिहिलं होतं. 'अकौंटिंग', दुसऱ्यावर 'ह्यूमन रिसोर्सेस' तर तिसऱ्यावर 'मार्केटिंग.'

''अच्छा,'' लुईस म्हणाली, ''आपण तुमच्या कंपनीच्या डाटाबेसमध्ये आहोत.''

''बरोबर.''

''हे नवलाईचं आहे.''

''हो. एवढंच की आपल्याला हथं राहायचं नाहीये. कसंतरी करून, आपल्याला कॉनले-व्हाईटच्या डाटाबेसमध्ये जायला हवं.''

''ते आपण कसं करणार?''

''मला ठाऊक नाही.'' सँडर्स म्हणाला ''मला मदत हवीय.''

''मदत इथं आहे,'' एक हळुवार आवाज जवळून आला. सँडर्सनं तिकडे पाहिलं आणि त्याला फूटभर उंचीचा एक 'एंजल' दिसला. तो पांढरा होता आणि त्याच्या डोक्याजवळ हवेत घिरट्या घालत होता. त्याच्या हातात एक मेणबत्ती लुकलुकत होती.

"बापरे!" लुईस म्हणाली.

"माफ करा." एंजल म्हणाला, "तो आदेश आहे का? मी 'बापरे' हा आदेश ओळखत नाही."

"नाही" सँडर्स पटकन म्हणाला, "तो आदेश नाहीये." तो विचार करत होता की, आपल्याला फार जागरूक रहायला हवं, नाहीतर सगळी यंत्रणाच कोसळायची.

"छान. आपल्या आदेशाची मी वाट पाहतोय."

"एंजल, मला मदत हवीय."

"मदत हजर आहे."

" 'कॉनले-व्हाईट डाटाबेस'मध्ये मला कसा प्रवेश करता येईल?"

" 'कॉनले-व्हाईट डाटाबेस' मी ओळखत नाही."

त्याला अर्थ होता, सँडर्सला वाटलं. चेरीच्या विभागानं 'मदत' यंत्रणेत कॉनले-व्हाईटबद्दल काहीच प्रोग्रॅमिंग केलं नसणार. त्याला तो प्रश्न अधिक साधारण स्वरूपात जुळवून विचारावा लागणार होता. सँडर्स म्हणाला. "एंजल, मी एका डाटाबेसच्या शोधात आहे."

"छान. डाटाबेसच्या दरवाज्यांमधून एका की पॅडच्या साह्यानं जाता येतं."

"की पॅड कुठे आहे?" सँडर्सने विचारले.

"तुझ्या एका हाताची मूठ वळव."

सँडर्सनं मूठ वळवली आणि एक करड्या रंगाचं पॅड, त्यानं हातात धरल्यासारखं वाटावं तसं हवेत साकारलं. ते त्यानं आपल्याकडे ओढलं आणि त्याच्याकडे पाहिलं.

"फारच सुबक," लुईस म्हणाली.

"मला विनोदही माहितायत," एंजल म्हणाला, "तुम्हाला ऐकायचाय एखादा?"

"नाही." सँडर्स म्हणाला.

"छान. आपल्या आदेशाची मी वाट पाहतोय."

सँडर्सनं पॅडकडे पाहिलं. त्यावर कृतिदर्शक आदेशांची मोठी यादी बाणांची चिन्हं आणि पुश बटणांसह दिलेली होती. लुईस म्हणाली, "ते काय आहे, जगातला सगळ्यात जास्त गुंतागुंतीचा टीव्ही रिमोट?"

"बराचसा."

'OTHER DB' असं लिहिलेलं एक पुश बटण त्याला सापडलं. ते संभवनीय वाटलं. त्यानं ते दाबलं.

काहीही घडलं नाही.

त्यानं ते पुन्हा दाबलं.

"दरवाजा उघडत आहे," एंजलनं जाहीर केलं.

"कुठे? मला काही दिसत नाहीये."

सँडर्स थांबला. मग त्याच्या लक्षात आलं की, दुसऱ्या कुठल्याही दूरच्या डाटाबेसला 'डिजिकॉम' ची यंत्रणा जोडली जावी लागत असणार. ती जोडणी होत होती, त्यामुळे वेळ लागत होता.

"जोडलं जातंय... पहा," एंजल म्हणाला.

कॉरिडॉरची भिंत विरघळत दिसेनाशी होऊ लागली. त्यांना एक मोठं रुंद काळं विवर दिसलं. त्याच्यापलीकडे काही नव्हतं.

"ते भयंकरच आहे," लुईस म्हणाली.

एक नवा कॉरिडॉर रेखाटत पांढऱ्या रेषांचं जाळं अवतरू लागलं. भरीव आकाराचा भास निर्माण करत एकामागोमाग एक मोकळ्या जागा भरत गेल्या.

"हा वेगळा दिसतोय," लुईस म्हणाली.

"आपण एका T-I हायस्पीड डाटा लाईनवर जोडतोय," सँडर्स म्हणाला. "पण तरीही ते फारच हळू आहे."

ते पाहत असतानाच कॉरिडॉर पुन्हा उभा राहिला. या वेळी भिंती करड्या होत्या. त्यांच्यासमोर एक काळ्या-पांढऱ्या रंगांमधलं विश्व होतं.

"रंग नाहीत?"

"यंत्रणा एक अधिक साधं वातावरण तयार करायचा प्रयत्न करतेय. रंग असले म्हणजे दमवणारा आणखी डाटा आला. त्यामुळे हे काळं-पांढरं आहे."

नव्या कॉरिडॉरमध्ये आता दिवे, एक छत, फरशी यांची भर पडली. क्षणभरानं सँडर्सनं विचारलं, "आत जायचं?"

"म्हणजे कॉनले-व्हाईटचा डाटाबेस तिथं आत आहे?"

"बरोबर," सँडर्स म्हणाला.

"मला कल्पना नाही." ती म्हणाली, तिनं बोट दाखवलं. "याचं काय?"

त्यांच्या थेट समोर एक प्रकारची काळ्या-पांढऱ्या रंगातली वाहती नदी होती. तो प्रवाह फरशीच्या आणि भिंतीच्याही पुढून वाहत होता. त्याचा मोठा आवाज होत होता.

"मला वाटतं, हा आवाज अगदी फोनच्या लाईनवरच्या खरखरीसारखा आहे."

"तो ओलांडायला हरकत नाही असं वाटतं तुला?"

"आपल्याला ओलांडायला हवा."

तो पुढे जाऊ लागला. लगेचच, तिथं गुरगुर झाली. एका मोठ्या कुत्र्यानं त्यांचा रस्ता अडवला. त्याच्या शरीरावर तरंगणारी तीन डोकी होती. सर्व दिशांना पाहणारी.

"ते काय आहे?"

"बहुधा त्यांच्या यंत्रणेच्या सुरक्षेचं प्रतीक" वा रे चेरी आणि त्याची विनोदबुद्धी, त्यानं विचार केला.

"ते आपल्याला इजा करू शकेल?"

"बापरे, लुईस हे फक्त एक कार्टून आहे." कुठे तरी अर्थातच कॉनले-व्हाईट डाटाबेसवर चालू ठेवणारी एक प्रत्यक्ष नियंत्रक यंत्रणा होती. कदाचित ती व्यवस्था स्वयंचलित होती वा हा डाटाबेस वापरणाऱ्यांची ये-जा यंत्रणेवर प्रत्यक्ष पाहणारी एखादी व्यक्ती होती. पण आता न्यूयॉर्कमध्ये जवळजवळ सकाळचा एक वाजलेला होता. तो कुत्रा म्हणजे बहुतकरून फक्त कुठलंसं स्वयंचलित उपकरण होतं.

त्या वाहत्या प्रवाहातून पावलं टाकत सँडर्स पुढे गेला. तो जवळ आला तसा कुत्रा गुरगुरला. ती तीन डोकी वळली. तो जवळून जात असताना आपल्या गमतीशीर डोळ्यांनी पाहत... ती एक विचित्र संवेदना होती. पण काहीही घडलं नाही.

त्यानं मागे लुईसकडे पाहिलं. "येतीयस?"

ती चाचपल्यासारखी पुढे सरकली. एंजल वर हवेत घिरट्या घालत मागे राहिला.

"एंजल, तू येतोयस?"

त्यानं उत्तर दिलं नाही.

"तो बहुतेक दरवाजा ओलांडू शकत नाहीये." सँडर्स म्हणाला, "त्याचं प्रोग्रॅमिंग केलेलं नाही."

ते त्या करड्या कॉरिडॉरमधून पलीकडे चालत गेले. त्यात सगळ्या बाजूंना खुणा नसलेले कप्पे होते.

"हे एखाद्या शवागारासारखं दिसतंय." लुईस म्हणाली.

"हं, निदान आपण इथं आहोत तर."

"हा त्यांच्या कंपनीचा न्यूयॉर्कमधला डाटाबेस आहे."

"हो, ते आपल्याला सापडू शकेल एवढीच मला आशा आहे."

"ते काय?"

त्यानं उत्तर दिलं नाही. तो एका फाईलच्या कपाटाकडे झपाझप गेला आणि त्यानं तो ओढला. त्यानं फोल्डर्स नजरेखालून घातली.

"बांधकाम परवाने," तो म्हणाला. "मेरीलँडमधल्या कुठल्याशा गोदामासाठी असावं असं दिसतंय."

"त्यावर लेबलं का नाहीत?"

ती अगदी हे म्हणाली तसं सँडर्सनं पाहिलं, करड्या पार्श्वभूमीमधून लेबलं हळूहळू बाहेर येत होती. "मला वाटतं, त्याला जरा वेळ लागतो."

सँडर्स वळला आणि त्यानं बाकीची लेबलं बारकाईनं पाहत सगळ्या दिशांना

पाहिलं. ''ठीक आहे. ते जरा बरं आहे. 'ह्यूमन रिसोर्स'च्या नोंदी इथं या भिंतीवर आहेत.''

तो भिंतीच्या बाजूनं गेला. त्यानं एक खण ओढून उघडला.

'उह्' फर्नांदिझ म्हणाली.

''काय?''

''कोणीतरी येतंय,'' ती विचित्र आवाजात म्हणाली.

कॉरिडॉरच्या दुसऱ्या टोकाला एक करडी आकृती जवळ येत होती. ती आकृती अजून बरीच दूर असल्याने तिचे तपशील ओळखणे अवघड होते. पण ती थेट त्यांच्या दिशेने ढांगा टाकत येत होती.

''आपण काय करायचं?''

''मला माहिती नाही,'' सँडर्स म्हणाला,

''आपल्याला तो बघू शकत असेल?''

''मला माहिती नाही. मला तसं वाटत नाही.''

''आपण त्याला बघू शकतो मग तो आपल्याला बघू शकत नसेल?''

''मला माहिती नाही.'' सँडर्स अजमावण्याचा प्रयत्न करत होता. चेरीनं हॉटेलात आणखी एक 'आभासात्मक वास्तव यंत्रणा' बसवलेली होती. जर कोणी त्या यंत्रणेवर असेल तर त्याला किंवा तिला कदाचित ते दिसले असते. पण चेरी म्हणाला होता की त्याच्या यंत्रणेत कॉम्प्युटरमधून डाटाबेसमध्ये जात असलेल्या एखाद्या व्यक्तीसारखे इतर काम करणारेही दिसायचे. आणि कॉम्प्युटरवर काम करणाऱ्याला त्यांना पाहता आलं नसतं. यंत्रणेत आणखी कोण आहे, हे एखाद्या कॉम्प्युटरवर काम करणाऱ्याला कळलं नसतं.

ती आकृती पुढे येतच राहिली. ती सफाईदारपणे न येता गचके खात येत असल्यासारखी वाटत होती. त्यांना आणखी तपशील दिसले. त्यांना डोळे, नाक, तोंड दिसू लागलं.

''हे खरंच भयंकर आहे.'' लुईस म्हणाली, ती आकृती आणखी जवळ आलेली. तिच्यात तपशील भरत चाललेले.

''गंमत नाहीये.'' सँडर्स म्हणाला,

तो एड निकोलस होता.

अगदी जवळून त्यांना दिसलं की निकोलसचा चेहरा एखादा मातीचा पुतळा किंवा बाहुलीसारख्या दिसणाऱ्या एका हलणाऱ्या करड्या शरीराच्या वर अंडाकृती डोक्याभोवती ओबडधोबडपणे एका काळ्या-पांढऱ्या फोटोनं दाखवलेला होता. ती एक कॉम्प्युटरनं तयार केलेली आकृती होती. त्याचा अर्थ निकोलस प्रत्यक्ष यंत्रणेवर नव्हता. तो बहुतेक त्याच्या हॉटेलच्या खोलीत त्याचा 'नोटबुक कॉम्प्युटर' वापरत

होता. निकोलस त्यांच्यापर्यंत चालत आला आणि त्यांच्या जवळून शांतपणे पुढे जात राहिला.

"तो आपल्याला बघू शकत नाही."

लुईस म्हणाली, "त्याचा चेहरा तसा का दिसतोय?"

"चेरी म्हणाला की यंत्रणा फाईलमधून फोटो काढते आणि ती वापरणाऱ्यावर चिकटवते."

निकोल्सची आकृती कॉरिडॉरमधून त्यांच्यापासून दूर पुढे जात राहिली.

"तो इथं काय करतोय?"

"शोधू या."

निकोलस एका फायलींच्या कपाटाशी थांबेपर्यंत ते त्याच्या पाठोपाठ कॉरिडॉरमधून जात राहिले. त्यानं ते कपाट ओढून उघडलं. सँडर्स आणि लुईस तिथं आले. त्याच्या खांद्यालगत उभं राहून ते तो काय करतोय, ते पाहत राहिले.

एड निकोलसची कॉम्प्युटरनिर्मित आकृती त्याची टिपणं आणि इ-मेल चाळत होती. तो दोन महिने मागे गेला. मग तीन महिने, मग सहा महिने. आता त्यानं मोठे कागद बाहेर ओढायला सुरुवात केली. ते कागद तो वाचत असताना हवेत तरंगत राहिल्यासारखे वाटले. मेमो, नोटेशन्सला वैयक्तिक आणि गोपनीय, फायलींसाठी आलेल्या प्रती.

सँडर्स म्हणाला, "ही सगळी कागदपत्रं विलिनीकरणाबाबतची आहेत."

आणखी नोटस् बाहेर आल्या. निकोलस एकामागून एक त्या झपाट्यानं बाहेर काढत होता.

"तो काही तरी विशिष्ट गोष्ट शोधतोय."

निकोलस थांबला. तो जे शोधत होता, ते त्याला मिळालं होतं. त्याची कॉम्प्युटरनिर्मित आकृती ते हातात धरून पाहत होती. सँडर्सनं ते त्याच्या खांद्यावरून वाचलं. काही शब्द समूह त्यानं लुईससाठी मोठ्यानं उच्चारले. "काल आणि आज क्युपर्टिनोमध्ये गार्विन आणि जॉन्सनशी 'डिजिकॉम'च्या संभाव्य विलिनीकरणासंबंधी भेट झाली." "पहिलं मत अगदी अनुकूल. आपण ताब्यात घेऊ पाहत असलेल्या महत्त्वाच्या क्षेत्रांमध्ये उत्तम जम..." "सर्व स्तरांवर अतिशय कार्यक्षम आणि तत्पर अधिकारी तिच्या गुणवत्तेनंही प्रभावित झालो." तुझ्यावर छाप पडली असणारच, एड."

कॉम्प्युटरनिर्मित निकोलस हॉलमधून दुसऱ्या कप्प्यापाशी गेला. आणि त्यानं तो उघडला. त्यात त्याला हवं होतं, ते मिळालं नाही. त्यानं तो कप्पा बंद केला. तो दुसऱ्या कप्प्यापाशी गेला.

मग त्यानं वाचायला सुरुवात केली आणि सँडर्सनं हेही मोठ्यानं वाचलं. "जॉन

मार्डेनला मेमो 'डिजिकॉम'च्या विलिनीकरणासंबंधीचे खर्चाचे प्रश्न...''

''नव्या कंपनीतल्या उच्च तंत्रज्ञानाच्या विकासावरच्या खर्चाबद्दल चिंता...'' आता आपल्याला हवंय ते आलं. ''मिस जॉन्सननं मलेशियातल्या नव्या कामात तिची आर्थिक जबाबदारी सिद्ध करण्याचं काम अंगीकारलंय. बचत करता येईल असं ती सुचवते. अपेक्षित खर्चातील बचत...'' तिला हे करता आलं कसं?''

''हे काय?'' लुईस म्हणाली.

''मलेशियातल्या कामात आर्थिक जबाबदारी सिद्ध करणं? ते माझं काम होतं.''

''उह्'' फर्नांदिझ म्हणाली, ''तू त्याच्यावर विश्वास ठेवणार नाहीयेस.''

सँडर्सनं तिच्याकडे पाहिलं. लुईस कॉरिडारच्या दुसऱ्या टोकाकडे नजर खिळवून राहिली होती. तो बघायला वळला.

आणखी कोणीतरी त्यांच्या दिशेनं येत होतं.

पण अगदी अंतरावर असूनही ही आकृती वेगळी असल्याचं त्याला दिसलं. त्या आकृतीचं डोकं अधिक खऱ्यासारखं होतं आणि शरीराचेही पूर्ण तपशील दिसत होते. ती आकृती सफाईनं, सहजपणे चालत होती. ''हे तापदायक होऊ शकेल,'' तो म्हणाला, सँडर्सनं त्याला अगदी दुरूनही ओळखलं.

''हा जॉन कॉनले आहे.'' लुईस म्हणाली.

''बरोबर. आणि तो वॉकर पॅडवर आहे.''

''त्याचा अर्थ?''

कॉनले अचानक कॉरिडॉरच्या मधोमध थांबला आणि त्यानं पाहिलं.

''तो आपल्याला बघू शकतो.'' सँडर्स म्हणाला.

''कसं?''

''आम्ही हॉटेलमध्ये बसवलेल्या यंत्रणेवर तो आहे. त्यामुळे तो एवढा व्यवस्थित दिसतोय. तो प्रत्यक्ष यंत्रणेवर आहे. त्यामुळे तो आपल्याला बघू शकतो आणि आपण त्याला बघू शकतो.''

''ओह्.''

''बरोबर!''

कॉनेल सावकाश पुढे सरकला. त्याच्या कपाळावर आठ्या होत्या. त्याने सँडर्सकडून लुईसकडे आणि मग निकोलसकडे पाहून पुन्हा सँडर्सकडे पाहिलं. काय करावे या विचाराच्या अनिश्चिततेत सापडल्यासारखा तो वाटला.

मग शांतता पाळण्याची खूण म्हणून त्याने आपले बोट ओठांवर ठेवले.

''त्याला आपलं बोलणं ऐकू येतं?'' लुईस कुजबुजली.

''नाही,'' सँडर्स नेहमीच्या आवाजात म्हणाला.

"आपण त्याच्याशी बोलू शकतो?"

"नाही."

कॉनलले निर्णय घेत असल्यासारखे वाटले. तो सँडर्स आणि लुईसकडे अगदी जवळ उभे राहीपर्यंत आला. त्याने आळीपाळीने दोघांकडे पाहिले. त्यांना त्याच्या चेहऱ्यावरचा भाव अगदी बरोबर दिसत होता.

मग त्याने स्मित केले. त्याने आपला हात पुढे केला.

सँडर्सने हात पसरला आणि त्याच्याशी हस्तांदोलन केले. त्याला काहीच जाणवले नाही पण हेडसेटमधून आपला हात कॉनलेचा हात पकडत असल्यासारखे त्याला दिसले.

मग कॉनलेनं लुईसशी हस्तांदोलन केले.

"हे अतिशय विलक्षण आहे," फर्नांदिझ म्हणाली.

कॉनलेने निकोलसच्या दिशेने इशारा केला. मग त्याने स्वतःच्या डोळ्यांकडे हात नेला. मग पुन्हा निकोलसच्या दिशेने.

सँडर्सने होकारार्थी मान हलवली. निकोलस सगळी कागदपत्रं पाहत असताना ते सगळे त्याच्या शेजारी उभं राहायला गेले.

"तुला म्हणायचंय, कॉनलेही त्याच्यावर लक्ष ठेवून आहे?"

"हो."

"म्हणजे आपण सगळे निकोलसला बघू शकतो..."

"हो."

"पण निकोलस आपल्यापैकी कुणाला बघू शकत नाही."

"बरोबर."

एड निकोलसची कॉम्प्युटरनिर्मित आकृती घाईघाईनं एका कप्प्यातून फायली बाहेर काढत होती.

"त्याला आता काय हवंय?" सँडर्स म्हणाला.

"हां, खर्चाच्या नोंदी पाहतोय. आता त्याला सापडलंय. सन सेट शोअर्स लॉज, कारमेल. डिसेंबर ५ आणि ६. त्याच्या मेमोनंतरचे दोन दिवस. आणि या खर्चाकडे पहा. ब्रेकफास्टला एकशेदहा डॉलर्स? काहीही असो, एड तिथं एकटा होता असं मला वाटत नाही."

त्याने वर कॉनलेकडे पाहिले.

कॉनलेने कपाळावर आठ्या घालत डोके नकारार्थी हलवले.

अचानक निकोलसने धरलेला कागद दिसेनासा झाला.

"काय झालं?"

"मला वाटतं, त्यानं तो यंत्रणेतून सरळ काढून टाकला."

निकोलसने आणखी कागदपत्रे चाळली. त्याला 'सनसेट शोअर्स' संबंधीची आणखी चार कागदपत्रं सापडली आणि त्याने ती सगळी काढून टाकली. ती कागदपत्रे हवेतच दिसेनाशी झाली. मग त्याने खण बंद केला. तो वळला आणि दूर आला.

कॉनले मागे राहिला. त्याने सँडर्सकडे पाहिले. आणि बोट झटकन आपल्या गळ्याखालून फिरवले.

सँडर्सने होकारार्थी मान हलवली.

कॉनलेने पुन्हा आपल्या ओठांवर बोट ठेवले.

सँडर्सने मानेने 'हो' म्हटले. तो शांत राहणार होता. ''चल'' सँडर्स लुईसला म्हणाला, ''आपलं इथलं काम झालंय.'' तो पुन्हा मागे डिजिकॉम कॉरिडॉरच्या दिशेने जाऊ लागला.

ती त्याच्या बाजूने चालत राहिली आणि मग म्हणाली, ''मला वाटतं, आपल्याला सोबत आहे.''

सँडर्सनं मागे पाहिलं– कॉनले त्यांच्यामागून येत होता.

''ठीक आहे,'' तो म्हणाला, ''येऊ दे त्याला.''

■

त्या भुंकणाऱ्या कुत्र्याजवळून जात त्यांनी दरवाजा ओलांडला आणि ते पुन्हा 'व्हिक्टोरियन' लायब्ररीत आले. लुईसने उसासा टाकला. 'पुन्हा आपल्या घरी परतल्यावर बरं वाटतं, नाही?''

कॉनले कसलेही आश्चर्य न दाखवता त्यांच्या शेजारून चालत होता. पण त्याने शेवटी हा कॉरिडॉर, याआधी पाहिलेला होता. सँडर्स भराभर चालत होता. एंजल त्याच्या बाजूने तरंगत असलेला.

''पण तू लक्षात घे.'' लुईस म्हणाली, ''की यापैकी कशालाही काही अर्थ नाही. कारण निकोलस विलिनीकरणाच्या विरोधात असलेला आहे आणि कॉनले त्यासाठी प्रयत्न करणार आहे.''

''ते बरोबर आहे,'' सँडर्स म्हणाला, ''अगदी बरोबर. निकोलस मेरेडिथबरोबर लैंगिक संबंध ठेवून आहे. पडद्याआडून डिव्हिजनची नवी प्रमुख म्हणून तो तिला बढती देतो. आणि तो ती वस्तुस्थिती लपवतो कशी? जो ऐकेल त्याच्यापाशी सतत कण्हून-कुरकुरून.''

''म्हणजे तुला म्हणायचंय, हा बुरखा आहे.''

''नक्कीच. त्यामुळेच मिटिंगमध्ये त्याच्या कुठल्याही तक्रारीला मेरेडिथनं कधीच उत्तर दिलं नाही. त्याच्यापासून खरा धोका नव्हता हे तिला माहिती होतं.''

"आणि कॉनले?"

कॉनले अजूनही त्यांच्या शेजारून येत होता.

"कॉनलेला खरोखरच विलिनीकरण हवंय. आणि त्याला ते चांगल्या पद्धतीनं व्हायला हवंय. कॉनले हुषार आहे आणि मला वाटतं. तो ओळखून आहे की, मेरेडिथ त्या पदासाठी लायक नाहीये. पण कॉनले निकोलसच्या पाठिंब्याची किंमत म्हणून मेरेडिथकडे पाहतोय. म्हणून तूर्त तरी कॉनले मेरेडिथच्या निवडीच्या बाजूनं राहिलाय."

"आणि आता आपण काय करतोय?"

"न सापडणारा शेवटचा तुकडा शोधतोय."

"तो कोणता?"

सँडर्स, 'ऑपरेशन्स' अशी पाटी असलेल्या कॉरिडॉरकडे पाहत होता. त्याला त्याचे स्वतःचे मेमो मिळाले.....शिवाय संभवनीयता पाहण्या, साईटचे अहवाल, सरकारशी झालेली बोलणी, पहिल्या संचाची प्रमाणं, त्यांच्या सिंगापूरमधल्या सामुग्री पुरवणाऱ्याकडून आलेले मेमो, आणखी सरकारदप्तरी झालेली बोलणी... सगळं दोन वर्षांपूर्वीपासूनचं...

"तू काय शोधतोयंस?"

"बांधकामाचे आराखडे."

ब्लूप्रिंटस आणि तपासणी अहवालाचे जाड कागद मिळतील असे त्याला अपेक्षित होते. पण त्याऐवजी तिथे फक्त एक पातळ फाईल होती. त्याने पहिला कागद उघडला आणि त्याच्यासमोर हवेत कारखान्याची एक थ्री-डायमेन्शनल त्रिमिती-प्रतिमा तरळली. आधी ते फक्त रेखाटन होतं, पण भराभर ते भरलं आणि भरीव दिसल्यासारखे दिसू लागले. त्याच्या तिन्ही बाजूंना त्याच्याकडे पाहत सँडर्स, लुईस आणि कॉनले उभे राहिले. ते एखाद्या फार मोठ्या, बारकावे असलेल्या एखाद्या बाहुलीच्या घरासारखे होते. खिडक्यांमधून त्यांनी बारीक नजरेने पाहिले.

सँडर्सने एक बटण दाबले. ती प्रतिकृती पारदर्शक झाली. मग तिचे रूपांतर वेगवेगळे भाग दाखवणाऱ्या प्रतिकृतीत झाले. आता त्यांना जुळणी विभाग, प्रत्यक्ष कारखाना दिसला. एक हिरवी रेषा-कन्व्हेयर बेल्ट– हलू लागली. त्यावरून ड्राईव्हचे भाग खाली येत होते तशी यंत्रे आणि माणसे सीडी-रॉम ड्राईव्हची जुळणी करत होते.

"तू काय शोधतोयस?"

"रिव्हिजन्स." त्याने डोके नकारार्थी हलवले. "आराखड्यांचा हा पहिला संच आहे."

दुसऱ्या मोठ्या कागदावर 'संच पहिला/ रिव्हिजन क्र. १' असं तारखेनिशी

नोंदवलेलं होतं. त्यानं तो उघडला. क्षणभर कारखान्याची प्रतिकृती लुकलुकल्यासारखी वाटली, पण ती तशीच राहिली.

"काहीही झालं नाही."

दुसऱ्या मोठ्या कागदावर 'रिव्हिजन क्र. २/ फक्त तपशील' असं नोंदवलेलं होतं. पुन्हा, त्याने तो उघडल्यावर आराखडा क्षणभर लुकलुकला, पण त्यात बदल झाला नाही.

"या नोंदीप्रमाणे कारखान्यात कधीच सुधारणा झाल्या नाहीत," सँडर्स म्हणाला. "पण त्या झाल्याचं आम्हाला माहिताय."

"तो काय करतोय?" लुईस म्हणाली. ती कॉनलेकडे पाहत होती.

सँडर्सने पाहिले तर कॉनले हळूच शब्द उच्चारत होता. त्याचा चेहऱ्याच्या हालचाली अतिरिक्त..."

"तो आपल्याला काहीतरी सांगण्याचा प्रयत्न करतोय." ती सँडर्सला म्हणाली, "ते काय आहे, ते दिसतंय तुला?"

"नाही," सँडर्सने क्षणभर पाहिले. पण कार्टूनसारख्या दिसणाऱ्या कॉनलेच्या चेहऱ्यामुळे त्याचे ओठ वाचणे अवघड होत होते. शेवटी सँडर्सने डोके नकारार्थी हलवले.

कॉनलेने मान हलवली आणि सँडर्सच्या हातातून कीपॅड घेतले. 'RELATED' असे लिहिलेले एक बटण त्याने दाबले आणि सँडर्सला संबंधित डाटाबेसेसची एक यादी हवेत उजळलेली दिसली. ती एक विस्तृत यादी होती. तिच्यात मलाय सरकारचे परवाने, आर्किटेक्टची टिपणे, कॉन्ट्रॅक्टरबरोबरचे करारपत्र, वैद्यकीय तपासण्या आणि आणखी बऱ्याच गोष्टी होत्या. त्या यादीवर एकूण ऐंशी बाबी होत्या. कॉनले आता दाखवत असलेल्या यादीत मध्यभागी असलेल्या एका बाबीकडे आपले दुर्लक्ष झाले असते याची सँडर्सला खात्री पटली.

OPERATIONS REVIEW UNIT

"ते काय आहे?" फर्नांदिझ म्हणाली.

सँडर्सने ते नाव दाबले आणि एक नवा, मोठा कागद फडफडला. त्याने 'SUMMARY' या नावाचे एक बटण दाबले आणि तो कागद मोठ्याने वाचला. "साधारणपणे कामकाज व्यवस्थापनाच्या मर्यादेत न येणाऱ्या समस्यांकडे लक्ष देण्यासाठी फिलीप ब्लॅकबर्नने क्युपर्टिनोमध्ये चार वर्षांपूर्वी 'कामकाज परीक्षण विभागा'ला आकार दिला. 'डिजिकॉम'मधली व्यवस्थापन कार्यक्षमता सुधारणे हे परीक्षण विभागाचे अंगीकृत कार्य होते. गेल्या काही वर्षांत 'कामकाज परीक्षण विभागा'नं 'डिजिकॉम'मधल्या बऱ्याच व्यवस्थापन समस्या यशस्वीरीत्या सोडवल्या आहेत."

"उह्," लुईस म्हणाली.

"नऊ महिन्यांपूर्वी, त्या वेळी 'क्युपर्टिनो ऑपेरेशन्स'च्या मेरेडिथ जॉन्सन हिच्या नेतृत्वाखाली मलेशियातील कौलालंपूर येथील संकल्पित उत्पादन प्रकल्पाची पाहणी 'कामकाज परीक्षण विभागा'नं हाती घेतली. संकल्पित प्रकल्पातल्या कर्मचाऱ्यांची संख्या आणि वांशिक रचना यावरून मलाय सरकारशी झालेला संघर्ष या पाहणीमागचं निकडीचं कारण होतं."

"ओह," लुईस फर्नांदेझ म्हणाली.

"मिस जॉन्सनचं नेतृत्व आणि मि. ब्लॅकबर्न यांच्या कायदेशीर बाबींबाबतच्या मदतीमुळे 'डिजिकॉम'च्या मलेशियातल्या कामकाजात येणाऱ्या अनेक समस्या सोडवण्यात 'कामकाज परीक्षण विभागा'ला असामान्य यश लाभलं."

"काय आहे हे, वर्तमानपत्रांना दिलेलं निवेदन?"

"तसंच वाटतंय" सॅंडर्स म्हणाला, तो पुढे वाचत राहिला : "विशिष्ट प्रश्न प्रकल्पासाठी घेतलेल्या कर्मचाऱ्यांची संख्या आणि वांशिक रचनेशी संबंधित होते. मूळ योजनेनुसार सत्तर कामगार नेमण्यात येणार होते. मलाय सरकारच्या विनंत्यांच्या प्रतिसादादाखल 'परीक्षण विभाग' कर्मचाऱ्यांची संख्या पंच्याऐंशीपर्यंत वाढवू शकला. त्यासाठी कारखान्याच्या यांत्रिकीकरणावरील खर्च कमी करण्यात आला. अशा रीतीनं कारखाना एका विकसनशील देशाच्या अर्थव्यवस्थेला अनुरूप असा करण्यात आला." 'सॅंडर्सनं लुईसकडे पाहिलं. "आणि आमची पक्की गोचीही."

"का?"

त्यानं पुढे चालू ठेवलं : "त्याशिवाय, एका उत्पादनखर्च बचत पाहणीमुळे बऱ्याच विभागांना महत्त्वाचे आर्थिक लाभ मिळवून दिले. कारखान्यातल्या उत्पादनाच्या दर्जाला धक्का न लावता उत्पादन खर्च कमी करण्यात आला. 'एअर हॅंडलिंग' क्षमता अधिक योग्य पातळ्यांपर्यंत सुधारण्यात आली आणि बाहेरून सामग्री पुरवणाऱ्यांशी नव्यानं करार करण्यात आले. त्यातून झालेल्या लक्षणीय बचतीचा फायदा कंपनीला झाला." सॅंडर्सनं डोकं नकारार्थी हलवलं. "तरीच," तो म्हणाला. "सगळी मेख तिथंच आहे."

"माझ्या लक्षात येत नाही," फर्नांदेझ म्हणाली. "याचा तुला काही अर्थ लागतोय?"

"पक्का लागतोय."

त्यानं आणखी पानांसाठी 'DETAIL' लिहिलेलं बटण दाबलं.

"क्षमस्व," एंजल म्हणाला, "आणखी तपशील नाहीयेत."

"एंजल, पूरक मेमो आणि फायली कुठे आहेत?" या संक्षिप्त बदलांमागे प्रचंड कागद हललेले असणार याची सॅंडर्सला कल्पना होती. नुसत्या मलाय सरकारशी पुन्हा झालेल्या बोलण्यासंबंधीच्या कागदपत्रांनीच फायलींचे अनेक कप्पे भरले असते.

एंजल म्हणाला, ''क्षमस्व, आणखी तपशील उपलब्ध नाहीत.''

''एंजल, मला फायली दाखव.''

''फारच छान.''

क्षणभरानं एक मोठा गुलाबी कागद वेगानं आला.

कामकाज परीक्षण विभाग,
मलेशिया संबंधीच्या तपशील फायली
काढून टाकण्यात आल्या आहेत.
रविवार ६/१४/अधिकार डीसी/सी/५९०५

''बापरे,'' सँडर्स म्हणाला.

''त्याचा अर्थ काय?''

''कोणीतरी कॉम्प्युटर यंत्रणेतून फायली काढून टाकल्या.'' सँडर्स म्हणाला, ''थोड्या दिवसांपूर्वीच, हे सगळं घडणार असल्याचं कोणाला माहिती होतं? एंजल, गेल्या दोन आठवड्यात मलेशिया आणि 'डिसी'मध्ये झालेल्या सगळ्या संपर्कांची यादी मला दाखव.''

''तुम्हाला टेलिफोनवरचा संपर्क हवाय का व्हिडिओ लिंकवरचा?''

''व्हिडिओ.''

''व्ही दाबा.''

त्यानं एक बटण दाबलं आणि एक मोठा कागद हवेत उलगडला.

दिनांक	प्रेषक	प्रति	कालावधी	अधिकार
६/१	ए. कान	एम जॉन्सन	०८१२-८१४	एसीएसएस
६/१	ए. कान	एम जॉन्सन	१३४३-१३४६	एडीएसएस
६/२	ए. कान	एम जॉन्सन	१८०१-१८०४	डीसीएससी
६/२	ए. कान	टॉम सँडर्स	१८२२-१८२६	डीसीएसई
६/३	ए. कान	एम जॉन्सन	०९२२-०९२४	एडीएससी
६/४	ए. कान	एम जॉन्सन	०९०२-०९१२	एडीएससी
६/५	ए. कान	एम जॉन्सन	०८३२-०८३२	एडीएससी
६/७	ए. कान	एम जॉन्सन	०९०४-०९०५	एसीएसएस
६/११	ए. कान	एम जॉन्सन	२००२-२००४	एडीएससी
६/१३	ए. कान	एम जॉन्सन	०९०२-०९०३	एडीएससी
६/१४	ए. कान	एम जॉन्सन	११२४-११२५	एसीएसएस
६/१५	ए. कान	टी सँडर्स	११३२-११३४	डीसीएसई

"उपग्रह संपर्क जाळतायत," सँडर्स त्या यादीकडे पाहत म्हणाला, "चौदा जूनपर्यंत बहुतेक रोज आर्थर कान आणि मेरेडिथ जॉन्सन बोलले. एंजल, मला या व्हिडीओ भेटी दाखव."

"६/१५ ची सोडली तर त्या पाहण्यासाठी उपलब्ध नाहीत."

तो दोन दिवसांपूर्वी त्यानंच आर्थर कानला पाठवलेला संदेश होता. "बाकीच्या कुठे आहेत?"

एक संदेश चमकला.

कामकाज परीक्षण विभाग
मलेशिया
संबंधीच्या
व्हिडिओ फायली काढून टाकण्यात आल्या आहेत.
रविवार ६/१४ अधिकार डीसी/सीय५९०५

पुन्हा काढून टाकलेल्या– ते कोणी केलं होतं, याची त्याला बरीचशी खात्री होती, पण त्याला पूर्ण खात्री करून घ्यावी लागणार होती.

"एंजल, काढून टाकण्याचे अधिकार मला कसे तपासता येतील?"

"तुम्हाला हवा असलेला डाटा दाबा," देवदूत म्हणाला.

सँडर्सनं अधिकार संख्या दाबली. वरच्या मोठ्या कागदातून एक लहान कागदाचा तुकडा वर आला आणि हवेत तरंगत राहिला :

अधिकार डीसी/सी/५९०५ आयएस्
डिजिटल कम्युनिकेशन्स
क्युपर्टिनो/ ऑपरेशन्स एक्झिक्युटीव्ह
विशेष अधिकार मुद्रित (चालक ओळखपत्र आवश्यक नाही.)

"थोड्या दिवसांपूर्वीच क्युपर्टिनोतल्या 'ऑपरेशन्स' विभागामधल्या फार वरच्या पदावरच्या कोणाकडून तरी ते करण्यात आलं होतं."

"मेरेडिथ?"

"बहुधा, आणि त्याचा अर्थ माझी गोची झालीय."

"का?"

"कारण आता मलेशियातल्या कारख्यान्यात काय करण्यात आले होते, ते मला माहिताय. काय घडलं ते नेमकं मला माहिताय. मेरेडिथ तिकडे गेली आणि तिनं उत्पादनाची प्रमाणं बदलली. पण तिनं आर्थरला पाठवलेल्या श्राव्य संदेशांपर्यंतची सगळी माहिती यंत्रणेवरून पुसून टाकली होती. याचा अर्थ यातलं काहीही मी सिद्ध

करू शकत नाही.''

कॉरिडॉरमध्ये उभं राहून सँडर्सने तो कागद बोटाने ढकलला तसा तो कागद खालच्या बाजूनं पुन्हा फडफडत वरच्या कागदात मिसळून गेला. त्याने त्याची फाईल बंद केली, पुन्हा कप्प्यात ठेवली आणि ती प्रतिकृती विरत जात दिसेनाशी होताना पाहिली.

त्याने कॉनलेकडे पाहिले. कॉनलेने निर्वाणीचा भाव असल्यासारखे खांदे किंचितसे उडवले. परिस्थिती त्याच्या लक्षात येत असलेली दिसत होती. सँडर्सने हवा पकडत त्याच्याशी हस्तांदोलन केले आणि त्याला निरोपाचा हात केला. कॉनलेने होकारार्थी मान हलवली आणि तो जायला वळला.

''आता काय?'' फर्नांदिझ म्हणाली.

''निघायची वेळ झालीय,'' सँडर्स म्हणाला.

एंजल गाऊ लागला : ''निघायची झाली वेळ, होईतो पुढल्या आठवड्याचा खेळ. घेऊ निरोप थोडा काळ...''

''एंजल शांत रहा.'' एंजलने गाणे बंद केले. त्याने डोके नकारार्थी हलवले. ''अगदी डॉन चेरीसारखं!''

''डॉन चेरी कोण आहे?''

''डॉन चेरी साक्षात परमेश्वर आहे,'' एंजल म्हणाला.

ते पुन्हा मागे कॉरिडॉरच्या प्रवेशद्वारापाशी गेले आणि निळ्या पडद्यातून बाहेर वर आले.

पुन्हा चेरीच्या प्रयोगशाळेत परतल्यावर सँडर्सने हेडसेट काढला आणि क्षणभर भोवतालच्या परिस्थितीचे भान हरवलेल्या अवस्थेत राहिल्यावर तो वॉकर पॅडवरून उतरला. त्याने लुईसला तिचे उपकरण काढायला मदत केली.

''ओह,'' ती आजूबाजूला बघत म्हणाली.

''आपण वास्तव जगात परतलो आहोत.''

''या जगाबद्दल जर तू तसं म्हणत असशील तर,'' तो म्हणाला. ''ते आपण जिथून आलो त्याच्यापेक्षा किती वास्तव आहे, याची मला शंका आहे.'' त्याने तिचे हेडसेट ठेवून दिले आणि तिला वॉकर पॅडवरून उतरायला मदत केली.

लुईसने जांभई दिली आणि तिच्या घड्याळाकडे पाहिले. ''अकरा वाजलेयत. तू आता काय करणार आहेस?''

त्याला जिच्यावर विचार करणे शक्य होते अशी एकच गोष्ट होती. त्याने चेरीच्या डाटामोडेम लाईन्सपैकी एकावरचा फोन उचलला. आणि गॅरी बोसॅकचा नंबर फिरवला. सँडर्स कुठलाही डाटा मिळवू शकला नव्हता, पण कदाचित बोसॅकला जमले असते. त्याच्याशी बोलून त्याला पटवले असते तर. त्यातून

फारशी आशा नव्हती. पण तेवढंच करण्याचा विचार करणे त्याला शक्य होते.

एका आन्सरिंग मशीननं उत्तर दिलं, "हाय, हे एन्ई प्रोफेशनल सर्व्हिसेसचं ऑफिस आहे. मी थोड्या दिवसांसाठी गावाबाहेर गेलोय, पण निरोप ठेवा." मग एक आवाज.

सँडर्सने उसासा टाकला. "गॅरी, बुधवारचे अकरा वाजलेयत. तू भेटला नाहीस म्हणून वाईट वाटलं. मी घरी जातोय." त्याने फोन ठेवून दिला.

"आता काय?" लुईस जांभई देत म्हणाली.

"मला ठाऊक नाही." तो म्हणाला. "शेवटची फेरीबोट गाठायला अर्धा तास आहे. मला वाटतं. घरी जावं आणि थोडी झोप लागते का ते पाहावं."

"आणि उद्याची मिटिंग?" तिनं विचारलं.

"तुला कागदपत्रं लागतायत म्हणालास."

सँडर्सने खांदे उडवले, "लुईस, मला शक्य होतं, ते सगळं मी केलं. माझ्यासमोर काय ठेवलंय, ते मला माहिताय. मी कसंतरी जमवेन."

"मग तू उद्या मला भेटणार?"

"हो," तो म्हणाला, "उद्या भेटू."

■

काळसर पाण्याच्या खळखळाटात मागे पडलेल्या शहरातल्या दिव्यांकडे बघत घराकडे परतणाऱ्या फेरीबोटीतून जाताना त्याला तितकीशी आशा वाटत नव्हती. फर्नांदिझचे बरोबर होते. त्याला आवश्यक ती कागदपत्रे मिळवायलाच हवी होती. मॅक्सला कळलं तर तो खरपूस समाचार घेईल. त्याला मॅक्सचा आवाज जवळजवळ ऐकूच आला. अच्छा, तू थकलायस तर? ते एक चांगले कारण आहे, थॉमस.

मॅक्स उद्या मिटिंगला असेल का याचे त्याला कुतूहल वाटले. पण खरं तर आपण त्यावर विचार करू शकत नसल्याचे त्याच्या लक्षात आले. तो मिटिंगची कल्पनाच करू शकला नाही. विन्स्लोपासून ते पाच मिनिटांच्या अंतरावर असल्याचं लाऊडस्पीकवरून जाहीर झालं आणि तो खालच्या डेकवर त्याची गाडी घ्यायला गेला.

त्याने गाडीचे दार उघडले आणि तो चाकामागे सरकला. मागची प्रतिमा दाखवणाऱ्या आरशात त्याने पाहिले आणि त्याला मागच्या सीटवर एक काळी आकृती दिसली.

सँडर्स वळू लागला.

"पुढे पाहत रहा," बोसॅक म्हणाला, "मी एक मिनिटभरातच बाहेर पडेन. आता काळजीपूर्वक ऐक. उद्या ते तुझी गोची करणार आहेत. मलेशियातल्या

विचक्याचं खापर ते तुझ्या डोक्यावर फोडणार आहेत.''

''मला माहिती आहे.''

''आणि त्याचा उपयोग झाला नाही, तर ते माझी मदत घेतल्याबद्दल तुझ्यावर तुटून पडणार आहेत. गुप्ततेवर आक्रमण. गंभीर गुन्हा. तसली सगळी भंकस. ते माझ्या सुरक्षा अधिकाऱ्याशी बोलले आहेत. कदाचित तू त्याला पाहिलं असशील. तो लठ्ठ मिशाळ माणूस?''

आदल्या दिवशी Mediation centre कडे येत असलेला तो माणूस सँडर्सला अस्पष्टपणे आठवला. ''मला वाटतं तसं, हो. गॅरी. ऐक, मला काही कागदपत्रं हवीयत...

''बोलू नकोस. वेळा नाहीये. कारखान्याशी संबंधित असलेली सगळी कागदपत्रं त्यानं यंत्रणेतून काढून टाकली. आता तिथं काही नाहीय. ते सगळं गेलंय. मी तुला मदत करू शकत नाही.'' त्यांना फेरीबोटीच्या भोंग्याचा आवाज ऐकू आला. त्यांच्याभोवती सगळीकडून ड्रायव्हर्स गाड्यांची इंजिनं सुरू करत होते. ''पण त्या गंभीर गुन्ह्याची वगैरे भंकस मी ऐकून घेणार नाही. आणि तूही ऐकून घेऊ नकोस. हे घे.'' त्याने हात पुढे केले आणि सँडर्सला एक पाकीट दिले.

''हे काय आहे?''

''तुमच्या कंपनीच्या दुसऱ्या एका अधिकाऱ्यासाठी मी केलेल्या कामाचा सारांश. गार्विन. सकाळी कदाचित तुला ते फॅक्सनं त्याला पाठवावंस वाटेल.''

''तू का पाठवत नाहीस?''

''आज रात्री मी बाहेर जातोय. काही काळ मी तिथं राहीन. सगळं व्यवस्थितपणे निभावलं तर तू माझ्या मशीनवर निरोप ठेवू शकतोस.''

''ठीक आहे.''

''शांत रहा. या प्रकरणानं उद्या धमाका उडणार आहे. बरेच बदल होणार आहेत.''

अगदी पुढे फेरीबोटीवरून उतरण्यासाठी असलेली उतरंड धातूचा खडखड आवाज करत खाली गेले. वाहतूक अधिकारी फेरीबोटीवरून येणाऱ्या गाड्यांना दिशा देत होते.

''गॅरी, तू माझ्यावर लक्ष ठेवून आहेस?''

''हो. त्याबद्दल दिलगीर आहे. त्यांनी मला तसं करायला लागेल म्हणून सांगितलं.''

''मग 'एक मित्र' कोण आहे?''

बोसॅक मोठ्यानं हसला. त्यानं दार उघडलं आणि तो बाहेर पडला. ''मला तुझं आश्चर्य वाटतंय, टॉम! तुझे मित्र कोण आहेत, ते तुला माहिती नाही?''

गाड्या निघू लागल्या होत्या. सँडर्सने त्याच्या पुढच्या गाडीचे ब्रेकचे दिवे लाल होऊन ती गाडी निघू लागल्याचे पाहिले.

"गॅरी..." तो वळत म्हणाला, पण बोसॅक गेलेला होता.

त्याने गाडी गीअरमध्ये ठेवून फेरीबोटीवरून बाहेर काढली.

■

गाडीच्या रस्त्याच्या अगदी शेवटी तो त्याला आलेली पत्रं घ्यायला थांबला. पत्रं बरीच होती. दोन दिवसांत त्यानं पत्रांची पेटी पहिलीच नव्हती. मग तो घरापर्यंत गेला आणि त्यानं गाडी गॅरेजच्याबाहेर ठेवली. पुढचे दार उघडून तो आत गेला. घर रिकामे आणि थंड वाटले. तिथे त्याला लिंबासारखा गंध येत होता. मग त्याच्या लक्षात आलं. की कॉन्सुएलानं बहुधा स्वच्छता केली होती.

तो स्वयंपाकघरात गेला आणि त्याने सकाळसाठी कॉफीमेकर तयार करून ठेवला. स्वयंपाकघर स्वच्छ होते आणि मुलांची खेळणी उचललेली होती. कॉन्सुएला नक्कीच येऊन गेली होती. आत आन्सरिंग मशीनकडे पाहिलं.

एक लाल रंगातली संख्या लुकलुकत होती... १४.

सँडर्सनं त्याला आलेल्या फोन्सची ध्वनिफीत लावली. पहिला फोन जॉन लेविनचा होता. निकडीचा फोन असल्याचं सांगत त्याला फोन करण्याची विनंती करणारा. दुसरा फोन सॅलीचा होता. मुलांचा खेळण्याचा एखादा दिवस ठरवता येईल का ते विचारणारा. पण बाकीचे सगळे फोन ठेवून दिलेले होते. आणि तो ते ऐकत असताना ते सगळे अगदी एकसारखे असल्यासारखे वाटले. पार्श्वभूमीवर परदेशातून येणाऱ्या फोनवर होतो तशा खरखरीचा आवाज आणि मग एकदम फोन बंद केल्याचा आवाज. पुन्हा पुन्हा...

कोणीतरी त्याला फोन करण्याचा प्रयत्न करत होतं.

नंतरच्या फोनपैकी एक फोन एका टेलिफोन ऑपरेटरनं लावल्यासारखा वाटत होता. कारण त्यावर एका बाईचा गोड आवाज आला..."माफ करा, उत्तर येत नाहीये. तुम्हाला निरोप ठेवायचाय?" आणि एका पुरुषी आवाजातलं उत्तर, "नाही," आणि मग फोन ठेवलेला.

सँडर्सनं ते "नाही" ऐकत तो फोन पुन्हा चालू केला.

त्याला वाटलं, आवाज ओळखीचा असल्यासारखा होता. परदेशी, पण तरीही परिचित.

"नाही."

त्यानं तो फोन बऱ्याचदा ऐकला पण त्यावर बोलणाऱ्याला तो ओळखू शकला नाही.

"नाही."

"एकदा तो माणूस द्विधा मनःस्थितीत असावा तसा वाटला. का तो घाईनं केला होता?" तो ठरवू शकला नाही.

"तुम्हाला निरोप ठेवायचाय?"

"नाही."

शेवटी त्यानं प्रयत्न थांबवला. मशीन पूर्ववत गुंडाळून ठेवलं आणि वर त्याच्या ऑफिसात गेला. त्याला फॅक्स आलेले नव्हते. त्याच्या कॉम्प्युटरचा पडदा रिकामा होता. आज 'एकमित्रा'कडून आणखी मदत आलेली नव्हती.

बोसॅकनं त्याला गाडीत दिलेला कागद त्यानं वाचला. तो गार्विनला लिहिलेला मेमो होता. क्युपर्टिनोमधल्या एका कर्मचाऱ्याबद्दलच्या अहवालाचा सारांश त्यात होता. त्या कर्मचाऱ्याचे नाव दिलेले नव्हते. त्यात गार्विनने सही केलेल्या, 'एनूई प्रोफेशनल सर्व्हिसेस'च्या नावाने काढलेल्या एका चेकची झेरॉक्स प्रतही होती.

सँडर्सने बाथरूममध्ये जाऊन शॉवर घेतला तेव्हा एक वाजून गेला होता. त्याने पाणी खूप गरम करून घेतले आणि पाण्याच्या फवाऱ्याचा चटका अनुभवत चेहरा नळाजवळ धरला. फवाऱ्याचा आवाज कानात घुमत असल्याने बाहेर वाजणारा फोन त्याच्या ऐकण्यातून जवळजवळ निसटलाच. त्याने टॉवेल ओढला आणि तो बेडरूमकडे पळत गेला.

"हॅलो."

त्याला परदेशातून आलेल्या फोनवर येणारी खरखर ऐकू आली. एका पुरुषाचा आवाज,

"मि. सँडर्स, प्लीज."

"मि. सँडर्स बोलतोय."

"सँडर्स सर" तो आवाज, "तुम्ही मला ओळखाल की नाही माहिती नाही. मी मोहम्मद जाफर बोलतोय."

■ ■ ■

गुरुवार

सकाळ स्वच्छ होती. सँडर्सने कामावर जाण्यासाठी लवकरची फेरीबोट पकडली आणि तो आठ वाजता आपल्या ऑफिसात पोचला. खालच्या मजल्यावरच्या रिसेप्शनिस्टजवळून तो गेला. ''मुख्य कॉन्फरन्स रूम वापरली जात आहे.'' लिहिलेली एक पाटी त्याला दिसली. क्षणभरच गांगरून त्याला वाटलं की, आपल्या मिटिंगच्या वेळेत आपण पुन्हा काहीतरी गफलत केलीय. आत डोकवण्यासाठी तो घाईने गेला पण तो गार्विन होता. तो कॉनले-व्हाईटच्या अधिकाऱ्यांसमोर काहीतरी बोलत होता. गार्विन शांतपणे बोलत होता आणि ते अधिकारी ऐकताना माना हलवत होते. मग त्याने पाहिले तर गार्विनचे बोलून झाले होते. त्याने स्टेफनी कॅपलानची ओळख करून दिली. तिने लगेचच Slides च्या सहाय्याने आर्थिक आढावा घ्यायला सुरुवात केली. गार्विन कॉन्फरन्स रूममधून बाहेर पडला आणि सँडर्सकडे दुर्लक्ष करत कॉरिडॉरच्या दुसऱ्या टोकाला असलेल्या एस्प्रसो बारकडे हॉलच्या मार्गाने जाताना त्याच्या चेहऱ्यावरचा भाव लगेच कठोर झाला.

सँडर्स वरच्या मजल्याकडे निघालेला असताना त्याला फिल ब्लॅकबर्नचे बोलणे ऐकू आले. ''मला खरंच वाटतं की ज्या पद्धतीनं हे प्रकरण हाताळलं गेलंय, त्याचा निषेध करण्याचा मला अधिकार आहे.''

''नाहीये,'' गार्विन रागाने म्हणाला, ''तुला अजिबात कसलेही अधिकार नाहीयेत.''

सँडर्स एस्प्रेसो बारच्या दिशेने पुढे सरकला. हॉलकडे जाणाऱ्या मार्गाच्या पलीकडे तो ज्या जागी होता, तिथून त्याला बारमधले दिसू शकत होते. ब्लॅकबर्न आणि गार्विन कॉफी मशीनपाशी बोलत होते.

''पण हे अतिशय अन्यायकारक आहे,'' ब्लॅकबर्न म्हणाला.

''अन्याय गेला खड्ड्यात,'' गार्विन म्हणाला. ''तिला बातमी देणाऱ्या सूत्राचं म्हणून तिनं तुझं नाव सांगितलंय, मूर्खा!''

''पण बॉब, तूच मला सांगितलंस...''

''मी तुला काय सांगितलं?'' गार्विन डोळे किलकिले करत म्हणाला.

''तू मला ते हाताळायला सांगितलंस. सँडर्सवर दबाव आणण्यासाठी.''

''अगदी बरोबर, फिल. आणि तू त्या कामाची काळजी घेणार असल्याचं मला सांगितलंस.''

''पण तुला माहिती होतं, मी...''

''तू काहीतरी केल्याचं मला माहिती होतं.'' गार्विन म्हणाला ''पण काय ते मला माहिती नव्हतं. आता तिला बातम्या पुरवणारा म्हणून तिनं तुझं नाव सांगितलंय.''

ब्लॅकबर्ननं डोकं नकारार्थी हलवलं. ''मला एवढंच वाटतं की, हे अतिशय अन्यायकारक आहे.''

''खरंच? मग मी काय करावं अशी तुझी अपेक्षा आहे? तू म्हणे वकील आहेस,. फिल. तू गोष्टी कशा दिसतील याची नेहमी चिंता करणारा आहेस. तू सांग मला, मी काय करावं?''

ब्लॅकबर्न क्षणभर गप्प राहिला, शेवटी तो म्हणाला, ''माझं प्रतिनिधित्व करण्यासाठी मी जॉन रॉबिन्सनची मदत घेईन. तो सलोख्याचा करार ठरवू शकेल.''

''ठीक, छान.'' गार्विनने होकारार्थी मान हलवली. ''ते चांगलं होईल.''

''पण बॉब, मला व्यक्तिगत पातळीवर तुला एवढंच सांगायचंय की, या प्रकरणात मला मिळालेली वागणूक फार अन्याय्य आहे.''

''बाप रे फील, तुझ्या भावनांबद्दल मला ऐकवू नकोस., तू तुझ्या भावना फार स्वस्त विकायला ठेवल्या आहेस. आता नीट कान देऊन ऐक. वर ऑफिसात जाऊ नकोस. तुझं टेबल साफ करू नकोस. तडक विमानतळावर जा. पुढच्या अर्ध्या तासात तू मला विमानात बसलेला पाहिजेस. आताच्या आता तू इथून चालता हो. कळलं?''

''मला एवढंच वाटतं की कंपनीच्या प्रगतीच्या श्रेयातला माझा वाटा तू मान्य केला पाहिजेस.''

''ते मी करतोय, मूर्खा,'' गार्विन म्हणाला. ''आता माझं डोकं फिरायच्या आत इथून चालता हो.''

सँडर्स वळला आणि घाईनं वर गेला. होऊ पाहत असलेला आनंद आवरणं त्याला अवघड झाले होते. ब्लॅकबर्नला हाकलले होते! सगळ्यांना ते सांगावं का काय, निदान सिंडीला, असे त्याला वाटले.

पण तो चौथ्या मजल्यावर गेला तेव्हा हॉलमधले मार्ग गजबजलेले होते.

सगळेजण ऑफिसांमधून बाहेर येऊन कॉरिडॉरमध्ये बोलत असलेले. ब्लॅकबर्नला काढून टाकल्याच्या अफवा आधीच पसरल्या होत्या, हे उघड होतं. कर्मचारी तिथं असल्याचं पाहून सँडर्सला आश्चर्य वाटलं नव्हतं. ब्लॅकबर्नबद्दल सगळ्यांना तिटकारा असला तरी त्याच्या उचलबांगडीमुळे अस्वस्थता मोठ्या प्रमाणावर पसरणार होती. गार्विनला एवढ्या जवळ असलेल्या व्यक्तीबाबतचा हा आकस्मिक बदल सगळ्यांना धोक्याची जाणीव देऊन गेला. सगळंच धोक्यात होतं.

त्याच्या ऑफिसबाहेर सिंडी म्हणाली, "टॉम, तुझा विश्वास बसतोय? गार्विन फिलला काढून टाकणार आहे असं म्हणतात."

"तू गंमत करतीयस," सँडर्स म्हणाला.

सिंडीनं नकारार्थी मान हलवली. "का ते कोणालाच माहिती नाही, पण वरकरणी तरी काल रात्रीच्या बातमीदारांच्या गटाशी या घटनेचा संबंध होता. गार्विन खाली आहे. तो कॉनले-व्हाईटच्या लोकांना खुलासा करतोय."

त्याच्यामागे कोणीतरी ओरडलं, "ती आता इ-मेलवर आहे!" हॉलमधला मार्ग ताबडतोब निर्मनुष्य झाला. सगळेजण आपापल्या ऑफिसांमध्ये गेले. सँडर्स त्याच्या टेबलामागे गेला आणि त्याने इ-मेलच्या चिन्हासाठी बटण दाबले. पण बहुधा बिल्डींगमधले सगळे कर्मचारी त्याच वेळी इ-मेलसाठी बटण दाबत असल्याने ते निवेदन सावकाश येत होते.

लुईस आत आली आणि म्हणाली, "ब्लॅकबर्नबद्दल ऐकलं ते खरं आहे?"

"माझा तसा अंदाज आहे," सँडर्स म्हणाला, "आता ती बातमी इ-मेलवर येतच आहे."

> प्रेषक: रॉबर्ट गार्विन. प्रेसिडेंट आणि चीफ एक्झिक्युटिव्ह ऑफिसर
> प्रति: सर्व डिजिकॉम परिवार
> आपले आदरणीय आणि विश्वासू चीफ कॉर्पोरेट सल्लागार फिलीप ए. ब्लॅकबर्न यांनी आज राजीनामा दिल्याचं मी अत्यंत दुःखानं आणि मोठ्या व्यक्तिगत हानीच्या जाणिवेनं आज जाहीर करत आहे. गेली पंधरा वर्षं फिल या कंपनीचा एक असामान्य अधिकारी म्हणून काम करत आलाय. त्याला एक चांगला माणूस, एक जवळचा व्यक्तिगत मित्र आणि सल्लागारही म्हणून ओळखलं जात आलंय. मला कल्पना आहे की माझ्याप्रमाणेच तुमच्यापैकी अनेकांना येत्या काही दिवसांत आणि आठवड्यांत त्याचा सूज्ञ सल्ला आणि चांगली विनोदबुद्धी यांची खोलवर उणीव जाणवत राहील. आणि त्यांच्या नव्या प्रयत्नांना उत्तम यश लाभो अशी सदिच्छा व्यक्त करण्यात तुम्हीही माझ्याबरोबर

सहभागी व्हाल, याची मला खात्री आहे. मनःपूर्वक धन्यवाद, फिल आणि शुभेच्छा!

हा राजीनामा लगेचच अमलात येत आहे. हॉवर्ड एबरहार्ट, नवीन कायम स्वरूपाची पद-नियुक्ती होईपर्यंत हंगामी सल्लागार म्हणून काम पाहील.

रॉबर्ट गार्विन

लुईस म्हणाली, "याचा अर्थ काय?"

"त्याचा अर्थ, त्याच्या ढोंगी ढुंगणावर मी लाथ घातली."

"हे होणारच होतं." लुईस म्हणाली, "विशेषतः कोनी वॉल्शच्या बातमीचा तो सूत्रधार असल्यानं."

सँडर्स म्हणाला, "तुला ते कसं कळलं?"

"एलेनॉर राईज्."

"तिनं तुला सांगितलं?"

"नाही. पण एलेनॉर राईज ही एक जागरूक वकील आहे. हे सगळे प्रसिद्धी माध्यमांचे वकील तसे असतातच. तुझी नोकरी टिकवण्याचा सगळ्यात सुरक्षित मार्ग म्हणजे गोष्टी घडू देणं. शंका असेल तेव्हा चूक करायला लावायची. म्हणून मला स्वतःलाच विचारावं लागलं, ती बातमी उघडपणे बदनामीकारक असताना तिनं मि. पिगीची बातमी छापू कशी दिली? एकच संभाव्य कारण म्हणजे तिला असं वाटलं की वाल्शपाशी कंपनीतलंच कोणीतरी नेहमीपेक्षा भक्कम असं बातमी देणारं होतं. त्यातल्या कायदेशीर बाबी समजणारं असं कुणीतरी, ही व्यक्ती बातमी देताना तत्त्वतः असंही सांगत होती की, ही बातमी छापली तर आम्ही तुमच्यावर खटला भरणार नाही. कंपनीतल्या वरिष्ठ अधिकाऱ्यांना कायद्याबद्दल कधीच काही माहिती नसतं त्यामुळे त्याचा अर्थ ती बातमी देणारी व्यक्ती केवळ एक वरच्या पदावरची व्यक्ती असू शकत होती."

"फिल,"

"हो."

"बापरे,"

"यामुळे तुझ्या योजना बदलतायत?" लुईस म्हणाली.

सँडर्स त्यावर विचार करत होता. "मला तसं वाटत नाही," तो म्हणाला, "कसंही असो, गार्विननं त्याला दिवसभरात उशिरानं काढायला हवं होतं."

"तू आत्मविश्वासपूर्ण वाटतोयस."

"हो. काल रात्री मला थोडा दारूगोळा मिळाला. आणि आज आणखी मिळेल

असं वाटतंय.''

सिंडी आत आली आणि म्हणाली, ''तुला कौलालंपूरहून काही अपेक्षित आहे? एखादी मोठी फाईल?''

''हो.''

''ही सकाळी सात वाजल्यापासून येतीय. प्रचंडच असणार.'' तिनं एक दृक्-श्राव्य फीत त्याच्या टेबलावर ठेवली. ती अगदी आर्थर कानबरोबरची त्याची भेट मुद्रित करणाऱ्या ध्वनिफितीसारखीच दिसत होती.

लुईसने त्याच्याकडे पाहिले. त्याने खांदे उडवले.

साडेआठ वाजता त्याने बोसॅकचा मेमो गार्विनच्या खाजगी फॅक्स मशीनवर पाठवला. मग त्यानं सिंडीला, आदल्या रात्री मोहम्मद जाफरने त्याला पाठवलेल्या सगळ्या फॅक्स संदेशांच्या झेरॉक्स प्रती काढायला सांगितले. जाफरने पाठवलेली सगळी कागदपत्रे जवळजवळ रात्रभर सँडर्स वाचत राहिला होता. आणि ते वाचन मनोरंजक झालं.

जाफर अर्थातच आजारी नव्हता. तो कधीच आजारी पडला नव्हता. आर्थरनं मेरेडिथच्या सहाय्यानं जुळवलेली ती एक छोटी कपोलकल्पित गोष्ट होती.

त्यानं ती व्हिडिओ कॅसेट यंत्रात घातली आणि तो लुईसकडे वळला.

''तू ते स्पष्ट करून सांगणार आहेस?'' ती म्हणाली.

''मला वाटतं, ती कॅसेटच सगळं सांगून जाईल.'' सँडर्स म्हणाला. मॉनिटरवर पुढील नोंदी अवतरल्या.

थेट व्हिडिओ संपर्काला अजून पाच सेकंद आहेत :
DC/M-DC/C
प्रेषक: ए. कान
प्रति: एम. जॉन्सन

पडद्यावर आर्थर कारखान्यापाशी दिसला आणि मग क्षणभरानंतर पडला विभागला. त्याला मेरेडिथ क्युपर्टिनोमधल्या तिच्या ऑफिसात दिसली.

''हे काय आहे?'' फर्नांदिझ म्हणाली.

''मुद्रित व्हिडिओ संदेश. गेल्या रविवारपासूनचे.''

''मला वाटलं होतं, सगळे संदेश पुसण्यात आले होते.''

''पुसले गेले होते पण ते इथं. कौलालंपूरमध्ये अजूनही एक कॅसेट होती. माझ्या एका मित्रानं ती मला पाठवली.''

पडद्यावर आर्थर कान खोकला. ''उह्. मेरेडिथ. मी थोडा काळजीत पडलोय.''

''काळजी करू नकोस,'' मेरेडिथ म्हणाली.

"पण आपल्याला अजून स्पेक्सचं उत्पादन करता येत नाहीये. निदान आपल्याला 'एअर हॅन्डलर्स' बदलले पाहिजेत. सध्यापेक्षा चांगले बसवायला हवेत."

"आत्ता नाही."

"पण आपल्याला तसं करणं भाग आहे, मेरेडिथ."

"एवढ्यात नाही."

"पण ते हॅंडलर्स अपुरे आहेत, मेरेडिथ. ते व्यवस्थित असतील असं आपल्याला दोघांनाही वाटलं होतं. पण ते तसे नाहीयेत."

"एवढं मनावर घेऊ नकोस."

आर्थर घामाघूम झाला होता. त्याने अस्वस्थपणे आपली हनुवटी चोळली. "टॉमला हे कळायला फार वेळ लागणार नाही. मेरेडिथ, तो मूर्ख नाहीये."

"त्याचं लक्ष दुसरीकडे वळवलं जाईल."

"तू असं म्हणतीयस तर!"

"आणि शिवाय, तो कंपनी सोडणार आहे."

आर्थरला धक्का बसलेला दिसला. 'हो? मला नाही वाटत तो..."

"माझ्यावर विश्वास ठेव. तो सोडून जाईल. माझ्यासाठी काम करणं त्याला आवडणार नाहीये."

सॅंडर्सच्या ऑफिसात बसलेली लुईस पडद्याकडे नजर खिळवून पाहत म्हणाली, "भयंकरच प्रकार आहे!"

आर्थर म्हणाला, "त्याला का आवडणार नाही?"

मेरेडिथ म्हणाली, "माझ्यावर विश्वास ठेव. तसंच होईल. माझ्या नव्या पदाच्या पहिल्या अठ्ठेचाळीस तासांतच टॉम सॅंडर्स सोडून जाईल."

"पण तुला एवढी खात्री..."

"त्याच्यापुढे पर्याय काय आहे? टॉमचे आणि माझे पूर्वी संबंध होते. कंपनीतल्या सगळ्यांना ते माहिताय. एखादी समस्या उद्भवली तर कोणी त्याच्यावर विश्वास ठेवणार नाही. तेवढं समजण्याइतका तो चलाख आहे. त्याला पुन्हा जर काम करायचं असेल तर त्याला जो नोकरी सोडतानाच्या लाभांचा प्रस्ताव दिला जाईल, तो स्वीकारून निघून जाण्याशिवाय दुसरा पर्याय त्याच्यापुढे असणार नाही."

आर्थरनं गालावर जमा झालेला घाम पुसत मान हलवली. "आणि मग कारखान्यातले बदल सॅंडर्सनं केले असं आपण म्हणायचं? ते केलं असल्याचं तो नाकारेल."

"त्याला ते कळणारसुद्धा नाही. लक्षात ठेव. तोपर्यंत तो गेलेला असेल, आर्थर."

"आणि गेला नसला तर?"

"माझ्यावर विश्वास ठेव. तो गेलेला असेल, तो विवाहित आहे, त्याचं कुटुंब आहे, तो जाईल."

"पण त्यानं मला उत्पादन विभागाबद्दल फोन केला तर..."

"सरळ टाळाटाळ कर. गोंधळ उडव, संदिग्ध रहा. तुला जमेल ते, मला खात्री आहे. आता तिथं सँडर्स आणखी कोणाशी बोलतो?"

"कधीकधी फोरमनशी. जाफर, जाफरला अर्थातच सगळं माहिताय. आणि तो प्रामाणिक वगैरे प्रकारातला आहे. मला काळजी वाटत्येय जर..."

"त्याला रजा घ्यायला भाग पाड"

"त्यानं नुकतीच एकदा घेतली."

"आणखी एकदा त्याला घ्यायला सांग, आर्थर, मला इथं फक्त एक आठवडा लागेल."

"बापरे," कान म्हणाला, "मला सांगता नाही..."

तिने त्याचे बोलणे तोडले : "आर्थर."

"हो, मेरेडिथ."

"एखादा नवीन व्हाईस प्रेसिडेंट मदतीवर विसंबून राहतो अशी ही वेळ आहे आणि भविष्यात त्याची भरपाई केली जाईल."

"हो, मेरेडिथ."

"झालं तर मग."

पडदा कोरा झाला. पडद्यावर पांढऱ्या लांब-बारीक व्हिडिओ रेषा आल्या आणि मग पडदा अंधारला.

"आता तर शिक्कामोर्तबच झालं," लुईस म्हणाली.

सँडर्सने होकारार्थी मान हलवली. "ते बदल महत्त्वाचे ठरतील असं मेरेडिथला वाटलं नाही. कारण तिला उत्पादनाबद्दल काहीच माहिती नव्हतं. ती फक्त खर्च कमी करत होती. पण तिला हे माहिती होतं की कारखान्यातल्या त्या बदलांचा शेवटी तिच्याशी संबंध जोडला जाईल. म्हणून मला कटवण्याचा, कंपनी सोडायला लावण्याचा आपल्यापाशी एक मार्ग आहे असं तिला वाटलं. आणि मग कारखान्यातल्या अडचणींचा ठपका तिला माझ्यावर ठेवता आला असता."

"आणि आर्थरनं ह्या सगळ्यात साथ दिली."

सँडर्सने होकारार्थी मान हलवली.

"आणि त्यांनी जाफरला बाजूला केलं."

सँडर्सने मान हलवली. "आर्थरनं जाफरला त्याच्या नातेवाईकाला भेटण्यासाठी जोहोरेला एक आठवडाभर जायला सांगितलं... गावाबाहेर राहावं म्हणून, जाफरला माझ्याशी संपर्क साधणं अशक्य करण्यासाठी. पण जाफर मला फोन करेल असं

त्याला कधी वाटलं नाही.'' त्याने घड्याळाकडे नजर टाकली. ''आता ती कुठे आहे?''

''काय?''

पडद्यावर आवाजच आवाज आणि मग त्यांना कॅमेऱ्यासमोर एक देखणी, सावळी, बातम्या देणारी व्यक्ती दिसली. तो एका परदेशी भाषेत बोलत होता.

''हे काय आहे?''

''चॅनल थ्रीच्या संध्याकाळच्या बातम्या, गेल्या डिसेंबरपासूनच्या.'' सँडर्स उठला आणि त्याने टेप मशीनवरचे एक बटण दाबले. कॅसेट पटकन बाहेर आली.

''ती काय दाखवते?''

विस्फारलेल्या डोळ्यांनी सिंडी झेरॉक्स मशीनच्या इथून परत आली. तिच्या हातात व्यवस्थित लावलेले कागदांचे डझनभर गठ्ठे होते. ''ह्याचं तू काय करणार आहेस?''

''त्याची काळजी करू नकोस,'' तो म्हणाला.

''पण हे भयंकर काम आहे, टॉम. तिनं जे केलंय ते.''

''मला कल्पना आहे,'' तो म्हणाला.

''सगळे जण चर्चा करतायत,'' ती म्हणाली, ''विलिनीकरण रद्द झाल्याची बातमी आहे.''

''आपण बघू,'' सँडर्स म्हणाला.

सिंडीच्या मदतीने त्याने कागदाचे गठ्ठे एकसारख्या मनिला फोल्डर्समध्ये व्यवस्थितपणे लावायला सुरुवात केली.

लुईस म्हणाली, ''तू नेमकं काय करणार आहेस?''

''मेरेडिथची अडचण अशी आहे की ती खोटं बोलते,'' सँडर्स म्हणाला. ''ती मोहक असल्यानं त्यातून सहीसलामत सुटते. आयुष्यभर ती आपल्या खोटेपणापासून निसटत आलीय. आता तिला एकदा सगळ्यात मोठा खोटेपणा करायला मला भाग पाडता येईल का ते मी बघणार आहे.''

त्याने आपल्या घड्याळाकडे पाहिले. पावणेनऊ वाजले होते.

आणखी पंधरा मिनिटांत मिटिंग सुरू होणार होती.

कॉन्फरन्स रूम गच्च भरली होती. टेबलाच्या एका बाजूला शेवटपर्यंत कॉनले-व्हाईटचे पंधरा अधिकारी बसले होते. जॉन मार्डेन त्यांच्या मधोमध होता. टेबलाच्या दुसऱ्या बाजूला 'डिजिकॉम'चे पंधरा अधिकारी बसलेले होते. त्यांच्या मध्यभागी गार्विन बसला होता.

टेबलाच्या एका टोकाला मेरेडिथ जॉन्सन उभी राहिली आणि म्हणाली, ''आता ह्यानंतर आपण टॉम सँडर्सचं म्हणणं ऐकू या. टॉम, ट्विंकल ड्राईव्हसंबंधी आपण

कुठे आहोत त्याचा आढावा तू आमच्यासाठी घेऊ शकशील का असं मी म्हणत्येय. आपल्या उत्पादनाची तिथं काय परिस्थिती आहे?''

''अर्थातच, मेरेडिथ.'' धडधडत्या छातीने सँडर्स उभा राहिला. तो खोलीच्या अग्रभागी गेला. ''पार्श्वभूमीदाखल सांगायचं तर ट्विंकल हे स्वतंत्र सीडी-रॉम ड्राईव्ह प्लेयरला आम्ही दिलेलं सांकेतिक नाव आहे. हा प्लेयर क्रांतिकारी असेल अशी आमची अपेक्षा आहे.'' तो, त्यानं बरोबर आणलेल्या तक्त्यांपैकी पहिल्या तक्त्याकडे वळला. ''सीडी-रॉम ही एक माहिती भरून ठेवण्यासाठी वापरली जाणारी लहान लेसर डिस्क आहे. ती उत्पादन करण्याच्या दृष्टीनं स्वस्त आहे आणि शब्द, प्रतिमा, ध्वनी, दृश्यं आणि अशा कुठल्याही प्रकारची माहिती प्रचंड प्रमाणात धारण करू शकते. तुम्ही एका छोट्या डिस्कवर सहा पुस्तकांएवढी माहिती साठवून ठेवू शकता किंवा आमच्या इथल्या संशोधनामुळे, दीड तासाची व्हिडिओ आणि कुठलंही मिश्रण. उदाहरणार्थ, मजकूर, चित्रं, चित्रपटांमधले छोटे तुकडे, हलती कार्टून्स आणि तत्सम गोष्टी एकत्र करून तुम्ही एक पाठ्यपुस्तक तयार करू शकता. त्याचा उत्पादन खर्च लवकरच एका उत्पादनामागे दहा सेंट्स एवढा होईल.''

त्याने टेबलाच्या दिशेने पाहिले. कॉनले-व्हाईटचे लोक मन लावून ऐकत होते. गार्विनच्या कपाळावर आठ्या होत्या. मेरेडिथ तणावाखाली असलेली...

''पण सीडी-रॉम कार्यक्षम होण्यासाठी दोन गोष्टी होणं आवश्यक आहे. पहिली म्हणजे, आपल्याला एक पोर्टेबल प्लेयर लागतो. असा.'' त्याने प्लेयर वर धरला आणि मग कॉनले-व्हाईटच्या बाजूला पुढे दिला.

''पाच तासांची बॅटरी आणि उत्तम पडदा. तो तुम्ही आगगाडीत, बसमध्ये किंवा एखाद्या वर्गातही वापरू शकता... पुस्तकाचा उपयोग करता येईल अशा कुठल्याही ठिकाणी.''

त्या अधिकाऱ्यांनी तो हातात वर-खाली करून पाहिला. मग त्यांनी पुन्हा सँडर्सकडे पाहिले.

''सीडी-रॉम तंत्रज्ञानातली आणखी एक समस्या म्हणजे,'' सँडर्स म्हणाला. ''तो मंद आहे. एवढी सगळी चांगली माहिती मिळवण्यातला त्याचा वेग मंद आहे. पण नमुन्याच्या म्हणून केलेल्या मूळ उत्पादनात आम्ही यशस्वीरीत्या तयार केलेले ट्विंकल ड्राईव्हज् जगातल्या कुठल्याही ड्राईव्हपेक्षा दुपटीनं वेगवान आहेत. आणि आपल्या, प्रतिमा भरणं किंवा काढण्यासाठी जोड दिलेल्या जास्तीच्या स्मरणशक्तीमुळे तो एखाद्या छोट्या कॉम्प्युटरइतकाच झटपट आहे. वर्षभरातच ह्या ड्राईव्हची प्रत्येकी किंमत एखाद्या व्हिडिओ गेमएवढी खाली आणण्याची आम्हाला अपेक्षा आहे. आम्हाला सुरुवातीच्या काही अडचणींना तोंड द्यावं लागतंय, पण आम्ही ते सोडवतोय.''

मेरेडिथ म्हणाली, "त्याबद्दल तू आम्हाला आणखी सांगू शकतोस? आर्थर कानशी बोलल्यानंतर माझी अशी समजूत झालीय की ड्राईव्हज्मध्ये समस्या का आहेत, त्याबाबत आपल्याला स्पष्ट कल्पना आलेली नाही."

"खरं तर आलेली आहे," सँडर्स म्हणाला, "असं आढळून आलंय की, त्या समस्या तेवढ्या गंभीर नाहीयेत. काही दिवसांतच त्या पूर्णपणे सोडवल्या जातील असं मला वाटतं."

"खरंच," तिनं आपल्या भुवया उंचावल्या.

"तर मग काय अडचण आहे, ते आपल्याला सापडलंय."

"हो. आपल्याला सापडलंय."

"ती बातमी छानच आहे."

"हो, आहे."

"खरंच, फारच चांगली बातमी," एड निकोलस म्हणाला. "ती समस्या उत्पादनाच्या आराखड्यातली होती का?"

"नाही," सँडर्स म्हणाला. "आपण इथं केलेल्या आराखड्यात काहीच चूक नाहीये. नमुन्यादाखल केलेल्या मूळ उत्पादनात नव्हती, त्याप्रमाणेच! समस्या आहे ती मलेशियातल्या उत्पादन विभागाशी संबंध असलेली, उत्पादन तयार करण्यातली समस्या."

"कशा प्रकारची समस्या?"

"शेवटी असं आढळून आलंय की," सँडर्स म्हणाला, "आपल्याकडे कारखान्यात योग्य ती उपकरणं नाहीत. कंट्रोलर चिप्स आणि बोर्डवर RAM कॅश अडकवण्यासाठी आपण ॲटोमॅटिक चिप इन्स्टॉलर्स वापरायला हवेत, पण कारखान्यातले मलाय कर्मचारी चिप्स हातानं बसवत आहेत... अक्षरशः अंगठ्यानं आत ढकलत... आणि असंही दिसून आलंय की, जुळणी विभाग अस्वच्छ आहे, त्यामुळे स्प्लीट ऑप्टीक्समध्ये धूलीकण जमा होतायत. आपल्यापाशी लेव्हल- सेव्हनचे एअर हँडलर्स हवेत, पण आपण फक्त लेव्हल- पाचचे हँडलर्स बसवले आहेत. असंही लक्षात आलंय की हिंज रॉड्स आणि क्लिप्ससारखे भाग आपण सिंगापूरमधल्या एका अतिशय विश्वासू पुरवठादाराकडून मागवायला हवेत पण ते भाग प्रत्यक्षात दुसऱ्याच पुरवठादाराकडून येतायत. किंमत कमी, विश्वासार्हताही कमी."

मेरेडिथ अस्वस्थ झालेली दिसली, पण क्षणभरच. "अयोग्य उपकरणं, अयोग्य परिस्थिती, अयोग्य भाग..." तिने नकारार्थी मान हलवली. "सॉरी मी चुकत असेन तर माझ्या बोलण्यात दुरुस्ती सुचव पण कारखान्याची उभारणी तूच केलीस ना, टॉम?"

"हो, मी केली," सँडर्स म्हणाला, "मी गेल्या उन्हाळ्यानंतर कौलालांपूरला

गेलो आणि आर्थर कान व स्थानिक फोरमन मोहम्मद जाफर ह्यांच्या मदतीनं तो उभारला.''

''मग आपल्याला एवढ्या अडचणी येतायत हे कसं काय?''

''दुर्दैवानं कारखाना उभारताना काही वाईट निर्णय घेतले गेले.''

मेरेडिथ चिंताकुल दिसली. ''टॉम, आम्हाला सगळ्यांना माहिताय की तू अतिशय कार्यक्षम आहेस. हे कसं घडू शकलं असेल?''

सँडर्स थांबला.

हाच तो क्षण होता.

''हे घडलं कारण कारखान्यात बदल करण्यात आला होता,'' तो म्हणाला, ''उत्पादनासाठी दिलेल्या सूचना बदलण्यात आल्या.''

''बदलण्यात आल्या? कशा?''

''मला वाटतं, त्याबाबत ह्या लोकांना तूच खुलासा करावा मेरेडिथ, कारण ते बदल करण्याचे आदेश तू दिलेस.''

''मी आदेश दिले?''

''अगदी बरोबर, मेरेडिथ.''

''टॉम, नक्कीच तुझी चुकीची समजूत झाली असावी.'' ती थंडपणे म्हणाली, ''मलेशियातल्या त्या कारखान्याशी माझा काहीच संबंध नाहीये.''

''खरं तर, आहे,'' सँडर्स म्हणाला. ''तू तिथे दोन भेटी दिल्यास... गेल्या वर्षीच्या नोव्हेंबर आणि डिसेंबरमध्ये.''

''क्वालालांपूरला दोन भेटी, हो. कारण मलेशियन सरकारबरोबरचा कामगार प्रश्न तू चुकीच्या पद्धतीनं हाताळलास. मी तिथं गेले आणि तो वाद मिटवला. पण प्रत्यक्ष कारखान्याशी माझा काही संबंध नव्हता.''

''तुझी चूक होतेय असं मी म्हणेन, मेरेडिथ.''

''मी तुला खात्रीपूर्वक सांगते,'' ती थंडपणे म्हणाली.

''माझी काही चूक होत नाहीये. कारखाना किंवा कुठलेही तथाकथित बदल ह्यांच्याशी माझा काही संबंध नव्हता.''

''प्रत्यक्षात तू तिथं गेलीस आणि तू आदेश दिलेल्या बदलांची पाहणी केलीस.''

''सॉरी, टॉम. मी केली नाही. मी प्रत्यक्ष कारखाना अजून पाहिलेलाही नाही.''

तिच्या मागे असलेल्या पडद्यावर त्या टीव्हीवरील बातम्यांची व्हिडिओ टेप आवाजाशिवाय शांतपणे दिसू लागली. कोट आणि टाय घालून तो बातम्या वाचणारा कॅमेऱ्यासमोर बोलत असलेला...

सँडर्स म्हणाला, ''तू खुद्द कारखान्यात कधीच गेली नाहीस?''

''अजिबात नाही, टॉम. अशा प्रकारची गोष्ट तुला कोणी सांगितली असेल... किंवा ती तू आत्ताच का सांगावीस, हे मला ठाऊक नाही.''

त्या बातम्या वाचत असलेल्या माणसामागे असलेल्या पडद्यावर 'डिजिकॉम'ची मलेशियातली इमारत आणि मग कारखान्यातला अंतर्भाग दिसला. कॅमेऱ्याने उत्पादन विभाग आणि तिथे घडत असलेली अनधिकृत पाहणी भेट दाखवली. त्यांना फिल ब्लॅकबर्न आणि त्याच्या बाजूला मेरेडिथ जॉन्सन दिसली. एका कामगाराशी ती बोलत असताना कॅमेरा तिच्याजवळ आला.

खोलीत कुजबुज पसरली.

मेरेडिथ गर्रकन वळली आणि तिने पाहिले. ''हा प्रकार भयंकर आहे. ह्याचा काही संबंध नाहीये. मला माहिती नाही, ही कुठून आली असेल...''

''मलेशिया चॅनल ३. बीबीसीचा मलेशियन अवतार. माफ कर, मेरेडिथ.'' तो बातमीचा भाग संपला आणि पडदा कोरा झाला. सँडर्सने खूण केली तशी सिंडी प्रत्येक व्यक्तीला एकेक मॅनिला फोल्डर देत टेबलाभोवती फिरू लागली.

मेरेडिथ म्हणाली, ''जिथून कुठून ही तथाकथित टेप आली...''

सँडर्स म्हणाला, ''लेडिज अँड जंटलमेन, तुम्ही तुम्हाला दिलेली पाकिटं उघडलीत तर तुम्हाला 'कामकाज परीक्षण विभागा'नं पाठवलेल्या बऱ्याच मेमोंमधील पहिला मेमो दिसेल, हा विभाग ह्या वादाचा विषय असलेल्या काळात मिस् जॉन्सन ह्यांच्या नियंत्रणाखाली होता. गेल्या वर्षीच्या १८ नोव्हेंबरच्या पहिल्या मेमोंकडे मी तुमचं लक्ष वेधून घेऊ इच्छितो. तुमच्या असं लक्षात येईल की त्यावर मेरेडिथ जॉन्सननं सही केलीय आणि त्यात अशी अट घातलीय की मलाय सरकारच्या कामगारविषयक मागण्यांशी जमवून घेण्यासाठी कारखान्यात बदल केला जाईल. विशेषतः ह्या पहिल्या मेमोत असं म्हटलंय की स्वयंचलित चिप इन्स्टॉलर्स समाविष्ट केले जाणार नाहीत तर हे काम हातानं केलं जाईल. त्यामुळे मलाय सरकार खूष झालं पण त्याचा अर्थ असा की आम्ही ड्राईव्हजचं उत्पादन करू शकलो नाही.''

मेरेडिथ म्हणाली, ''पण तू एक लक्षात घे, तू दुर्लक्ष करतोयस तो मुद्दा म्हणजे मलाय सरकारनं आपल्यापुढे पर्याय ठेवला नव्हता...''

''तसंच होतं तर मग आपण तिथं कारखाना उभारायलाच नको होता,'' सँडर्स तिचे बोलणे तोडत म्हणाला. ''कारण त्या बदललेल्या उत्पादनविषयक आदेशांमुळे आपण इच्छित वस्तूचं उत्पादन करू शकत नाही. उत्पादनात ज्या प्रमाणात बदल चालू शकतात, ते आपल्या उत्पादनाच्या बाबतीत अपुरे पडतायत.''

मेरेडिथ म्हणाली, ''हं, ते तुझं स्वतःचं मत असेल...''

''तीन डिसेंबरचा दुसरा मेमो असं दाखवतो की उत्पादन-खर्च-बचत पाहणीमुळे कारखान्यातली 'एअर हँडलिंग'ची क्षमता कमी झाली. पुन्हा एकदा हा एक मी सिद्ध

केलेला उत्पादनविषयक आदेशांमधला बदल आहे. तसंच तो धोक्याचा आहे... ह्या परिस्थितीत आपण उच्च कार्यक्षमतेच्या ड्राईव्हज्चं उत्पादन करू शकत नाही. एकंदरीत सांगायचं तर ह्या निर्णयांमुळे ड्राईव्हजचं अपयश ओढवलं.''

''आता हे बघ,'' मेरेडिथ म्हणाली, ''जर कोणाला असं वाटत असेल की ह्या ड्राईव्हज्चं अपयश तुझ्याशिवाय...''

''तिसऱ्या मेमोत,'' सँडर्स म्हणाला, '''कामकाज परीक्षण विभागा'नं उत्पादनखर्चात केलेल्या बचतीचा सारांश दिलेला आहे. तुमच्या असं लक्षात येईल की त्यात उत्पादनखर्चात अकरा टक्क्यांनी घट होईल असा दावा केलेला आहे. उत्पादनाला लागलेल्या विलंबामुळे ती बचत आधीच निकालात निघालीय. त्यात उत्पादन बाजारात पोचायला लागलेल्या वेळामुळे वाढलेला खर्च धरलेला नाही. आम्ही जरी अगदी ताबडतोब कारखाना पूर्ववत केला तरी ही अकरा टक्क्यांची बचत उत्पादनखर्चातल्या वाढीत रूपांतरित होईल. जवळजवळ सत्तर टक्क्यांनी जास्त. पहिल्या वर्षी ही वाढ एकशे नव्वद टक्के असेल.''

''आता पुढचा मेमो,'' सँडर्स म्हणाला, ''त्यात मुळात ह्या खर्चातल्या कपातीचा अवलंब का केला, त्याचं स्पष्टीकरण दिलंय. गेल्या वर्षी उन्हाळ्यानंतर मि. निकोलस आणि मिस जॉन्सन ह्यांच्यात विलिनीकरणाबाबत बोलणी झाली. त्यात उच्च तंत्रज्ञान विकसित करण्यासाठी येणारा खर्च कमी करणं शक्य आहे, हे आपण दाखवून देऊ असं मिस् जॉन्सननं सूचित केलं. मि. निकोलसना ह्या खर्चाची चिंता वाटत होती. ते भेटले तेव्हा...''

''बापरे,'' एड निकोलस कागदाकडे पाहत म्हणाला.

मेरेडिथ पुढे आली आणि सँडर्ससमोर उभी ठाकली. ''सॉरी, टॉम,'' ती ठामपणे म्हणाली, ''पण खरंच मला तुझं बोलणं थांबवायला हवं. असं म्हणायला लागावं ह्याचं मला वाईट वाटतंय, पण ह्या किरकोळ शाब्दिक खेळानं इथं असलेल्यांपैकी कोणीही फसलेलं नाहीये.'' ती खोली कवेत घ्यावी तसे तिने आपले हात मोकळेपणाने पसरत झटकले.

''किंवा तुझ्या तथाकथित पुराव्यानं,'' ती आणखी मोठ्याने बोलत राहिली. ''कंपनीतल्या सर्वांत बुद्धिमान लोकांनी हे व्यवस्थापनाचे निर्णय काळजीपूर्वक घेतले तेव्हा तू उपस्थित नव्हतास. त्यामागे असलेला विचार तुला समजत नाहीये. आणि तू जे खोट्या परिस्थितीचे डांगोरे पिटवतोयस, आम्हाला पटवून देण्यासाठी जे तथाकथित मेमो नाचवतोयस... त्यामुळे कोणाचीही खात्री पटलेली नाही.'' तिने त्याच्याकडे कीव केल्यासारख्या नजरेने पाहिले. ''हे सगळं पोकळ आहे, टॉम. पोकळ शब्द, पोकळ शब्दप्रयोग... त्याच्या अगदी मुळाशीच जायचं तर, तुझा हा सगळा देखावा आहे, निरर्थक असलेला. इथं येऊन व्यवस्थापनावर टीका करता येईल असं तुला वाटलं

कसं? ते तुला शक्य नाही हे तुला सांगायला मी इथं खंबीर आहे.''

गार्विन अचानक उभा राहिला आणि म्हणाला, ''मेरेडिथ...''

''माझं बोलून होऊ दे,'' ती रागाने लालबुंद झालेली. ''कारण हे महत्त्वाचं आहे, बॉब. ह्या डिव्हिजनमध्ये जे दोष आहेत, त्यांचा हा महत्त्वाचा भाग आहे. होय, मागे वळून पाहिलं तर शंकास्पद वाटू शकतील असे काही निर्णय घेतले गेले. होय, आम्ही अभिनव पद्धती वापरून पाहिल्या, त्यांचा कदाचित अतिरेक झाला, पण त्यामुळे आजचं वागणं क्षम्य ठरत नाही... पाहा, काहीही करू धजेल अशा एका व्यक्तीचा हा हिशेबी, लबाडीचा दृष्टिकोन... दुसऱ्यांचा बळी देऊन स्वतःचं नाव व्हावं म्हणून, पुढे जाण्यासाठी ती काहीही करेल... त्यांच्या मार्गात येणाऱ्या कुणाचाही लौकिक ती धुळीला मिळवेल... म्हणजे, त्याच्या मार्गाआड येणाऱ्या... आपण बघतोय ते हे निर्दय वागणं... कोणीही ह्यानं फसलेलं नाही, टॉम. एक मिनिटभरही नाही. अत्यंत निंद्य प्रकारचा अप्रामाणिकपणा आपण स्वीकारावा म्हणून आपल्याला गळ घातली जात आहे. आणि आपण अजिबात तसं करणार नाही आहोत. हे अनैतिक आहे. हे सगळं अन्याय्य आहे. आणि ते तुला अडकवल्याशिवाय राहणार नाही. सॉरी! तू इथं येऊन असला प्रकार करू शकत नाहीस, त्याचा अजिबात उपयोग होणार नाही... झालेला नाही, एवढंच.''

ती श्वास घेण्यासाठी थांबली आणि तिने टेबलाभोवती नजर टाकली. सगळे जण शांत निश्चल होते. गार्विन अजूनही उभा होता, त्याला धक्का बसलेला दिसत होता, हळूहळू काही तरी गडबड असल्याचे मेरेडिथच्या लक्षात येतेयसे वाटले. ती पुन्हा बोलली तेव्हा तिचा आवाज अधिक शांत होता.

''मला वाटतं... इथं असलेल्या सगळ्यांच्या भावना मी अगदी बरोबर व्यक्त केल्या आहेत. माझा तेवढाच हेतू होता.''

पुन्हा एकदा शांतता. मग गार्विन म्हणाला, ''मेरेडिथ, तू काही मिनिटांसाठी खोलीबाहेर जाशील?''

धक्का बसून तिने गार्विनकडे एक दीर्घ क्षणभर रोखून पाहिले. मग ती म्हणाली, ''अर्थातच, बॉब.''

''धन्यवाद, मेरेडिथ.''

ताठपणे चालत ती खोलीबाहेर पडली. तिच्यामागे दार बंद झाल्याचा आवाज झाला.

जॉन मार्डेन पुढे झुकला आणि म्हणाला, ''मि. सँडर्स, कृपया तुमची माहिती पुढे चालू ठेवा. तुमच्या दृष्टिकोनातून कारखाना दुरुस्त होऊन पूर्णपणे कार्यरत व्हायला किती काळ लागेल?''

■

दुपार झाली होती. सँडर्स त्याच्या ऑफिसात टेबलावर पाय टाकून खिडकीबाहेर पाहत होता. 'पायोनियर स्क्वेअर'भोवतीच्या इमारतीवर सूर्य तजेलदारपणे चमकत होता. आकाश स्वच्छ आणि निरभ्र होते. ऑफिससाठीचा सूट घातलेली मेरी ॲन हंटर आत आली आणि म्हणाली, ''मला हे समजतच नाहीये.''

''काय?''

''ती बातमीची टेप, मेरेडिथला त्याबद्दल माहिती असणारच, कारण ते चित्रीकरण करत होते, तेव्हा ती तिथं होती.''

''तिला त्याची कल्पना होती, हे बरोबर आहे. पण मी ती टेप मिळवेन असं तिला अजिबात वाटलं नाही, आणि ती त्यात येईल असंही तिला बिलकुल वाटलं नाही. तिला वाटलं, ते फक्त फिलला दाखवतील. तुला कल्पना आहेच... तो एक मुस्लिम देश आहे. अधिकाऱ्यांबद्दलच्या बातमीत, ते नेहमी फक्त पुरुष दाखवतात.''

''उह्, मग?''

''पण चॅनेल ३ हे सरकारी केंद्र आहे,'' सँडर्स म्हणाला. ''आणि त्या रात्री बातमी अशी होती की 'डिजिकॉम'च्या कारखान्यातल्या बदलांसंबंधी बोलणी करण्यात सरकारला केवळ अंशतः यश मिळालंय... आणि परदेशी अधिकारी तडजोडीला आणि सहकार्य करायला तयार नाहीत. अर्थमंत्री मि. सय्यद ह्यांचा लौकिक जपण्याच्या हेतूनं ती बातमी दिली होती. त्यामुळे कॅमेऱ्यांचा रोख तिच्यावर होता.''

''कारण...''

''कारण ती एक बाई होती.''

''बिझनेस सूटमधली परदेशी दुष्ट स्त्री वगैरे... परदेशी बाईबरोबर व्यवहार करता येत नाही?''

''तसंच काहीसं. कसंही असो, बातमीचा रोख तिच्यावर होता.''

''आणि तू टेप मिळवलीस.''

''हो.''

हंटरने होकारार्थी मान हलवली, ''हं,'' ती म्हणाली, ''माझ्या दृष्टीनं छानच आहे.'' ती खोलीबाहेर पडली आणि सँडर्स पुन्हा एकटा... तो खिडकीबाहेर पाहत राहिला.

थोड्या वेळाने सिंडी आत आली आणि म्हणाली, ''ताजी खबर अशी आहे की विलिनीकरण रद्द झालंय.''

सँडर्सने खांदे उडवले. तो कंटाळलेला... दमून गेलेला... त्याला पर्वा नव्हती.

सिंडी म्हणाली, ''तुला भूक लागलीय का? मी तुझ्यासाठी थोडं खायला घेऊन येईन.''

''मला भूक नाहीये. ते आता काय करतायत?''

"गार्विन आणि मार्डेन चर्चा करतायत."

"अजून? एक तास होऊन गेला त्याला."

"त्यांनी नुकतंच कॉनलेला बोलवलं."

"फक्त कॉनले? आणखी कोणी नाही?"

"नाही. आणि निकोलस बिल्डिंगमधून निघून गेलाय."

"मेरेडिथचं काय?"

"तिला कोणीच पाहिलेलं नाही."

तो त्याच्या खुर्चीत मागे विसावला, त्याने खिडकीबाहेर पाहिले. त्याच्या कॉम्प्युटरचा तीनदा आवाज झाला.

थेट व्हिडिओ संपर्काला ३० सेकंद

डीसी/एम-डीसी/एस्

प्रेषक : ए. कान

प्रति : टी सँडर्स

आर्थर संदेश पाठवत होता. सँडर्सने ताठरपणे स्मित केले. सिंडी आत आली आणि म्हणाली, "आर्थर बोलणार आहे."

"मला दिसतंय ते."

थेट व्हिडिओ संपर्काला १५ सेकंद

एमडीसी/एस्

सँडर्सने त्याच्या टेबलावरचा दिवा नीट केला आणि तो मागे टेकून बसला. पडदा उजळला आणि त्याला एक लुकलुकती प्रतिमा स्थिरावताना दिसली. तो आर्थर होता...

कारखान्यात...

"ओह्, टॉम छान. मला फार उशीर झाला नाही अशी आशा आहे," आर्थर म्हणाला.

"कशाला उशीर?" सँडर्स म्हणाला.

"आज एक मिटिंग आहे, ह्याची मला कल्पना आहे. मला तुला काही सांगायचंय."

"काय आहे ते, आर्थर?"

"हं, टॉम, मी तुझ्याशी पूर्णपणे प्रामाणिक राहिलेलो नाही. हे मेरेडिथबद्दल आहे. सहा-सात महिन्यांपूर्वी तिनं कारखान्यात बदल केले आणि मला अशी भीती आहे की, त्याचा ठपका तुझ्यावर ठेवायचा तिचा इरादा आहे. बहुधा आजच्या मिटिंगमध्ये."

"अस्सं ऽऽ."

''टॉम, मला हे भयंकर वाटतंय,'' आर्थर त्याचे डोके हलवत म्हणाला, ''काय म्हणावं तेच मला कळत नाही.''

''काही म्हणू नकोस, आर्थर,'' सँडर्स म्हणाला. आर्थरने दिलगिरीचे स्मित केले. ''मला तुला आधीच सांगायचं होतं. खरंच. पण तू कंपनीतून जाशील असं मेरेडिथ म्हणत राहिली. काय करावं ते मला कळलं नाही. ती म्हणाली, 'आता एक युद्ध होणार आहे आणि मी जिंकणाऱ्यांच्या बाजूनंच राहिलेलं बरं.'

''तू चुकीची निवड केलीस, आर्थर,'' सँडर्स म्हणाला, ''तुला कामावरून काढून टाकलंय,'' त्याने हात लांब केला आणि त्याच्यासमोरचा टेलिव्हिजन कॅमेरा बंद केला.

''तू काय बोलतोयस काय?''

''तुला कामावरून काढून टाकलंय, आर्थर.''

''पण तू माझ्याशी असं वागू शकत नाहीस...'' आर्थर म्हणाला. त्याची प्रतिमा अस्पष्ट झाली आणि आक्रसू लागली. ''तू...''

पडदा कोरा झाला होता.

पंधरा मिनिटांनी मार्क ल्युईन ऑफिसपाशी आला. तो आपल्या काळ्या आर्मनी टी- शर्टचा गळा ओढत होता. ''मला वाटतं, मी गाढव आहे,'' तो म्हणाला.

''हो, तू आहेसच.''

''ते फक्त... परिस्थिती मला समजली नाही.''

''बरोबर, तुला ती समजली नाही.''

''तू आता काय करणार आहेस?''

''मी नुकतंच आर्थरला हाकललं.''

''बापरे! आणखी काय?''

''मला माहिती नाही. ते कसं पसरतं, ते आपण पाहू.''

ल्युईननं होकारार्थी मान हलवली आणि तो अस्वस्थपणे निघून गेला. सँडर्सने थोड्या काळापुरते त्याला तसेच अस्वस्थ राहू द्यायचे ठरवले. शेवटी त्यांची मैत्री पूर्ववत होणार होती. ॲडले आणि सुसान चांगल्या मैत्रिणी होत्या. आणि मार्क अतिशय गुणी असल्याने त्याच्या जागी कंपनीत दुसऱ्या कोणाला नेमणे शक्य नव्हते. पण काही काळ ल्युईन अस्वस्थ राहिला तर, त्यात त्याचे भलेच होणार होते.

एक वाजता सिंडी आत आली आणि म्हणाली, ''बातमी अशी आहे की मॅक्स डॉर्फमन नुकताच गार्विन आणि मार्डेनबरोबर कॉन्फरन्स रूममध्ये गेला.''

''जॉन कॉनलेचं काय?''

''तो गेलाय. तो आत्ता अकौंटंट्सबरोबर आहे.''

"मग ते चांगलं चिन्ह आहे."

"आणखी एक बातमी म्हणजे निकोलसला नोकरीवरून काढून टाकलं."

"त्यांना तसं का वाटतंय?"

"तो तासाभरापूर्वीच घरी पळाला."

पंधरा मिनिटांनंतर सँडर्सने एड निकोलसला हॉलच्या मार्गाने जाताना पाहिले. सँडर्स उठला आणि बाहेर सिंडीच्या टेबलापाशी गेला.

"निकोलस घरी गेला असं तू म्हणाल्यासारखं वाटलं मला."

"हं, मी तरी तसं ऐकलं," ती म्हणाली.

"हे विचित्रच आहे, आता मेरेडिथबद्दल काय म्हणतायत माहिताय?"

"काय?"

"म्हणे ती राहणार आहे."

"मला खरं वाटत नाही."

"बिल एव्हर्ट्सनं स्टेफनी कॅपलानच्या असिस्टंटला सांगितलं की मेरेडिथ जॉन्सनला काढून टाकणार नाहीयेत, गार्विनचा तिला शंभर टक्के पाठिंबा आहे. मलेशियात जे झालं त्याचा ठपका फिल घेणार आहे, पण गार्विनला अजूनही वाटतंय की मेरेडिथ तरुण आहे आणि हे प्रकरण तिच्यावर ढकलू नये. त्यामुळे ती तिच्या जागेवर राहत्येय."

"माझा ह्याच्यावर विश्वास बसत नाही."

सिंडीने खांदे उडवले, "असं म्हणतायत तरी," ती म्हणाली.

तो पुन्हा आपल्या ऑफिसात गेला आणि खिडकीबाहेर पाहत राहिला, ही केवळ एक अफवा असल्याचे त्याने स्वतःलाच सांगितले. थोड्या वेळाने इंटरकॉम वाजला. "टॉम? मेरेडिथ जॉन्सनने आत्ताच फोन केला. तिला लगेच तिच्या ऑफिसात तुला भेटायचंय."

पाचव्या मजल्यावर मोठ्या खिडक्यांमधून चमकदार सूर्यप्रकाश पसरलेला होता. मेरेडिथच्या ऑफिसबाहेरची सहाय्यिका तिच्या टेबलापाशी नव्हती. दार अर्धवट उघडे होते. त्याने टकटक केले.

"आत ये." मेरेडिथ जॉन्सन म्हणाली.

ती तिच्या टेबलाच्या काठावर रेलून उभी होती... छातीवर हाताची घडी... ती वाट पाहत असलेली...

"हॅलो, टॉम," ती म्हणाली.

"मेरेडिथ."

"आत ये. मी काही चावणार नाही."

तो दार उघडं ठेवून आत आला.

"मला सांगितलंच पाहिजे की आज सकाळी तू बाजी मारलीस, टॉम. थोड्या वेळात तुला एवढी माहिती कशी मिळवता आली, ह्याचं मला आश्चर्य वाटलं. आणि मिटिंगमध्ये तू वापरलेली पद्धत खरंच फार चतुराईची होती."

तो काही बोलला नाही.

"हो, तो खरंच एक उत्कृष्ट प्रयत्न होता. तुला स्वतःचा अभिमान वाटतोय?" ती त्याच्याकडे रोखून पाहत म्हणाली.

"मेरेडिथ..."

"शेवटी तू माझा वचपा काढलायस असं वाटतं तुला? हं, पण तुझ्यासाठी माझ्याकडे एक बातमी आहे. खरं काय चाललंय त्याबद्दल तुला काहीच माहिती नाही."

ती टेबलापासून दूर झाली आणि ती बाजूला झाली तेव्हा टेबलावर तिच्या फोनशेजारी एक मोठे पुठ्ठ्याचे खोके त्याला दिसले. टेबलाला वळसा घालून ती टेबलामागे आली आणि चित्रे, कागद आणि एक पेनसेट ती त्या खोक्यात ठेवू लागली.

"हे सगळं प्रकरण म्हणजे गार्विनची कल्पना होती. गेली तीन वर्षं गार्विन त्याच्या कंपनीसाठी गिऱ्हाईकाच्या शोधात आहे. त्याला कोणी सापडलं नाही. शेवटी त्यानं मला पिटाळलं आणि मी एक गिऱ्हाईक शोधून काढलं. कॉनले-व्हाईट भेटेपर्यंत मी सत्तावीस वेगवेगळ्या कंपन्यांमध्ये जाऊन आले होते. त्यांना रस होता आणि मी मुश्किलीनं ते त्यांच्या गळी उतरवलं. मी माझा वेळ दिला. हा व्यवहार पुढे सरकत राहावा म्हणून. आय डिड व्हाटेव्हर आय हॅड टू डू टू कीप द डील मूव्हींग फॉरवर्ड... व्हॉटेव्हर आय हॅड टू डू." तिनं रागाने आणखी कागद खोक्यात ठेवले.

सँडर्स तिच्याकडे पाहत होता.

"मी जोपर्यंत निकोलसला त्याच्यासमोर आयतं आणून उभं करत होते, तोपर्यंत गार्विन खूष होता," मेरेडिथ म्हणाली. "मी ते कसं करत होते, ह्यात त्यानं फारसं लक्ष घातलं नाही. त्याचं त्यात मनही नव्हतं. त्याला फक्त विलिनीकरण व्हायला हवं होतं. मी त्याच्यासाठी खपले. कारण हे पद मिळण्याची संधी माझ्या दृष्टीनं फार मोठी होती... कारकीर्द घडविण्याची खरी संधी... मी पण एकत्रित सौदा केला. मी हे पद मिळवलं. मी न्याय्य रीतीनं तुला हटवलं."

सँडर्स काही बोलला नाही.

"पण शेवटी तसं दिसत नाही, असं दिसतंय? परिस्थिती अडचणीची होते तेव्हा गार्विन मला पाठिंबा देणार नाही. तो मला वडिलांसारखा असल्याचं सगळे

जण म्हणायचे. पण तो मला फक्त वापरत होता. त्याला शक्य त्या मार्गानं तो फक्त एक सौदा करत होता. आणि आता तो तेवढंच करतोय. आणखी एक घाणेरडा सौदा. आणि त्यात कोण जखमी होतं, ह्याची कोणाला पर्वा आहे? जो तो पुढे जात राहतो. आता मला माझ्या शेवटच्या हिशेबाच्या तपशिलांवर बोलणी करण्यासाठी एक वकील शोधावा लागेल, कोणाला फिकीर नसते.''

तिने खोके बंद केले आणि ती त्यावर झुकली. ''पण मी तुला न्याय्य पद्धतीने हरवलं, टॉम. हा माझ्यावर अन्याय आहे. ह्या भयंकर व्यवस्थेनं माझ्यावर अन्याय केलाय.''

''नाही,'' सँडर्स थेट तिच्या नजरेला नजर भिडवत म्हणाला, ''तू बरीच वर्षं तुझ्या असिस्टंट लोकांबरोबर झोपत आलीयस. तुझ्या पदाचा शक्य त्या प्रकारे तू पुरेपूर फायदा घेत आलीयस. तुझे मार्ग झटपत राहत आले आहेत. तू आळशीपणा करत आलीयस. तू केवळ प्रतिमेवर जगत आलीयस आणि तुझ्या तोंडून बाहेर पडणारा प्रत्येक तिसरा शब्द खोटा असतो. आता तुला स्वतःबद्दल वाईट वाटतंय. तुला वाटतं अन्याय्य आहे ती व्यवस्था! पण तुला माहिताय, मेरेडिथ? व्यवस्थेनं तुझ्यावर अन्याय केला नाही. व्यवस्थेनं तुझा बुरखा फाडला आणि तुला भिरकावलं, कारण मुळात तू पूर्णपणे रिती आहेस, पोकळ आहेस.'' तो जाण्यासाठी मागे वळला. ''तुझा प्रवास सुखाचा होवो! तू जिथं जात असशील तो.''

खोलीबाहेर पडता पडताच त्याने दार धाडकन बंद केले. आणि तो खोलीबाहेर पडला.

■

आणखी पाच मिनिटांनी तो त्याच्या ऑफिसात परतला... तो अजूनही प्रक्षुब्ध... टेबलामागे... येरझारे घालत असलेला...

मेरी ॲन हंटर व्यायामाच्या कपड्यात आत आली. ती बसली आणि तिचे धावण्यासाठीचे बूट तिने सँडर्सच्या टेबलावर ठेवले. ''तू एवढा उत्तेजित का झालायस? पत्रकार परिषद?''

''कुठली पत्रकार परिषद?''

''त्यांनी चार वाजता एक पत्रकार परिषद ठरवलीय.''

''कोण म्हणतं?''

''जनसंपर्क विभागातली मेरिअन. गार्विननं स्वतः सांगितल्याचं ठासून म्हणतेय! आणि मेरिअनची सहाय्यिका वर्तमानपत्र आणि टीव्ही केंद्रांना फोन करत्येय.''

सँडर्सने नकारार्थी डोके हलवले. ''हे फारच लवकर होतंय.'' जे घडले होते त्या सगळ्याचा विचार करता पत्रकार परिषद उद्यापर्यंत घ्यायला नकोय.

"मला तसं वाटतं," हंटर मान हलवत म्हणाली, "नक्कीच विलिनीकरण बारगळण्याची घोषणा त्यांना करायची असणार. ब्लॅकबर्नबद्दल काय बोलतायत ऐकलंस का?"

"नाही, काय?"

"हेच की गार्विननं त्याला नोकरी सोडण्यादाखल दहा लाख डॉलर्स दिले."

"मला हे खरं वाटत नाही."

"तसं म्हणतात तरी."

"स्टेफनीला विचार."

"तिला कोणीच पाहिलं नाहीये. आता विलिनीकरण रद्द झाल्यानं आर्थिक बाबी हाताळायला ती परत क्युपर्टिनोला गेली." हंटर उठली आणि खिडकीपाशी गेली. "निदान आजचा दिवस तर छान आहे."

"हो, शेवटी एकदाचा."

"मला वाटतं, पळायला जावं, हे वाट बघणं मला सहन होत नाहीये."

"मी इमारत सोडणार नाही."

ती हसली, "हो, मलाही तू सोडशीलसं वाटत नाही." ती थोडा वेळ खिडकीपाशी उभी राहिली. शेवटी ती म्हणाली, "तुला माहिती आहे का...?

सँडर्सने वर पाहिले, "काय?"

हंटरने रस्त्याकडे बोट केले. "मिनी-व्हॅन्स. वर अँटेना असलेल्या, मला वाटतं, शेवटी पत्रकार परिषद होणार आहे."

■

खालच्या मजल्यावरच्या मुख्य कॉन्फरन्स रूममध्ये त्यांनी चार वाजता पत्रकार परिषद घेतली. टेबलाच्या एका टोकाला गार्विन मायक्रोफोनसमोर उभा राहिला तसे कॅमेरे लखलखले.

"मला नेहमीच असं वाटत आलंय," तो म्हणाला. "की, कंपन्यातल्या वरच्या ऑफिसांमध्ये स्त्रियांना अधिक चांगलं प्रतिनिधित्व दिलं गेलंच पाहिजे. आपण एकविसाव्या शतकात जात असताना अमेरिकेतल्या स्त्रिया आपल्या देशातल्या महत्त्वाच्या आणि कमी उपयोगात आलेल्या संपत्तीचं प्रतिनिधित्व करतात. आणि इतर उद्योगांइतकंच ते उच्च तंत्रज्ञानाच्या क्षेत्रातल्या उद्योगांच्या बाबतीतही खरं आहे. म्हणूनच 'कॉनले-व्हाईट कम्युनिकेशन्स' बरोबर झालेल्या आमच्या विलिनीकरणाचा एक भाग म्हणून मी अतिशय आनंदानं घोषणा करतोय की 'डिजिटल कम्युनिकेशन्स, सीॲटल'च्या नवीन व्हाईस प्रेसिडेंट पदावर, आमच्या क्युपर्टिनोतल्या प्रधान कार्यालयातल्या वरच्या स्तरातून निवडलेली एक अतिशय गुणी स्त्री नेमली जात

आहे. बरीच वर्षं ती 'डिजिकॉम' संघाची एक चतुर आणि निष्ठावान सदस्य आहे. आणि मला खात्री आहे की भविष्यकाळात ती याहून अधिक चतुराई दाखवेल. आता 'अॅडव्हान्स्ड प्लॅनिंग'च्या नव्या व्हाईस प्रेसिडेंटची ओळख करून देताना मला आनंद होत आहे, मिस स्टेफनी कॅपलान.''

टाळ्यांचा कडकडाट झाला आणि कॅपलान मायक्रोफोनपाशी आली. आपले करडे केस तिने मागे घेतले. तिने गडद तपकिरी लाल रंगाचा सूट परिधान केला होता. शांतपणे स्मित करून ती म्हणाली, ''धन्यवाद, बॉब. आणि डिव्हिजन एवढी मोठी करण्यासाठी ज्यांनी ज्यांनी खूप मेहनत घेतलीय, त्या सगळ्यांनाही धन्यवाद. विशेष करून मला सांगायचंय की इथं आपल्याकडे असलेल्या असामान्य विभागप्रमुखांबरोबर– मेरी अॅन हंटर, मार्क ल्युईन, डॉन चेरी आणि अर्थातच टॉम सँडर्स– काम करण्याची मला अपेक्षा आहे. हे गुणी लोक आपल्या कंपनीच्या केंद्रभागी आहेत आणि आपण भविष्याकडे झेपावत असताना त्यांच्या सहकार्यानं काम करण्याचा माझा मानस आहे. व्यक्तिशः इथं सीअॅटलमध्ये माझे वैयक्तिक तसंच व्यावसायिक लागेबांधे आहेत आणि इथं येण्यामुळे मला आनंद आणि फक्त आनंदच झालाय, ह्यापेक्षा जास्त मी काही सांगू शकत नाही. आणि ह्या नवलनगरीत एक प्रदीर्घ असं आनंदपर्व मला अपेक्षित आहे.''

■

पुन्हा त्याच्या ऑफिसात परतल्यावर सँडर्सला लुईसचा फोन आला. ''शेवटी मला अॅलनकडून कळलं. आणि हे ऐकायची तुझी तयारी आहे? आर्थर ए. फ्रेंड नेपाळमध्ये वर्षभराच्या सुट्टीवर आहेत. त्यांची सहाय्यिका आणि त्यांचे दोघे अतिशय विश्वासू विद्यार्थी ह्यांच्याशिवाय त्यांच्या ऑफिसात कोणी जात नाही. खरं तर ते इथं नसतानाच्या काळात एकच विद्यार्थी तिथं जातोय. रसायनशास्त्र विभागातला पहिल्या वर्षाचा विद्यार्थी जोनाथन...''

''कॅपलान,'' सँडर्स म्हणाला.

''बरोबर. तो कोण आहे माहिताय तुला?'' लुईस म्हणाली.

''तो माझ्या 'बॉस'चा मुलगा आहे. स्टेफनी कॅपलानला आत्ता एवढ्यात डिव्हिजनची नवी प्रमुख म्हणून नेमण्यात आलं.''

लुईस क्षणभर गप्प होती. ''ती नक्कीच एक विलक्षण बाई असणार,'' ती म्हणाली.

■

गार्विनने लुईसबरोबर 'फोर सीझन्स' हॉटेलमध्ये एक मिटिंग ठरवली. दुपारी

उशिरानं ते 'फोर्थ ॲव्हेन्यू'च्या एका बाजूला असलेल्या एका लहान, अंधाऱ्या बारमध्ये बसले.

"तू भलतंच काम केलंस, लुईस," तो म्हणाला. "पण मी तुला सांगतो, न्याय बरोबर झाला नाही, एका धूर्त, कारस्थानी माणसासाठी एका निरपराध बाईनं दोष आपल्याकडे घेतला."

"हे बघ, बॉब," ती म्हणाली, "तू मला इथं त्याच्यासाठी बोलवलंस? तक्रार करण्यासाठी?"

"ईश्वरसाक्ष लुईस, हे छळाचं प्रकरण हाताबाहेर गेलंय. मला माहिती असलेल्या प्रत्येक कंपनीत आता निदान डझनभर तरी अशी प्रकरणं आहेत. हे कुठपर्यंत चालणार?"

"मला चिंता वाटत नाही," ती म्हणाली. "हे विरत जाईल."

"अगदी शेवटी, तेही कदाचित. पण दरम्यान निरपराधी लोक..."

"माझ्या कामाच्या क्षेत्रात मला फार निरपराधी लोक भेटत नाहीत..." ती म्हणाली, "उदाहरणार्थ, माझ्या असं लक्षात आलंय की 'डिजिकॉम'च्या संचालक मंडळाच्या सदस्यांना मेरेडिथ जॉन्सनच्या समस्येची वर्षापूर्वीच कल्पना होती आणि त्याबाबत त्यांनी काहीच केलं नाही."

गार्विनने डोळे मिचकावले. "ते तुला कोणी सांगितलं? ते पूर्णपणे असत्य आहे."

ती काही बोलली नाही.

"आणि तू ते कधीच सिद्ध करू शकली नसतीस."

लुईसने तिच्या भुवया उंचावल्या. ती काही बोलली नाही.

"कोण म्हणालं तसं?" गार्विन म्हणाला. "मला जाणून घ्यायचंय."

"हे पहा, बॉब," ती म्हणाली, "वस्तुस्थिती अशी आहे की, वागण्याचा असा एक प्रकार आहे की आता तिकडे दुर्लक्ष करून कोणी सूट देत नाही. अवयव पकडणारा, लिफ्टमध्ये स्तन दाबणारा, आपल्या सहाय्यिकेला व्यावसायिक दौऱ्यावर बोलवून हॉटेलची एकच खोली बुक करणारा साहेब म्हणजे आता तो सगळा प्राचीन इतिहासाचा भाग आहे. तसं वागणारा एखादा कर्मचारी तुमच्याकडे असेल तर ती स्त्री असो वा पुरुष, समलिंगी असो वा सरळ, त्याला थांबवणं भाग आहे."

"ठीक आहे, पण कधीकधी ते कळायला..."

"हो," लुईस म्हणाली, "आणि त्याच्या विरोधी टोकही आहे. एखाद्या स्त्री कर्मचाऱ्याला एखादा अभिरुचीहीन शेरा आवडत नाही आणि ती दावा लावते. तो छळ होत नाही, हे तिला कुणी तरी सांगायला पाहिजे. तोपर्यंत, तिच्या बॉसवर आरोप ठेवला गेलेला असतो आणि कंपनीतल्या सगळ्यांना माहिती झालेलं असतं.

तो पुन्हा कधी तिच्याबरोबर काम करणार नाही, त्यांच्यात संशय असतो आणि वाईट भावना. कंपनीत ह्या सगळ्यावरून मोठा विचका झालेला असतो. मी ते बरंच बघते. ते दुर्दैवीही आहे. तुला माहिताय माझा नवरा मी काम करत असलेल्या फर्ममध्येच काम करतो?''

''उह्.''

''आम्ही पहिल्यांदा भेटल्यानंतर त्यानं मला पाच वेळा बाहेर जाण्यासाठी विचारलं. आधी मी नाही म्हणाले पण शेवटी हो म्हटलं. आता आमचं वैवाहिक जीवन आनंदी आहे. आणि एक दिवस तो मला म्हणाला की आताच्या वातावरणात आज आपण भेटलो असतो तर तो कदाचित मला असं पाच पाच वेळा बोलवणार नाही.''

''बघ? मी त्याच्याबद्दलच बोलतोय.''

''मला कल्पना आहे. पण शेवटी असे प्रसंग निवळतील. वर्षा- दोन वर्षांत नवीन नियम कोणते आहेत, ते सगळ्यांना कळेल.''

''हो, पण...''

''पण समस्या ही आहे की त्यात दोन टोकांच्या मध्ये कुठे तरी असणारा तिसरा प्रकार आहे.'' लुईस म्हणाली. ''जिथं वागणं कठोर असतं. काय घडलं, ते स्पष्ट नसतं. कोणी कोणाला काय केलं, हे स्पष्ट नसतं. आपण बघतो त्या तक्रारींमध्ये तो सगळ्यात मोठा प्रकार असतो. अजूनपर्यंत त्यात बळी झालेल्यांच्या समस्यांकडे लक्ष देण्याचा समाजाचा कल आहे. आरोप ठेवला गेलेल्यांच्या समस्यांवर नाही. पण आरोपीचेही काही प्रश्न असतात. छळाचा दावा हे एक शस्त्र आहे, बॉब, आणि त्याविरुद्ध चांगलं संरक्षण नाहीये. कोणीही ते शस्त्र वापरू शकतो... आणि बऱ्याच लोकांनी ते वापरलंय, मला वाटतं, काही काळ ते चालू राहणार.''

गार्विनने उसासा टाकला.

''ते तुमच्या त्या आभासात्मक वास्तवासारखं आहे,'' लुईस म्हणाली.

''ते वातावरण खरं वाटतं पण प्रत्यक्षात तिथं नसतं. आपण सगळे रोज आपल्या कल्पनांनी ठरवलेल्या आभासात्मक वातावरणात राहतो. ते वातावरण आता बदलतंय. बायकांच्या बाबतीत ते बदललंय आणि पुरुषांच्या बाबतीत ते बदलायला सुरुवात होणार आहे. आधी ते बदललं तेव्हा पुरुषांना ते आवडलं नव्हतं. आणि आता ते बदलताना बायकांनाही आवडणार नाही. आणि काही लोक फायदा घेतील. पण अंतिम विश्लेषणात तो प्रश्न सुटण्याची शक्यता आहे.''

''कधी? कधी हे सगळे संपेल?'' गार्विन डोके नकारार्थी हलवत म्हणाला.

''जेव्हा बायकांना अधिकारी पदांच्या पन्नास टक्के पदं मिळतील,'' ती म्हणाली, ''तेव्हा ते संपेल.''

"तुला माहिताय, मी त्याच्या बाजूनं आहे."

"हो," लुईस म्हणाली, "आणि माझ्या समजुतीप्रमाणे तू नुकतीच एका स्त्रीची नेमणूक केलीयस, अभिनंदन, बॉब."

■

परत क्युपर्टिनोला जाण्यासाठी विमान पकडण्याकरिता मेरेडिथ जॉन्सनला विमानतळापर्यंत गाडीतून नेण्याची कामगिरी मेरी ॲन हंटरवर सोपवण्यात आली होती. दोघी जणी पंधरा मिनिटं गप्प बसल्या... मेरेडिथ जॉन्सन तिच्या पावसाळी कोटामुळे पुढे झुकून खिडकीबाहेर पाहत असलेली...

शेवटी 'बोईंग'च्या कारखान्याजवळून त्या जात असताना मेरेडिथ म्हणाली, "कसंही असो, मला इथं राहायला आवडलं नाही."

आपले शब्द काळजीपूर्वक निवडत हंटर म्हणाली, "इथल्या वातावरणाच्या अशा काही जमेच्या बाजू आहेत, तर काही तोट्याच्या."

पुन्हा शांतता. मग जॉन्सन म्हणाली, "तू सँडर्सची मैत्रीण आहेस?"

"हो."

"तो एक छान माणूस आहे." जॉन्सन म्हणाली. "नेहमीच होता. आमच्यात संबंध होते."

"मी ऐकलं ते," हंटर म्हणाली.

"टॉमनं खरं तर काही वावगं केलं नाही," मेरेडिथ म्हणाली. "एक ओझरता शेरा कसा हाताळावा हे फक्त त्याला माहिती नव्हतं."

"उह्."

"नोकरी करणाऱ्या बायकांना नेहमी परिपूर्ण असावं लागतं, नाहीतर त्यांचा सरळ बळी जातो. एक छोटी चूक होते आणि त्या संपतात."

"उह्."

"मी कशाबद्दल बोलत्येय, तुला माहिताय."

"हो," हंटर म्हणाली. "मला माहिताय."

मग पुन्हा प्रदीर्घ शांतता. मेरेडिथ तिच्या सीटवर चुळबुळली.

ती खिडकीबाहेर पाहत राहिली.

"समाजपुरुष,' मेरेडिथ म्हणाली, "समस्या आहे ती, त्याची. त्या समाजपुरुषानं माझ्यावर बलात्कार केला."

■

सँडर्स बिल्डिंगमधून बाहेर जात होता. तो सुसान आणि मुलांना विमानतळावरून

आणायला निघाला होता. तोच अचानक स्टेफनी कॅपलान समोर आली. त्याने तिचे तिच्या नेमणुकीबद्दल अभिनंदन केले. तिने त्याच्याशी हस्तांदोलन केले आणि न हसता म्हणाली, ''तुझ्या पाठिंब्याबद्दल धन्यवाद.''

तो म्हणाला, ''तुझ्याही पाठिंब्याबद्दल धन्यवाद. 'एक मित्र' असणं छान असतं.''

''हो.'' ती म्हणाली, ''मैत्री छानच असते. तशीच कार्यक्षमताही. मी ह्या पदावर फार काळ राहणार नाहीये, टॉम. कॉनलेंचा चीफ फायनान्स ऑफिसर निकोलस सोडून गेलाय आणि त्यांचा दुसऱ्या क्रमांकाचा माणूस फार तर एका मर्यादेपर्यंत हुषार आहे असं म्हणता येईल. एखाद्या वर्षात किंवा आसपास, ते कोणाच्या तरी शोधातच असतील. आणि मी तिकडे गेले की कोणाला तरी इथं नव्या कंपनीची अधिकारसूत्रं घ्यावी लागतील. माझ्या कल्पनेप्रमाणे, तो तूच असायला हवास.''

सँडर्सने किंचितशी मान लववली.

''पण ते भविष्य काळातलं आहे,'' कॅपलान उत्साहाने म्हणाली, ''दरम्यान इथलं काम आपल्याला मूळ पदावर आणावं लागेल. ही डिव्हिजन म्हणजे एक गोंधळ आहे. ह्या विलिनीकरणामुळे सगळ्यांचं लक्ष उडालंय आणि क्युपर्टिनोच्या हास्यास्पदपणामुळे उत्पादन विभाग धोक्यात आले आहेत. हे सगळं बदलण्यासाठी आपल्याला बरंच काही करावं लागणार आहे. सगळ्या विभागप्रमुखांबरोबर उत्पादनविषयक पहिली मिटिंग मी उद्या सकाळी सात वाजता ठरवलीय. तेव्हा मी तुला भेटेन, टॉम.''

आणि ती निघून गेली.

सँडर्स सी-टॅक विमानतळावर येणाऱ्या प्रवाशांच्या दरवाज्यापाशी उभा होता. 'फिनिक्स'हून आलेल्या विमानातून उतरणाऱ्या प्रवाशांकडे त्याचे डोळे लागलेले होते. एलायझा त्याच्याकडे धावत आली. ''डॅडी'' म्हणून हाक मारत ती त्याच्या कुशीत झेपावली. ऊन खाऊन तिची त्वचा तपकिरी झाली होती.

''फिनिक्समध्ये मजा आली ना?''

''खूप मजा, डॅड! आम्ही घोड्यांवर बसलो, खूप खाल्लं आणि काय, ओळखा पाहू!''

''काय?''

''मी एक साप पाहिला.''

''खरा साप?''

''उऽफ. हिरवाहिरवा. हा एवढा!'' ती हात पसरत म्हणाली.

"तो खूपच मोठा झाला, एलायझा.''

"पण तुम्हाला माहिताय? हिरवे साप चावत नाहीत.''

सुसान मॅथ्यूला घेऊन तिथे आली. ऊन अंगावर घेऊन तिचीही त्वचा तपकिरी झाली होती. त्याने तिचे चुंबन घेतले. एलायझा म्हणाली, "मी डॅडींना सापाबद्दल सांगितलं.''

"तू कसा आहेस?'' सुसान त्याच्या चेहऱ्याकडे पाहत म्हणाली.

"मी मस्त आहे, थकलोय.''

"ते प्रकरण संपलंय?''

"हो, ते प्रकरण संपलंय.''

ते पुढे गेले. सुसानने आपला हात त्याच्या कमरेभोवती टाकला. "मी विचार करत्येय. बहुतेक मी फार प्रवास करत्येय. आपण आणखी वेळ एकत्र घालवायला हवा.''

"मग तर छानच,'' तो म्हणाला.

सामान घेण्याच्या ठिकाणी ते आले. मुलीला कडेवर घेतल्यावर तिच्या छोट्या हातांचा स्पर्श खांद्यावर जाणवत असतानाच त्याने पुढे पाहिले... जाणाऱ्या प्रवाशांसाठी असलेल्या दरवाज्यांपैकी एका दाराच्या प्रवेशकक्षापाशी मेरेडिथ जॉन्सन उभी असलेली त्याला दिसली. तिच्या अंगावर पावसाळी कोट होता. तिचे केस मागे वळवलेले होते. तिने वळून त्याच्याकडे पाहिले नाही.

सुसानने विचारले, "तुझ्या ओळखीची कोणी आहे?''

"नाही,'' तो म्हणाला, "कोणी नाही.''

■■■

आणि नंतरच्या घटना

- कॉन्स्टन वॉल्शला सीॲटलमधल्या 'पोस्ट इंटलेजन्सर' वृत्तपत्रानं कामावरून काढून टाकलं. १९६४ च्या 'नागरी हक्क कायद्या'च्या 'शीर्षक सात' खाली तिनं अन्याय्य बडतर्फी आणि लैंगिक भेदभाव केल्याच्या कारणावरून त्या वृत्तपत्राविरुद्ध दावा लावला. वृत्तपत्रानं हा दावा कोर्टाबाहेर मिटवला.
- फिलीप ब्लॅकबर्नची, कॅलिफोर्नियातल्या 'माऊंटन व्ह्यू' भागातल्या 'सिलिकॉन होलोग्राफिक्स' या कंपनीत मुख्य सल्लागार म्हणून नियुक्ती झाली. ही कंपनी 'डिजिकॉम'पेक्षा दुपटीनं मोठी होती. नंतर 'सॅनफ्रान्सिको बार असोसिएशन'च्या 'एथिक्स पॅनेल'चा अध्यक्ष म्हणून त्याची निवड झाली.
- एडवर्ड निकोलसनं 'कॉनले व्हाईट कम्युनिकेशन्स' कंपनीमधून मुदतपूर्व निवृत्ती घेतली. आपल्या बायकोबरोबर तो बहामाज् बेटांवर नॅसॉ या ठिकाणी स्थायिक झाला. तिथं तो मध्यवर्ती फर्म्सचा सल्लागार म्हणून अंशकालीन धर्तीवर कामं करू लागला.
- एलिझाबेथ 'बेट्सी' रॉसला कॅलिफोर्नियामधल्या सनीव्हेल भागातल्या 'कॉनराड कॉम्प्यूटर्स'मध्ये नोकरी मिळाली. लौकरच ती 'अल्कोहोलिक्स ॲनॉनिमस' या मद्यपानविरोधी संघटनेत सहभागी झाली.
- जॉन कॉनलेला 'कॉनले व्हाईट कम्युनिकेशन्स' कंपनीत 'व्हाईस प्रेसिडेंट फॉर प्लॅनिंग' म्हणून नेमण्यात आलं. त्यानंतर सहा महिन्यांनीच न्यूयॉर्कमधल्या पॅनाग भागात झालेल्या एका वाहन-अपघातात तो मरण पावला.
- मार्क ल्युईनवर 'डिझाईन' विभागातल्या एका स्त्री-कर्मचाऱ्याकडून 'शीर्षक सात' खाली लैंगिक छळाचा आरोप ठेवला गेला.

ल्युईन या आरोपातून मुक्त झाला, तरी या आरोपाची चौकशी संपल्यावर लगेचच त्याच्या बायकोनं घटस्फोटासाठी अर्ज दाखल केला.

- आर्थर कान मलेशियामधल्या कौलालंपूर येथील 'बुल डाटा सिस्टम्स' कंपनीत रुजू झाला.
- रिचर्ड जॅक्सनवर ('आल्डस' कंपनीतल्या) 'आल्डस'चे घाऊक वितरक असलेल्या 'अमेरिकन डाचा हाऊस'च्या एका स्त्री कर्मचाऱ्यानं 'शीर्षक सात' खाली लैंगिक छळाचा दावा दाखल केला. त्याची चौकशी झाल्यावर 'आल्डस'नं मॅक्सला कामावरून काढून टाकलं.
- गॅरी वोसॅकनं कॉम्प्यूटरवरची माहिती जपण्याची एक नवी पद्धत विकसित केली. त्याचे परवाने त्यानं आयबीएम्, मायक्रोसॉफ्ट आणि हिताची या मोठ्या कॉम्प्यूटर कंपन्यांना विकले. तो करोडपती झाला.
- लुई फर्नांदेस न्यायाधीश झाली. तिनं 'सीॲटल बार असोसिएशन'मध्ये एक व्याख्यान दिलं. कंपन्यांमधील वाद मिटवण्यासाठी लैंगिक छळाच्या खटल्यांचा एक शस्त्र म्हणून मोठ्या प्रमाणावर वापर होत असल्याचं तिनं प्रतिपादन केलं. अशा प्रकरणांबाबत, भविष्यात कायदे सुधारण्याची वा वकिलांची गुंतवणूक मर्यादित करण्याची गरज भासू शकेल, असं तिनं सूचित केलं.
- मेरेडिथ जॉन्सनची 'आयबीएम्' कंपनीच्या पॅरिसमधल्या कार्यालयात 'व्हाईस प्रेसिडेंट फॉर ऑपरेशन्स अँड प्लॅनिंग' म्हणून नेमणूक झाली. लगेचच ती, अमेरिकेचा फ्रान्समधला राजदूत एडवर्ड हार्मन याला घटस्फोट मिळताच त्याच्याशी विवाहबद्ध झाली. तेव्हापासून ती नोकरीतून निवृत्त झालीय्.

■

उत्तरकथन

इथं दिलेली घटना एका सत्यकथेवर आधारलेली आहे. बहुसंख्य छळाचे दावे हे स्त्रियांकडून पुरुषांविरुद्ध दाखल केले जातात. ही वस्तुस्थिती नाकारण्याच्या हेतूनं या घटनेला कादंबरीचं रूप दिलेलं नाही. उलट, भूमिकांमधील अदलाबदल असलेल्या या कथानकाचा फायदा असा आहे, की त्यामुळे परंपरागत प्रतिक्रिया आणि सांकेतिक आलंकारिक भाषा, यांच्याआड दडलेले दृष्टिकोन पारखणं शक्य होईल. या कथेला वाचकांच्या प्रतिक्रिया कशाही असोत, एक गोष्ट लक्षात घेणं महत्त्वाचं आहे, ती म्हणजे, कथानकातल्या दोन प्रतिस्पर्धी व्यक्तींचं वागणं, परस्परांना एखाद्या 'रोरशैक' शाईच्या डागांच्या चाचणीप्रमाणे प्रतिबिंबित करतं. 'रोरशैक चाचणी'चं महत्त्व ती आपल्याला आपल्याबद्दल जे सांगते, त्यातच दडलेलं आहे. ('रोरशैक चाचणी पद्धत' ही एक व्यक्तिमत्त्व तपासून पाहणारी मानसशास्त्रीय चाचणी पद्धत आहे. हर्मन रोरशॅक या स्विस मानसोपचार-तज्ज्ञानं (१८८४-१९९२) ही चाचणी-पद्धत शोधून काढली. या पद्धतीत, वगेवेगळ्या आकारांच्या व रंगांच्या शाईच्या ठिपक्यांच्या निश्चित अशा गटावरून तो गट कशासारखा दिसतो, हे चाचणी देणाऱ्या व्यक्तीनं सांगायचं असतं. या शाईच्या ठिपक्यांमधून त्या व्यक्तीला जी प्रतिमा दिसते, त्यावरून तिच्या व्यक्तिमत्त्वाची कल्पना येऊ शकते.

तसंच हेही अधोरेखित करणं महत्त्वाचं आहे, की आताच्या आकृतिबंधातली ही कथा काल्पनिक आहे. कामाच्या ठिकाणी केल्या गेलेल्या लैंगिक छळाच्या आरोपांमध्ये बहुविध, परस्परविरोधी कायदेशीर हक्क गुंतलेले असतात आणि असे दावे आता केवळ व्यक्तींपुढेच नव्हे, तर कंपन्यांपुढेही मोठ्या प्रमाणावर धोका उभा करत असल्यानं खऱ्या घटनेला

काळजीपूर्वकपणे दुसरा तोंडवळा देणं आवश्यक आहे. त्या प्रकरणातील सर्व प्रमुख व्यक्ती, त्यांची ओळख गुप्त ठेवली जाईल, या अटीवर मुलाखती घ्यायला तयार झाल्या. लैंगिक छळाच्या शोधाबरोबरच येणारे अवघड प्रश्न स्पष्ट व्हावेत, म्हणून त्यांनी तयारी दाखवल्याबद्दल मी त्यांचा आभारी आहे.

तसेच, या विकसित होत जाणाऱ्या प्रजांच्या वेगवेगळ्या बाजूंमधले मोलाचे दृग्गोचर असे संबंध दाखवून दिल्याबद्दल मी अनेक वकील, 'ह्यूमन रिलेशन्स ऑफिसर', कर्मचारी आणि कंपन्यांमधले अधिकारी यांचा ऋणी आहे. मी ज्याच्या ज्याच्याशी बोललो; त्या प्रत्येकानं आपल्याला 'अज्ञात' ठेवण्याची विनंती केली, हे लैंगिक छळाबद्दलच्या कोणत्याही चर्चेभोवती असलेल्या आत्यंतिक संवेदनक्षमतेचंच लक्षण आहे.

■

पुस्तकातील काही कॉम्प्यूटरविषयक संज्ञांची सूची

मॉडेम – एका कॉम्प्यूटरवरून दूर अंतरावरच्या दुसऱ्या कॉम्प्यूटरवर टेलिफोनद्वारे माहिती वा संदेशवहन करणारे उपकरण.

इ-मेल – जिच्यामुळे कॉम्प्यूटर्सच्या जाळ्याद्वारे पत्रव्यवहार करता येतो अशी एक सेवा.

सीडीरॉम्स – 'कॉम्पॅक्ट डिस्कस-रीड ओन्ली मेमरी'चे संक्षिप्त रूप. या डिस्कसमधून माहितीचा प्रचंड साठा करता येतो. मात्र ही माहिती फक्त कॉम्प्यूटरद्वारे मिळवता वा वाचता येते, त्यात बदल करता येत नाहीत. सीडी ड्राईव्ह व सीडी प्लेयर ही त्यासाठी आवश्यक असलेली उपकरणं आहेत.

ॲल्गॉरिथम – कोणतीही समस्या क्रमवार सोडवण्याची एक पद्धत.

सीक टाईम – कॉम्प्यूटरमधील फाईल-माहितीचा एखादा विभाग मिळवण्यासाठी लागणारा वेळ.

कंट्रोलर चिप – कॉम्प्यूटरच्या वेगवेगळ्या कार्यांवर निमंत्रण ठेवणारा एक भाग.

बग – कॉम्प्यूटर प्रोग्रॅममध्ये राहिलेला दोष.

कर्सर – कॉम्प्यूटरच्या पडद्यावरील निदर्शक.

रॅम/रॉम – रँडम ॲक्सेस मेमरी/रीड ओन्ली मेमरी रँडम ॲक्सेस मेमरी-रॅमद्वारे कॉम्प्यूटरमध्ये साठवलेल्या माहितीत कितीही वेळ बदल करता येतात. रीड ओन्ली मेमरी रॅमद्वारे माहिती फक्त मिळवता वा वाचता येते.

यूव्ही – अल्ट्रा व्हायोलेट

प्रोग्रॅमिंग हूक्स – कॉम्प्यूटरवरील विशिष्ट पद्धतीनं साठवलेली माहिती मिळवण्यासाठी आवश्यक असलेला दुवा. या दुव्याद्वारे त्या माहितीचा विशिष्ट भाग गुप्त ठेवता येतो.

डाऊन टाईम	– कोणत्याही कारणामुळे विशिष्ट कालखंडात कॉम्प्यूटर बंद राहण्याचा काळ.
मदर बोर्ड	– कॉम्प्यूटर कार्यान्वित ठेवणारे वेगवेगळे भाग एकत्रित ठेवणारा कॉम्प्यूटरचा मुख्य भाग.
लेव्हल	– कॉम्प्यूटर यंत्रणेचा उपयोग ज्या वेगवेगळ्या स्तरांवरून त्या त्या व्यक्तीच्या कामाच्या स्वरूपात मागे करता येतो, असे स्तर.
इलेक्ट्रॉनिक डाटाबेस	– फ्लॉपी, हार्ड डिस्क, सीडी रॉम टेप या माहिती साठवण्याच्या इलेक्ट्रॉनिक साधनांवर केलेला माहितीसंग्रह.

■

स्टिल लाइफ

जगणं आणि मरणं यांमध्ये कुठेतरी एखाद्या भयंकर स्वप्नासारखा अनुभव घेत दुष्टचक्रात अडकलेल्या एका तरुणीची खिळवून ठेवणारी रहस्यकथा....

लेखक

जॉय फिल्डिंग

अनुवाद

माधव कर्वे

सौंदर्य आणि श्रीमंती यांचे वरदान लाभलेल्या केसीला एक भरधाव कार उडवून लावते. केसी कोमात जाते; अंथरुणाला खिळते....

केसी पुन्हा भानावर येईल, तिचे पुढे काय होईल, अशा प्रश्नांचा विचार करत केसीचे जवळचे नातेवाईक व खास मित्रमैत्रिणी तिच्याभोवती येत-जात असतात; तिच्याविषयी बोलत असतात. शरीर निश्चल असलेल्या; पण मनाने भानावर असलेल्या केसीला; तिच्याविषयीच्या या बोलण्यातून अनेक रहस्ये उलगडायला लागतात... जीवनमरणाच्या सीमारेषेवर असलेल्या केसीला विलक्षण थरारक घटनाचक्रातून जावे लागते....

केसीची ही कथा केवळ रहस्ये उलगडत नाही, तर मानवी मनाचे कोपरे उत्कंठावर्धक शैलीत आपल्यासमोर उघडे करते.

गोल्डफिंगर

लेखक
इयान फ्लेमिंग

अनुवाद
माधव कर्वे

जेम्स बाँड ००७
वास्तव वाटावी अशी, आजही जगावर अधिराज्य
गाजवणारी व्यक्तिरेखा.
सौंदर्यवतींना रमवणारा आणि
खलनायकांना ठेचणारा हिकमती योद्धा, हेर.
'गोल्डफिंगर' या संशयास्पद असामीचा
वेध घेण्याची कामगिरी बाँडवर सोपवली जाते...
रहस्याचे धागे उलगडू लागतात...
गोल्डफिंगरला सोन्याचं वेड तर असतंच;
पण त्याचं असं सोनेरी साम्राज्यच असतं...
'स्मर्श' या रशियाच्या खुनशी हेर संघटनेशी संधान असणाऱ्या गोल्डफिंगरनं
एक महाकारस्थानही आखलेलं असतं...
मोठा नरसंहार होईल, अमेरिका हादरून जाईल
एवढं भयावह...
आजच्या अतिरेकी कारवायांशी नातं सांगणारं...
ही आपत्ती टाळणं शक्य असतं फक्त जेम्स बाँडला!
शह-काटशह, कपट-कारस्थानं, रहस्यानं भारलेलं
दमदार बाँड-नाट्य... 'गोल्डफिंगर!'

CPSIA information can be obtained
at www.ICGtesting.com
Printed in the USA
LVHW031446190821
695554LV00001B/59

9 788171 617715